B01NB9U61Q

స్పార్టకస్
టామ్ మామ్ ఇల్లు
స్వేచ్ఛా పథం

[3 నవలా పరిచయాలు కలిసిన సంపుటం]

ఇంగ్లీషు రచయితలు:

హోవర్డ్ ఫాస్ట్

హారియట్ బీషర్ స్టోవే

తెలుగు అనువాదకులు:

ఆకెళ్ళ కృష్ణమూర్తి

అశ్వనీ కుమార దత్తు

పరిచయం:

రంగనాయకమ్మ

స్వీట్ హోమ్ పబ్లికేషన్స్
76, లేక్-సైడ్ కాలనీ
(దుర్గం చెరువు దగ్గిర)
జూబ్లీ హిల్స్ పోస్టు
హైదరాబాదు - 500 033

స్పార్టకస్,
టామ్ మామ ఇల్లు,
స్వేచ్ఛా పథం.
(3 నవలల పరిచయాలు.
రచనా కాలాలను
'విషయ సూచిక' లో చూడండి).

పేజీలు : 208
[రాయల్ సైజులో
హార్డ్ బౌండ్‌తో]
ధర : 80 రూ.లు

ఈ సంపుటానికి,
కంపోజింగ్ & పేజ్ మేకప్:
ఎన్.రఘురామయ్య

ఈ సంపుటానికి,
1 వ ముద్రణ : 2007 జూలై
2 వ ముద్రణ : 2010 ఆగస్టు
3 వ ముద్రణ : 2015 అక్టోబరు

ముందు అట్ట మీద బొమ్మ: **చంద్ర**
వెనక అట్ట మీద బొమ్మలు: **ప్రభంజన్**
ఫొటోలు : **వికీ పీడియా నుంచి**
కవర్ డిజైన్ : **రాకేష్**

ముద్రణ :
చరితా ఇంప్రెషన్స్,
1-19-1126/బి,
ఆజామాబాదు ఇండస్ట్రియల్ ఏరియా,
హైదరాబాదు - 520 020.

బైండింగ్ :
వై.వి. రెడ్డి బైండింగ్ వర్క్స్
మూసారాం బాగ్
హైదరాబాదు - 36

రంగనాయకమ్మ అడ్రసు :
76, లేక్ సైడ్ కాలనీ
(దుర్గం చెరువు దగ్గిర)
జూబ్లీ హిల్స్ పోస్టు
హైదరాబాదు - 500 033

ప్రతులకు :
అరుణా పబ్లిషింగ్ హౌస్,
ఏలూరు రోడ్డు,
విజయవాడ - 520 002.
(ఫోన్ : 0866-2431181)

విషయ సూచిక

ఈ నవలా పరిచయాలు మూడూ, 'ప్రజా సాహితి' మాస పత్రిక లోనే,
ఒక దాని తర్వాత ఒకటి సీరియల్స్‌గా వచ్చాయి.

స్పార్టకస్ : 1977 ఆగస్టు నుంచి, 1978 జనవరి వరకూ

టామ్ మామ ఇల్లు : 1978 ఫిబ్రవరి నుంచి, 1978 నవంబరు వరకూ

స్వేచ్ఛా పథం : 1977 డిసెంబరు నుంచి,1979 మే వరకూ

పుస్తకాలుగా :

స్పార్టకస్ : 1978 ఏప్రిల్ నుంచి, 6 ముద్రణలు

టామ్ మామ ఇల్లు : 1979 మార్చి నుంచి, 5 ముద్రణలు

స్వేచ్ఛా పథం : 1979 ఆగస్టు నుంచి, 4 ముద్రణలు

★

ఈ సంపుటానికి

ముందు మాట

ఈ 3 నవలా పరిచయాలూ దాదాపు పాతిక సంవత్సరాల నుంచీ వేరు వేరు పుస్తకాలుగా పునర్ముద్రణలు అవుతూనే వున్నాయి.

ఈ 3 కథలూ బానిసల పోరాటాలకు సంబంధించినవే.

ఇప్పుడు ఈ 3 పుస్తకాలూ ఒకే సంపుటంగా కలిసి పోతున్నాయి.

ప్రతీ కథకీ సుదీర్ఘమైన 'ముందు మాట' వుంది. అది చదివితేనే ఆ కథకు సంబంధించిన చరిత్ర తెలుస్తుంది. మానవ సమాజం ఎంతెంత నీచమైన, భయంకరమైన దోపిడీ దశల ద్వారా సాగుతూ వచ్చిందో తెలుస్తుంది.

ఉత్తర అమెరికా స్వతంత్ర పోరాటం గురించీ, ముఖ్యంగా ఉత్తర అమెరికాలో ఉత్తరాదికీ దక్షిణాదికీ జరిగిన 'అంతర్యుద్ధం' గురించీ, చాలా వివరాలు ముందు మాటల్లో తెలుస్తాయి.

ఈ సంపుటంలో, 2 విషయాలు కొత్తవి చేరాయి.

మొదటిది : 'టామ్ మామ ఇల్లు' నవల మీద
వ్యతిరేకులు చేసిన **దాడి** వివరాలు.

రెండవది : ఈ నవలలు రాసిన ఇంగ్లీషు రచయితల
జీవిత చరిత్రలు చాలా క్లుప్తంగా.

చిన్నప్పుడు, హైస్కూల్లో, 'ఎలిజాస్ ఎస్కేప్' అనే నాన్ డిటైల్డ్ ఒకటి వుండేది. అప్పుడు అందులో ఏం చదివామో, మేష్టారు ఏం చెప్పారో బొత్తిగా గుర్తు లేదు. ఆ కథ, 'టామ్ మామ ఇల్లు' నవలలో వున్న ఒక సంఘటన! ఎలిజా పేరు గుర్తొస్తే, ఆమె ఎందుకు పారిపోయిందో తెలియకుండా చాలా అజ్ఞానంగా గడిచిపోయిన స్కూలు రోజులు గుర్తొస్తాయి!

9-5-2007 ★

స్పార్టకస్
ముందు మాట
[6 వ ముద్రణ సమయంలో రాసినది.]

'బానిస' అనే మాట వినని వాళ్ళెవ్వరూ వుండరు. కానీ 'బానిస సమాజం' అంటే ఏమిటో, బానిసలు ఏ రకమైన జీవితాలు గడిపారో, 'మానవ చరిత్ర'లో 'బానిస యుగం' అనే దశ ఎంత భయంకరమైనదో చెప్పే పుస్తకాలు చాలా మంది చదివి వుండరు. 'బానిస - మానవులు' అనుభవించిన అపారమైన హింసనీ, దుఃఖాన్నీ, మనం ఊహ ద్వారా అర్థం చేసుకోగలిగితే, బానిసల జీవితాన్ని మాటల్లో, కథల్లో, సాహిత్యంలో చెప్పడం సాధ్యం కాదనే విషయం కూడా అర్థం చేసుకుంటాం.

'స్పార్టకస్' నవల బానిసల జీవితాన్ని ఎంత ప్రేమతో, ఎంత వివరంగా చిత్రించినా, అది, అసలు వాస్తవంలో అణు మాత్రం కూడా చెప్పలేక పోయి వుండవచ్చు. అయినప్పటికీ, బానిసల జీవితాన్ని చిత్రించడానికి "స్పార్టకస్" గొప్ప ప్రయత్నం చేసిందనే సంగతి ఒప్పుకుంటాం, ఈ నవల చదివితే.

ఒక మానవుడికి, ఇంకో మానవుడి మీద 'సర్వ హక్కులూ' - అమ్మే, కొనే, చంపేసే హక్కులతో సహా - వుండడం, బానిస విధానానికి ముఖ్య లక్షణం. కొందరు మానవులు 'బానిసలు'గానూ, కొందరు మానవులు ఆ బానిసలపై 'యజమానులు'గానూ వుండి, ఆ పద్ధతి మీద సాగే సమాజమే – బానిస సమాజం.

మానవులు 'జంతు దశ' నుంచీ 'మానవ దశ' లోకి అభివృద్ధి చెందిన ప్రాచీన కాలాన్ని ఊహిస్తే, ఆ నాడే ఈ బానిసత్వాలూ - యజమానితనాలూ ఉండవు కదా? ఆ నాడు మానవులందరూ సమానులే కదా? కానీ, ఆ తర్వాత, మానవుల్లో ఈ భేదాలు ఎలా ప్రారంభమై వుండవచ్చు?

'మానవులు' - అన్నామంటే, దానితో బాటు మానవులు జీవించడానికి అవసరమయ్యే పరిస్థితుల్ని కూడా దృష్టిలోకి తీసుకోవాలి.

జంతువులు - ప్రకృతిలో ఏది దొరికితే, అదే, అలాగే తిని జీవిస్తాయి. కానీ, మానవులు అలా కాదు. వాళ్ళు, ప్రకృతిలో దొరికే పదార్థాల్ని, అలాగే ఉపయోగించడమూ చేస్తారు; వాటిని ఇతర రకాలుగా మార్చుకోవడమూ చేస్తారు. అంటే, జంతువులకు లేని లక్షణం ఒకటి మానవులకు ప్రత్యేకంగా ఉంటుంది. అది, 'శ్రమ చెయ్యడం' అనే లక్షణం! అంటే, జంతువులు, శ్రమ చెయ్యవు; మానవులు, శ్రమ చేస్తారు. కాబట్టి, 'మానవులు' అన్నప్పుడు, శ్రమా, శ్రమ సంబంధాలూ అనే విషయాలు కూడా మానవుల చుట్టూ అల్లుకుని వుంటాయి. 'శ్రమ' అనే విషయాన్ని దృష్టిలోకి తీసుకోకపోతే మానవుల గురించీ, మానవ సమాజాల గురించీ, తెలుసుకోగలిగేదేమీ వుండదు.

మానవులు, జంతు దశ నుంచీ అభివృద్ధి చెందుతూ, 'నిప్పు'ని కనిపెట్టి, కొన్ని రకాల పనులు చెయ్యడం తెలుసుకుని, ప్రారంభంలో, అనేక వేల సంవత్సరాల పాటు అందరూ ఒకే రకంగా జీవించారని ఊహిద్దాం! అలాంటి సమాజానికి 'ఆదిమ సమాజం' అని పేరు పెడితే, ఆ కాలంలో మానవుల మధ్య భేదాలు ఏర్పడే అవకాశాలు ఇంకా లేవు.

తర్వాత కాలంలోనే భేదాలు క్రమంగా ప్రారంభమైనట్టు ఊహించాలి.

'మానవులు' అంటే, భూగోళం మీద వున్న మానవులందరూ ఒకే ప్రాంతంలో ప్రారంభం కాలేదు. భూగోళం నిండా వేరు వేరు ప్రాంతాల్లో ప్రారంభమయ్యారు. అయినప్పటికీ, ఏ ప్రాంతంలో అయినా, ప్రారంభంలో మానవులందరూ 'తెగలు'గానే (బృందాలుగా) జీవించేవారని ఊహించాలి.

దగ్గిర ప్రాంతాల్లో వుండే వేరు వేరు తెగల మధ్య, 'ప్రకృతి వనరుల' కోసం, కొట్లాటలు

వుండేవి. ఆ కొట్లాటలే క్రమంగా 'బానిసత్వానికి' దారితీశాయి. ఎలాగంటే: మానవులు జీవించడానికి మొట్టమొదటి ఆధారం- భూమి! ఆ భూమిలో - దుంపలూ, పళ్ళ చెట్లూ (వాటికవే తయారవుతూ); నీళ్ళ వాగులూ (వాటికవే ప్రవహిస్తూ); అడవుల నిండా రక రకాల జంతువులూ (వాటికవే పుట్టి పెరుగుతూ) వుండేవి. మానవులు జీవించడానికి ఈ 'ప్రకృతి వనరులన్నీ' కావాలి. ఈ వనరులు పుష్కలంగా దొరికే ప్రదేశాలకే మానవులు గుంపులు గుంపులుగా చేరుతూ ఆ ప్రదేశాల్ని ఆక్రమిస్తూ వుండే వారు.

ఒక తెగ (ఒక బృందం) జీవించడానికి అవసరమైన పనులన్నీ (ఉదా: దుంపలు తవ్వుకోవడం, చెట్ల నుంచి కాయలూ పళ్ళూ కోసుకోవడం, జంతువుల్ని వేటాడడం, నివాసాలు ఏర్పర్చుకోవడం - లాంటి పనులన్నీ) తెగలో మనుషులందరూ సమిష్టిగా చేసే వారు.

ఆ పనులన్నీ జరగడానికి- (1) భూమీ, (2) పని ముట్లూ, (3) పని ముట్లతో మనుషులు పని చెయ్యడమూ- కావాలి.

భూమి- మనుషుల కాళ్ళ కింద సిద్ధంగానే వుంది. 'పని ముట్లు'గా ఉపయోగ పడడానికి, రాళ్ళూ రప్పలూ చెట్ల కొమ్మలూ వంటివి కూడా భూమి మీద సిద్ధంగానే వున్నాయి. ఒక రాతితోనో, కింద పడివున్న చెట్టు కొమ్మతోనో, భూమిలో కప్పడి వున్న దుంపల్ని తవ్వి తీస్తే, ఆ రాయి గానీ, ఆ చెట్టు కొమ్మ గానీ, ఆ 'తవ్వే పని' జరగడానికి పని ముట్లుగా ఉపయోగపడ్డాయని అర్థం. ఇక్కడ, మనుషులు చెయ్యవలసిన శ్రమ - 'తవ్వడం'.

భూమిలో కప్పడి వున్న దుంపలు- ప్రకృతి ఇచ్చిన సహజ పదార్థం. వాటిని తవ్వడానికి ఉపయోగపడే రాళ్ళూ రప్పలూ, ఆ శ్రమ జరగడానికి అవసరమైన 'పని ముట్లు'. భూమి మీద దొరికే రాళ్ళనీ రప్పల్నీ శ్రమ పని ముట్లుగా వాడాలంటే, అవి ఎలా దొరికితే అలాగే వాడడం గానీ, లేదా వాటిని కొంచెం మార్చి వాడడం గానీ (రాళ్ళని కొంచెం అరగదీసీ, కొమ్మల్ని చెట్ల నించీ విరిచీ, ఆ రకంగా మార్చి వాడడం గానీ) మనుషులు చేస్తారు. ('పని ముట్లు' అన్నా, 'పరికరాలు'అన్నా, 'సాధనాలు' అన్నా- అన్నీ ఒకటే. 'శ్రమ చెయ్యడం' అన్నా, 'ఉత్పత్తి చెయ్యడం' అన్నా, రెండూ ఒకటే.) భూమి కూడా, శ్రమ జరగడానికి (ఉత్పత్తి జరగడానికి) అవసరమైన 'సాధనం'. కాబట్టి, 'శ్రమ సాధనాలు' అన్నప్పుడు, అందులో భూమి కూడా కలిసి వుందని అర్థం. శ్రమ సాధనాలన్నిటికీ ప్రతినిధి- భూమి!

మనుషులు జీవించడానికి, శ్రమ సాధనాలూ, వాటితో మనుషులు చేసే వేరు వేరు శ్రమలూ, కావాలి. ఆ శ్రమలు జరిగితే రక రకాల ఉత్పత్తులు తయారవుతాయి. వాటిని వాడుకుంటూ మనుషులు జీవిస్తారు.

'శ్రమ సాధనాలు' లేకపోతే, ('భూమి' లేకపోతే) మనుషులు ఉత్పత్తి చెయ్యలేరు. శ్రమ సాధనాలు వున్నా, మనుషులు శ్రమ చెయ్యకపోతే, ఉత్పత్తులు వుండవు. కాబట్టి, మనుషులు జీవించడానికి - శ్రమ సాధనాలూ, శ్రమలూ అవసరం.

భూమిలో గనులూ కొండలూ పచ్చిక బయళ్ళూ నీళ్ళ వాగులూ అడవుల్లో రక రకాల చెట్లూ జంతువులూ - ఇవన్నీ ప్రకృతి సహజ వనరులు! ఈ వనరులు పుష్కలంగా దొరికే ప్రాంతాల కోసం, వేరు వేరు తెగల మధ్య శతృత్వాలూ కొట్లాటలూ వుండేవి. ఆ కొట్లాటల్లో, గెల్చిన తెగ, ఓడిపోయిన తెగ మనుషుల్ని చంపివేసేది.

కానీ, క్రమంగా, శతృవుల్ని చంపి వెయ్యడం, 'బానిసత్వం' కిందకి మారింది! ఎందుకంటే, ఆ మనుషులతో శ్రమలు చేయించుకోవడం కోసం!

తెగల మధ్య, ఒక భూమి కోసం జరిగే కొట్లాటల్లో, గెల్చిన తెగదే ఆ భూమి! ఆ భూమిని ఆక్రమించిన వాళ్ళే యజమానులు! ఓడిన తెగ మనుషులు - బానిసలు! ఆ రకంగా, వేరు వేరు తెగల మధ్య, 'బానిస - యజమాని సంబంధాలు' ప్రారంభమయ్యాయి. శ్రమ సాధనాలు, యజమానుల ఆధీనంలోనే వున్నాయనీ, అవి బానిసలకు లేవనీ అర్థం.

ఇక, ఆ మనుషులందరూ జీవించడానికి కావలసిన శ్రమలన్నీ బానిసలే చెయ్యాలి! పశువుల పెంపకం, వ్యవసాయం, గనుల తవ్వకం, పని ముట్ల తయారీ - ఇలా, మనుషులు జీవించడానికి ఎన్ని శ్రమలు కావాలో అన్నీ బానిసలే చేస్తారు. యజమానులు క్రమ క్రమంగా, శ్రమలు చెయ్యడం మానుకుంటారు.

బానిసలు చేసే శ్రమల తోటే రక రకాల ఉత్పత్తులు తయారవుతాయి. రక రకాల పనులు జరుగుతాయి. వాటితో, బానిసల పోషణే గాక,

యజమానుల పోషణ కూడా జరుగుతుంది. అంటే, యజమానులు జీవించడానికి అవసర మయ్యే శ్రమ, యజమానులది కాదు, బానిసలదే! యజమానులు ఏ కష్టమూ చెయ్యకుండా, విశ్రాంతులతోటీ, వినోదాలతోటీ జీవిస్తారు!

అంటే, మానవ సమాజంలోకి ఇప్పుడు కొత్తగా 'శ్రమ దోపిడీ' అనేది ('ఇతరుల శ్రమని దోచడం' అనేది) ప్రారంభమైందన్న మాట! దాని వల్ల, 'శత్రు వర్గాలు' ప్రారంభమవుతాయి!

బానిసలందరూ- ఒక వర్గం! 'శ్రమ చేసే' వర్గం! ఈ వర్గం, తన శ్రమలో చాలా భాగాన్ని యజమానుల కోసం పోగొట్టుకునే వర్గం! 'శ్రమ దోపిడీ'కి గురి అవుతూ, దాస్యంతో, పేదరికంతో, కష్టాలతో జీవించే వర్గం!

యజమానులందరూ - ఒక వర్గం! శ్రమ చెయ్యని వర్గం! శ్రమ చేసే వర్గాన్ని దోపిడీ చేస్తూ, దాని మీద 'యజమానితనం' చేస్తూ, సిరిసంపదలు కూడబెట్టుకుంటూ, కౄరత్వంతో జీవించే వర్గం!

యజమాని వర్గం చెయ్యవలసిందంతా, శ్రమ చేసే వర్గం ఎదురు తిరగకుండా దాన్ని అణిచి వుంచుతూ, దానితో శ్రమ చేయించడమే! దీని కోసం, యజమాని వర్గానికి, గతంలో లేని 'చట్టాలూ, పరిపాలనా' అనే కొత్త విషయాలు అవసరమయ్యాయి. చట్టాలు చేసేది యజమాని వర్గమే. అది, ఆ చట్టాల్ని తనకు అనుకూలంగానే చేసుకుంటుంది. " యజమానులు, బానిసల్ని తమ స్వంత ఆస్తిగా పెట్టుకోవచ్చు. వాళ్ళని కొనవచ్చు, అమ్మవచ్చు, చంపవచ్చు. ఎవరి ఆస్తి వాళ్ళ ఇష్టం!" అని యజమానులు చేసే చట్టం, ఆ వర్గానికే అనుకూలం! బానిసలకు వ్యతిరేకం! కానీ, యజమానులు చేసే చట్టాలకే బానిసలు లోబడి వుంటూ యజమానుల కోసం శ్రమలు చెయ్యాలి. ఎదురు తిరిగే బానిసల కోసం యజమానులు విధించే 'శిక్షలు' సిద్ధంగా వుంటాయి. బానిసల్ని అణిచి వుంచడమే యజమానులు చేసే 'పరిపాలన'!

ఈ రకంగా, శ్రమ చెయ్యడం మానుకున్న యజమాని వర్గం, భూమితో సహా శ్రమ సాధనాల్నీ, శ్రమ చేసే మనుషుల్నీ కూడా, తన స్వంత ఆస్తులుగా తన ఆధీనంలో వుంచుకుంది.

యజమాని వర్గంలోనూ, బానిస వర్గంలోనూ కూడా పురుషులే గాక స్త్రీలు కూడా వుంటారు. బానిస పురుషుల లాగే బానిస స్త్రీలు కూడా యజమాని వర్గంలో వున్న స్త్రీ పురుషుల కోసం తమ శ్రమలు ధారపోస్తారు.

'మానవ చరిత్ర'లో, బానిసత్వంతోపాటే, శత్రు వర్గాలూ శ్రమ దోపిడీ - ప్రారంభమైనా, 'శ్రమ దోపిడీ' గురించి ఆనాడు ఏ వర్గానికీ తెలియదు!

మనుషుల మధ్య 'శత్రుత్వాలు' వుండడం ఆదిమ సమాజాల నాటి తెగల కాలం నించీ కూడా వున్నదే. కానీ ఆ నాడు, 'శ్రమ దోపిడీ' లేదు. శ్రమ దోపిడీ వల్ల ఏర్పడే శత్రు వర్గాలూ లేవు. అవన్నీ 'బానిసత్వం'వల్లనే ప్రారంభమయ్యాయి.

ఆదిమ సమాజమే క్రమంగా 'బానిస సమాజం'గా మారింది. అయితే, మనుషుల్ని చంపి వెయ్యడం కన్నా వారిని బతకనివ్వడం వారికి అభివృద్ధే కాబట్టి, బానిసత్వం అనేది ఆ కాలానికి అభివృద్ధికరమైన మార్పు గానే లెక్కకు వస్తుంది.

కానీ, 'వర్గాల' ప్రారంభం, 'వర్గ పోరాటాల' ప్రారంభం కూడా! బానిస సమాజంలో క్రమంగా బానిసల తిరుగుబాట్లు ప్రారంభమయ్యాయి! క్రమంగా ఆ సమాజం, 'భూస్వామ్య సమాజం'గా (ఫ్యూడల్ సమాజంగా) మారింది. బానిస యజమానులకు, బానిసల్ని అమ్మే - కొనే - చంపే హక్కులు అంతరించాయి. కానీ, మిగిలిన పరిస్థితులన్నీ ఎప్పటిలాగే వున్నాయి. అంటే, శ్రమ సాధనాలపై యజమాని వర్గానికి వుండే 'ఆస్తి హక్కులు' గానీ, 'శ్రమ దోపిడీ' గానీ, మారలేదు. అంటే, యజమాని వర్గానికి, 'శ్రమ సాధనాల' మీద వుండే ఆస్తి హక్కులు ఎప్పటిలాగే వుండి శ్రమ చేసే మనుషుల మీద వుండే ఆస్తి హక్కులు మాత్రమే మారాయి.

అప్పటి వరకూ బానిసలుగా వుండే వర్గం, భూస్వామ్య సమాజంలో, 'కౌలు రైతుల వర్గం'గా మారింది. ఇక్కడ శత్రు వర్గాలు- కౌలు రైతులూ, భూస్వాములూ! యజమానుల వర్గం గతంలోలాగే భూమితో సహా శ్రమ సాధనాలన్నిటినీ తన స్వంత ఆస్తులుగా కలిగి వుంటూ, 'శ్రమని దోచే వర్గం' గానే వుంది. కానీ, ఇక్కడ కూడా, 'శ్రమ దోపిడీ' గురించి ఇంకా ఏ వర్గానికీ తెలియదు!

'భూస్వామ్య సమాజం' కూడా క్రమంగా 'పెట్టుబడిదారీ సమాజం'గా మారింది ('కేపిటలిస్ట్ సమాజం'గా; లేదా, 'బూర్జువా సమాజం'గా).

ఇక్కడ శత్రు వర్గాలు: కార్మికులూ, పెట్టుబడిదారులూ. ఇక్కడ భూస్వాములు 'దోపిడీ వర్గం' లోనే ఒక భాగం.

శ్రమ చేసే మనుషులకు, యజమాని, 'జీతాలు' చెల్లించే పద్ధతి, పెట్టుబడిదారీ సమాజం లోనే ప్రారంభమైంది. డబ్బుతో జీతాలు చెల్లించే విధానం ఏర్పడిన తర్వాతే శ్రమ దోపిడీ రహస్యాన్ని గ్రహించడం సాధ్యమైంది. ఎలాగంటే: శ్రామికుడు (లేదా శ్రామికురాలు) చేసే శ్రమ విలువ ఎంత? దానికి బదులుగా శ్రామికుడికి 'జీతం' పేరుతో అందే విలువ ఎంత? ఈ 2 అంశాలూ సమానంగా వుంటాయా, వుండవా? - ఈ విషయాల మీద పరిశోధన చేస్తే, శ్రామికుడు చేసే శ్రమకు వుండే విలువ కన్నా, శ్రామికుడికి 'జీతం'గా అందే విలువ ఎప్పుడూ తక్కువ గానే వుండి తీరుతుందని తేలుతుంది. అంటే, శ్రామికుడి శ్రమ విలువ అంతా శ్రామికుడికి అందదన్నమాట! ఆ విలువలో నించి ఎంతో భాగం యజమానికి పోతుంది. శ్రామికుడు, యజమాని దగ్గిర పని చేసే ప్రతి రోజూ ఇది జరుగుతూనే వుంటుంది - ఈ విషయాలు కనిపెట్టడం, 'డబ్బులో జీతాల' విధానం ఏర్పడిన పెట్టుబడిదారీ సమాజంలోనే సాధ్యమైంది. గత సమాజాలలో కూడా శ్రమ దోపిడీ వున్నప్పటికీ, అక్కడ జీతాల విధానం లేదు కాబట్టి, అక్కడ శ్రమ దోపిడీని కనిపెట్టడం సాధ్యం కాలేదు.

(మార్క్స్, 'కాపిటల్' గ్రంథంలో, శ్రమ దోపిడీ రహస్యాన్ని మొట్ట మొదటిసారి తన పరిశోధన ద్వారా రుజువు చేశాడు.)

శ్రమ దోపిడీ రహస్యం తెలిసిన తర్వాత, ఆ దోపిడీకి గురి అయ్యే శ్రామిక వర్గం చెయ్యవలసిన పని - ఆ దోపిడీ నుంచి బయట పడడమే! తమ శ్రమ అంతా తమకే దక్కేలాగ అదే చేసుకోగల గాలి! ఆ మార్పు జరగాలంటే, శ్రమ చెయ్యకుండా జీవిస్తోన్న వర్గం కూడా శ్రమ చేసి తీరాలి! అంటే, ఆ వర్గం, ఇతరుల శ్రమతో గాక, తన శ్రమతోనే తను జీవించాలి! 'శ్రమ సాధనాలు' దాని స్వంత ఆస్తులుగా వుండే విధానం రద్దు కావాలి!

అందరూ శ్రమ చెయ్యడం - అంటే, ఎవరి కోసం వారు శ్రమ చేసుకోవడమే! అది, ఎవరి శ్రమతో వారు జీవించడమే! అలా జరిగినప్పుడే, శ్రమ దోపిడీ ఆగుతుంది. దోపిడీ సమాజం, దోపిడీ లేని సమాజంగా మారుతుంది. అంటే, మనుషుల మధ్య, 'శ్రామికులూ - యజమానులూ' అనే శత్రు వర్గాలు లేని సమాజంగా! అలాంటి సమాజం 'సమ సమాజం' (కమ్యూనిస్టు సమాజం) అవుతుంది. ఇక, అక్కడితో, మనుషుల మధ్య వేల సంవత్సరాల నాడు ప్రారంభమైన శత్రు వర్గ భేదాలూ, కలిమి లేముల భేదాలూ, అంతరిస్తాయి.

ఆదిమ సమాజం, కమ్యూనిస్టు సమాజంగా మారే క్రమాన్ని చూస్తే, ఆ క్రమం అభివృద్ధివేపే సాగుతూ వుండడం కనపడుతుంది. ఆదిమ సమాజం బానిస సమాజంగా మారడంలో, మనుషుల్ని చంపివెయ్యడం గాక బతకనివ్వడం, ఆ మనుషులకు అభివృద్ధే. (బానిసత్వం వల్ల ఎన్ని కొత్త బాధలు ప్రారంభమైనప్పటికీ.) - తర్వాత, బానిస సమాజం భూస్వామ్య సమాజంగా మారినప్పుడు, శ్రమ చేసే వర్గం, బానిసత్వం నుంచి బైట పడడం జరిగింది! - ఆ తర్వాత భూస్వామ్య సమాజం, పెట్టుబడిదారీ సమాజంగా మారినప్పుడు, శ్రమ చేసే వర్గానికి 'జీతాల పద్ధతి' ఏర్పడింది! దీని వల్ల శ్రమ దోపిడీ రహస్యం బైట పడింది! పెట్టుబడిదారీ సమాజం, కమ్యూనిస్టు సమాజంగా మారితే, శ్రమ దోపిడీ అనేది అంతర్ధాన మవుతుంది! అప్పుడు, శ్రామికులూ - యజమానులూ; పేదలూ - ధనికులూ - అనే భేదాలు నశిస్తాయి. మనుషు లందరూ సుఖ శాంతులతో, సమానులుగా జీవించే స్థితి ఏర్పడుతుంది. ఇక ఆ స్థితే కొనసాగుతూ వుంటుంది.

ఇప్పుడు ప్రపంచంలో వున్న దేశాలన్నీ పెట్టుబడిదారీ సమాజాలు గానే వున్నాయి - చిన్న చిన్న తేడాలతో! అంటే, దోపిడీ సమాజాలుగానే!

శ్రమ చేసే వర్గం, తన పోరాటాల ద్వారా, శ్రమ దోపిడీ నుంచి విముక్తి చెందకపోతే, ఇక ఆ వర్గం శ్రమ దోపిడీ లోనే శాశ్వతంగా వుండిపోవలసి వస్తుంది. కాబట్టి, శ్రామిక వర్గానికి ఏకైక లక్ష్యం - పెట్టుబడిదారీ సమాజాన్ని కమ్యూనిస్టు సమాజంగా మార్చుకునే పోరాటాలు చెయ్యడమే. శ్రమ చేసే వర్గం, బానిసలుగా వున్న దశ నుంచీ పోరాటాలు చేసుకుంటూ వచ్చినట్టే, ఈ నాడు కూడా యజమాని వర్గం మీద తన పోరాటాల్ని నిరంతరం కొనసాగించ వలసి వుంటుంది. ఆ క్రమంలోనే విముక్తి చెందవలసి వుంటుంది. ఆ మార్పుని సాధించ లేకపోతే, ఆ వర్గం ఎప్పటికీ శ్రమ దోపిడీ లోనే, దాని వల్ల పుట్టుకు వచ్చే దాస్యం లోనే

జీవించవలసి వుంటుంది. - ఇవన్నీ 'మానవ సమాజం' గురించి నేర్చుకోవలసిన కనీస విషయాలు.

ఈ విషయాలు తెలిసి వుంటే, ఇప్పుడు చదవబోయే బానిసల జీవితాల్నీ, బానిసలకూ యజమానులకూ వుండే సంబంధాల్నీ, అర్థం చేసుకోవడం సాధ్యమవుతుంది.

★ ★ ★

ఈ 'స్పార్టకస్' కథ ఒకప్పుడు నిజం గానే జరిగిన కథ! ఈ కథలో వున్న మనుషులందరూ చరిత్రలో నిజం గానే జీవించిన మనుషులు! స్పార్టకస్ పేరూ, ఇతర పేర్లూ నిజంగా జీవించిన మనుషుల పేర్లే.

మానవ సమాజంలో బానిసత్వం అనేది ఏ కాలంలో ప్రారంభమైంది? - మానవులు, భూగోళం మీద వేరు వేరు ప్రాంతాల్లో జీవించారు కాబట్టి, బానిసత్వం అనేది వేరు వేరు చోట్ల వేరు వేరు కాలాల్లో ప్రారంభమై వుండవచ్చు. ఆదిమ సమాజాలు, బానిస సమాజాలుగా మారడం - వేల సంవత్సరాల కిందట జరిగిన విషయాలు. ఆ విషయాల్ని ఖచ్చితమైన లెక్కలతో చెప్పగలిగే ఆధారాలు దొరకవు. కానీ, చరిత్రకి తెలిసినంతవరకూ, ఈ బానిసత్వం క్రీస్తు పూర్వం నాలుగు వేల సంవత్సరాల కిందట ప్రారంభమైనట్టుగా భావిస్తున్నారు. అంటే ఇప్పటికి ఆరువేల సంవత్సరాల కిందట!

అయితే, బానిసల తిరగబాట్లు ఎప్పుడు ప్రారంభమయ్యాయి? ఈ విషయం గురించి "స్పార్టకస్" నవలా రచయిత - 'క్రీస్తు పూర్వం నూట పాతిక సంవత్సరాల క్రిందట నుంచీ' ప్రారంభమైనట్టు రాశాడు.

బానిస వ్యవస్థ ఎప్పుడు అంతమైంది? - ఒక్కో దేశంలో ఒక్కో కాలంలో అంతమైంది. ఐరోపా ఖండంలో, క్రీస్తు తర్వాత 5 వ శతాబ్దంలో బానిస వ్యవస్థ అంతరించి ఫ్యూడల్ వ్యవస్థ ప్రారంభమైంది.

ఇక్కడ ఒక విషయం సరిగా అర్థం చేసుకోవాలి. 'బానిస వ్యవస్థ అంతరించడం' అంటే, 'బానిసలూ - బానిస యజమానులూ' అనే వర్గాలు, 'ప్రధాన వర్గాలు'గా వుండడం మారిందని అర్థం. ఆ వ్యవస్థ అంతరించిన తర్వాత కూడా ఇంకా దాని అవశేషాలు తర్వాత సమాజాలలో కూడా వున్నాయి. ఎందుకంటే, ఆ తర్వాత సమాజాలు కూడా దోపిడీ సమాజాలే కాబట్టి.

'పెట్టుబడిదారీ విధానం' ప్రారంభమైన తర్వాత కూడా, ఆ సమాజాలలో కూడా, ఒక భాగంగా బానిస విధానం వుండడం చరిత్రలో జరిగింది.

అమెరికా పెట్టుబడిదారులు, దాదాపు 17 వ శతాబ్దంలో ఆఫ్రికా నుంచి నీగ్రోలను పట్టుకు వచ్చి వారిని బానిసలుగా చేసి, వారితో, శ్రమలు చేయించుకున్నారు. అంటే, అప్పుడు అమెరికాలో బానిస వ్యవస్థే ప్రధాన వ్యవస్థగా వున్నట్టు అర్థమా? - కాదు. అక్కడ, బానిసలూ బానిస యజమానులూ ప్రధాన వర్గాలు కారు. కార్మికులూ, పెట్టుబడిదారులే ప్రధాన వర్గాలు. కాబట్టి, అక్కడ, పెట్టుబడిదారీ వ్యవస్థే ప్రధానంగా వుంటూ, అందులోనే ఒక భాగంగా బానిస విధానం కూడా వున్నట్టు అర్థం.

1863 లో, అమెరికాలో, దక్షిణాదికీ ఉత్తరాదికీ అంతర్యుద్ధం జరిగినప్పుడే, అక్కడ బానిస విధానం పూర్తిగా అంతమైంది.

అలాగే, బ్రిటిష్ పెట్టుబడిదారులు కూడా పెట్టుబడిదారీ సమాజం లోనే బానిస విధానాన్ని కూడా వుంచారు. బానిసల్ని తమ ఆస్తిగా వుంచుకున్నారు.

ఫ్రాన్సు దేశపు పెట్టుబడిదారీ సమాజంలో, బానిసత్వానికి వ్యతిరేకంగా 1848 లోనూ, బ్రిటనులో 1883 లోనూ చట్టాలు వచ్చాయి.

ఈ నాడు, బానిసలూ బానిస యజమానులూ ప్రధాన శత్రు వర్గాలుగా వున్న బానిస సమాజాలు ఎక్కడా లేవు. అంతే కాదు, పెట్టుబడిదారీ సమాజం లోనే బానిసత్వం కూడా ఒక భాగంగా వున్న సమాజాలు కూడా ఇప్పుడు ఎక్కడా లేవు. కానీ, బానిసత్వాన్ని ఆ పేరుతోగాక, ఇతర పేర్లతో, ఉదాహరణకి - 'వెట్టి చాకిరీ' లాంటి పేర్లతో, కొనసాగించడం, కొన్ని దేశాల్లో అక్కడక్కడా ఇప్పటికీ వుంది.

పూర్వం బానిసలూ యజమానులూ శత్రు వర్గాలుగా వున్న బానిస వ్యవస్థ అంతమైందంటే దానికి కారణం, యజమానులు దయదల్చి బానిసలకు హక్కులు ఇవ్వడం కాదు. బానిసలు తమ బానిసత్వాన్ని వొదిలించుకోడానికి చేసిన పోరాటాలే దానికి కారణం. బానిసలంతా ఒక వర్గంగా, యజమానుల వర్గం మీద తిరగబడి, తమ

బలంతో యజమానుల బలాన్ని అణిచి, యజ మానులు తమని అణిచిపెట్టి వుంచే స్థితి నుంచి తప్పుకోగలిగినప్పుడే వారి బానిసత్వం అంతమైంది.

బానిసలు బానిసత్వం నుంచి తమని తామే విముక్తి చేసుకున్నారు. మానవ చరిత్రలో మొట్ట మొదటి వర్గ పోరాటాలు, బానిసలకూ, బానిస యజమానులకూ జరిగిన పోరాటాలే.

ఈ 'స్పార్టకస్' నవల గురించి:

క్రీస్తు పూర్వం 1 వ శతాబ్దంలో, అంటే ఇప్పటికి 2 వేల సంవత్సరాల కిందట, ఇటలీ దేశంలో (ఐరోపా ఖండం), 'స్పార్టకస్' అనే బానిస నాయ కత్వాన జరిగిన తిరుగుబాటుని చిత్రించడమే ఈ నవలలో కథా వస్తువు.

ఈ నవలని ఇంగ్లీషులో, హోవర్డ్ ఫాస్ట్ అనే అమెరికన్ రచయిత రాశాడు. ఇంగ్లీషు నవల రచనా కాలం: 1951.

"స్పార్టకస్" నాయకత్వాన జరిగిన బానిసల తిరుగుబాటు ఓడిపోయిం తర్వాత, తిరుగు బాటులో పాల్గొన్న బానిసలందర్నీ రోమ్ ప్రభుత్వం 'రోమ్ - కేపువా' రహదారికి రెండు వేపులా శిల వలు వేసింతర్వాత, ఆ శిలవల్ని చూసుకుంటూ ఆ దారిన రోమన్ యువతీ యువకులు ప్రయాణం చెయ్యడంతో ఇంగ్లీషు నవలలో కథ ప్రారంభమౌతుంది. నవలలో కథ అంతా "ఫ్లాష్ బాక్"లో నడిచి, తిరుగుబాటుదారుల్లో ఆఖరు మల్లుణ్ణి శిలవవేసే ఘట్టం దగ్గిర మళ్ళీ కథలోకి వస్తుంది.

"స్పార్టకస్" రచన అంతా, గొప్ప కళాత్మకంగా సాగింది. అందుకే స్పార్టకస్‌లో ఏ బానిస స్మృతీ మన మనసుల్లోంచి చెదిరిపోదు.

"స్పార్టకస్" నవలలో జరిగిన వర్గ పోరాటం బానిసలకూ, బానిస యజ మానులకూ జరిగిందే అయినా, ఈ వర్గ పోరాటం, తర్వాత కాలపు సమా జాలలో దోపిడీకి గురి అయ్యే శ్రామిక వర్గాలకు కూడా మార్గ దర్శకంగా వుంటుంది.

బానిస యజమానులు, దోపిడీ చేసే వర్గం అయితే, బానిసలు, దోపిడీకి గురి అయ్యే వర్గం!

భూస్వాములు, దోపిడీ చేసే వర్గం అయితే, కౌలు రైతులు, దోపిడీకి గురి అయ్యే వర్గం!

పెట్టుబడిదారులు, దోపిడీ చేసే వర్గం అయితే, కార్మికులు, దోపిడీకి గురి అయ్యే వర్గం!

అంటే, ఒకప్పటి బానిసల వారసులే, ఈ నాటి కార్మికులు!

స్పార్టకస్ వల్ల, పాఠకులు, 'వర్గాలూ, వర్గ పోరాటాలూ' అనే ఒక సత్యాన్ని అర్థం చేసుకోవాలి! ఏ సమాజంలో జరిగే వర్గ పోరాటానికి అయినా 'స్వభావం' ఒకటే.

అనేక భాషల్లో అనేక ఉత్తమ గ్రంథాలు వుంటాయి. వాటిని ఇతర భాషల ప్రజలు చదవా లంటే, వాటిని ఇతర భాషలలోకి అనువాదమైనా చెయ్యాలి, పరిచయమైనా చెయ్యాలి.

మూల రచనని యథాతథంగా ఇంకో భాష లోకి మార్చితే, అది 'అనువాదం'.

మూల రచనలో ప్రధాన కథా వస్తువునీ, ప్రధాన పాత్రల్నీ మాత్రమే తీసుకుని, మూల రచనలో వున్న కథాక్రమాన్నే అనుసరిస్తూ రచనని క్లుప్తం చేసి చెప్తే, అది 'పరిచయం'.

"స్పార్టకస్"ని ఇంగ్లీషు నుంచి తెలుగులోకి ఆకెళ్ళ కృష్ణమూర్తి గారు సమర్థవంతంగా అనువాదం చేశారు. దాన్ని "విశాలాంధ్ర ప్రచురణాలయం" (బెజవాడ) వారు 1956 లో ప్రచురించారు.

ఈ మధ్య హైదరాబాదు బుక్ ట్రస్ట్ వారు కూడా ఆ తెలుగు అనువాదాన్ని ప్రచురించారు.

ఈ 'పరిచయం' కోసం నేను, కృష్ణమూర్తి గారి తెలుగు అనువాదాన్నే ఆధారం చేసుకున్నాను.

మూల రచన చాలా పెద్దది. ఇది కేవలం పరి చయమే కాబట్టి, ఇది చాలా చిన్నది. మూలంలో వున్న వివరాలన్నీ ఇందులో వుండవు. రచయిత రచనా సామర్థ్యానికి సంబంధించిన వర్ణనలూ, సుదీర్ఘమైన సంభాషణలూ, అనేక రకాల పాత్రలూ - ఇందులోకి రాలేదు. అయినా రచనకు వున్న మూల స్వభావం దెబ్బతినకుండా కథా వస్తువుని చెప్పడానికి ప్రయత్నించాను!

ఈ పరిచయం చదివిన పాఠకులు వెంటనే చెయ్యవలసిన పని, మూల రచనని కూడా చద వడం.

దోపిడీ వర్గం, బానిస ప్రజల్ని ఎంత భయం కరమైన హింసకు గురిచేసిందో, ఆ బానిస వీరులు ఎంత ఆగ్రహంతో తిరుగుబాటు చేశారో, ఈ విష యాలన్నీ ఈ నాటి శ్రామిక ప్రజలు ఆ నాటి శ్రామిక వర్గం పట్ల ప్రేమతో, బాధ్యతతో, తెలుసు కోవాలి!

రంగనాయకమ్మ

10-9-2002

స్పార్టకస్

(కథా ప్రారంభం)

మత గ్రంథాలు వర్ణించే నరక కూపాల కన్నా భయంకరమైన, నిజమైన నరక కూపాలకు ఆ బానిసల్ని ఈడ్చుకు పోతున్నారు మేస్త్రీలు.

బానిసలందరి మెడలకూ లోహపు కంటెలు న్నాయి. వాటి నన్నిటినీ కలుపుతూ ఒక పొడుగు పాటి బలిష్టమైన గొలుసు బిగించి వుంది. బానిస లందరూ దాదాపు దిగంబరులుగా వున్నారు. జుట్లూ గడ్డాలూ పొడుగ్గా పెరిగి అట్టలు కట్టి వున్నాయి. వాళ్ళల్లో పిల్లలు కూడా వున్నారు. అందరి శరీరాలూ, అంగుళం మందాన ఎండి పోయి, పెట్లిపోయి, నిలువెల్లా కొరడా దెబ్బలతో పగిలిపోయి, పుళ్ళతో రసులు కారుతూ వున్నాయి. బానిసల్లో, తెల్ల రంగు వాళ్ళూ, నల్ల రంగు వాళ్ళూ, అన్ని జాతుల వాళ్ళూ ఉన్నారు. వాళ్ళంతా ఆ ఎడారి భూముల్లో, కొండల్లో, శరీరాలు ఈడుస్తూ, ఒంగిపోయి నెలల తరబడీ నడుస్తున్నారు.

కొరడాలతో, అంకుశాలతో, ఈటెలతో, కత్తు లతో, బానిసలకు రెండు వేపులా ఒంటెల మీద మేస్త్రీలు! వాళ్ళ వెనుక గోధుమా, బార్లీ, నీళ్ళ సంచులూ మోసే ఒంటెలు!

ఆ ప్రయాణం ఈజిప్టులో (ఆఫ్రికా ఖండంలో) నైలు నదికి ఎగువగా ప్రారంభమైంది. క్రమ క్రమంగా ఆ నది పక్కలో వున్న ఆకు పచ్చ చార లన్నీ ఎండి మాడిపోయాయి. కొండలూ గుట్టలూ సన్నని ఇసకగా మారిపోతున్నాయి. ఆ ఇసకంతా గాలి తుఫాను లోకి లేచి ప్రపంచాన్ని ముంచెత్తు తోంది. ఇంకా ముందుకు పోతే న్యూబియా ఎడారి తగుల్తుంది. దానిలోకి చొచ్చుకుపోయిన కొద్దీ గాలి స్తంభించి పోతుంది. రాతి ఎడార్లు, కొండల ఎడార్లు, పెట్లుప్పు ఎడార్లు, అగ్ని పర్వతపు లావా ఎడార్లు – దాటుకుంటూ ఇంకా ఇంకా ముందుకు పోతే, అప్పుడు ఆ 'నరకం' ప్రారంభమవుతుంది. నిగ నిగ మెరిసే నల్లని పర్వత శ్రేణులు ప్రారంభ మవుతాయి అక్కడ. అవి తెల్లని మెరిసే చారలు గల నల్ల రాతి కొండలు! ఆ కొండల గర్భాలన్నీ బంగారంతో నిండి వున్నాయి. అవి బంగారాన్నిచ్చే గనులు! అందుకే ఇక్కడికి మానవుల రాక! ఆ గనుల్లోకి దిగి బంగారం ముద్దలు పైకి తెచ్చి పెట్ట డానికే అక్కడికి బానిసల్ని గొలుసులతో బంధించి పంపుతున్నారు బానిస యజమానులు.

ఈజిప్టు వర్తకులు, ఎప్పుడో కనిపెట్టారీ నల్ల పర్వత శ్రేణిని. ఆ నాటి నుంచీ వాళ్ళా గనుల్లో బంగారం తవ్వి తీసుకు పోతూనే వున్నారు. ఇప్పుడా గనులపై బలిష్టమయిన రోమన్ హస్తం పడింది. (రోమ్, ఇటలీకి రాజధాని. ఇటలీ, యూరప్ ఖండంలో ఒక దేశం. ఇటలీ దేశపు భూస్వాములు, తమ దేశాన్నీ, ఖండాన్నీ దాటి, ఆఫ్రికా ఖండంలోని బంగారు గనుల్ని ఆక్రమించ గలిగారు.) బానిస వ్యాపారం సాగించే రోమన్లు, ఈ గనుల్లో పనికి, బానిసల్ని ఈడ్చుకు వచ్చారు.

మెడకూ మెడకూ తగిలించిన ఇనప గొలు సుల్ని ఈడ్చుకుంటూ నైలు నది ఎగువ జల పాతం నించీ ఇంత దూరం నడిచి వచ్చిన నూట ఇరవై ముగ్గురు బానిసల్లో పన్నెండో వాడు - **స్పార్టకస్!** నిజానికి అందరూ స్పార్టకస్‌లే!

గనుల నించి బంగారం తవ్వే పని ప్రారంభ మైంది. శతాబ్దాల తరబడీ ఏరేసి, చెరిగేసి, దులి పేస్తే, ఇక మిగిలిందేదో మిగిలిందక్కడ. దాని కోసం భూగర్భాల మడతల్లోకి, మరింత లోతు ల్లోకి, చొచ్చుకు పోనిదే పని జరగదు.

బానిసలకు ఏ భూగోళ శాస్త్రాలూ తెలియక పోయినా - స్పెయిన్ దేశపు వెండి గనులూ, ఉత్త రాఫ్రికా ఇనుప గనులూ, అరేబియా దేశపు

బంగారు గనులూ, గాల్ దేశపు తగరపు గనులూ, కాక్‌సస్ కొండల నడుమ రాగి గనులూ - ఇంకా ఇంకా ఎక్కడెక్కడి గనుల సంగతులూ తెలుసు. కానీ ఈ న్యూబియా గనుల్ని మించిన నరక కూపాల్ని వాళ్ళెన్నడూ ఎరగరు.

ఈ గనులు, అతి దీర్ఘమైన సన్నని లోతైన పగుళ్ళతో తమ గర్భాలలోకి బానిసల్ని పిలుస్తాయి. మరింత లోతుల్లోకి బానిసల బిడ్డల్ని పిలుస్తాయి. అటువంటి చోట్ల చిన్న పిల్లలు మాత్రమే దూరి పని చెయ్యగలరు.

సూర్యోదయానికి పూర్వమే, ఆకాశం ఇంకా చుక్కలతో మెరుస్తూ వుండగానే, బానిసలు దిగం బరులుగా ఆ గనులలోకి పాకుతూ, బంగురు కుంటూ పోతారు. ఆ గని లోతుల్లోకి దిగే ముందు మాత్రమే వారి మెడ గొలుసులు వూడదీస్తారు. గొలుసు వూడినా ఆ మెడకి లోహపు కంటె సిద్ధంగా వుంటుంది. మళ్ళీ వారు రాత్రి పూట గని సొరంగం నించీ మెడ బైటికి సాచగానే ఆ కంటెకి గొలుసు బిగిస్తారు. వారికి గొలుసుల నించి స్వేచ్ఛ దొరికేది గని గర్భంలో చిలవలు పలవలుగా వ్యాపించ డానికి మాత్రమే.

సూర్యోదయానికి పూర్వమే గని గోతుల్లోకి దిగిన వాళ్ళు మళ్ళీ సూర్యాస్తమయం తర్వాతనే చుక్కలాకాశాన్ని చూస్తూ పైకి చేరతారు. ఆ మధ్య కాలమంతా వాళ్ళకు ప్రపంచం మాయమౌతుంది. కాలం స్తంభిస్తుంది. ఈ గనుల పని ప్రారంభించిన తర్వాత వాళ్ళు సూర్యుణ్ణి చూడలేదు! ప్రతీ పగలూ వాళ్ళకు అనంతమైన శ్రమ! ఉత్త జుగుప్సాకరమైన శ్రమ! పద్ధెనిమిది పౌనుల సుత్తులెత్తి రాతి బండల్ని బద్దలుగొడుతూ వుండే నిరంతరమైన శ్రమ! ఆ గనిలో పని, అది 'పని' కాదు! 'పని' అనే పేరు దానికేమాత్రమూ సరిపోదు. 'బానిస చాకిరీ' ఎప్పుడూ శరీరానికి సౌఖ్యం కాకపోయినా, తోటల్లో, పొలాల్లో చేసే శ్రమల కన్నా, ఈ ఎడారి భూగర్భ అగ్ని గుండాలలో ఇంత ఎక్కువ కాలం, ఇంత దుర్భరమైన శ్రమ - అది బానిసల ఊహకే అతీత మైనది! నీటి బొట్టు దుర్భరమైన ఆ ఎడారి గనిలో, వాళ్ళ శరీరాలు, చెమటలు కక్కుతూ లోపలి నీరంతా అన్యాయంగా వ్యర్థం చేసుకుంటాయి. దాహంతో స్పృహ తప్పి పడిపోతూ వున్నప్పుడు, పని లోకి దిగి కొన్ని యుగాల కాలం గడిచిన తర్వాత, కొంచెం నీరు తోలు సంచులతో సరఫరా చేస్తారు. రోజూ పగలంతా అదే ఆహారం!

ఆ గనిలో తచ్చాడే కాలంలో బానిసలు "భగ వంతుడా! రక్షించు!" అని మొరపెట్టుకోని రోజు లేదు. భగవంతుడు వాళ్ళని రక్షించిన రోజూ లేదు. అసలు భగవంతుడా గని లోతుల్లోకి తొంగి అయినా చూడలేడు.

పని కాలంలో మధ్య మధ్య గనుల్లోకి దిగే మేస్త్రీలు, బానిసల్ని కొరడాలతో, అంకుశాలతో శిక్షిస్తూ, బెదిరిస్తూ, హెచ్చరిస్తూ, పని అజమాయిషీ చేస్తారు. ఈ మేస్త్రీలు, గని- సంపదలో వాటాలున్న వాళ్ళో, పెద్ద పెద్ద 'జీతగాళ్ళో' అయివుంటారు.

ఈ గనులు ఇప్పుడు రోమన్ గని యజమాను లకు విపరీతమైన లాభాలార్జించి పెడుతున్నాయి. బానిసల పోషణకు వాళ్ళు వెచ్చించే ఖర్చు అసలు లెక్కలోది కాదు.

బానిసలు పగలంతా సుదీర్ఘమైన, అనంత మైన పని కాలం ముగించి చేతుల్లో సుత్తులూ గునపాలూ గొడ్డళ్ళూ పారలూ మోసుకుంటూ, తల లకు కట్టుకున్న నూనె దీపాలతో ఆ మృత్యు గహ్వ రాల నుంచి పాకుకుంటూ, తోళ్ళలా వేళ్ళా డుతూ, సాగిల పడుతూ బయట పడతారు.

చుక్కలాకాశం వేపు మెడ ఎత్తి చూడక మునుపే మళ్ళీ గొలుసులు వాళ్ళ మెడల్ని వొంచే స్తాయి.

ఇప్పుడు బానిసలు తినడానికి పోతున్నారు.

ఎప్పుడో ఈజిప్టు భూస్వాముల చేతుల్లో ఆ గనులు వున్న కాలంలో, బానిసల నివాసానికి ఆ నల్ల రాతి కొండల్లో గుహలు తవ్వారు. ఆ గుహ లకు ఒకటే ద్వారం! అది ఒక్క మనిషి దూరేంత సన్నని ఇరుకు కంత!

గనుల దగ్గిర బయల్దేరిన బానిసలు ఈ కంత వరకూ వేళ్ళాడ బడుతూ, గొలుసుని దిగదీస్తూ, మధ్య మధ్య కొరడా దెబ్బలతో కొంత లేచి కుంగి నడుస్తూ, రాత్రి బసకు చేరతారు.

ఇక్కడ - ఈ కంత దగ్గర, మళ్ళీ గొలుసులు వూడదీస్తారు. ఒక్కొక్క బానిసకి ఒక కర్ర చిప్పతో గోధుమ రొట్టె, బార్లీ జావ, శేరు నీళ్ళతో ఒక తోలు సంచీ ఇస్తారు. వాటిని భద్రంగా పట్టుకుని బానిసలు ఆ చీకటి గుహలోకి తడుముకుంటూ దిగుతారు. ఏదయినా పొరపాటు జరిగి చేతిలో చిప్ప కిందపడి పోతే ఇక మర్నాటి రాత్రి వరకూ అంతే. అందుకే బానిసలు ఈ క్షణాలలో తమ సర్వశక్తులూ ఆ వస్తువుల్ని పట్టుకోవడం మీదే కేంద్రీకరించుకుని, లోపలికి దిగి, మోకాలి లోతు చెత్తలో గోడల్ని అనుకుని చతికిలబడతారు. ఆ చిప్పలో పదార్థమూ, ఆ సంచిలో నీరూ, వాళ్ళ కెన్నడూ సరిపోవు. సరిపోవని తెలిసినా వాళ్ళు దినమంతా ఆ ఆహారం కోసమే ఎదురు చూస్తారు. ఆ చిప్పా, ఆ సంచీ చేతికి రాగానే పరవశత్వంతో నిట్టూరుస్తారు. ప్రతీ రాత్రీ ఆ తినే కార్యక్రమం నిదానంగా ఆనందంతో ప్రారంభిస్తారు. ఎంత తొందరపాటు లేకుండా తినడం సాగించినా, ఆ పదార్థాలు తినడానికి ఎంతో కాలం పట్టదు. చిప్పకు అంటుకున్న చిదపలన్నీ నాకి నాకి, సంచిలో ఆఖరి నీటి బొట్లు పీల్చి పీల్చి, వీలైనంత ఎక్కువ కాలం భోజన కార్యక్రమంతో గడిపి, కొంతసేపటికి చాలా అసంతృప్తిగా ఆ చిప్పనీ, నీటి సంచినీ వదల్లేక వదల్లేక కిందపెడతారు.

ఆ గుహలోకి మేస్త్రీలు ఎన్నడూ రారు. లోపల ఏమైనా గొడవ జరిగితే, బయటి నించీ, ఆహారమూ నీరూ బందు చేస్తారు. అందుచేత బానిసలు కొట్లాటలు లేని క్రమశిక్షణతో గుహలో మసులుకుంటారు.

లోపల గుహ మూలల్లో ఎవరైనా చచ్చిపోతే, వాసన కొట్టే వరకూ ఆ సంగతి తెలుసుకోవడం కష్టం. తెలియగానే బానిసలు ఆ శవాన్ని బయటికి మోసుకు పచ్చి దూరంగా పారేస్తారు. పగలంతా గనుల్లో ఉండే బానిసలు రాత్రంతా ఈ గుహలో వుంటారు. రాత్రీ పగలూ కూడా వాళ్ళకు ప్రపంచం అంతర్థాన మౌతుంది!

ఆ ఎడారి ప్రాంతంలో శరీరాలకు కావలసినంత నీరూ ఆహారమూ లేక, మూత్రకోశాల వ్యాధులో, వూపిరితిత్తుల వ్యాధులో, ఏవో భయంకరమైన వ్యాధులు సంక్రమించి 'పనికి రాని' వాళ్ళు అయిపోతే, అలాంటి బానిసల్ని మేస్త్రీలు చంపెయ్యడమో, దూరంగా కొండల్లోకి తోలెయ్యడమో చేస్తారు. అది కూడా చంపెయ్యడంతో సమానమే.

అందుకే బానిసలు ప్రతీక్షణం తమ జీవ శక్తి నంతా కూడగట్టుకుని గని గర్భాల్లో అయినా, నరక కూపాల్లో అయినా, బతికి వుండడానికే ఆరాటపడతారు. బతకాలనే కోరికే వాళ్ళని బతి కించి వుంచుతుంది గానీ, వాళ్ళ శరీరాలకు దొరికే పోషణ కాదు, వాళ్ళ బతుక్కి కారణం. 'బానిస - మానవుడు' తప్ప, ప్రకృతిలో ఏ జంతువూ అంత నికృష్టమైన పరిస్థితుల్లో జీవించి వుండదు.

★ ★ ★

దుర్గంధ తరంగాలతో నిండి వున్న ఆ బారకాసులో బానిసలంతా ఆ దినం ఆహారం ముగించి గోడలకు చేరబడి కూలబడి వున్నారు.

మూలుగులూ, నిట్టూర్పులూ, కన్నీళ్ళూ ప్రారంభ మౌతున్నాయి. ఎవరో వెక్కి వెక్కి ఏడుస్తున్నారు. ఏడుస్తూనే, "స్పార్టకస్! ఎక్కడున్నావు నువ్వు?" అని అడుగుతున్నారు చీకట్లో.

"ఇక్కడే, ఇక్కడే వున్నాను" అంటున్నాడు స్పార్టకస్ మృదువుగా. అతని స్వరం వాళ్ళందర్నీ దగ్గిరికి తీసుకుంటోంది. అందర్నీ ఆలింగనం చేసుకుంటోంది. అందరూ అతని చుట్టూ చేరుతున్నారు.

"స్పార్టకస్! స్పార్టకస్!" అంటూ అందరూ అతన్ని తాకు తున్నారు.

ఒకప్పుడు ఇనప వూచతో మొహం మీద మేస్త్రీ కొట్టిన దెబ్బల వల్ల స్పార్టకస్ ముక్కు దూలం అణిగిపోయి అతని మొహం వెడల్పయినట్టు కనపడుతుంది.

చీకట్లో అతని మొహాన్ని తడిమి "స్పార్టకస్" అని సంతృప్తి పడుతున్నారు చుట్టూ చేరిన వాళ్ళు.

"ఇక్కడే నేను" అని స్పార్టకస్ చేతులు చాచి అందరి మొహాలూ తడుముతున్నాడు. "అయ్యో! కన్నీళ్ళా? ఎందుకు? ఎందుకు?" అని అందరి

చెంపలూ తుడుస్తున్నాడు. తన బాధ మరిచి, బాధ పడే వాళ్ళని గుండెలకు హత్తుకునేంత ప్రేమ హృదయం అతనిది.

వాళ్ళంతా రక రకాల దేశాల నించీ, ప్రదేశాల నించీ వచ్చిన వాళ్ళు. అందరూ నైలు నదీ ఎగువ జలపాతం దగ్గిర కలిసిన వాళ్ళు. వాళ్ళంతా స్పార్ట కస్‌ని "నాయనా!" అని పిలుస్తారు. చిన్న వాళ్ళకీ పెద్ద వాళ్ళకీ కూడా అతను 'తండ్రి'!

బిడ్డలకు కథలు చెప్పే తండ్రి లాగు అతను అందర్నీ దగ్గిరికి చేర్చుకుని పాట ఎత్తుకుంటాడు! పాట వెనక పాట పాడుతోనే వుంటాడు!- ఆ పాటల్లో అతను వాళ్ళని ఆ చీకటి గుహ నుంచి సువిశాలమైన మైదానాలలోకి తీసుకు పోతాడు. నీలిమాకాశం కింద రంగు రంగుల పూల తోట ల్లోనూ, నురుగులీనే సముద్ర తీరాల్లోనూ, తిప్పు తాడు. అంతరిక్ష మార్గాన, సూర్య చంద్రుల కాంతిలో, సమ శీతల మలయ మారుతాల మధ్య, వాళ్ళందర్నీ రెక్కలు మొలిచిన పక్షుల్ని చేస్తాడు. తన చుట్టూ చేరిన ఆ దీనుల్ని, ఆ అంధకారం నుంచి కాపాడి, మహోజ్వలమైన కాంతి లోకాల కెత్తుతాడు.

ఈ భయంకరమైన ఎడారి నరకంలో ప్రవే శించక పూర్వం, ఆ బానిసలందరికీ కొంత కొంత మధురమైన జీవన స్మృతులున్నాయి. వాళ్ళంతా కావలసినంత సేపు సూర్య చంద్రుల్ని చూశారు. ఆకాశాన్నీ, మేఘాల్నీ చూశారు. విశాలమైన తోటల్లో, పొలాల్లో కడుపు నిండా గాలి పీలుస్తూ తిరిగారు. నదుల్లో, సరస్సుల్లో ఈదారు.

స్పార్టకస్ పాటల్లో అదంతా మళ్ళీ ప్రత్యక్ష మౌతుంది వాళ్ళకి. జల జలా కన్నీళ్ళు రాలుస్తూ, గతమంతా మళ్ళీ చూస్తూ, మళ్ళీ అనుభవిస్తూ, ముగ్ధులవుతూ ఆ పాటలు వింటారు వాళ్ళు.

స్పార్టకస్ పాడే గ్రీకు భాష వాళ్ళల్లో చాలా మందికి స్పష్టంగా తెలియదు. అయినా వారి ఆనం దానికి భాషతో సంబంధం వుండదు. స్పార్టకస్ కంఠం, ఆ స్వరంలో మెత్తదనం, ఆ కంపనా, ఆ ప్రేమా, అంతా అర్థమౌతాయి వాళ్ళకి. భాషాతీత మహోత్కృష్ట భావైక్యం అది!

ఆ పాటలు వింటూ, "స్పార్టకస్! మళ్ళీ...." అని మళ్ళీ మళ్ళీ వింటూ, నెమ్మదిగా నిద్రలోకి జారిపోతారు వాళ్ళు.

స్పార్టకస్ కూడా తను పాడే పాటల పదాల సౌందర్యానికి ముగ్ధుడౌతూ గతమంతా నెమరు వేసుకుంటాడు. చిన్నతనంలో దేవదారు వనాల్లో మేకలు కాసే వాడు అతను. అతని తండ్రి - బానిస! తాత - బానిస! మూడు తరాల బానిస అతను.

ఇక్కడి బానిసలంతా తర తరాల నించీ బాని సలు కారు. చాలా మంది చిన్నతనంలో స్వతం త్రులుగా ఎక్కడెక్కడో పుట్టి పెరిగిన వాళ్ళే.

రోమ్, ఆఫ్రికాని జయించినప్పుడు ఆఫ్రికా ప్రజలు బానిసల మార్కెట్లకు ఎగుమతుల య్యారు. రోమ్, థ్రేస్‌నీ, ట్యూడియానీ జయించి నప్పుడు, థ్రేస్ ప్రజలూ, ట్యూడియా ప్రజలూ కూడా బానిసలయ్యారు. ఏ దేశం ఏ దేశాన్ని జయించినా ఓడిన దేశంలో పేద ప్రజలు బాని సలే.

స్పార్టకస్ థ్రేస్ ప్రాంతం వాడు. లాటిన్ మాట్లా డతాడు. అతనికి చదవడం, రాయడం వచ్చును. చిన్న తనంలో అతనికి ఒక వృద్ధ బానిస ఇసకలో అక్షరాలు రాస్తూ చదువు నేర్పాడు. "చదువుకో నాయనా! చదువుకో! చదువుకుంటే మనం బాని సల మైనా మన దగ్గిర ఒక ఆయుధం వుంటుంది. చదువు లేకపోతే అడవిలో జంతువుకీ మనకీ భేదం వుండదు" అనేవాడా వృద్ధుడు.

ఆలోచనల్లో తేలుతూ వుండగానే అందరితో పాటు స్పార్టకస్ కూడా నిద్రలోకి జారిపోతాడు.

ఆ నిద్ర ఎంతో సేపు సాగదు. బారకాసు ముఖ ద్వారం దగ్గిర నగారా మోగుతుంది - ఇక లెమ్మని. ఆ నగారా మోత ఆ కొండల్లో తిరిగి తిరిగి ప్రతిధ్వ నిస్తూ ఆ గుహాంతరాలలోకి జొరబడుతుంది.

బానిసలు తుళ్ళిపడి లేస్తారు. కలలు చెదిరి పోయి తొట్రు పడుతూ లేస్తారు. లేవగానే అప్రయ త్నంగా కొయ్య చిప్పా తోలు సంచీ వెతికి పట్టుకుని చీకట్లో తడుముకుంటూ ఒక్కరొక్కరుగా ఆ కంత లోంచి బయటికి వస్తారు. ఆ వస్తువులు తమతో

పాటు తెచ్చుకోకపోతే మళ్ళీ రాత్రికి ఆహారమూ నీళ్ళూ వుండవు. ఆ వస్తువుల్ని శరీరావయవాలంత భద్రంగా తమతో అంటిపెట్టుకుని తెస్తారు.

అందరూ బయటపడే వరకూ గుమ్మం ముందు ఆ బాజా మోగుతూనే వుంటుంది. అప్పటికి ఇంకా ఆకాశం చీకటి గానే వుంటుంది. కొండలు చీకటి గానే వుంటాయి. గుహలోంచి బైట పడగానే చల్ల గాలి శరీరాల్ని తాకుతుంది. ఆ చల్ల గాలితో పాటే బరువయిన ఇనప గొలుసులు కూడా మళ్ళీ శరీరాల్ని తాకుతాయి. అందరూ మళ్ళీ సుత్తులూ, గునపాలూ, పారలూ పట్టుకుంటారు.

మేస్త్రీలు రొట్టెలు తింటూ, నీళ్ళు తాగుతూ, హడావుడి పడుతూ వుంటారు. కొరడాలు కొంచెం విశ్రాంతి తీసుకుంటూ వుంటాయి. మేస్త్రీలు కడుపులు నిండి, లేచి పొడుగుపాటి కత్తులు మొలలకు బిగించుకుని, పొట్టి కర్రలూ కొరడాలూ చేత బట్టుకుని, తెల్లారగట్ల చలికి వున్ని దుప్పట్లు కప్పుకుని, గొలుసు వేసుకొని సిద్ధంగా వున్న బానిసల్ని తోలుకుంటూ బయలుదేరతారు, గనుల వేపు!

ఎక్కువ జీతాలు దొరుకుతాయంటే ఎడారుల్లోకే కాదు, పాతాళాల్లోకి కూడా వెళ్ళడానికి సిద్ధం ఈ మేస్త్రీలు! ఈ ఎడారి గనుల దగ్గిర ఐదేళ్ళ పాటు 'మేస్త్రీ ఉద్యోగం' చేస్తే, తర్వాత జీవిత కాలమంతా రోమ్ నగరంలో, రోమ్ పౌరసత్వంతో, విశాలమైన భవనంలో, నలుగురయిదుగురు బానిస యువతుల్ని కొనుక్కుని, 'నిశ్చింతగా' గడిపెయ్య గలిగేటంత డబ్బు సంపాదించుకో గలుగుతారు. తమ భవిష్యత్ జీవితానందాన్ని తల్చుకుంటూ బానిసలతో మరింత ఎక్కువ పని చేయించడానికి కావలసినంత కఠినత్వం, అమానుషత్వం, ప్రదర్శించ గలిగే కిరాతకులు వాళ్ళు!

బానిసలు దిగంబరంగా, పురుషావయవాల్ని కప్పే గోచీలు అయినా లేనంత దిగంబరంగా, సాగుతారు, గనుల వేపు.

"స్పార్టకస్! ఎన్నాళ్ళు మనకీ నరకం?" స్పార్టకస్‌కి ముందు నించో, వెనక నించో ఎవరో దుఃఖంతో అడుగుతారు.

స్పార్టకస్ తల పంకిస్తాడు. "అంతా చక్కపడుతుంది" అంటాడు రోజూ. అందర్నీ విచారం పట్టికుంగదీస్తున్నప్పుడు ఇంకేం చెప్పగలడతను? వాళ్ళని ఓదార్చడమే తన ధర్మం అనుకుంటాడు. ఆ రెండు మాటలూ అనకుండా వాళ్ళని నిరాశ పరచలేడు.

కొరడాలు ఇసకలో ఈడుస్తూ బానిసల పక్కనే నడిచే మేస్త్రీలు ప్రతి రోజూ ఒక హెచ్చరిక చేస్తారు. "మీ శరీరాల్లో ప్రాణాలున్నంత వరకూ పని చెయ్యండి! మీరు చస్తే ఎందుకు చచ్చారని అడగం. బతికి వుంటే మాత్రం వినయ విధేయతలతో పని చెయ్యండి!"

బానిసలంతా మళ్ళీ గనుల్లోకి దిగుతారు!

ఇది అనంతంగా సాగుతోంది!

ఈ గనులు కాకపోతే ఇంకో గనులు!

ఈ బానిసలు చచ్చిపోతే ఇంకో బానిసలు!

ఈ మేస్త్రీలు వెళ్ళిపోతే ఇంకో మేస్త్రీలు!

ఈ గనుల్లోంచి బయటపడే బంగారం ముద్దలతో గని యజమానులు, ఎక్కడో నగరాలలో విశ్రాంతిగా కూర్చున్న వాళ్ళు, విలాసవంతమైన జీవితాలు గడుపుతూ, దిన దినం మరింత మరింత ధనం కూడబెట్టుకుంటున్నారు!

★ ★ ★

కొంత కాలానికి ఆ న్యూబియా ఎడారి నరక కూపం నించి స్పార్టకస్‌కి విముక్తి లభించింది. 'విముక్తి' అంటే, అప్పటికి ఆ నరక కూపం నించి విముక్తి.

గనులలో పని చేసే బానిసల్ని రెండేళ్ళకో సారైనా మార్చాలి. కొందరు ఆరు నెల్లకే పీనుగులై పోతారు. పనికిరాని వాళ్ళని చూసి మార్చెయ్యకపోతే వాళ్ళు అక్కడే చచ్చిపోతారు. వాళ్ళు చచ్చిపోకుండా కొన వూపిరితో వున్నప్పుడే మేస్త్రీలు వాళ్ళని అమ్మేసి డబ్బు చేసుకుంటారు.

బేటియాటస్ అనే ఇటలీ బానిస - వ్యాపారి ఏజెంట్లు కొందరు, దేశ దేశాల్లో గనుల ప్రాంతాల నించి బానిసల్ని కొంటూ వుంటారు. గనుల దగ్గిర బానిసలు, చావుకి సిద్ధంగా వుంటారు కాబట్టి,

చాలా చవగ్గా దొరుకుతారు. బేటియాటస్ ఏజెంట్లు, ఈ న్యూబియా గనుల నుంచీ స్పార్ట కస్‌నీ, గేనికస్‌నీ కొని గొలుసులతో కట్టి సముద్రాల మీద ప్రయాణం చేయించి ఇటలీ దేశంలో కేపువా నగరానికి తీసుకువచ్చారు.

కేపువా నగరం - మల్ల యుద్ధ కేంద్రాలకూ, పడుపు వృత్తికీ, అత్తరు కర్మాగారాలకూ ప్రసిద్ధి.

కేపువాకి ఇరవై మైళ్ళ దూరంలో బేటియా టస్‌కి ఒక పెద్ద మల్లుల శిక్షణాకేంద్రం వుంది. దేశ దేశాల్లో బానిసల్ని చవకగా కొని, వాళ్ళకు కడుపు నిండా తిండి పెట్టి బలిపించి, మల్ల యుద్ధాలు నేర్పించి, రోమన్ ధనికుల విలాసం కోసం మల్లుల జతలో ఎవరో ఒకరు చచ్చిపోయే దాకా జరిగే మల్ల యుద్ధాలు ఏర్పాటు చేయించి డబ్బు సంపాదించడం - బేటియాటస్ చేసే ప్రధాన వృత్తి!

అతను బానిస స్త్రీలతో పడుపు వృత్తి కూడా చేయిస్తాడు. కానీ అతని వ్యాపారాల్లో అది అంత ప్రధానమైనది కాదు.

కేపువాలో ఇంకా చాలా మల్ల శిక్షణా కేంద్రా లున్నాయి. కానీ, బేటియాటస్ కేంద్రానికి వున్నంత పేరు వాటికి లేదు. ఇక్కడ తయారైన మల్లుల్ని ఇతర శిక్షణా కేంద్రాల వాళ్ళు కూడా ఎక్కువ ధర పెట్టి కొంటారు. ఈ కేంద్రంలో మల్ల యుద్ధాలంటే రోమన్లు చెవి కోసుకుంటారు.

ఐదు సంవత్సరాల కిందట, బేటియాటస్, ఆవారాగా రౌడీ గుంపులతో రోడ్ల మీద పడి తిరిగిన వాడే. ఏదైనా లాభసాటి వ్యాపారం, ఒకటికి వెయ్యి రెట్లు లాభం వొచ్చే వ్యాపారం చెయ్యాలని కలలు కంటూన్న బేటియాటస్ దృష్టి, 'మల్ల యుద్ధాల మీద పడింది. మల్ల యుద్ధాలు అంటే రోమన్ కులీనులలో పెరుగుతోన్న ఆసక్తిని అతను పసి కట్టాడు. మల్ల యుద్ధాల వ్యాపారానికి ఎంత 'ఉజ్వల భవిష్యత్తు' వుందో అతను బాగా అర్థం చేసుకోగలిగాడు.

మల్ల యుద్ధాలు 'చట్ట సమ్మతమే' కూడా! 'మొదట సూది మొన మోపినంత భాగం సంపా దిస్తే, క్రమంగా మహా సామ్రాజ్యాన్నే స్థాపించవచ్చు న'నే సిద్ధాంతం అతనిది. అందుకే మొదట ఒక్క జత మల్లులతో, ఒక చిన్న పాక వేసి - పని ప్రారం భించాడు. ఐదేళ్ళు తిరిగేసరికి అతని దశ అంచె లంచెలుగా పెరిగి పోయింది. ఈ నాడు అతని దగ్గిర 200 మంది మల్లులున్నారు! వాళ్ళని అదు పులో పెట్టడానికి 200 మందికి పైగా సైనికులు న్నారు.

కేపువా నగర రక్షణ కోసం రోమ్ ప్రభుత్వం కేపువా నగరంలో కొంత సైన్యాన్ని వుంచుతుంది. కేపువా భూస్వాములూ, వర్తకులూ, కేపువా సైన్యా ధికారికి లంచాలిచ్చి కొంత కొంత సైన్యాన్ని తమ స్వంత అవసరాల కోసం తీసుకుపోతూ వుంటారు.

బేటియాటస్ కూడా తను నడిపే కేంద్రంలో మల్లుల్ని అదుపులో పెట్టడానికి రెండు వందల మంది గల సైనిక దళాన్ని తన కేంద్రానికి తెచ్చు కున్నాడు. వాళ్ళకు బసల ఏర్పాటూ, ఆహారం, మిగిలిన అవసరాలూ అన్నీ వ్యాపారస్తుడు చూసు కోవలసిందే.

మల్లుల కోసం ఆడ బానిసల్ని కూడా కొంటాడు బేటియాటస్. స్త్రీతో సంపర్కం లేని పురుషుడి శరీరం వికసించదనీ, అటువంటి పురుషుడు మంచి మల్లుడు కాలేడనీ, అతని సిద్ధాంతం.

"మల్లుడికి స్త్రీని అచ్చంగా ఇచ్చెయ్యను. వాడు వున్నన్ని రోజులూ వాడుకోనిస్తానంతే" అంటాడతను. ఆ బానిస స్త్రీలు, శిక్షణా కేంద్రం అంతా శుభ్రం చెయ్యటం, అంట్లు తోమటం, వంటలో సహాయం చెయ్యటం, పెరడు దున్ని తోట పెంచటం, గొర్రెల్ని మేపటం, లాంటి పను లెన్నో చెయ్యాలి.

మల్ల యుద్ధాలలో మల్లులు రోజూ చచ్చి పోతూ వుంటారు కాబట్టి ఎప్పటికప్పుడు కొత్త బాని సల్ని కొని వాళ్ళకు శిక్షణ ఇవ్వవలసిన అవసరం వుంటుంది. బేటియాటస్ ఏజెంట్లు ఎప్పుడూ కొత్త బానిసల్ని సరఫరా చేస్తూనే వుంటారు.

మల్లులూ, వాళ్ళ కోసం కొన్న ఆడ బానిసలూ, వాళ్ళని కాపలా కాసే సైనికులూ, మల్లులకు శిక్షణ నేర్పే మల్ల యుద్ధ నిపుణులూ, మల్లుల శరీరా లకు మర్దనాలు చేసే పని వాళ్ళూ, వంట వాళ్ళూ,

పల్లకీలూ డోలీలూ మోసే బానిసలూ - అంతా కలిసి ఐదారు వందల మంది వుంటారు బేటియాటస్ కేంద్రంలో.

'ఆఫీసు' వ్యవహారాల కోసం చదువు వచ్చిన గ్రీసు బానిస ఒకడు వున్నాడు.

మల్లులు వుండే నివాసాల చుట్టూ ఎత్తయిన కటకటాల బందిఖానా వుంటుంది. దాని చుట్టూ సైనికులు కాపలాకాస్తూ వుంటారు.

కేపువాలో నిత్యం మల్ల యుద్ధాలు జరుగుతూ వుంటాయి. రోమన్ ధనికులు, వేల కొద్దీ దీనారాలు (రోమన్ నాణెం) వెచ్చించి నిత్యం మల్ల యుద్ధాలు ఏర్పాటు చేయించుకుంటూ, మల్లులు చచ్చిపోయే వరకూ చూసి ఆనందిస్తూ వుంటారు!

రోడ్ల మీద బలాదూరు తిరిగే రౌడీ మూకల నించీ, రోమన్ సంస్కృతికంతకీ అపరావతారాలుగా కనబడే పెద్దింటి స్త్రీల వరకూ ఈ మల్ల యుద్ధాలంటే ఎగబడి చూస్తారు. గుర్రప్పందాల కన్నా మల్ల యుద్ధాలే ఇష్టం వాళ్ళకి. గుర్రప్పందాలలో గుర్రాలు చావవు. మల్ల యుద్ధాలలో మల్లులు చస్తారు. వాళ్ళ రక్తాలు చివ్వున పైకి చిమ్ముతూ, వాళ్ళ కండలూ పేగులూ తెగి వేళ్ళాడుతూ, వాళ్ళ అవయవాలు చిందరవందరగా రంగస్థలం అంతా ఎగిరిపడుతూ, వాళ్ళు మరణ భీతితో ఆఖరి క్షణం వరకూ పోరాడుతూ, భయంకరమైన బాధతో అరుస్తూ, రక్తం మడుగులో దిగంబరంగా నేలకు వొరిగిపోతే - రోమన్ స్త్రీ పురుషులు ఆనందంతో పరవళ్ళు తొక్కుతూ, చప్పట్లు చరుస్తూ, సెంట్లు జిమ్మిన జేబు రుమాళ్లు వూపుతూ, కుర్చీ ల్లోంచి ఎగిరెగిరి పడుతూ, మల్లులు ఎంత బాధతో అరిస్తే అంత పగలబడి నవ్వుతూ, పక్కకు తిరిగి మిత్రులకు చెప్పుకుంటూ - ఆనందావేశాలతో వూగిపోతారు!

సుందరమైన బలిష్టమైన మానవ శరీరాలు ముక్కలు ముక్కలుగా తెగిపోతోంటే చూసి ఆనందించ గల నీచ స్త్రీ పురుషుల భావ ప్రకోపాల సంతృప్తి కోసం, ఇటలీ అంతటా మల్ల శిక్షణా కేంద్రాలలో మానవుల్ని పోషించే కార్యం జరుగుతోంది.

బేటియాటస్ కేంద్రంలో - కొద్ది మంది ధనికులు తమ బంధు మిత్రులతో ప్రత్యేకంగా ప్రదర్శనలు తిలకించడం కోసం చిన్న చిన్న రంగ స్థలాలూ, వేల కొద్దీ ప్రేక్షకులు ప్రదర్శనలు చూసే విశాలమైన రంగ స్థలాలూ కూడా వున్నాయి.

ఈ మల్ల యుద్ధ వ్యాపారాల తోటే ఇటలీలో బోలెడు మంది రోమన్లు ధనికులయ్యారు! కొందరు సెనేట్ మెంబర్లు కూడా అయ్యారు!

బేటియాటస్ కేంద్రం, ప్రస్తుతం యాభై లక్షల దీనారాల పెట్టుబడితో నడుస్తోంది. ఆ కేంద్రంలో - ఆఫ్రికనులు, ఇథియోపియనులు, జర్మనులు, గాల్‌లు, యూదులు - అన్ని జాతుల తెలుపు నలుపుల బానిసలూ వున్నారు.

ఆఫ్రికా ఖండంలో న్యూబియా ఎడారి నరక కూపం నించి, యూరప్ ఖండంలో కేపువా నగర మల్ల శిక్షణా కేంద్ర నరకానికి వచ్చి పడ్డారు - స్పార్టకసూ, గేనికసూ!

ఇక్కడికి వచ్చేటప్పటికి వాళ్ళు బక్కచిక్కి పీనుగులై పోయి, శరీరం నిలువునా కొరడా దెబ్బలతో, రసికారే పుళ్ళతో, మల మూత్రాలు వాళ్ళ శరీరాలకే అంటి ఎండిపోయి, అట్టలు కట్టిన జుట్లతో, గడ్డాలతో, వాళ్ళని వాళ్ళే భరించలేనంత దుర్వాసనలు కొడుతూ, జంతువుల కన్నా నికృష్టంగా వున్నారు! అందుకే చాలా చవకగా దొరికారు!

వాళ్ళు కేంద్రానికి రాగానే వాళ్ళకు క్షవరాలు చేయించి, స్నానాలు చేయించి, వైద్యాలు చేయించి, కడుపుల నిండా తిండిపెట్టి, కొంత కాలానికి మనుషుల్ని చేసి, మల్ల శిక్షణ లోకి దింపాడు - కొత్త యజమాని.

కొంత కాలం కిందట బేటియాటస్ ఏజెంటు ఒకడు, వరీనియా అనే ఆడ జర్మన్ బానిస అందానికి మోజుపడి తన వర్తకుడి కోసం ఆమెని రోమ్‌లో చాలా చవగ్గా కొన్నాడు. ఒక అందమైన ఆడది, అంత చవకగా దొరికినందుకు బేటియాటస్ మొదట చాలా ఆనందపడ్డాడు. కానీ దానికి కారణం తర్వాత తెలిసింది. ఆమెను బలాత్కరించ బోయినప్పుడు ఆమె పిచ్చెత్తిన పులిలా భయంకరంగా ఎదురు తిరిగింది. ఆమెని ఎంత కొట్టినా ఆ

గదిలో వస్తువులన్నీ ధ్వంసమయ్యాయే గానీ ఆమెకు స్పృహ తప్పలేదు. ఒక ఆడ బానిస ముందు తన భంగపాటుకి బేటియాటస్ ఉడికి పోయాడు. తక్షణం ఆమెని చంపెయ్యాలను కున్నాడు గానీ ఎంతైనా ఆమె మీద కొంత ధర పెట్టాడు కాబట్టి, ఆ ప్రయత్నం విరమించు కున్నాడు. ఆమెని మల్లుల కిచ్చి వాళ్ళతో ఆమెని లొంగదీయించి ఆమె గర్వం అణచాలను కున్నాడు.

మర్నాడు ఆమెని స్పార్టకస్ ముందు నిల బెట్టాడు.

శరీరం నిండా దెబ్బలతో, ముఖం మీద గాట్లతో ఒక కన్ను వుబ్బి వికృతంగా వుంది ఆమె.

"దీన్ని నువ్వుంచుకో! కొట్టడం, అనాకారిగా చెయ్యటం, పనికి రాదు. మళ్ళీ నేను అమ్ము కోవాలి" అని ఆమె బట్ట వూడదీయించి నగ్నంగా నించోబెట్టాడు.

పురుషుల ఎదుట ఆమె వివస్త్రగా నిలబడి వుంది! ఊడదీస్తోన్న బట్టని పట్టుకు వేళ్ళాడకుండా, శరీరాన్ని చేతులతో కప్పుకునే ప్రయత్నం చెయ్య కుండా, బట్ట వున్నా లేకపోయినా తన శరీరా న్నెవరూ అవమానం చెయ్యలేరన్న ఆత్మ గౌర వంతో, మొహంలో కళ్ళలో హృదయంలో కలవర పాటు లేని నిశ్చలత్వంతో, తన ముందు పురు షులు నిలబడి వున్నారనే విషయాన్ని లక్ష్యపెట్టని నిర్లిప్తతతో, దిగంబరంగా నిలబడి ఉంది ఆమె!

ఒంటి నిండా బట్టలూ నగలూ ధరించి కూడా దిగంబరత్వాన్ని చాటుకుంటూ తిరిగే రోమన్ స్త్రీలను చూసిన స్పార్టకస్ హృదయం, బట్ట వూడ దీసినా వివస్త్ర కాని ఆ బానిస స్త్రీ ముందు అపార మైన ప్రేమతో మోకరిల్లింది!

ఆనాటి నుంచే ఆమె అతని గదిలో నివాసం ప్రారంభించింది.

వారి ఏకాంతం మొదలైన రోజు స్పార్టకస్ ఆమెని అడిగాడు - "అమ్మాయీ! నువ్వు లాటిన్ మాట్లాడతావా?"

జవాబు లేదు.

"నాకు జర్మన్ భాష రాదు గనక లాటిన్‌లో మాట్లాడుతున్నాను. చలి ఎక్కువగా వుంది. ఈ చాప మీద పడుకో!" అని తన వీపు కింద చాప తీసి ఆమె వేపు జరిపాడు.

తెల్లవార్లూ ఆ చాప అలాగే పడి వుంది. ఆమె తీసుకోలేదు. కానీ, సంవత్సరంన్నర కిందట బానిస యజమానుల ఏజెంట్లు ఆమెని జర్మనీ అడవుల్లో పట్టి బంధించి తెచ్చినప్పటి నించీ, ఆమెతో అంత దయగా మాట్లాడిన పురుషుడొక్కడూ లేడు!

స్పార్టకస్ హృదయాన్ని గ్రహించలేకపోతే, ఆమె, హృదయ శూన్యురాలే! స్పార్టకస్ చూపిన ప్రేమే ఆమెని అతడికి చేర్చింది.

★ ★ ★

ఒక రోజు బేటియాటస్ ఆఫీసుకి ఇద్దరు రోమన్ యువకులు - ఖరీదైన బట్టలు కట్టి, ఉంగ రాలు తగిలించుకుని, అత్తర్లు పూసుకుని, అంద గాళ్ళమని మిడిసిపడుతున్న వాళ్ళు - వచ్చారు. వాళ్ళలో బ్రాకస్ కొంచెం పెద్దవాడు. కైయస్ చిన్న వాడు. వ్యవహారం అంతా బ్రాకసే మాట్లాడుతు న్నాడు.

"మాకు రెండు మల్ల యుద్ధాలు కావాలి. ఏర్పాటు చేస్తారా?"

బేటియాటస్ సందేహంగా అడిగాడు -"మీ ఇద్దరి కోసమేనా?"

"ప్రదర్శనకి మా స్నేహితులు ఇంకో ఇద్దరు వస్తారు."

బేటియాటస్ కొంచెం ఆలోచించి ఒప్పుకు న్నాడు. "సరే, ఏర్పాటు చేస్తాం."

"మల్లులు చచ్చే దాకా! చచ్చే దాకా కావాలి మాకు!"

బేటియాటస్ కొంచెం మొహం చిట్లించాడు. "రోమ్ నుంచి ఎప్పుడు యువకులు వచ్చినా మల్లులు చచ్చే దాకా చేస్తేనే చూస్తామంటా రేమిటి? చావక పోయినా, అంత బాగానూ రక్తాలు కారే యుద్ధం చూడవచ్చునే! చచ్చే దాకా ఎందుకూ?"

"మా కలాగే కావాలి! అది మా ఇష్టం!"

"మీరు కావాలంటే సరే! కానీ నా మాట

కొంచెం వినండి. చచ్చే దాకా కావాలంటే అసలు కత్తిసాము ఎంతో సేపు చూడలేరు. మల్లులు రంగంలోకి దిగీ దిగ్గానే ఒకడి పని అయిపోతుంది. దాని వల్ల ఏం సరదా తీరుతుంది మీకు? మల్లులు ఎంతో సేపు బోలెడు రక్తం కారుస్తూ పోట్లాడ్డం చూడాలంటే మాత్రం మామూలు కత్తి సామే చూడాలి. ఒక మల్లుడికి బాగా గాయం తగిలితే ప్రదర్శన ఆగిపోతుందేమో అనుకుంటున్నారా? అబ్బే! అలా ఎందుకు చేస్తాం? వెంటనే ఇంకో మల్లుణ్ణి పెడతాంగా? మీకూ మీ స్నేహితులికీ, కావలసినంత సరదా, చూడవలసినంత రక్తం, వుండేలాగ నేను చేస్తాగా? ఎనిమిది వేల దీనా రాలవుతుంది. ఆ పూటంతా మీ భోజనాలూ, సారా, తక్కిన అవసరాలూ అన్నీ మేమే ఏర్పాటు చేస్తాం."

బ్రాకస్, బేటియాటస్ మాటలేమీ నచ్చనట్టు అయిష్టంగా తల ఎగరేశాడు. "మీరేం చెప్పక్క ర్లేదు. మాకు మాత్రం మల్లులు చచ్చే దాకా కావాలి! డబ్బు సంగతి అలా వుంచి ప్రదర్శన సంగతి మాట్లాడండి! మేమడిగినట్టు, మీ కేంద్రంలో ఏర్పాటు చెయ్య గలరా లేదా చెప్పె య్యండి! కుదరదంటే ఇంకో చోటికి వెళ్తాం. మీకు డబ్బూ కావాలి, మీ మల్లులూ చావకూడదు అంటే మాత్రం కుదరదు మాతో! చెప్పెయ్యండి తొంద రగా! మీ దగ్గర కుదరక పోతే మా దారిన మేం పోతాం."

"సరే, మీ ఇష్టం. మల్లులు చచ్చే దాకా అయితే 25 వేల దీనారాలవుతుంది!"

"ఓస్! అంతేనా? నే నివ్వలే ననుకుంటు న్నావా?" అన్నట్టు భుజాలెగరేశాడు బ్రాకస్.

"మల్లులు బట్టల్లేకుండా పోట్లాడాలి మాకు, లంగోటీలూ గింగోటీలూ ఏం వుండటానికి వీల్లేదు!"

"దిగంబరంగానా?"

"ఏం? నేనేం చెప్పినా మీకేం తల కెక్కు తున్నట్టు లేదే!"

"సరే, మీ ఇష్టం! .... 25 వేలు....!"

"మమ్మల్ని మోసంచేసి మీ మల్లులు చచ్చి నట్టు నాటకం ఆడితే కుదరదు, వాళ్ళు చచ్చినట్టు మాకు రుజువు చెయ్యాలి!"

బేటియాటస్‌కి చాలా పౌరుషం వచ్చింది. "అసలు బేరానికి ఒప్పుకోకనే పోవాలి గానీ ఒప్పు కున్న తర్వాత మా దగ్గిర మోసం వుండదు సుమండీ! కావాలంటే మా సంగతి మీ రింకెవర్న యినా అడిగి తెలుసుకోండి!"

రోమన్ యువకులు సంతృప్తి పడ్డారు. "ప్రస్తుతం మీకు 10 వేలిస్తాను. మిగిలింది ప్రద ర్శన తర్వాత ఇస్తాను" అని 10 వేలు తీసి టేబుల్ మీద పెట్టాడు బ్రాకస్.

ఆఫీసు గుమాస్తా వెంటనే వాళ్ళకొక రసీదు చించి ఇచ్చాడు.

"ప్రదర్శన రేపు కావాలి మాకు."

"అలాగే. మల్లుల్ని ఒక సారి చూస్తారా?" అని బేటియాటస్ చిరునవ్వుతో అడిగాడు.

బ్రాకస్ కైయస్ వేపు తిరిగి "మల్లుల్ని చూడా లని వుందా?" అని అడిగాడు.

కైయస్ కొంచెం సిగ్గుపడ్డాడు.

అసలు ఈ ప్రదర్శన బ్రాకస్, ఈ మిత్రుడి కోసమే ఏర్పాటు చేయిస్తున్నాడు. చచ్చే దాకా జరిగే మల్ల యుద్ధాలు ఎప్పుడూ చూడ లేదన్నాడు కైయస్. "అలాంటి ప్రదర్శన నీకు నేను చూపి స్తాను" అని బ్రాకస్ కైయస్‌ని రోమ్ నించి ఈ కేంద్రానికి తీసుకు వచ్చాడు.

డబ్బంటే ఏమీ లక్ష్యం లేకుండా బ్రాకస్ 25 వేల దీనారాలు ఖర్చు చేసి అంత 'హుందాగా' మల్ల యుద్ధాలు ఏర్పాటు చేయించడం చూస్తే, కైయస్‌కి, అతని పట్ల 'గౌరవం' పెరిగి పోయింది.

ఆ రోమన్ యువకులిద్దరికీ మల్లుల్ని చూపిం చడానికి బేటియాటస్ వాళ్ళని పల్లకీలలో శిక్షణా కేంద్రానికి తీసుకు వెళ్ళాడు.

మల్లుల బసల చుట్టూ ఎత్తయిన ఇనప వూచల కటకటా లున్నాయి. వాటిచుట్టూ పెద్ద పెద్ద ఖడ్గాలు ధరించిన సైనికులు కాపలా కాస్తు న్నారు. ఆ ఆవరణ లోపల వంద మందికి పైగా మల్లులు, లంగోటీలతో, కర్రలూ కత్తులూ రక రకాల ఆయుధాలూ పట్టుకుని, పోరాట విద్యలు

నేర్చుకుంటున్నారు. వారి శిక్షకులు కత్తులు ఎత్తి సిద్ధంగా పట్టుకుని క్రూర మృగాల మధ్య తిరుగుతున్నంత మెలుకువలతో మల్లుల మధ్య తిరుగుతున్నారు. లోపలా బయటా ఆ కత్తులే మల్లుల్ని 'క్రమశిక్షణ'లో వుంచుతున్నాయి. ఆ కేంద్ర రక్షణకు, రోమన్ ప్రభుత్వం, ఏ రూపంలో కావాలంటే ఆ రూపంలో అండదండలు ఇస్తూ వుంది.

"ఒక ఆఫ్రికా నీగ్రోనీ, ఒక థ్రేస్ వాణ్ణీ వుజ్జీ కట్టించండి" అన్నాడు బ్రాకస్.

బేటియాటస్ అయిష్టంగా చూశాడు. "అబ్బే! అదేం వుజ్జీ! నల్లవాడి ఆయుధం పొడుగాటి త్రిశూలం. అంతేగాక పెద్ద వల కూడా వుంటుంది. థ్రేస్ వాడు చిన్న కత్తితో పోరాడతాడు. అలాంటి వాళ్ళిద్దర్నీ వుజ్జీ కట్టిస్తే పెద్ద త్రిశూలం వాడు చిన్న కత్తి వాణ్ణి చంపెయ్యడా? ఎవరు చచ్చిపోతారో ముందే తెలిసిపోతే .... అబ్బే! అందులో సరదా ఏం వుంటుంది?"

"నా ఇష్టం! నా కలాగే కావాలి! నేను ఇద్దరు మల్లుల్ని కొనుక్కుంటున్నాను. వాళ్ళిద్దరూ వేరు వేరు యుద్ధాల్లో చచ్చి పోవాలి! నా కెలా కావాలంటే అలాగే ఏర్పాటు చెయ్యాలి గానీ అస్తమానూ ఇలా అడ్డాలు పెడితే నాతో కుదరదు. నాతో వాదించొద్దసలు!"

వెంటనే బేటియాటస్ మల్లుల శిక్షకుణ్ణి పిలిచి ఎవరెవరు కావాలో చెప్పాడు.

శిక్షకుడు, మెడలో వేళ్ళాడుతోన్న ఈల ఊదాడు. కసరత్తులు చేస్తోన్న మల్లులంతా ఆగారు. నూనె పట్టించిన అవయవాలతో ఎండలో నిగ నిగ మెరుస్తూ రాతి విగ్రహాల్లా వున్నారు వాళ్ళు.

"డ్రాబా! డేవిడ్! పోలియస్! స్పార్టకస్! మీరు నలుగురూ ఇలా రండి!"

అలా పిలిచారంటే వాళ్ళకు తెలుసు - తమతో ప్రదర్శన ఏర్పాటై పోయిందని!

ఆ నలుగురు మల్లులూ వచ్చి రోమన్ యువకులకు కొంచెం దూరంలో కట కటాల వెనక నిలబడ్డారు. పులుల్లో సింహాల్లో వచ్చి మౌనంగా నిలబడ్డట్టు వున్నారు వాళ్ళు. వాళ్ళు కటకటాల లోపలే వుండడం చేత రోమన్ యువకులు వాళ్ళని ధైర్యంగా చూడగలిగారు!

బేటియాటస్ బ్రాకస్ వేపు తిరిగి చిరునవ్వుతో అడిగాడు - "బాగున్నారా మల్లులు?"

"ఆ ముక్కు పగిలిన వాడు తప్ప మిగతా వాళ్ళు బాగానే వున్నారు."

"వాడు స్పార్టకస్. థ్రేస్‌వాడు. చిన్న కత్తితో చాలా చురుగ్గా యుద్ధం చేస్తాడు."

"వాణ్ణి ఎవరితో వుజ్జీ చేస్తారు?"

"నల్ల వాడితో చెయ్యమన్నారుగా? అదుగో, వాడు డ్రాబా! నీగ్రో. వాడి ఆయుధం త్రిశూలం. వాళ్ళిద్దర్నీ వుజ్జీ చెయ్యొచ్చు."

"అవును, అలా బాగుంటుంది. నాకు చాలా నచ్చుతుంది."

శిక్షకుడు మళ్ళీ ఈల వూది ఆ నలుగురు మల్లుల్నీ వెనక్కి పిలిచాడు.

★ ★ ★

ఆ రాత్రి ఎప్పట్లాగే గడిచింది. వరీనియా తెల్లవార్లూ నిద్ర పోకుండా ఏడ్చింది. ఆమెకు స్పార్టకస్ మీద ప్రేమ దిన దినం వృద్ధి అవుతోంది. ఈ రోజు స్పార్టకస్ చచ్చిపోకుండా బతికే దారి లేదు. అలాంటి వుజ్జీలో పడ్డాడతను. ఆ వుజ్జీ ఎంత ఘోరమైందో మల్లులంతా ఆలోచిస్తున్నారు. మల్లులంతా స్పార్టకస్‌ని ప్రేమిస్తారు. డ్రాబా స్పార్టకస్‌ని అమితంగా గౌరవిస్తాడు. ప్రేమిస్తాడు. స్పార్టకస్‌ని చంపటానికి తన మనసుని ఎంత సంసిద్ధం చేసుకోబోయినా అది ఆ పనికి అంగీకరించడం లేదు.

★ ★ ★

ఆ ఉదయమే ప్రదర్శన ఇవ్వాలి!

మల్లులు నలుగురూ ఆవిర్లు గక్కే స్నానశాలల్లో స్నానాలు ముగించి మాలీసు బల్ల లెక్కి విశాలంగా సాచుకు పడుకున్నారు. వారి కండరాలకు ఘుమ ఘుమలాడే అత్తర్లూ సువాసన తైలాలూ పూసి, మాలీసు చేసే వాళ్ళు వారి శరీరాల్ని మర్దనాలు చేస్తున్నారు. ఈ మల్ల యుద్ధ కర్మకాండల కోసం ఆ బల్లల మీద స్పార్టకస్ పన్నెండు సార్లు పడుకున్నాడు! డ్రాబా యాభై రెండు సార్లు

పడుకున్నాడు! ఎదటి మానవుణ్ణి చంపే విద్యలో వాళ్ళు అన్నేసి సార్లు నైపుణ్యాలు చూపారు!

న్యూబియా ఎడారి గని ఎంత నరక కూప మైనా, తన వంటి అభాగ్యుడి మీదకు కత్తి ఎత్తి అతణ్ణి చీలికలు వాలికలు చేసే ఈ దురదృష్ట కరమైన పని కన్నా, ఆ గని పని ఏమీ ఘోరమైంది కాదు.

మానవుడి శరీరంలో ద్వేషం పుట్టడానికి కూడా ఆ శరీరానికి కొంచెం తిండీ సత్తువా వుండాలి. న్యూబియా ఎడారి నాటి స్పార్టకస్‌కి అవేమీ లేవు. ఇప్పుడు అతని దేహం బలపడింది! అతని మెదడు ఆలోచిస్తోంది! మల్లులతో మృత్యు వ్యాపారం చేస్తోన్న బేటియాటస్‌నీ, మృత్యు ప్రదర్శనలు చూసి ఆనందించే ప్రేక్షకుల్నీ, రోమ్ ప్రభుత్వాన్నీ, అమితంగా ద్వేషిస్తోంది స్పార్టకస్ మనసు!

శరీర మర్దనాలు పూర్తయి మల్లులు నలుగురూ బల్లల మీద నించి లేచారు. చాలా అయిష్టంగా విచారంగా చాలా తక్కువగా ఆఖరి భోజనం తీసుకున్నారు. ఆ నలుగురు మల్లులకూ ఎవరి మీద ఎవరికీ కోపం లేదు. ఆ క్షణాలలో వారికి ఒకరి మీద ఒకరికి అమితమైన ప్రేమ కూడా కలిగింది!

ఆ మల్లులు నలుగురూ ఇప్పుడు ప్రదర్శన ఇవ్వడానికి సిద్ధంగా వున్నారు! వాళ్ళతో ఇప్పటి నుంచీ మిగిలిన మల్లు లెవ్వరూ మాట్లాడకూడదు! వాళ్ళని తాకకూడదు! అలా చేస్తే 30 కొరడా దెబ్బల శిక్ష!

మల్లులు ప్రదర్శన శాల వేపు నడుస్తున్నారు.

"స్పార్టకస్" అనే కేకతో గేనికస్ పరిగెత్తుకు వచ్చాడు. స్పార్టకస్‌ని కౌగిలించుకుని ముద్దు పెట్టుకుని బొట బొటా కన్నీళ్ళు కార్చాడు! గేనికస్ స్పార్టకస్‌తో చిన్నతనం నించీ, థ్రేస్ కొండల్లో, న్యూబియా గనుల్లో, ఇక్కడా, ఎప్పుడూ కలిసే వున్నాడు. శిక్షకు కూడా జంకకుండా గేనికస్ ఎందుకలా చేశాడో, స్పార్టకస్‌ని ముద్దు పెట్టుకోకుండా ఎందుకు వుండలేకపోయాడో, మల్లులందరికీ అర్థమౌతుంది!

ప్రదర్శన ఏర్పాటు చేసుకున్న బ్రాకస్, కైయస్ తోటీ మరో ఇద్దరు స్నేహితుల తోటీ అనుకున్న సమయానికే వచ్చాడు. కొత్తగా వచ్చిన స్నేహితు లిద్దరూ భార్యాభర్తలు.

బేటియాటస్, వాళ్ళని ప్రదర్శన జరిగే చోట ఎత్తయిన మంటపం మీదకు తీసుకు వెళ్ళి ఆసనాలు చూపించాడు. వాళ్ళకు ఫలహారాలూ పానీయాలూ అందించడానికీ, విసరడానికీ, ప్రదర్శన ముగిసే వరకూ వాళ్ళకు సేవలు చెయ్యడానికి, ఇద్దరు బానిసల్ని నియమించాడు.

ప్రదర్శన ప్రారంభించే వరకూ నృత్య గానాలు ఏర్పాటు చేశారు.

ప్రదర్శన తిలకించడానికి ఉత్సాహపడుతోన్న ఆ కులీన రోమన్ స్త్రీ, భర్త చెవిలో ఏదో చెప్పింది.

అతను చిరునవ్వుతో, "బ్రాకస్‌తో చెప్ప రాదూ?" అన్నాడు.

"ఏంటో నాతో చెప్పు!" అని బ్రాకస్ ఆమె వేపు చూశాడు.

"చెవిలో చెప్తా!" అని ఆమె గారాలు పోయింది.

బ్రాకస్ ఆమె వొళ్ళోకి వాలాడు.

అతని చెవిలో ఏదో చెప్పిందామె.

అతను నవ్వి, "దానికేం? అలాగే" అని బేటియాటస్‌ని చూస్తూ, "ఆ మల్లుల్లో యూదుణ్ణి ఒక సారి ఇక్కడికి తెప్పించండి! వాణ్ణి దగ్గరగా చూడాలి" అన్నాడు.

వెంటనే డేవిడ్ కోసం కబురు వెళ్ళింది.

ఖడ్గాలు ధరించిన ఇద్దరు శిక్షకుల మధ్య ఒక మల్లుడు మంటపం ఊగిపోయేటట్టు మెట్లెక్కి వచ్చాడు. రోమన్లకు బారెడు దూరంలో నిలబడ్డాడు. అతను ఉన్ని వస్త్రం కప్పుకుని వున్నాడు. ఉక్కు విగ్రహంలా కండలు తిరిగి నున్నగా మెరుస్తూ, శరీరం నిండా ఘాటైన పరిమళాలతో వున్నాడు!

మల్లుడికీ తమకీ మధ్యలో కటకటాల రక్షణ లేకుండా అతన్ని అంత దగ్గరగా చూడాలంటే చాలా భయం వేసింది కైయస్‌కి. అక్కడ అతను ఒక్కసారి తిరగబడ్డాడంటే ఆ శిక్షకులు ఆ మహా

కాయుణ్ణి ఎంత మాత్రం ఆపలేరనిపించింది. కానీ అలా జరగదని అందరికీ తెలుసు. అంత వరకూ ఎప్పుడూ అలా జరగలేదు!

"వాడి బట్ట తీసెయ్యమనండి!" - బ్రాకస్, బేటియాటస్‌తో!

"ఏయ్! బట్ట తీసేయ్!" - బేటియాటస్, మల్లుడితో!

మల్లుడు కొన్ని క్షణాలు అలాగే కదలకుండా నిలబడ్డాడు. చటుక్కున మొల బట్ట కిందకి జార్చాడు.

రోమన్ స్త్రీ పురుషులు మల్లుడి తొడల దిగంబరత్వాన్నీ, మొల దిగంబరత్వాన్నీ సంభ్రమంగా ఆసక్తిగా చూశారు! వాళ్ళింకా చూస్తూ వుండగానే మల్లుడు వొంగి పాదాల మీద బట్ట తీసుకుని మొలకి చుట్టుకుని వెనక్కి తిరిగి మంటపాన్ని వూగిస్తూ మెట్లు దిగటం ప్రారంభించాడు. శిక్షకులు అతన్ని అనుసరించారు.

"ముందు వీడినే దెబ్బలాడించండి!" అన్నాడు బ్రాకస్.

"మల్లుడంటే మృగమే. అబ్బ! జంతువులా వున్నాడు కదూ?" అంటూ బ్రాకస్, పక్కకి తిరిగి ఆ స్త్రీతో మాటల్లోకి దిగాడు.

రంగస్థలం వేపు తెరుచుకుని వున్న ఒక చిన్న షెడ్డులో నలుగురు మల్లులూ నిశ్శబ్దంగా కూర్చుని వున్నారు!

వారిలో డ్రాబా ఒకప్పుడు స్వతంత్రంగా బతికిన ఆఫ్రికా రైతు. రోమన్ సైన్యాలు ఆఫ్రికాని జయించక పూర్వం, ఆఫ్రికా పేదల్ని బానిస మార్కెట్లకు లాక్కురాక పూర్వం, డ్రాబాకు అతని దేశంలో ఒక నదీ తీరాన చిన్న ఇల్లు వుండేది. భార్యా బిడ్డలుండే వారు. వాళ్ళని మళ్ళీ కలవాలని నిత్యం అతను కలలు కంటూనే వున్నాడు.

డేవిడ్, గెలిలీ దేశస్తుడు. యూదుడు. అతని తండ్రి ఎంతో పేద రైతు. డేవిడ్, చిన్నతనంలో బార్లీ పొలాల్లో, కొండ చరియల్లో ఆడుకునేవాడు. చెక్క కత్తి ఒకటి మొలలో పెట్టుకుని ఠీవిగా తిరిగేవాడు. డేవిడ్ చిన్నతనంలో, ఒక సారి వాళ్ళ వూళ్ళో పేద రైతులు పన్నులు కట్టలేక, పన్ను వసూళ్ళ కోసం పీడిస్తోన్న ఉద్యోగుల్ని బాగా తన్ని పంపించారు. ఆ సంఘటన జరిగిన వెంటనే సైన్యాలు వూళ్ళోకి వచ్చాయి. తిరుగుబాటుదారుల్ని లొంగదీసి చాలా మందిని శిలవ లెక్కించారు. డేవిడ్ తండ్రి డేవిడ్ కళ్ళ ముందే శిలవ మీద రక్తాలు కారుతూ వేళ్ళాడి చచ్చిపోయి ఎండిపోయాడు. తండ్రి శరీరాన్ని పక్షులు పీక్కుతింటోంటే డేవిడ్ దూరంగా నిలబడి రోజూ చూసే వాడు. తర్వాత ఆ వూరి ప్రజల్ని సైనికులు గొలుసులతో కట్టి బానిసలుగా పట్టుకుపోయారు. అప్పుడే డేవిడ్ కూడా బానిస అయ్యాడు. అతడు కొంత కాలం రాగి గనుల్లో పని చేసి, అక్కణ్ణించి పారిపోయి ఓడ దొంగలకు దొరికి, కొంత కాలం వాళ్ళ దగ్గిర పని చేసి, మళ్ళీ అక్కణ్ణించి కూడా తప్పించుకుని ఎలాగో ఈ మృత్యు కేంద్రంలో కొచ్చి పడ్డాడు!

ప్రతీ ఒక్క బానిస వెనకా వర్గ సమాజం సృష్టించిన వికృత చరిత్ర వుంది.

ఆ నలుగురు మల్లులూ తలలు వొంచి కుంగిపోతూ కూర్చుని వున్నారు.

ఒక రోమన్ యువకుడి తండ్రి, ఏ దేశంలోనో భూములకో గనులకో 'స్వంతదారుడై' ధన రాసులు పోగు చెయ్యగలుగు తున్నాడు గనక; ఆ రోమన్ యువకుడు, తన ఖర్చుతో తన మిత్రులకు ఒక 'వినోదం' చూపించాలని గర్వపడుతున్నాడు గనక; ఆ మిత్రులు, మానవులు మరణ భయంతో ప్రదర్శించే తీవ్రా వేశాలను చూస్తూ కాస్సేపు వుత్కంఠతో గడపాలని 'సరదా' పడుతున్నారు గనక; - ఈ మల్లులు ఒకరి శరీరాల్లో ఒకరు కత్తులు గుచ్చుకుని; ఒకరి అవయవాలు ఒకరు ఛేదించుకుని; బలమైన, ఘోరమైన గాయాలు చేసుకుని; కండలూ పేగులూ వేళ్ళాడేసుకుంటూ, భయంకరమైన బాధతో యుద్ధ నైపుణ్యాం చూపుతూ, రోమన్ ధనికుల కళ్ళ ముందు చచ్చి పడిపోవాలి! ....

"భగవంతుడికి మన మీద దయ వుంటే మనం పుట్టగానే చచ్చి వుండే వాళ్ళం" అన్నాడు డ్రాబా విచారంతో కుంగిపోతూ!

"ఎందుకలా అనుకుంటావు డ్రాబా?" అని నిట్టూర్చాడు స్పార్టకస్. "బానిస ఎప్పుడూ జీవించడానికే ప్రయత్నించాలి! జీవితం తప్పితే బానిసకేముందీ?"

"కానీ ఇక్కడ మనం ఇద్దరం జీవించడం సాధ్యం కాదు!"

"ఎవరి ప్రయత్నం వాళ్ళు చేద్దాం!"

"లాభం లేదు స్పార్టకస్! నా త్రిశూలం ముందు నీ చావు ఖాయం! కానీ నేను నిన్ను చంపలేను!"

"నీ కారుణ్యానికి ఇదా చోటు?"

కాపలా సైనికులు ఈటెలతో షెడ్డు గోడల మీద కొట్టారు - మాట్లాడవద్దని.

బాకా ఊదారు!

అంత వరకూ సాగుతోన్న నృత్యగానాలు ఆగాయి!

షెడ్డులో కూర్చున్న మల్లుల్లో డేవిడ్, పోలియస్ తలలు వంచుకుని కృంగి పోతూ లేచారు. మొలలకున్న బట్టలు అక్కడే విడిచి దిగంబరంగా బయటికి నడిచారు.

రంగ స్థలంలో ప్రవేశించ గానే - తమ రక్త మాంసాల్నీ, తమ చావు బతుకుల్నీ, డబ్బు పోసి కొన్న పెద్దలకు తలలు వంచి 'వందన సమర్పణ' చేశారు! ఆ క్షణంతో వారి జీవితాలు నిరర్ధకమై పోతాయి!

చెక్క పళ్ళెంలో పెట్టి సైనికులు తెచ్చి ఇచ్చిన ఆయుధాలు మల్లులు అందుకున్నారు. 'ఆయుధ ధారణ' చేసిన ఆ మల్లు లిద్దరూ ఇప్పుడు ఘోర మైన శత్రువులు! ఒకర్ని ఒకరు చంపుకోడానికే చూడాలి! ఎవరో ఒకరే బతికి వుండాలి. అంతా చాలా తొందరగా అయిపోవాలి. తర్వాత మళ్ళీ ఇంకో జంట రంగ స్థలంలోకి రావాలి!

శిక్షకుడు ఈల ఊదాడు, ప్రారంభించమని!

మల్లులు యాంత్రికం గానే తమ ఎత్తుగడలు ప్రారంభించారు. నిరుపయోగమైన చురుకుదనంతో కదులుతున్నారు ఇద్దరూ. ఒకర్ని ఒకరు గుచ్చి గుచ్చి చూచుకుంటున్నారు. ఒకరి కొకరు దూరంగా పోయి మళ్ళీ దగ్గరౌతున్నారు. చటుక్కున వొంగి ఇసకతో కత్తి పిడులు తోమి చెమటతో తడిసిపోయిన చేతులకు ఇసక పట్టించుకుంటున్నారు. ఎండలో తళ తళ మెరిసే కత్తులతో, నిగ నిగ మెరిసే అవయవాలతో దిగంబరులైన ఆ మల్లు లిద్దరూ ముందుకు వురకబోయి వెనక్కి తగ్గుతున్నారు. భూమిని అదిమి పట్టి చిన్న చిన్న అడుగులేస్తున్నారు. వేట కోసం పొంచి పొంచి చూసే క్రూర మృగాలంత నైపుణ్యం ప్రదర్శిస్తున్నారు.

ఇద్దరూ ఒక్క సారి దగ్గరై క్షణంలో విడిపోయారు. ఒక మల్లుడి ఛాతీ మీద ఎర్రని చీలిక మెరిసింది. ఆ దెబ్బ సంగతి ఆ మల్లు లిద్దరూ ఎరగరు.

రోమన్లు చప్పట్లు కొట్టారు.

స్పార్టకస్ ద్వేషంతో వూగుతూ ఆ మంటపం వేపు చూశాడు. స్పార్టకస్ తల తిప్పేసరికి రంగ స్థలంలో మల్లులిద్దరూ పెనవేసుకు పోయి వున్నారు. ఇద్దరిదీ ఒకే శరీరం అయినట్టూ, దాన్ని ఎవరో బలవంతంగా చీల్చినట్టూ మరు క్షణంలో విడిపోయారు. ఆ ఇద్దరు మల్లులూ ఎవరికి వారు రెండో మల్లుడి మీద కోపం తెచ్చుకుంటున్నారు. కసాయితనంలో నైపుణ్యం చూపుతున్నారు. కత్తులు విసిరి గాలిని చీలుస్తున్నారు.

ఉన్నట్టుండి పోలియస్, డేవిడ్ మీద దెబ్బ తీశాడు. చాక చక్యంతో డేవిడ్ మీద విరుచుకు పడ్డాడు. అంత కన్నా చాకచక్యంతో డేవిడ్ పోలియస్‌ని వెనక్కి నెట్టి తప్పించుకున్నాడు. పోలియస్ ఇసకలో పడ్డాడో లేదో డేవిడ్ ఎగిరి అతని మీదున్నాడు. కత్తితో ఆపకుండా పోట్లు పొడుస్తున్నాడు. మృత్యువు పోలియస్ శరీరం అంతా రంధ్రాలు చేసుకుని జొరబడుతోంది. పోలియస్ భీకరమైన కేకలతో బాధతో పెనుగులాడాడు. మెలికలు తిరిగాడు. కత్తి పోట్లు తప్పించుకోవాలని ఇసకంతా దొర్లాడు.

"వదలకు వాణ్ణి! నరుకు! చంపు! మళ్ళీ పొడు!" - రోమన్లు ఉత్సాహం ఆపుకోలేక సెంటు పూసిన రుమాళ్ళు ఎగరేస్తూ మెత్తని దిళ్ళ మీద నించి లేచి అరుస్తున్నారు. తాగుతూ తాగుతూ

వున్న గులాబీ రంగు ద్రాక్ష సారా పక్కన పెట్టి అరుస్తున్నారు.

ఇసకలో పడ్డ పోలియస్ చాలా వింతగా మెరుపులా లేచాడు. డేవిడ్ మొహం మీద కత్తి పోట్లు పడ్డాయి. ఇద్దరి శరీరాలనించీ వారి ప్రాణప్రదమైన రక్తం వారి తొడల మీదుగా, పాదాల మీదుగా జారి, కాళ్ళకింద ఇసుకలో ఇంకుతోంది. మల్లులు ఏ మాత్రం కదిలినా వారి శరీరాలు రక్తాలు కక్కుతున్నాయి.

డేవిడ్ తన కత్తి ఇసకలోకి విసిరేసి పోరాటం ఆపి నిలబడి పోయాడు. పోలియస్ నేలకొరిగి కత్తి వొదిలేశాడు. అతడు అమిత మైన బాధతో ఇసకలో దొర్లుతున్నాడు.

రోమన్లు అసంతృప్తి చెందుతున్నారు.

"యూదుడు నించున్నాడేం? చంపమనండి వాణ్ణి!" అని అరుస్తున్నారు.

ఒక శిక్షకుడు ఇద్దరు సైనికుల్ని వెంట బెట్టుకుని గొడ్లని బాదే కొరడా ఒకటి ఇసకలో ఈడుస్తూ డేవిడ్ దగ్గర కొచ్చాడు - "నిలబడ్డావేంరా? పోట్లాడు! చంపు వాణ్ణి ....! వూఁ .... కత్తి తీసుకో. వాణ్ణి చచ్చే దాకా పొడిచి చంపు!"

కొరడా డేవిడ్ వీపు మీద పడ్డప్పుడల్లా దాని తోలుతాడు అతని నడుము చుట్టూ తిరుగుతోంది.

డేవిడ్ కదల్లేదు.

ఇసకలో దొర్లుతూన్న పోలియస్ అరవడం ఆపాడు! కదలడం ఆపాడు! ప్రాణాలు విడిచాడు!

ఆ మల్లుడు చచ్చిపోయాడంటే రోమన్లకు నమ్మకం కలగలేదు. "నిజంగా చచ్చాడా? స్పృహ తప్పాడా?" అని అరిచారు వాళ్ళు.

"అబ్బే! వాడింకెక్కడ? ఎప్పుడో చచ్చాడు!" అని బేటియాటస్ వినయంగా చెప్పుకున్నాడు.

సైనికులు, ఇసకలో పడి వున్న మల్లుడి కళేబరంలో ఈటెలు గుచ్చి చూపించారు. ఒక సైనికుడు పెద్ద బండ రాయంత సుత్తి మోసుకుంటూ తెచ్చి దానితో ఆ కళేబరం మొహం మీద పెద్ద పోటు వేశాడు. ఆ దెబ్బతో ఆ మొహం ఆకార రహితం అయిపోయింది!

అప్పటికి నమ్మారు రోమన్లు, ఆ మల్లుడు నిజంగానే చచ్చి పోయాడని. చాలా సంతోషిస్తూ విశ్రాంతిగా ఆసనాలకు జేరబడి ద్రాక్ష సారా గ్లాసులు చేతుల్లోకి తీసుకుని ఉత్సాహంగా సంభాషణ ప్రారంభించారు. ప్రపంచాన్నంతటినీ బానిసత్వంలో ముంచి నందుకు రోమన్లకు దొరికిన ఆనందోత్సవాలవి!

రంగస్థలం మీద కళేబరాన్ని గాడిదతో లాగించేశారు. తెల్లని ఇసక తెచ్చి రక్తం మడుగుల మీద పోసి నెరిపారు. రంగస్థలం మళ్ళీ సిద్ధం చేశారు.

రోమన్లు కొంత విశ్రాంతి తీసుకునే వరకూ నాట్యకత్తెలు మళ్ళీ ఆటా పాటా ప్రారంభించారు.

"యూదుడు చాలా చక్కగానే చేశాడు. వాణ్ణి ఒక సారి రమ్మనండి. రక్తం కడుక్కోకుండా అలాగే రమ్మనండి!" - బ్రాకస్ ఆజ్ఞ!

డేవిడ్ కోసం కబురు వెళ్ళింది.

"వాళ్ళిద్దరూ ఒక సారి పెనవేసుకు పోయి లంకెలు చుట్టుకున్నారు చూశావూ? అప్పుడు యూదుడు వేసిన కత్తి దెబ్బ రెండో వాడి కుడి చేతికి తగిలి వుంటే వాడి పని అప్పుడే ఆఖరై పోను!"

"అవును .... అప్పుడు ...."

వాళ్ళు మాట్లాడుకుంటూ వుండగా - ఒంటి నిండా ఎర్రని పచ్చి రక్తంతో వున్న డేవిడ్, సైనికుల ఆయుధాల మధ్య నడిచి వచ్చాడు. ఇంకా దిగంబరం గానే వున్నాడు! తల వంచి నిలబడ్డాడు. అతని శరీరం ఇంకా కంపిస్తూనే వుంది! అతని గాయాలు ఇంకా రక్తం వోడుతూనే వున్నాయి!

ప్రపంచాని కంతటికీ కులీనులైన, ఆ రోమన్ స్త్రీ పురుషులు, రక్తంలో మునిగి తేలిన ఆ దిగంబరుణ్ణి చూసి ఆనందించారు! మరింత ఎక్కువ సేపు ఆనందించే ధైర్యం లేకపోయింది వాళ్ళకి.

"ఇక చాలు. పంపెయ్యండి వాణ్ణి!"

యూదుడు వెళ్ళిపోయింతర్వాత అనుకున్నారు వాళ్ళు.

"అబ్బ! రాక్షసుళ్ళా లేడూ?"

★ ★ ★

"స్పార్టకస్! నేను నీతో దెబ్బలాడను!" డ్రాబా నిశ్చయించుకున్నట్టు అన్నాడు.

"దెబ్బలాడితే నే నొక్కణ్ణే చస్తాను. లేకపోతే మనం ఇద్దరం చస్తాం!"

"అయితే నేను పోట్లాడకుండా నిలబడతాను. నువ్వు నన్ను చంపెయ్యి!"

సైనికులు ఈటెలతో షెడ్డు మీద కొట్టారు.

డ్రాబా పెద్ద పిడికిలితో షెడ్డు గోడ మీద గుద్దాడు. షెడ్డు పునాదుల్లోంచి కంపించింది.

స్పార్టకస్, డ్రాబా మొహం పైకెత్తి అతని నుదుటి మీద చెమట తుడిచాడు. "మల్లుడా! మల్లుల మీద ప్రేమ తగదని ఎరగవా?"

"ఒద్దు! నా కేమీ చెప్పవద్దు స్పార్టకస్!"

బాకా ఊదారు!

నాట్యకత్తెలు ఆట ఆపి వేదిక విడిచి వెళ్ళిపోయారు.

డ్రాబా, స్పార్టకసూ, లేచి మొల బట్టలు అక్కడే విడిచి షెడ్డు లోంచి బయటికి, రంగ స్థలం లోకి, దిగంబరంగా నడిచారు.

మల్లులిద్దరూ మంటపం వేపు తలలెత్తి 'వందన సమర్పణ' చేశారు!

ఆఫ్రికావాడైన డ్రాబా ముందు థ్రేస్ వాడైన స్పార్టకస్ మహా పర్వతం ముందు మరుగుజ్జులా వున్నాడు.

ఒక సైనికుడు రంగ భూమిలోకి ఆయుధాలు తెచ్చాడు.

స్పార్టకస్ కోసం చిన్న వొంపు కత్తి!

డ్రాబా కోసం పెద్ద బరువైన త్రిశూలం, చేపల వలా!

డ్రాబా, తన శతృవుని ఆ వలలో బంధించి ఆ శూలంతో పొడిచి చంపెయ్యాలి! యాభై రెండు సార్లు అతనలాగే చేశాడు! అలా చేయడం చేతనే అన్ని సార్లూ అతడు మృత్యువు కోరల నుంచి బయట పడ్డాడు!

ఆ మల్లులిద్దరూ ఆయుధ ధారణ చేసిన క్షణంలో .... ఆ క్షణంలో .... చరిత్ర ఒక మలుపు తిరిగింది!

నల్ల మల్లుడు, చేతిలో వల దూరంగా విసిరేసి దిక్కులు పిక్కటిల్లేలా యుద్ధ నినాదం చేశాడు!

శూలం ఎత్తి పట్టుకుని బొబ్బలు పెడుతూ రోమన్లు కూర్చున్న మంటపం వేపు దూసుకు పోవడం ప్రారంభించాడు!

నల్ల మల్లుడికి పిచ్చెత్తినట్టు తోచింది రోమన్లకు!

మంటపంలో వాళ్ళు కకావికలై పోయారు!

సైనికులూ, శిక్షకులూ కంగారుతో తొట్రుపడి పోయారు.

కత్తి దూసి తనని ఆపడానికి పరిగెత్తు కొస్తూ వున్న శిక్షకుణ్ణి, ఎదురు పరుగెత్తుతోన్న డ్రాబా, తన శూలంతో గుచ్చి ఎత్తి గాలిలో ఎగరేశాడు. ఆకాశంలో కెగిరిన శిక్షకుడు అక్కణ్ణించి కొండ లాగా కిందపడి కీచుమని అరిచి చచ్చాడు.

డ్రాబా వేగానికి ఆరడుగుల ఎత్తు చెక్క కంచె దోవకు అడ్డు పడాలని చూసింది. దాన్ని డ్రాబా కాయితం ముక్కని చించి పారేసినట్టు చించి తోసి పారేశాడు! మహా క్రోధంతో, మహా ద్వేషంతో, ప్రచండ శక్తితో, అతని రూపమే మారిపోయింది! అతని దేహమే అతనికి మహోదగ్ర భయంకర ఆయుధం అయింది! రోమన్‌లు కూర్చున్న ఆ ఎత్తయిన మంటపమే అతని లక్ష్యం! అక్కడికి ఉరకాలి! అదే అతని మహా ప్రయత్నం!

రంగ స్తలపు నలుమూలల నుంచీ సైనికులు పరిగెత్తు కొస్తున్నారు. కాళ్ళు ఎడంగా పెట్టి గురి చూసి ఈటెలు విసురుతున్నారు. ఒక బల్లెం వీపులోంచి గుండెల్లోకి దిగిపోయినా డ్రాబా తన ప్రయత్నం మానలేదు. తుఫాను వేగంతో మంటపం వేపు దూసుకు పోతూనే వున్నాడు.

అప్పటికే అతని దేహమంతా ఈటెలు దిగి జల్లెడైపోయింది. కానీ మహా ద్వేషంతో అతను విసిరిన త్రిశూలం రోమన్ల గుంపు నుంచి కొంచెం గురి తప్పి మంటప స్తంభంలో దిగబడిపోయింది.

డ్రాబా ఇసకలో కూలి రక్తం మడుగులో ప్రాణాలు విడిచాడు!

అంతసేపూ స్పార్టకస్ తన కత్తి ఇసకలోకి విసిరి ఎక్కడి వాడక్కడ నిలబడి వున్నాడు. అంత కన్నా అతను చేయదగ్గదేమీ లేకపోయింది!

ఆ స్థితిలో బానిస అన్న వాడికి ఏ భావాలు కలుగుతాయో ఆ భావాలన్నీ కలిగాయి స్పార్టకస్‌కి!

★ ★ ★

ప్రదర్శన సవ్యంగా పూర్తికాక పోవడం చేత రోమన్ యువకుడు ఇంకా ఇవ్వవలసిన పది హేను వేల దీనారాలు ఇవ్వ కుండానే వెళ్ళిపోయాడు. ఒక మల్లుడి తిరగబాటుతో జరిగిన ఆర్థిక నష్టానికీ, అవమానానికీ, బేటియాటస్‌కి మల్లుల మీద క్రోధం అవధులు దాటిపోయింది. అతని కోపం, ఆ శిక్షణా కేంద్రం అంతా వ్యాపించింది. సైనికులు, బానిస స్త్రీలని నిష్కారణంగా చావ బాదారు.

రంగ స్థలంలో తిరగబాటు చేసిన డ్రాబా శవాన్ని శిక్షణా కేంద్రం ఆవరణ గోడకు మేకులేసి కొట్టారు. శిక్షకులు రోజూ కన్నా ఎక్కువ ఆయుధాలు ధరించి మల్లులందర్నీ ఆవరణలోకి తోలు కొచ్చారు.

డ్రాబా చేసిన పనిలో మల్లులందరికీ ఒక అసంతృప్తి! డ్రాబా సరైన పని చేశాడు గానీ ఆ రోమన్ పిశాచాల్లో ఒక్కళ్ళని కూడా చంపలేక పోయాడన్నదే మల్లుల అసంతృప్తి!

మల్లులందర్నీ ఆవరణలో క్రమ పద్ధతిలో నిల బెట్టి అంతా సిద్ధం చేసిన తర్వాత, బేటియాటస్ వచ్చాడు. కోపంతో వూగిపోతూ బూతుల ఉప న్యాసం ప్రారంభించాడు. - "ఒరే! మీ అందరి కోసం వేల కొద్దీ దీనారాలు ఖర్చు చేసి పొట్టలు పగిలేలా మేపుతున్నానురా మిమ్మల్నీ. గని గోతుల్లో, ఓడల అడుగుల్లో పడి ఏడ్చే మీ బానిస మూకనందర్నీ తెచ్చి, మీకు వైద్యాలు చేయించి, మాలీసులు చేయించి, మిమ్మల్ని పందుల్ని మేపినట్టు మేపి, మీకు ముండల్ని అప్పగించి, మీకేం లోపం లేకుండా సదుపాయాలన్నీ చేస్తున్నాను. ఆ నీగ్రో కుక్క కేమైనా విశ్వాసం వుందా? ఇంకా ఎన్ని వున్నాయి మీలో అలాంటి కుక్కలు? ఒక నల్ల కుక్కని నా దగ్గిరికి లాక్కు రండి" అని అరిచాడు.

సైనికులు మొదట వేసుకున్న ప్లాను ప్రకారం మల్లుల వరసల్లోంచి ఒక నీగ్రో మల్లుణ్ణి పట్టుకుని బేటియాటస్ దగ్గిరికి ఈడ్చుకుపోయారు.

బాజాలు వాయించడం ప్రారంభమైంది. ఇద్దరు సైనికులు బల్లేలెత్తి ముందు కొచ్చారు. నీగ్రో మల్లుడు భయంతో అరుస్తున్నాడు. సైనికుల చేతుల్లో పెనుగులాడు తున్నాడు. అతని గుండెల్లో బల్లేలు దిగిపోయాయి. మల్లుడు ప్రాణాలు వదిలేసి నేల కూలిపోయాడు. అంతా కన్నుమూసి తెరిచేటంతలో జరిగి పోయింది!

"ఇక ఈ బానిస కుక్కలేం ఖంగాళీ చెయ్య లేవు" అని బేటియాటస్ ఉపన్యాసం ముగించి వెళ్ళిపోయాడు.

★ ★ ★

స్పార్టకస్‌కి, క్రిక్సస్ చెప్పే మాటలు తరచుగా గుర్తు వస్తున్నాయి. రాత్రింబవళ్ళూ తీవ్రంగా ఆలో చించేలా చేస్తున్నాయి.

క్రిక్సస్, స్పార్టకస్‌కి పక్క గదిలో వుండే మల్లుడు. స్పార్టకస్ చాలా రాత్రులు క్రిక్సస్ గదికీ తన గదికీ మధ్య మూసివున్న తలుపులకు చెవి ఆన్చి, తలుపు వెనక నుంచి క్రిక్సస్ చెప్పే మాటలు వింటూ వుంటాడు. అమితంగా ఆశ్చర్యపడుతూ వుంటాడు.

సిసిలీలో మూడు పెద్ద తోటల్లో బానిసలు తిరుగుబాట్లు చేశారు! దాదాపు యాభై సంవత్స రాల నుంచీ సిసిలీలో బానిస పోరాటాలు ఎక్కడో ఒక చోట ఎడతెరిపి లేకుండా సాగుతూనే వున్నాయి. ఎచీల్స్, హెక్టర్, ఒడెస్సస్, యూసస్, ఎథీనియస్, సాల్వియస్, ఉండార్ట్, బ్జోష్- వాళ్ళంతా ఉత్త అధమపు దిగంబరులైన బానిసలే. గాడిదల కన్నా చవగ్గా బజార్లలో అమ్ముడయ్యే బానిసలే. నాగలి మెడ మీద లాగుతూ పొలాలు దున్నిన జంతువులైన బానిసలే! .... కానీ వారు ఎటువంటి ధీశాలులు! ఎటువంటి అఖండులు! ఎంత వీరోచితంగా, ఎంత ప్రతిభావంతంగా, బానిస తిరుగుబాట్లు నడిపారు! రోమన్ల కథల్లో వారు దేవతల స్థానం ఆక్రమించకపోతేనేం? బానిసల గుండెల్లో వారు నిత్య పూజలందుకునే దేవతలుగా, చిరస్మరణీయులుగా నిలిచిపోతారు!

సిసిలీలో జరిగిన ఒక పోరాటంలో క్రిక్సస్ కూడా పాల్గొన్నాడు. కానీ ఆ తిరగబాటుని అణిచి

వేశారు. తిరగబాటుదారుల్లో చాలా మందిని శిలవ లెక్కించారు. కొందర్ని ఓడల్లో పనికి అమ్మేశారు. క్రిక్సస్‌ని ఓడల వాళ్ళ నుంచి బేటియాటస్ ఏజంటు కొని ఈ కేంద్రానికి పంపించాడు.

బానిస తిరుగుబాట్ల గురించి క్రిక్సస్‌కి తెలియనివీ, స్పార్టకస్‌కి చెప్పలేనివీ ఇంకా చాలా విషయాలున్నాయి.

పూర్వం ఎప్పుడో నూట పాతిక సంవత్సరాల క్రితమే బానిసల తిరగబాట్లు ప్రారంభమయ్యాయి! రోమన్‌ల మీద కార్తేజీ బానిసలు చేసిన తిరగబాటు దానికి నాంది. తర్వాత కాలంలో - గ్రీస్‌లో లారియమ్ గనుల్లో జరిగిన బానిస మహా విప్లవం, దాని తర్వాత స్పెయిన్ గనుల్లో జరిగిన బ్రహ్మాండమైన విప్లవం, మళ్ళీ కొద్ది సంవత్సరాలకే రోమ్‌ని పునాదుల్లోంచి కదిల్చిన సిసిలీ బానిసల తిరగబాటూ - బానిస యుద్ధాలంటే సాధారణంగా చెప్పుకునే యుద్ధాలు ఇవే. కానీ వాటి మధ్య ఎన్నెన్ని వందల, వేల చిన్న చిన్న తిరగబాట్లు! ఎంత సంక్షోభం! ఎన్ని పోరాటాలు!

ఇన్ని వందల, వేల తిరగబాట్లు ఎందుకు జరుగుతున్నాయో కారణాలు తెలియడం లేదని రోమ్ కంగారు పడిపోతోంది.

బానిసలు, యజమానులకు ఎదురు తిరిగారనే వార్తలు ఎన్ని సార్లు విన్నా, ప్రతీ సారీ స్పార్టకస్ హృదయం గర్వంతో ఆనందంతో ఉప్పొంగిపోతుంది! తిరగబాటు నాయకుల పేర్లు చెవిన బడితే దేహమంతా ఆవేశంతో పొంగిపోతుంది! వారు వెలిగించిన విప్లవ జ్యోతులు ఆరిపోయినాయంటే అతనికి దుఃఖం ముంచుకొస్తుంది.

బానిస కావడానికి నిరాకరించే బానిసకు ముట్టే బహుమానం, శిలవ మీద వేళ్ళాడడం! జంతువు కావడానికి తిరస్కరించే మానవుడికి దొరికే ప్రతిఫలం, శిలవ మీద వేళ్ళాడడమే!

★ ★ ★

డ్రాబా అంత సాహసం చేసిన క్షణం నుంచీ మల్లులంతా ఉద్వేగపూర్ణ మనస్కులై వున్నారు! డ్రాబా చేసిన దానికి, నిష్కారణంగా ఇంకో మల్లుణ్ణి హతమార్చినందుకు మల్లులంతా ప్రతీకార వాంఛతో భగ భగ మండుతున్నారు!

బానిస తిరుగుబాటు వార్తలు స్పార్టకస్‌ని పూర్వం కన్నా ఎక్కువ ఆలోచింప చేస్తున్నాయి.

ప్రపంచంలో విముక్తి లేని బాధ అనేది లేదు! ఏ దుర్భరత్వానికైనా విముక్తి మార్గం ఒకటి వుంది. అది, 'తిరగబాటే.'!

"నేనిక ఏ మల్లుడితోనూ దెబ్బలాడను! ఇంతకు పూర్వం ఈ విషయం నాకు తెలియలేదు" అంటున్నాడు స్పార్టకస్ మల్లులతో!

డ్రాబా తిరగబాటు చేసిన ఎనిమిది రోజుల తర్వాత ఒక వుదయం అనుకోని విధంగా ఒక అవకాశం దొరికింది, మల్లులికి. కటకటాల బయట కాపలా సైనికులందరూ తినడానికి పోయారు. ప్రమాదాలేవీ రావన్నంత నిశ్చింతగా వాళ్ళు, ఆయుధాలన్నీ చెట్ల తోపుల్లో పడేశారు. కవచాలూ, శిరస్త్రాణాలూ తీసేశారు. కత్తులూ ఈటెలూ దూరంగా పెట్టారు. మల్లుల కేంద్రానికి పక్కనే ఏటి ఒడ్డున కూర్చుని తింటున్నారు. తిన్నవాళ్ళు నడుములు వాల్చి విశ్రాంతులు తీసుకుంటున్నారు.

స్పార్టకస్ అది గమనిస్తున్నాడు! మల్లులంతా అతని చుట్టూ చేరారు. అందరూ అది గమనించారు! వాళ్ళ మొహాల్లో ఉద్రేకోద్వేగాలు వురకలేస్తున్నాయి!

అప్పుడే బేటియాటస్ పల్లకీలో శిక్షణాకేంద్రం ముందు నుంచి పోతూ నిశ్శబ్దంగా వున్న మల్లుల క్రమశిక్షణ చూసి ఆనందిస్తూ వెళ్ళాడు.

మల్లులకు భోజనాల వేళ అయింది.

అందరూ వంట చావిట్లో జేరారు. మల్లులంతా తిండికి వచ్చిన తర్వాత డ్యూటీలో వున్న ఇద్దరు సైనికులు చావిడి తలుపులు మూసి వెళ్ళారు. మల్లులకు బానిస స్త్రీలు వడ్డిస్తున్నారు. శిక్షకులు ఆయుధాలతో మల్లుల మధ్య పచార్లు చేస్తున్నారు.

మల్లుల్లో చాలా మంది ఏమీ తినలేక పోతున్నారు! అందరూ అగ్ని గుండంలో కూర్చున్నట్టు కూర్చున్నారు!

ఒకొక సమయంలో ఒకో వ్యక్తి ఒకో తిరుగు లేని నిర్ణయానికి వస్తాడు- "నేనిప్పుడు ఒక పని చెయ్యకపోతే ఇక నేను బతికి ఏమీ ప్రయోజనం లేదు. నా బతుక్కి ఏమీ అర్థం లేదు" అని స్పష్టం చేసుకుంటాడు.

అలాంటి క్షణం వచ్చింది ఇప్పుడు!

అలాంటి నిర్ణయం చేసుకున్నారు చాలా మంది మల్లులు!

స్పార్టకస్ పెదిమలు కొంచెం కదిలాయి. అర్థం చేసుకున్నాడు డేవిడ్. స్పార్టకస్ వేపు చెవి పెట్టాడు గేనికస్. స్పార్టకస్ మీదే దృష్టి నిల్పాడు ప్రాకస్. స్పార్టకస్ కదలికలు పరిశీలిస్తున్నాడు క్రిక్సస్.

అక్కడి నిశ్శబ్దంలో ఏదో సంక్షోభం మొల కెత్తుతోందని శిక్షకులు పసి కట్టారు. కత్తులు దూసి ముందుకొచ్చారు.

తటాలున లేచాడు స్పార్టకస్!

మెరుపుల్లా లేచారు మల్లులంతా!

ఒక్కుమ్మడిగా శిక్షకుల మీద విరుచుకు పడ్డారు!

శిక్షకులు రెండో ఊపిరి పీల్చకుండా నేల కరిచారు. అప్పటికే బానిస స్త్రీలు వంటవాడి పని పూర్తి చేశారు. అంతా ఒక్క క్షణం పట్టింది. ఏమీ చప్పుడు కాలేదు. మల్లులూ, బానిస స్త్రీలూ ఏమీ ఆందోళన లేకుండా స్పార్టకస్ చుట్టూ నిలబడ్డారు!

"స్పార్టకస్! ఏం చేద్దాం ఇప్పుడు?"

"అందరం కలిసి ఒక్క మనిషి లాగు ఉందాం! పోరాడుదాం! ఘనంగా పోరాడుదాం! కేపువా మల్లుల్ని రోమ్ మరిచిపోలేని విధంగా పోరాడుదాం!"

ఆ మాటలు మల్లులందరివీ! స్పార్టకస్ ఒక్కడే పైకి అన్నాడు!

"మనం ఇప్పుడు సైనికుల సంగతి చూడాలి. మనం వాళ్ళనైనా చంపాలి. వాళ్ళు మనల్నయినా చంపాలి. మనం వాళ్ళని చంపినా మళ్ళీ మళ్ళీ సైనికులు వస్తారు. రోమన్ సైనికులకు అంతు లేదు. అయితే, బానిసలకు మాత్రం అంతు వుందా?"

అప్పుడు వాళ్ళు శీఘ్రంగా, చురుగ్గా కదిలారు. చచ్చిపడి వున్న శిక్షకుల కత్తులూ ఈటెలూ తీసుకున్నారు. వంటింటి సామానంతా - ఇనప ఊచలూ కత్తులూ గొడ్డళ్ళూ రోకళ్ళూ అట్ల కాడలూ పెనాలూ మూకుళ్ళూ కట్టెలూ - ఒకటేమిటి, ఆయుధంగా పనికి వచ్చే ప్రతి వస్తువూ తీసుకున్నారు. వరద లాగ ఆవరణ తలుపుల్ని ఛేదించుకుని బయట పడ్డారు!

అప్పటికే ఆ సందడి సైనికులకు అందింది. కన్ను మూసి తెరిచేంతలో సైనికులంతా కవచాలూ ఖడ్గాలూ ధరించి నాలుగు దళాలుగా చీలి ఏటి ఒడ్డున నిలబడ్డారు. వాళ్ళల్లో సైనికులూ శిక్షకులూ కలిసి యాభై ఇద్దరున్నారు.

మల్లులు లంగోటీలతో నిరాయుధులుగా రెండు వందల మంది వున్నారు.

స్పార్టకస్ తన అనుచరుల్ని విశాలమైన వల యాకారంలో వుండాలని హెచ్చరించాడు. ప్రపంచంలో ఏ సైనికుడూ మల్లుడికి సాటి రాలేదు. మల్లుడికి వేగమే జీవితం. సైనికులు విసిరే ఈటెలు తమకు తాకలేనంత దూరంలో మల్లులు సునిశితమైన వేగంతో సైనికుల చుట్టూ వలయం చుట్టారు.

"వాళ్ళ మీద రాళ్ళు విసరండి" అని అజ్ఞాపించాడు బానిసల నాయకుడు.

సైనికుల మీద రాళ్ళ వర్షం కురిసింది.

మల్లులు ప్రాణ భీతి లేని సాహసంతో సైనికుల ఈటెలు తప్పించుకుంటూ సైనిక ముఠానాక్రమించారు. కొన్ని క్షణాల్లోనే సైనికుల పని ముగిసింది. క్షమాపణ కోరుకుంటున్న ఇద్దరు శిక్షకుల్ని బానిస స్త్రీలు కొట్టి చంపేశారు.

బానిసలలో ఒక్క మల్లుడు మాత్రమే మరణించాడు.

మల్లులు విజయోత్సాహంతో ఒకర్నొకరు ఆలింగనాలు చేసుకున్నారు. కొందరు మల్లులు శిక్షణా కేంద్రంలోకి పరిగెత్తి త్రిశూలాల పెట్టెలు విరగ్గొట్టి దొరికిన అయుధాలన్నీ తీసుకున్నారు.

బేటియాటస్ స్వంత గృహంలో పనిచేసే బానిసలు బయటికి పరుగెత్తుకొచ్చి విషయం చూసి సంభ్రమంతో మల్లుల్లో కలిసిపోయారు!

స్పార్టకస్ ఏకాగ్రతతో వున్నాడు! తన జీవిత మంతా ఈ కార్యానికేనని అతనిలో ఉద్బోధ కలి గింది. మిగిలిన బానిసల్ని విప్లవ వీరులుగా చేసే క్షణానికే విప్లవ వీరుడిగా వున్నాడు స్పార్టకస్! అదే అతని ప్రత్యేకత! అందుకే అతను నాయకుడ య్యాడు!

దూరంగా కేపువా నగర రక్షణ దుర్గంలో భేరీ మోగుతోంది. 'తిరుగుబాటు' వార్త తనకు చేరిం దని రక్షణ దుర్గం చాటుతోంది.

మల్లులు సైనికుల నుంచి తీసుకోవలసిన వస్తువులూ, ఆయుధాలూ అన్నీ తీసుకున్నారు.

"స్త్రీలు లోపలగా వుండండి!" అని స్పార్టకస్ అన్నప్పుడు స్త్రీలు చూపిన ఆగ్రహం అతణ్ణి ఆశ్చర్య చకితుణ్ణి చేసింది.

"మేమూ పోరాడతాం! మాకూ ఆయుధాలు కావాలి!" అని అరిచారు వాళ్ళు. ఆయుధాలు మల్లులకే చాలలేదని చూసి స్త్రీలు బట్టల నిండా రాళ్ళు నింపుకున్నారు.

ఆ మల్ల శిక్షణా కేంద్రం సమీపంలో అద్భుత మైనదేదో జరుగుతోందని చుట్టుపక్కల తోటల్లో, పొలాల్లో బానిసలంతా గ్రహించారు. తమ చేతుల్లో పనిముట్లతో పరుగు పరుగున మల్లుల దగ్గిరికి వచ్చి సంగతి విని మహోత్సాహంతో మల్లుల్ని ఆలింగనాలు చేసుకున్నారు. మల్లుల చేతులు ముద్దులతో ముంచేశారు. వెనక చూపు వదిలేసి మల్లుల్లో కలిసి పోయారు.

తిరగబాటుదారులకు భవిష్యత్తు లక్ష్యం సాక్షా త్కరించింది. బానిసలందర్నీ కూడగట్టాలి! తిరగ బాటుదారుల సంఖ్య అసంఖ్యాకంగా పెరిగి పోవాలి. ఇది, పోరాటానికి నాంది మాత్రమే.

వాళ్ళు ఆ ప్రదేశం నుంచి, కేపువా నుంచి, బయటికి పోవడమే తక్షణ కర్తవ్యంగా భావిం చారు. రోడ్లు దాటి, తోటలూ, పొలాలూ దాటి, ఏటవాలుగా వున్న కొండలెక్కారు.

కొంత సేపట్లోనే వారికి దూరంగా రోమన్ సైనిక దళం కనిపించింది.

బానిసలు అడవుల్లోకో, కొండల్లోకో పారి పోవడం, నాలుగు రోజులు అక్కడక్కడా తలలు దాచుకోవడం, సైనికులు వారిని వేటాడి వెంటాడి పట్టితెచ్చి శిలవ లెక్కించడం - అదంతా అంతకు పూర్వం ఎవరికీ కొత్త కాదు.

కానీ, ఇది 'పారిపోవడం' కాదు! నిలబడి ఎదురు తిరగడం! ఈ ప్రపంచంలో 'బానిస'కు చోటు వుంది గానీ, 'ఎదురు తిరిగిన బానిస'కు చోటు లేదు!

ఎదురు తిరిగిన బానిస, పోరాడి తీరాలి! నిలబడి పోరాడని వాడికి, ఎదురు తిరిగే అర్హత లేదు!

"మనం పారిపోకూడదు! నిలబడి పోరాడాలి! జీవితమంతా పోరాడుతూనే వుండాలి!" అన్నాడు స్పార్టకస్.

బానిసల కన్నా సైనికులే ఎక్కువగా వున్నారు. సైనికు లందరూ శిరస్త్రాణాలతో, కవచాలతో, ఆయుధాలతో వున్నారు. కవాతులో నేర్చిన ప్రకారం పరుగులెత్తుతూ కొండలెక్కి వస్తున్నారు.

పరిగెత్తి వస్తున్న సైనికులు దెబ్బ తినేశారు! రోమన్ సైనిక శక్తి అగాధంలో పడిపోయింది! ఎలా జరిగిందనేది అనవసరం. అది మాత్రం జరిగింది! అది మాత్రం నిజం! బానిసలు సైనికుల్ని తరిమి తరిమి కొట్టారు. చాలా మందిని చంపేశారు!

కేపువా రక్షణ దుర్గ సైన్యాధికారి ఈ 'తిరుగు బాటు' గురించి మొట్ట మొదటి రిపోర్టు తయారు చేసి రోమన్ సెనేట్ " దివ్య సముఖమునకు" పంపించాడు.

" బేటియాటస్ శిక్షణా కేంద్రంలో కొద్ది మంది మల్లులు తిరగబాటు చేశారు. వారిలో చాలా మంది దక్షిణ మార్గాన పారి పోయారు. ఈ దుర్గం నించి అర్ధ పటాలం సైనికుల్ని దుండ గీండ్ర పైకి పంపించాను. అయినా బానిసలు సైనికులకు దొరకకుండా ఎలాగో తప్పించుకుని పోయారు. ఈ దుండగులు పల్లె ప్రాంతం లోని బానిసల్లో కూడా అలజడీ, ఆందోళనా లేవదీస్తున్నారు. బానిసల ఉద్దేశ్యాలేమిటో, వాళ్ళ నాయకుడెవడో ఏమీ తెలి యడం లేదు. తక్షణం ఈ తిరగబాటు నణిచి పార వేసేందుకు ఉత్కృష్టమైన రోమన్ సెనేట్ సహాయ సేనలను పంపవలెనని ఇక్కడ పౌరులు అను

కుంటున్నారు. అప్పుడే ఈ ప్రాంతంలో ఎన్నో అత్యాచారాలు జరుగుతున్నాయి. దోపిడీలూ, గృహ దహనాలూ జరుగు తాయేమోనని పల్లె ప్రజలు భయభ్రాంతు లవుతున్నారు."

ఆ రిపోర్టు తీసుకుని ఒక బండి, రోమ్ నగరం వేపు ఉరుకుల్తో పరుగుల్తో పోయింది.

రోమన్ల జీవిత సౌధం బానిసల దుర్భర వేదనా పునాదిపై నిలబడి వున్నదే. బానిసలు తిరగబాటు చేశారన్న వార్త అందిన ప్రాంతాలన్నింటి లోనూ బానిస యజమానులు భయంతో గజ గజ వణి కారు. రక రకాల కథలు చెప్పుకోవడం ప్రారంభిం చారు. "ఏవిటంటారు వాళ్ళు? 'స్వేచ్ఛ' కావాలా? బానిసలు, స్వేచ్ఛనేం చేసుకుంటారు?" అని విస్తు పోతున్నారు. తిరగబాటు చేసిన వాళ్ళని పట్టేసి, శిలవలకు అంటించే వరకూ శాంతి భద్రతలు యేర్పడవని వాపోతున్నారు.

కేపువాకు దక్షిణంగా ఐదు మైళ్ళ దూరాన రోమ్‌కి పోయే మార్గానికి పక్కగా కొద్ది దూరంలో ఒక కొండ పక్క, మల్లులూ, వారి స్త్రీలూ, ఇతర బానిసలూ, గుమిగూడారు. ఇప్పుడు వాళ్ళకు సైని కుల నుంచి లాక్కున్న కవచాలూ, కత్తులూ, డాళ్ళూ, చాలా రకాల ఆయుధాలు వున్నాయి. పదేసి మంది ఒక దళంగా ఏర్పడి క్రమశిక్షణ పాటిస్తున్నారు.

"ప్రతీ తోటకీ, ప్రతీ ఇంటికీ పోదాం! అక్కడి బానిసల్ని మనలో కలుపుకుందాం! ఎన్ని సైన్యాలు వచ్చినా పోరాడదాం!"

"మనకు ఆయుధాలు?"

"సైనికుల ఆయుధాలే లాక్కుందాం. లేక పోతే వాటిని మనమే తయారు చేసుకుందాం. రోమ్ ఉపయోగించే ఆయుధాలన్నీ మనం తయారు చేసినవి కావా? మన రక్తం, మన చెమట, మన బాధ, మన కన్నీళ్ళు తప్పితే రోమ్‌లో ఏముంది?"

"కానీ రోమ్ మనతో యుద్ధం చేస్తుంది!"

"మనం రోమ్‌తో యుద్ధం చేద్దాం! రోమ్‌ని అంతం చేద్దాం! బానిసలూ, యజమానులూ అనే భేదం లేని నూతన ప్రపంచ నిర్మాణం చేద్దాం! రోమన్ న్యాయం మన న్యాయం కాదు. మన న్యాయం మనమే నిర్మించుకుందాం!"

అదొక స్వప్నం బానిసలకు, పూర్వం!

ఇప్పుడు ఆ స్వప్నం అంత దూరం లేదు. ప్రతీ బానిసకూ ఆ నూతన ప్రపంచం కళ్ళ ఎదుట కన బడుతోంది.

తిరగబాటుదారులు ఆయుధాలన్నీ ఎత్తి పట్టు కుని దూరంగా తోటలో కనపడుతోన్న రోమన్ భూస్వామి ఇంటి వేపు దారి తీశారు. ఆ ఇంటి యజమాని ఎప్పుడో పారిపోయాడు. అక్కడి బాని సలు ఆ ఇంట్లో వున్న ఆహార పదార్థాలూ, బట్టలూ వస్తువులూ అన్నీ తీసుకుని తిరగబాటులో కలి శారు. ఆ తోటలో భూస్వామి భవనం తగలబడడం చూసిన మిగిలిన ధనికులు, బానిసల 'దుండ గాలకు' కుత కుత ఉడికారు. "పోనీ పారిపోతే పారిపోరాదా? ఏ కొండల్లోకో పోయి దాక్కోరాదా? ఇళ్ళ మీదపడి ఈ దుండగా లేమిటి?" అని విత ర్కించుకుంటున్నారు వాళ్ళు. కొండల్లోకి పారి పోయే బానిసల్ని వేటాడ్డం ఏమీ కష్టం కాదని ఆ యజమానులకు బాగా తెలుసు.

"పరిస్థితి అదుపులోకి ఎప్పుడు వస్తుందో!" అన్నదే వాళ్ళ ఆందోళన అంతా.

బానిసల తిరగబాటు వార్త విన్న ఒక పెద్ద భూస్వామి, తన వెండి బంగారాలన్నీ మూటలు కట్టించుకుని, ఏడు వందల మంది బానిసల్ని వెంట బెట్టుకుని, కుటుంబ సభ్యులతో సహా పల్లకీలలో పలాయనం ప్రారంభించాడు.

వాళ్ళకి, దారిలో, తిరగబాటుదారులు కలి శారు.

భూస్వామి బానిసలు, తిరగబాటుదారుల సమూహాన్ని చూసీ చూడగానే మహోత్సాహంతో కేకలు పెడుతూ పల్లకీలు కింద పడేసి, వాటి లోంచి యజమాని కుటుంబీకులందర్నీ బయటికి లాగి, ఒక్కళ్ళనయినా మిగల్చకుండా మీదబడి కొట్టి చంపేసి పరుగు పరుగున పోయి తిరగ బాటులో కలిశారు!

మొగ్గలు పువ్వులుగా వికసించడం ఎంత సహ జమో అంత సహజంగా ఆ సంఘటనలు జరిగి పోతున్నాయి.

క్షణాలు గడుస్తోన్నకొద్దీ కొండ వాలుల నుంచీ, లోయల నుంచీ, తోటల నుంచీ, పొలాల నుంచీ బానిసలు మహదానందంతో గుంపులు గుంపులుగా వచ్చి తిరగబాటులో కలుస్తున్నారు.

పశువుల కాపర్లు పశువుల మందల్నీ, గొర్రెల్నీ బర్రెల్నీ తోలుకొచ్చి తిరగబాటులో కలుస్తున్నారు.

యజమానులంతా ప్రాణాలరచేత బట్టుకుని పారి పోతున్నారు. ఇంకా పారిపోకుండా నిలబడ్డారంటే వాళ్ళ బానిసల చేతుల్లో వాళ్ళ చావు ఖాయమే.

గృహాలలో బానిసలంతా తిరగబాటుదారుల సమూహానికి సుస్వాగతం పలికి, తినే పదార్థాలూ, బట్టలూ, పానీయాలూ వారికి అప్పగించి వారితో కలిసిపోతున్నారు!

నీరు పల్లానికి ప్రవహించినంత సహజంగా ఎక్కడెక్కడి బానిసలూ తిరగబాటులో కలిసి పోతున్నారు. నవ్వులతో, పాటలతో, కేరింతలతో, పిల్లల రాగాలతో, స్త్రీల కంఠాలతో, ఆ జన వాహిని, విజయోల్లాసంతో పొంగిపోతోంది. దాస్య శృంఖలాలు తెంచుకున్న ప్రథమ మధుర స్వేచ్ఛా క్షణాలవి! 'స్వతంత్రం రుచి' వారు కొంత చూసినట్టే వున్నారు.

చీకటిపడే సరికి కేపువాకి ఇరవై మైళ్ళ దూరంలో ఏటి ఒడ్డున లోయలో పెద్ద పెద్ద మంటలు వేసుకుని తాజా మాంసం తింటూ విశ్రమించారు స్వేచ్ఛా బానిసలు.

ఆ తిరగబాటు దారుల సమూహంలో - గాల్‌లు, యూదులు, యవనులు, ఈజిప్షియన్లు, థ్రేషియన్లు, న్యూబియన్లు, లిబియన్లు, సూడానీలు, పర్షియన్లు, అఫ్సీనియన్లు, జర్మనులు, సమారియన్లు, స్లావులు, స్పేనియార్డులు, మెసిడోనియన్లు, ఇటాలియన్లు, సబయిన్లు, అంబ్రియన్లు, సిసిలియన్లు - ఇంకా అనేకానేక జాతుల వాళ్ళంతా ఒకే జాతిగా ఐక్యం ఐపోయారు! బానిసలుగా ఉండడానికి నిరాకరించి బానిసత్వాన్ని బానిస యజమానుల మొహాల మీదకు విసిరికొట్టిన జాతిగా అవతరించారు!

★ ★ ★

బానిస యజమానులందరి జీవిత విధానం ఒక్క రకమైనదే. ఒక్కొక్క భూస్వామికీ వందల కొద్దీ వేల కొద్దీ ఎకరాల తోటలూ, పొలాలూ వుంటాయి. వాటిని సాగు చెయ్యడానికి వందల కొద్దీ బానిసలు వుంటారు. కనీసం పది మంది బానిసలైనా లేకపోతే ఆ కుటుంబం సాటి వారిలో తగినంత గౌరవ ప్రతిష్టలు పొందలేదు.

ఇంటా బయటా శ్రమంతా బానిసలదే. ఆఖరికి యజమానులకు స్నానాలు చేయించి వాళ్ళు నగ్నంగా నిలబడితే వాళ్ళ శరీరాలు తుడిచి బట్టలు కట్టే పని కూడా బానిసలదే. ముఖ్యంగా ఆడ బానిసలది. బానిసలు, పని చేసే జంతువులనీ, వాళ్ళు ఏమీ ఆలోచించలేరనీ, వాళ్ళకసలు ఏమీ అర్థం కాదనీ, యజమానులు భావిస్తూ వుంటారు. ఎప్పుడూ ఆలోచిస్తూ వుండవలసిన అవసరం స్వతంత్రుడి కన్నా బానిసకే ఎక్కువని యజమానులు ఎరగరు.

మార్కెట్ విలువ ప్రకారం కూడా బానిసలు ఎంత చవక అంటే, సాధారణంగా ఐదుగురు బానిసల ఖరీదు, ఒక గుర్రం ఖరీదుతో సమానం. ఒక ధనికుడు ఒక గుర్రాన్ని కొంటే, దాని సేవకు ఐదారుగురు బానిసల్ని వుంచుతాడు. పది మంది బానిసలు, పది మంది మానవులు - ఒక గుర్రం విలువకు సరిపోరు.

ప్రతీ భూస్వామికీ ఎక్కువెక్కువ సంఖ్యలో ఉంపుడు కత్తె లుంటారు. లింగ భేదం లేకుండా కామతృష్ణ తీర్చుకునే విధానాలు కూడా ఆ యజమానులు పాటిస్తారు. ఆ కుటుంబాల స్త్రీలు, పర పురుషులతో కూడా కామ సంబంధాలు కలిగి వుంటారు.

యజమానుల వల్ల బానిస స్త్రీలకు గర్భం వస్తే, ఆ స్త్రీలని వుంచుకోవడం ఇష్టం లేకపోతే అమ్మేసి, గర్భం లేని స్త్రీని కొంటారు. లేదా ఆ బానిస స్త్రీ ప్రసవించిన తర్వాత కొంత కాలానికి బిడ్డని అమ్మేసి డబ్బు చేసుకుంటారు.

పదిహేను వేల ఎకరాల తోటలూ, పొలాలూ, వెయ్యి మంది బానిసలూ గల ఆంటోనియస్ అనే భూస్వామి ఒక పర్యాయం తన మిత్రులతో అంటాడు - "నేను నా బానిసల్ని ఎప్పుడూ

కొట్టను. ఏదైనా గొడవ జరిగితే ఒకణ్ణి చంపేస్తాను. మిగతా వాళ్ళు బుద్ధిగా పని చేసుకుంటారు.”

యజమాని తన ఇష్ట ప్రకారం బానిసల్ని చంపెయ్యవచ్చు! అది చట్ట సమ్మతమే!

ఎప్పుడూ సోమరిపోతుతనంతో, తిండిపోతు తనంతో, శరీరాల నిండా కండలు దింపుకుని, రాత్రింబవళ్ళూ జూద శాలల్లో, వేశ్యా వాటికల్లో, మల్ల యుద్ధ రంగ స్థలాల్లో పడి వుండడమే బానిస యజమానుల పని.

యజమానుల కన్నా బానిసలే ఎన్నో రెట్లు అధికంగా వున్నారు. అయితే, కత్తులూ, శిలవలూ, ప్రభుత్వ చట్టాలూ వార్ని 'బానిసలు'గా అణిచి వుంచుతున్నాయి. ఆ భయాల్ని కూడా ధిక్కరించి బానిసలు వ్యక్తులుగా, గుంపులుగా తిరగబాట్లు చేస్తూనే వున్నారు.

★ ★ ★

కేపువా ప్రాంతంలో కొద్ది మంది బానిసలు తిరుగుబాటు చేశారని కేపువా సైన్యాధిపతి పంపిన రిపోర్టు అందగానే రోమన్ సెనేట్ నంతా ఒక్కసారి భీతావహం ఆవరించింది. పెద్ద గందర గోళం మొదలైంది. వల్లెవాట్లు ధరించి గాంభీర్యాలు ఒలకబోస్తూ అతి సున్నితంగా తూచి తూచి మాట్లాడే సెనేటర్లు, నాజూకులన్నీ మరిచిపోయి పెద్ద పెద్ద కంఠాలతో మిడిగుడ్లతో అందరూ ఒక్కసారే మొరగడం మొదలెట్టారు.

మహోత్కృష్టమైన, గౌరవనీయమైన రోమన్ సెనేట్ సభ్యులు, అంత పిరికిగా, అంత చవకబారుగా ప్రవర్తిస్తూ వున్నందుకు, ఆ సభ్యులలో ఒకడైన గ్రాఛూస్ చాలా సిగ్గుపడ్డాడు. ఎంత ఆపదలో నైనా కొంత దొంగ ఠీవిని ప్రదర్శించగలిగే గ్రాఛూస్, ఆ రణగొణ ధ్వనిలో, మిగిలిన సభ్యులకు సవినయంగా ఒక విన్నపం చేసుకున్నాడు - “మహాశయులారా! మిమ్మల్ని మీరు మరిచిపోతున్నారు. మన మీద ఘోర శత్రువులెవరూ దండయాత్ర చెయ్యడం లేదు. పిడికెడు మంది బానిసలు తిరగబడ్డారన్న వార్త విని మనం మన ఠీవినీ, హోదానీ, విస్మరించి ఈ విధంగా ప్రవర్తించడం సముచితం కాదనుకుంటున్నాను.”

గ్రాఛూస్ ఎంత గంభీరంగా హెచ్చరించినా గందరగోళం అణగడానికి చాలా సమయం పట్టింది.

'బానిసల తిరగబాటం'టే ఏమిటో గ్రాఛూస్ కన్నా మిగిలిన సెనేటర్లకే ఎక్కువ బాగా తెలుసు కాబట్టే వాళ్ళు అంత దర్జాహీనులై గంతులేసే స్థితిలో పడ్డారు.

తర్వాత కూడా కొన్ని రిపోర్టులు అందాయి సెనేట్‌కి.

“బ్రహ్మాండమైన ఆపద రాబోతోందన్నమాటే” అన్నారు సెనేటర్లందరూ.

“నేనలా అనుకోను” అన్నాడు గ్రాఛూస్.

“ఏవిటీ? బానిస తిరగబాట్ల గురించి తెలిసే మాట్లాడుతున్నారా?”

గ్రాఛూస్ కొంచెం తగ్గాడు.

“ఏదో కాస్త మంది పారిపోతే ఇంత బెంబేలు పడడం....”

“మొదట కొద్ది మందే పారిపోయారు. తర్వాత వాళ్ళ సంఖ్య పెరిగిపోతోంది. ఎప్పటికప్పుడు మనకు రిపోర్టులు అందుతూనే వున్నాయి.”

“కేపువా రక్షణ దళం ఏం చేస్తున్నట్టు?”

“ఒక్క దళమేగా అక్కడున్నది?”

“ఒక్క దళం! కాసిన్ని మంది బానిస వెధవల్ని తన్నడానికి ఒక్క దళం చాలదూ? మహా సైన్యాలు కావాలంటారా?”

“మనలో మనకి దాపరికాలెందుగ్గానీ కేపువా సైనికుల్ని తిరగబాటుదార్లు చితకదన్ని పంపించారు. అందుకేగా మా గాభరా అంతా. ఇక వూరుకుంటే లాభం లేదు. పట్టణ దళాల్ని పంపించక తప్పదు.”

“ఎన్ని దళాల్ని?”

“అధమం ఆరు పటాలాలైనా వుండాలి. అంటే మూడు వేల మంది.”

“శుద్ధ దండగ!” - నిర్లక్ష్యంగా చూశాడు గ్రాఛూస్. “నన్నడిగితే కొన్నాళ్ళ వరకూ మనం ఆ తిరగబాటుదార్ల జోలికి పోకూడదు. వాళ్ళ మానాన్న వాళ్ళని వొదిలేసి వూరుకుందాం. వాళ్ళలో వాళ్ళు తన్నుకు చావడం మొదలెడతారు. అంత మాత్రం

పనికి మన పటాలాలూ అక్కర్లేదు, గిటాలాలూ అక్కర్లేదు. మనం పెద్ద గొడవ చేస్తే గొడవవుతుంది గానీ లేకపోతే అదేం పెద్ద గొడవ కాదు."

గ్రాఘూస్ మాటల్ని మిగిలిన సెనేటర్లు ఎవ్వరూ ఒప్పుకోలేదు.

సెనేట్ సభ్యులు బేటియాటస్‌ని పిలిపించి కూడా కొంత సమాచారం సేకరించడానికి ప్రయత్నించారు.

"డ్రాబా గాడు తిరగబాటు చేసినందుకు మీరు ఇంకో నల్ల వాణ్ణి పొడిచి చంపేశారు చూడండీ, మీ రలా చేసినందుకు మేమేం అనడం లేదు. చాలా మంచి పని చేశారు మీరు. అయితే, అప్పుడు మల్లుల్లో ఏమైనా నిరసన కనపడిందా?"

"అబ్బే! అదేమీ లేదే! వాళ్ళంతా చాలా క్రమ శిక్షణతో వున్నారు."

"మల్లులికి బయట నుంచీ ఏమైనా సహాయం అందిందా? వాళ్ళని బయటి నుంచి ఎవరైనా రెచ్చగొట్టారా?"

"ఏమీ లేదండీ. నేను భగవంతుడి సాక్షిగా చెప్పగలను."

"మరి తిరగబాటుకి కారణం ఏమిటనుకోవాలి? ఎందుకు సంభవించింది ఇది?" అని సెనేటర్లంతా చాలా తికమకపడ్డారు. చాలా ఆశ్చర్య పడ్డారు. ఈ తిరగబాటు వెనక ఏమీ చరిత్ర లేదనీ, అసలు కారణమే లేదనీ, బానిస వెధవలు ఉత్త పిచ్చిగా అర్థం పర్థం లేకుండా ఏవో అవకతవక పనులు చెయ్యడం తప్పితే ఇలాంటి తిరగబాట్ల కేమీ అవసరం లేదనీ సెనేటర్లు నిర్ధారణ చేసుకుని, మరింత కోపం తెచ్చుకున్నారు.

తిరగబాటనేది ఎందుకో అందుకు సంభవించింది కాబట్టి, దాన్ని అణిచి శాంతి భద్రతలు కాపాడటానికి రోమ్ నుంచి ఆరు పటాలాల సైన్యాన్ని పంపడానికి నిశ్చయమైంది.

వరీనియస్ అనే సైన్యాధిపతి ఆధ్వర్యాన అప్పటికప్పుడు సైన్యం ప్రయాణానికి సిద్ధమైంది. - రోజుకు ఇరవై మైళ్ళ చొప్పున ప్రయాణం సాగించాలి. రాత్రుళ్ళు విడిది చెయ్యాలి. విడిది చేసిన వెంటనే సైన్యం అంతా ప్రతీ రాత్రీ తన చుట్టూ కందకాలు తవ్వుకుని, స్తంభాలు పాతుకుని, రక్షణ దుర్గం నిర్మించుకోవాలి. అటువంటి జాగ్రత్త రోమ్ సైన్యం ప్రతీ విడిది లోనూ తీసుకోవాలి. తిరగబాటుని అణిచేసి బానిసల్ని పట్టుకున్న తర్వాత ఆ బానిసలందరూ రోమ్ ప్రభుత్వానికే చెందుతారు గాని వాళ్ళ పాత యజమానులకు చెందరు.

బ్యాండు వాయిద్యాలతో, జెండాల రెపరెపల్తో, చిరు గంటలు కట్టిన బూట్లతో కదం తొక్కుతూ సైనికులు సాగుతోంటే, రోమన్ పౌరులు రుమాళ్ళు వూపుతూ సైనికుల్ని అభినందించి, తిరగబాటు మూకల్ని హత మార్చి దిగ్విజయులై తిరిగి రమ్మని చిరు నవ్వులతో వీడ్కోలిచ్చారు. జయ జయధ్వానాలు చేస్తూ సాగింది సైన్యం, రోమ్ నుంచి కేపువాకు.

సైన్యాధిపతి అడంగు చేరిన వెంటనే "సెనేట్ దివ్య సముఖమునకు" ఒక రిపోర్టు పంపించాడు. సైనికులందరూ - కాళ్ళకూ చేతులకూ తొడుక్కున్న వుక్కు తొడుగుల వల్ల పుళ్ళు పడి తీవ్రంగా బాధ పడుతున్నారనీ, కొందరైతే యుద్ధానికి పనికి రాకుండా వున్నారనీ, తిరగబాటుదారులు కేపువా సమీపంలోనే వెన్యూనియస్ కొండల్లో దాగున్నట్టు తెలిసిందనీ, తిరగబాటుకి స్పార్టకస్ అనే థ్రేస్ వాడూ, క్రిక్సస్ అనే గాల్ వాడూ, నాయకత్వం వహిస్తున్నట్టు తెలుస్తోందనీ, తోటల్లో పొలాల్లో పని చేసే బానిసలెవ్వరూ ఇష్టంతో తిరగబాటులో చేరడం లేదనీ, వాళ్ళకు తమ యజమానుల పట్ల ఎంత భక్తిప్రపత్తులు వున్నప్పటికీ తిరగబాటుదారులు వాళ్ళని బెదిరించి భయపెట్టి తిరగబాటులో చేర్చుకుంటున్నారనీ, అలా చేరడానికి లొంగని బానిసల్ని తిరగబాటు దారులు చంపేస్తున్నారనీ - ఆ విధంగా వుంది ఆ రిపోర్టు సారాంశం! అంతే గాక, స్వామి ద్రోహులైన, సోమరిపోతులైన, తిరగబాటు దారులు చేసిన 'అత్యాచారాల' లిస్టు కూడా ఆ రిపోర్టుకి జత చేసి పంపించాడు సైన్యాధికారి.

ఆ రిపోర్టు చూసిన వెంటనే సెనేట్ ఒక తీర్మానం చేసింది - కేపువా సమీప అడవుల్లో జరుగుతున్న 'తిరగబాటు' వార్తలు విని రోమ్

పట్టణ బానిసలు రెచ్చిపోకుండా బుద్ధి తెచ్చుకోడానికి గాను, వాళ్ళకు ఒక హెచ్చరికగా వుండడానికి గాను, కొందరు బానిసల్ని తక్షణం శిలవలు వేసెయ్యాలన్నది ఆ తీర్మానం!

ఆ తీర్మానం, వెంటనే కొన్ని గంటల్లో అమలు జరిగింది. గనులకు పంపడానికి సిద్ధంగా వుంచిన ఎనభై మంది బానిసల్ని శిలవ మీద మేకులతో దిగ్గొట్టి కొంత ధైర్యం తెచ్చుకుంది, రోమన్ ప్రభుత్వం.

ఆరు రోజుల వరకూ కేపువా నుంచి తిరగబాటు వార్తలేమీ అందలేదు. అప్పుడు ఒక అతి చిన్న వార్త వచ్చింది - "కేపువాకు పోయిన సైన్యాలన్నీ తిరగబాటుదారుల చేతుల్లో ధ్వంసమైపోయాయి!" అని!

★ ★ ★

ఆరు పటాలాల రోమన్ సైన్యాన్ని బానిసలు ధ్వంసం చెయ్యగలిగారంటే రోమ్ అంతా భయంతో కంపించిపోయింది.

యుద్ధానికి పోయిన సైనికులందరిలో ఒక్క సైనికుడు మాత్రం తెగిన భుజం వేళ్ళాడేసుకుని, ప్రాణాలరచేత పట్టుకుని రోమ్‌కి తిరిగి వచ్చాడు. సెనేట్ పెద్దలంతా వివరాలు వినడానికి వాణ్ణి దగ్గర పెట్టుకుని కూర్చున్నారు.

యుద్ధానికి పోయిన ఆ ఆరు పటాలాలకూ పట్టిన గతి ఏమిటో తెలుసుకోవాలని రోమన్ పౌరులంతా సెనేట్ భవనం చుట్టూ రోడ్ల మీద చేరారు.

తిరగబాటుని అణచడానికి పోయిన రోమన్ సైన్యానికి పట్టిన దుర్గతికి సంబంధించిన వివరాలేమిటంటే: రోమ్ నుంచి బయల్దేరిన సైనికులు దారిలో కనపడ్డ ముగ్గురు మొగ బానిసల్ని ఈటెల్తో పొడిచి చంపేశారు. ఒక ఆడ బానిసని బట్టలూడదీసి బలత్కారాలు చేసి చంపేశారు. వాళ్ళు ఆ రకమైన సంఘటనలతో ఆరు రోజులు ప్రయాణం చేసి 'కేపువా' సమీపంలో తిరగబాటు దారులు దాగిన కొండ ప్రాంతానికి చేరి విడిది చేశారు.

విడిది చుట్టూ కందకాలు తవ్వుకుని గుంజలు పాతుకుని రక్షణ దుర్గం నిర్మించుకునే విషయం మీద సైనికాధికారుల్లో వాదోప వాదాలు జరిగాయి. పిడికెడు మంది బానిస వెధవల కోసం అన్ని ఏర్పాట్లేమిటని చాలా మంది అధికార్లు రక్షణ దుర్గం మాట కొట్టి పారేశారు. ఆ అధికారుల్లో ఒక్కళ్ళకి కూడా అది 'యుద్ధ' వ్యవహారంగా కనపడ లేదు. కొన్నాళ్ళు పట్నం వదిలి విహారానికి వచ్చినట్టు అనిపించింది వాళ్ళకి. విడిది నిండా డేరాలు మాత్రం వేసి జెండాలు పాతారు. మంటలు వేసుకుని కబుర్లు చెప్పుకుంటూ, కేపువా ధనికులు సైన్యం కోసం పంపిన రుచికరమైన పదార్థాలు భుజిస్తూ, పానీయాలు సేవిస్తూ, పెళ్ళి సందడితో గడిపి, ఎక్కడి వాళ్ళక్కడ గాఢ నిద్రల్లో మునిగి పోయారు.

వాళ్ళు మళ్ళీ ఆ నిద్ర నుంచి బయటపడనే లేదు.

అర్ధ రాత్రి హఠాత్తుగా వాళ్ళ మీద పడ్డారు తిరగబాటుదారులు! కుడి చేతులతో ఆయుధాలూ, ఎడమ చేతులతో కాగడాలూ పట్టుకుని వాళ్ళు తుఫాను వేగంతో వొచ్చిపడ్డారు రోమన్ సైనికుల మీద! ఇరు పక్షాలకూ యుద్ధం లాంటిదేమీ జరగలేదు. రోమన్ సైనికులు భూమి మీదనించి లేవనే లేదు. వెయ్యి మందికి పైగా వున్న బానిసలు మూడు వేల మంది సైనికుల మధ్య వీర విహారం చేశారు. సైనికుల చావు కేకలతో కొండలన్నీ మార్మోగి పోయాయి. నిద్రలో వున్న సైనికులు నిద్ర చెడి తల ఎత్తితే ఆ తల తెగి పోవలసిందే. తలలు బంతుల్లా కొండల్లోకి ఎగిరాయి.

సైనికుల మకాం చుట్టూ బానిస స్త్రీలు ఈటెలతో కాగడాలతో కాపలా కాశారు. సైనికులకు పారిపోవడం అనేది కల్ల అయి పోయింది. పారిపోవడానికి ప్రయత్నించిన ప్రతీ సైనికుణ్ణీ బానిస స్త్రీలు ఈటెలతో పొడిచి చంపేశారు.

ఆ కర్మ కాండ చాలా తొందరగానే ముగిసింది.

తిరగబాటు దారులు సైనికుల శవాల కుప్పల మధ్య తిరుగుతూ వుండగా ఒక సైనికుడు తెగిన భుజంతో పైకి లేచాడు. అతని కంఠం వరకూ కత్తి దూసుకు పోయి ఆగింది. సైనికుల్లో అతను ఒక్కడే బతికి వున్నాడు. అతన్ని సేనాధిపతి డేరా

లోకి తీసుకు పోయారు. గాయపడిన భుజానికి కట్టుకట్టి ఒక మూల కూచోబెట్టారు.

అప్పటికి కొంచెం తెల్లవారుతోంది. డేరా గుడ్డలన్నీ పైకి చుట్టేశారు. డేరాలలో చచ్చిపడి వున్న ఆఫీసర్ల శవాల్ని బయటికి విసిరేశారు.

తిరగబాటుదార్లంతా సైనికుల శవాల మధ్య తిరుగుతూ వాటి నుంచి కవచాలూ కత్తులూ బూట్లూ వూడదీసే వాళ్ళు వూడ దీస్తున్నారు; రక్తంతో నిండి పోయిన కత్తుల్నీ కవచాల్నీ కొండ పక్క ఏటిలో కడిగే వాళ్ళు కడుగుతున్నారు; సైనికులు తెచ్చుకున్న కొవ్వు డబ్బాల్నీ చమురు డబ్బాల్నీ వూడదీసి, కడిగిన ఆయుధాల నిండా కొవ్వు పట్టించే వాళ్ళు పట్టిస్తున్నారు; వాటినన్నిటినీ సైనికుల బళ్ళ మీద పేర్చి బళ్ళు కొండల్లోకి తోలుకు పోయే వాళ్ళు తోలుకు పోతున్నారు.

సైనికులు తెచ్చుకున్న రొట్టెల్నీ, మాంసాల్నీ, ఆహార పదార్థా లన్నిటినీ తిరగబాటుదారులు దళాల వారీగా కూచుని తినేశారు. మిగిలిన వాటిని బళ్ళతో కొండల్లోకి తోలుకుపోయారు.

తిరగబాటుదారుల క్రమ శిక్షణనీ, ఐకమత్యాన్నీ, ఆ కార్య క్రమాన్నంతటినీ వారు క్షణాలలో పూర్తి చేసిన విధానాన్నీ చూస్తూ డేరా మూల కూచున్న రోమన్ సైనికుడు, తన కళ్ళని తను నమ్మలేనంత ఆశ్చర్యంలో మునిగి పోయాడు.

ఆ డేరాలోకి స్పార్టకస్, డేవిడ్‌తో, క్రిక్సస్‌తో, మరి కొందరు అనుచరులతో వచ్చాడు! వాళ్ళందరి బట్టల మీదా రక్తం చిందు లున్నాయి. వాళ్ళు ఆయుధాలూ బూట్లూ ధరించి వున్నారు. అక్కడ మంచం మీద చచ్చిపడి వున్న ముఖ్య సేనాధిపతి శవాన్ని అవతలికి విసిరేసి డేరా అంతా పరిశీలించారు.

మంచం మీద పడి వున్న కర్ర లాంటి దాన్ని స్పార్టకస్ చేతి లోకి తీసుకుని చూశాడు. మిగిలిన వాళ్ళు కూడా దాన్ని ఇటూ అటూ తిప్పారు. అది ఏమిటో వాళ్ళకేమీ అంతుపట్టలేదు.

స్పార్టకస్ దాన్ని రోమన్ సైనికుడికి చూపిస్తూ, అతణ్ణి నిశితంగా చూస్తూ, "రోమన్! ఇదేమిటో చెప్పగలవా?" అని అడిగాడు.

సైనికుడు గజ గజ వణికాడు. స్పార్టకస్ వేపు దృష్టి ఎత్తడమే అతనికి అసాధ్యమైపోయింది. వణికే కంఠంతో చెప్పాడు. "సర్వోత్కృష్టమైన రోమన్ సెనేట్ అధికార దండం అది!"

ఆ మాటలు వినీ వినగానే ఆ దండాన్ని సైనికుడి మీదకి విసిరేశాడు స్పార్టకస్! - "తీసుకో దాన్ని! నీ సర్వోత్కృష్ట రోమన్ అధికార హస్తాన్ని తీసుకో! దాన్ని జాగ్రత్త పరుచుకో!"

స్పార్టకస్ ఆ సైనికుణ్ణి సూటిగా, తీక్షణంగా, చూస్తూ చెప్పాడు.

"రోమన్! ఇప్పుడు నిన్ను విడిచి పెడతాం. వెంటనే రోమ్‌కి తిరిగి వెళ్ళు. ఇక్కడ నువ్వు చూసినదంతా వాళ్ళకు చెప్పు. వాళ్ళు మా మీదకు పంపిన పటాలాలన్నిటినీ మేము ధ్వంసం చేసేశామని చెప్పు. ఎన్నడూ ఆలోచన లెరగని బానిసలం, కేవలం మాట్లాడే జంతువులం, రోమన్ సెనేట్ కొక 'సందేశం' పంపుతున్నామని చెప్పు!"

రోమన్ సైన్యాధికారి డేరాలో, రోమన్ సైనికాధికారి మంచం మీద కూర్చుని, రోమ్‌కి సందేశం ఇస్తున్నాడు స్పార్టకస్!

"రోమన్! చండాలపు రోమ్‌తో ప్రపంచం విసిగి పోయిందని మే మన్నామని రోమన్లతో చెప్పు! మానవ శరీరాలపై కొరడా దెబ్బల సంగీతం వినీ వినీ ప్రపంచం రోత పడుతోందని వాళ్ళతో చెప్పు! 'ఉన్నతమైన' మీ రోమన్లకు కొరడాల పాట ఒక్కటే తెలుసు. ఆ పాట ఇక మే మెన్నడూ వినదలచుకో లేదు!

మీ యజమానుల కన్నా మా బానిసలం వెయ్యి వేల రెట్లు అధికులం! మేము మీ కన్నా బలవంతులం! శ్రమ జీవులం! మానవులలో న్యాయం, ధర్మం, మా సొత్తు! మానవులలో మంచితనం మా ఆస్తి!

మా స్త్రీలని మేము గౌరవిస్తాం, ప్రేమిస్తాం! వారి సరసన నిలిచి దుర్మార్గాన్ని ప్రతిఘటిస్తాం! మీ స్త్రీలని మీరు కులటలుగా, జంతువులుగా, తయారుచేశారు. మీ స్త్రీలని మీరు హీనాతి హీనుల్ని చేశారు!

మా పసి బిడ్డలను మీరు అపహరిస్తే మేము దుఃఖంతో కుంగి పోతాం. వాళ్ళని గొర్రెల మందల్లో దాచి మీ నుంచి రక్షించుకోవాలని చూస్తాం. మీరో? మీరు మీ బిడ్డల్ని జంతువుల్ని పెంచినట్టు పెంచుతారు. బానిస స్త్రీలకు పిల్లల్ని కని, బజార్లలో ఎక్కువెక్కువ ధరలకు అమ్ముకుంటారు! ఎంత నీచులు మీరు! ఎంత దయాశూన్యులు మీరు!

మా బాధనీ, మా మృత్యువునీ, మా స్త్రీ పురుషుల దిగంబరత్వాన్నీ వెర్రిగా చూసి ఆనందించే అధమాధములు మీరు! కుక్క పిల్లల్ని తొడల మీద కెక్కించుకుని వాటికి బిస్కట్టు ముక్కలు తినిపిస్తూ మానవ మారణ హోమాన్ని విలాసంగా చూస్తారు మీ కుల కాంతలు!

ఎంత నీచులు మీరు! ఎంత క్రూరులు మీరు! ఎంత అధములు మీరు! మానవ జీవితాన్ని ఎంత వికృతం, ఎంత కలుషితం, చేసేశారు మీరు!

ప్రపంచాన్ని కొల్లగొట్టే గజ దొంగలైనందునే మీరీ వైభవాలు సమకూర్చుకున్నారు. తెలిసిందా? మీ రేమిటో నీకు తెలిసిందా? మీ రేమిటో మీ సెనేట్‌కి చెప్పు! రోమన్లు నీచులనీ, రోమన్లు అధములనీ, పిశాచాలనీ రోమన్లకు చెప్పు!

వాళ్ళ సైన్యాల్ని ఇంకా ఇంకా మా మీదకు పంపమని చెప్పు! వాటి నన్నిటినీ మేము మళ్ళీ మళ్ళీ ధ్వంసం చేసేస్తామని చెప్పు! మీ ఆయుధాలే మేము లాక్కుని మీ ఆయుధాల తోనే మీ గుండెల్లో పొడుస్తామని చెప్పు!

రోమన్! ఇంకా విను. మేము ఇటలీ అంతా తిరుగుతాం! మా బానిసలందరికీ పిలుపు ఇస్తాం. 'బానిసలంతా లేవండి! మీ గొలుసులు తెంచుకోండి!' అని పిలుపు ఇస్తాం! మేము ఎటుపోతే అటు మా బానిసలంతా మాలో చేరతారు. మేమంతా మహా సైన్యంగా పెరిగిపోతాం. అప్పుడొక రోజున మీ ఆద్యంత రహితమైన రోము మీద విరుచుకు పడతాం. మీ రోము గోడలు బద్దలు గొడతాం. ఉన్నత స్థానాలలో విర్ర వీగే మీ గౌరవనీయ సెనేట్ సభ్యుల్ని గద్దెల మీద నుంచి ఈడ్చి పారేస్తాం. వాళ్ళని గుడ్డలూడదీసి, దిగంబరులుగా నించో బెట్టి మా న్యాయ స్థానాలలో విచారణ చేస్తాం. వాళ్ళకి ముట్టవలసిన ప్రతిఫలం ఏమిటో వడ్డీతో సహా ముట్టజెప్తాం!

చెప్పు! ఇదంతా వాళ్ళకు చెప్పు! దీనికంతటికీ సంసిద్ధంగా వుండమన్నామని చెప్పు!

రోమ్‌కి ఆ గతి పట్టిన తర్వాత, రోమ్ అంతం చూసిన తర్వాత, మేము అంత కన్నా శుభ్రమైన, సుఖప్రదమైన పట్టణాలు నిర్మిస్తాం! బానిసత్వాన్ని రోమ్ శిథిలాలలో పూడ్చిపెడతాం!

రోమన్! ఇదే మా సందేశం! ఇదంతా ఒక్క పలుకు విడవకుండా వాళ్ళతో చెప్పు! స్పార్టకస్ అనే ఒక బానిస, బానిస వీరుల సైన్యముఖాన నిలిచి, ఈ మాటలన్నీ అన్నాడని వాళ్ళతో చెప్పు!"

రోమ్ సెనేట్, దిగ్భ్రాంతితో, 'ఒక బానిస పంపిన సందేశం' విన్నది! రోమ్ అంతా ఆ నాడే మొట్టమొదటి సారిగా 'స్పార్టకస్' పేరు విన్నది! రోమ్ పూర్తిగా బానిసలు కల్పించిన భీతావహంలో తల మున్కలుగా మునిగి పోయింది!

అది రెండు పట్టణాల మధ్య యుద్ధం కాదు! రెండు రాజ్యాల మధ్య యుద్ధం కాదు! రెండు 'వర్గాల' మధ్య యుద్ధం! యజమానీ, బానిస వర్గాల మధ్య యుద్ధం! వాటి స్థిరత్వానికో, ధ్వంసానికో యుద్ధం!

సెనేట్, రహస్య సమాలోచనల్లో పడి పోయింది. తలుపులు బిగించుకుని దీర్ఘాలోచనలో మునిగింది.

'పిడికెడు మంది బానిసల' శక్తిని అంత తక్కువ అంచనా కట్టి నందుకు తన పొరపాటు గ్రహించుకున్నాడు గ్రాఖస్. బానిసాధముల మీదకి రెండో సారి దాడి వెడలడానికి సెనేట్ నిశ్చయించింది.

ఊబ్లియస్ అనే సేనాని నాయకత్వాన ఆరు వేల అశ్వకుల దళాన్ని వెంటనే పంపించింది.

ఊబ్లియస్ ఎకాఎకీని ప్రయాణమై పోయాడు. అడంగుజేరి తన సైన్యాన్ని మూడు భాగాలుగా విభజించి తిరగబాటుదారులు మకాం చేసిన వెస్యూనియస్ కొండల్ని చుట్టు ముట్టాడు.

రోమన్ శక్తి మళ్ళీ అగాధంలో పడిపోయింది. తిరగబాటు దారులు రోమన్ సైన్యాల్ని మూడు

చోట్ల తారసిల్లి చావగొట్టి వదిలి పెట్టారు. 'చావ గొట్టడం' అంటే, ఏదో కాస్త తన్ని పంపించడం కాదు. 'అసలు లోకంలో పూర్వం ఊబ్లియస్ అనే వాడు గానీ, ఆరు వేల మంది అశ్వకులు గాని వున్నారా' అని సందేహం వచ్చేటంతగా చావ గొట్టారు.

ఆ పోరాటం లోంచి ఒక చిన్న అశ్వ పటాలం ఎలాగో తప్పించుకుని, పరిగెత్తి పరిగెత్తి దారి తప్పి, తిరగబాటు దారుల బసల దగ్గిరికే చేరింది.

తిరగబాటుదారులు తమ బసల చుట్టూ కంద కాలు తవ్వుకుని, మట్టి గోడలు కట్టుకుని, అంతా రోమన్ వ్యూహంతో రక్షణ దుర్గం నిర్మించుకుని వున్నారు. సింహ ద్వారం దగ్గిర స్త్రీలు ఆయుధా లతో కాపలా కాస్తున్నారు. పిల్లలు ఆడుకుంటు న్నారు.

అటు తప్పుకు పోయిన రోమన్ సైనికులు, మొదట ఆటలాడుకుంటూ కనపడ్డ పిల్లల్ని ఈటె లతో గుచ్చి ఎగరేశారు. కొందరు స్త్రీలని కూడా పొడిచి చంపారు. అంతలోనే బలా బలాలు మారాయి. సింహద్వారం ఈనినట్టుగా స్త్రీలు ఆయుధాలతో గుంపులు గుంపులుగా వచ్చి పడ్డారు సైనికుల మీద!

సింహ ద్వారం ముందు భయంకరమైన యుద్ధం జరిగింది. బానిస స్త్రీలు, గుడ్డలన్నీ చీలి కలు వాలికలై, జుట్లు విడిపోయి, పెద్ద పెద్ద అరు పులతో గర్జనలతో సైనికుల్ని ముట్టడించి ఈనిన పులులవలె పోరాడారు. అంతలో వెనక భాగం నుంచి మగ బానిస వీరులు వచ్చి పడ్డారు.

సైనికుల పని అఖరైంది.

స్పార్టకస్ చేతిలో 'ముప్పై లక్షల సైన్యం' వుందని రోమ్ అంతా చెప్పుకునే వారు. అదే నిజ మైతే రోమ్ ఆ నాడే అంతమై వుండేది.

బానిసల తిరగబాటు వార్తలు విన్న బానిస లందరూ ఆ తిరగబాటులో కలవగలిగే పరి స్థితుల్లో లేరు! స్పార్టకస్ నాయకత్వంలో వున్న సైన్యం నలభై ఐదు వేలు మాత్రమే. రోమన్ సైన్యం దానికి అనేక రెట్లు అధికంగా వుంది.

రోమన్ సైన్యానికి వున్న శక్తి అంతా దాని క్రమ శిక్షణే. అది ర్రోజుకి ఐదు గంటలు కవాతు చేస్తుంది. ప్రపంచంలో అంత క్రమ శిక్షణ గల సైన్యం అదొక్కటే.

అలాంటి సైన్యం, స్పార్టకస్ నాయకత్వాన జరిగిన తిరగబాటులో నాలుగు దీర్ఘ సంవత్సరాల కాలం మళ్ళీ వెనక్కి మొహం తిప్పకుండా నేల కూలి మట్టికరిచింది.

సేనాధిపత్యం వహించడంలో స్పార్టకస్ బహు నేర్పరి - అని రోమన్ సెనేట్ గుర్తించక తప్పని పరిస్థితి ఏర్పడింది.

దెబ్బ తప్పించుకునేటప్పుడు తప్ప ఎప్పుడూ సైన్యాన్ని చీల్చకపోవడం, పోరాడదల్చుకున్నప్పుడు శత్రువు కన్నా ముందు దెబ్బ తీయడం, పోరాటానికి సిద్ధంగా లేనప్పుడు శత్రువుని తప్పించుకు పోవడం, శత్రువు పన్నే చక్రబంధంలో ఇరుక్కోకుండా చూసు కోవడం, శత్రువు బలహీనత గమనిస్తూ వుండి దాని మీద అకస్మాత్తుగా దెబ్బకొట్టడం - లాంటి జాగ్రత్త లన్నీ, సైన్యాధిపతులు, పెద్ద బాలశిక్ష కాలంలోనే నేర్చుకోవలసినవి. అయినా, వాటిని రోమన్ సైన్యా ధిపతులు నిర్లక్ష్యం చెయ్యడమూ, స్పార్టకస్ మాత్రం వాటిని తూ.చా. తప్పకుండా పాటించ డమూ - స్పార్టకస్ విజయానికి ముఖ్య కారణం!

రోమన్ వ్యూహంలో చాలా ముఖ్యమైన ఎత్తు గడ, ఎప్పుడూ నేల మీదే యుద్ధం జరిగేలా చూడడం. కానీ, స్పార్టకస్ అది ఎన్నడూ సాగ నివ్వకుండా చేస్తాడు. అతని యుద్ధం అంతా కొండల్లోనే!

స్పార్టకస్ నాయకత్వంలో, బానిస తిరగబాటు దారులు చేసే పరాభవాలకు, రోమన్ సామ్రాజ్యా నికి పిచ్చెత్తింది.

ఎందరో వైద్యులు పెదవి విరిచి విడిచి పెట్టే సిన రోగికి వైద్యం చేసే బాధ్యత కొత్త వైద్యుడు స్వీకరించినట్టుగా, బానిస తిరగబాటు నణిచి రోమన్ సామ్రాజ్య కీర్తిప్రతిష్టలు నిలిపే బాధ్యత క్రాసస్ అనే మరో సైన్యాధికారి చేపట్టాడు.

క్రాసస్ సేనానికి, 'బానిసాధముల' శక్తి సామ ర్థ్యాల మీద గొప్ప విశ్వాసం ఏమీ లేదు. కానీ

స్పార్టకస్ నాయకత్వంలో బలాన్ని మాత్రం అతను బాగా అర్థం చేసుకున్నాడు.

స్పార్టకస్‌ని బానిస గానూ, తిరగబాటు నాయకుడి గానూ ఎరిగిన వ్యక్తులలో దాదాపు వంద మందితో మాట్లాడాడు క్రాసస్. మల్ల శిక్షణా కేంద్ర యజమాని అయిన బేటియాటస్‌తో కూడా సుదీర్ఘంగా చర్చించాడు. (తర్వాత బేటియాటస్‌ని, అతని గ్రీకు బానిసే పీక కోసి చంపాడు!)

స్పార్టకస్ తిరగబాటుకి సంబంధించిన ప్రభుత్వ రికార్డుల్ని, వెయ్యికి పైగా పరిశీలించాడు క్రాసస్. స్పార్టకస్ ఎటువంటి జాగ్రత్తలు తీసుకుంటాడూ, ఎటువంటి ఎత్తుగడలు అవలంబిస్తాడూ, తిరగబాటు ప్రారంభం నుంచీ అతనే విధంగా ప్రవర్తిస్తూ వస్తున్నాడూ, అతని మీదకు గతంలో యుద్ధానికి పోయిన రోమన్ సేనానులు చేసిన తప్పిదాలేమిటీ, తమ యుద్ధ తంత్రాలలో బలహీనతలేమిటీ - అనే విషయాల మీద స్పష్టమైన అవగాహన ఏర్పర్చుకోడానికి ప్రయత్నించాడు కొత్త సేనాని.

యుద్ధ బాధ్యత అంతా తన చేతిలోకి వచ్చిన తర్వాత క్రాసస్, తన తొలి ప్రయత్నంగా మమ్మియస్ అనే పెద్ద అధికారికి కొన్ని దళాలిచ్చి స్పార్టకస్ సైన్యాల్ని కల్లోల పరిచి చెల్లాచెదురు చేసి రమ్మని పంపించాడు.

మమ్మియస్ గొప్ప ఉత్సాహంతో ప్రయాణమై వెళ్ళి, వెళ్ళీ వెళ్ళగానే స్పార్టకస్ వ్యూహంలో పడ్డాడు. తన సైన్యాన్నంతా సర్వనాశనం చేసుకుని ఎలాగో గింజుకుని బతికి బయటపడ్డ వాళ్ళతో కలిసి వెనక్కి పరిగెత్తుకొచ్చాడు.

మమ్మియస్‌ని చూసి క్రాసస్ సేనాని తిట్టని బూతు లేదు. తిట్టీ తిట్టీ మమ్మియస్ కూడా ఒక అధికారే కాబట్టి తిట్టటంతో సరిపెట్టి వూరుకున్నాడు. పారిపోయి వచ్చిన సైనికుల విషయంలో మాత్రం 'న్యాయం' మారింది. ఐదు వందల మందిని ఏరి బయటికి తీసి యుద్ధం నుంచి పారిపోయి వచ్చిన పిరికితనానికి గాను వాళ్ళకి మరణ శిక్షలు వేయించి వెంటనే శిక్షలన్నీ అమలు చేయించాడు.

"నన్ను కూడా చంపెయ్యి" అన్నాడు మమ్మియస్ అవమానంతో.

"మళ్ళీ యుద్ధానికి పోవడమే నీకు శిక్ష" అని నిర్ణయించాడు క్రాసస్ సేనాని.

ఈ సారి, మమ్మియస్ నెర్వియస్‌ల ఆధ్వర్యంలో, సైన్యం మళ్ళీ బయల్దేరింది. దాని గతి కూడా దుర్గతే అయింది! సైన్యం అంతా పోయి అధికారులిద్దరూ తిరుగుబాటు దారులకు పట్టుబడ్డారు. తిరగబాటు దారుల న్యాయ స్థానం రోమన్ అధికారులకు మరణ శిక్ష విధించింది. ఆ అధికారులిద్దరూ దిగంబరంగా ఒకరితో ఒకరు 'ద్వంద్వ యుద్ధం' చేసుకుని చావాలి! రోమన్ సైనికాఫీసర్ల గతి అలా అయింది!

అయితే ఆ దాడిలో తిరగబాటుదారులు చాలా ఘోరంగా నష్టపడ్డారు. ఇరవై వేల సైన్యంతో పాటు బానిస వీరుడు క్రిక్సస్ మరణించాడు!

సిసిలీ బానిసల తిరగబాటులో పాల్గొని, ఆ అగ్నితో కేపువా బానిసల తిరగబాటుని రగిల్చిన క్రిక్సస్ మరణించాడు! స్పార్టకస్‌లో 'విప్లవ జ్యోతి'ని వెలిగించిన క్రిక్సస్ మరణించాడు! రోమ్‌ని సర్వనాశనం చేస్తామని కలలుగన్న క్రిక్సస్, తన కలల్ని వాస్తవంగా చూడకుండానే మరణించాడు!

క్రిక్సస్ మరణ వార్త విన్నప్పుడు స్పార్టకస్ మొట్ట మొదటి సారిగా కృంగి పోయి నిరాశతో ఏడ్చాడు!

స్పార్టకస్ ఎంతో సేపు ఏడుస్తూ వున్నాడు!

ఎప్పుడూ స్పార్టకస్ సరసనే వుండే డేవిడ్, "స్పార్టకస్! ఏడుస్తున్నావా?" అని విస్తుపోయాడు. "స్పార్టకస్! ఏడుస్తున్నావా? స్పార్టకస్ ఏమిటో నీకు తెలుసునా అసలు?" అని స్పార్టకస్‌కి, 'స్పార్ట కస్ గురించి' వివరించాలనుకున్నాడు. కానీ అది స్పార్ట కస్ ఒక్కడి దుఃఖం కాదని గ్రహించగలడతడు.

"డేవిడ్! సంగతి విన్నావా?" అన్నాడు స్పార్ట కస్ దుఃఖంతో.

"విన్నాను."

"క్రిక్సస్ చచ్చిపోయాడనీ, అతని సేనలన్నీ చచ్చిపోయాయనీ విన్నావా?"

"విన్నాను స్పార్టకస్!"

"ప్రపంచంలో ఇంత 'చావు' వుందా? ఇంత 'దుఃఖం' వుందా?"

"ప్రపంచం అంతా మృత్యువుతో, దుఃఖంతో నిండి వుంది స్పార్టకస్!"

స్పార్టకస్ మరింత దుఃఖపడ్డాడు. "అవును. నువ్వన్నది నిజం! ప్రపంచం అంతా బానిసలతో నిండి వుంది!"

అతనికా క్షణాలలో మొట్ట మొదటి సారిగా అనిపించింది, రోమ్‌ని ధ్వంసం చేయలేమనీ, రోమే తమను ధ్వంసం చేస్తుందనీ!

అతను అవిరామంగా దుఃఖించాడు.

స్పార్టకస్ పురాణ వీరులవంటి వాడని అప్పటికే అందరూ అతని సాహసకృత్యాల్ని కథలుగా చెప్పుకుంటున్నారు. కానీ, స్పార్టకస్‌తో సరిపోల్చడానికి పురాణ పురుషులు చేసిన ఘన కార్యాలేమిటి? ఏ పురాణ పురుషుడైనా, మూడు తరాల బానిసగా వున్నాడా? ఏ దేవదూత అయినా, న్యూబియా ఎడారి గనుల్లో పని చేశాడా? నిత్య పూజలందుకునే ఏ మహాత్ముడైనా మల్ల యుద్ధ రంగస్థలాల్లో తన రక్త ధారలు ప్రవహింపజేశాడా? యజమానుల కర్కశత్వానికి తన సర్వస్వం అర్పణ చేశాడా? ఏదీ చెయ్యని పురాణ పురుషులు, ఒక బానిసతో, ఒక స్పార్టకస్‌తో, ఎలా సరిపోలుతారు?

అందుకే స్పార్టకస్ పురాణ పురుషుడు కాడు! స్వేచ్ఛా స్వాతంత్రాలకై పోరాడి ఆశ నిరాశల మధ్య వూగిసలాడే ఒక బానిస వీరుడు!

స్పార్టకస్, దుఃఖం ఆపుకున్నాడు. "మరణమో విజయమో ఏదో ఒక్కటే బానిసలకు! ఓటమితో వెనక్కి తిరిగి తల దాచుకోడానికి మనకే దేశమూ లేదు. ప్రపంచంలో ఎక్కడా మనకు ఆశ్రయం లేదు. మనం గెలిచి తీరాలి! లేదా యుద్ధ భూమిలో మరణించాలి! ఈ పోరాటంలో మనం ఓడిపోయినా మానవ జాతి ఎన్నటికీ మరిచిపో లేని ఒక మహా కార్యం చేసిన వాళ్ళమవుతాము!" అన్నాడు.

★ ★ ★

అది ఆఖరి పోరాటం!

స్పార్టకస్ సైన్యం క్షీణించిపోయి వుంది. వారికి అశ్వ దళాలు లేవు, ఆయుధాలు లేవు.

రోమ్, క్రాసస్ నాయకత్వంలో, తిరగబాటుదారుల మీదకు ఆయుధ బలగాలతో విజృంభించింది.

తిరగబాటుదారులు వెన్ను చూపలేదు. ఆఖరి క్షణాల వరకూ పోరాడారు.

కానీ, మానవ చరిత్ర ఇంకా 'బానిస యజమానుల పక్షాన్నే' వుండిపోయిన కాలం అది!

బానిసల తిరగబాటు ఓడిపోయింది!

స్పార్టకస్ యుద్ధ రంగంలో మరణించాడు!

నూట పాతిక సంవత్సరాల నుంచీ జరుగుతోన్న బానిస మహా విప్లవాలతో ఈ విప్లవం కూడా ఐక్యమైంది! ఇది కూడా గత చరిత్రలోకి జారిపోయింది!

★ ★ ★

తిరగబాటు నిలిచి పోయిన తర్వాత రోమన్ సైనికులు ఆరు వేల మందికి పైగా బానిస వీరుల్నీ, ఇరవై రెండు వేల మంది స్త్రీలనీ, పిల్లల్నీ పట్టుకున్నారు. స్త్రీలలో పన్నెండు వేల మందిని సైన్యంలో రక రకాల హోదాలలో వున్న అధికార్లు తమ కోసం తీసుకున్నారు. మిగిలిన వాళ్ళని ప్రభుత్వానికి అప్పగించారు.

స్పార్టకస్ భార్యని, వరీనియాని, రోమన్ సేనాని క్రాసస్ తీసుకున్నాడు. అప్పటికి ఆమె ఒక మగ బిడ్డని కని వుంది.

ప్రభుత్వానికి చిక్కిన ఆరు వేల మంది బానిస వీరుల్లో ఒక వంద మంది మల్లులున్నారు. రోమన్ అధికారులు ఆ మల్లులతో మళ్ళీ మల్లయుద్ధాలు చేయించారు. ఒక్కొక్క జంటతో యుద్ధం చేయించడం, అందులో గెలిచిన మల్లుణ్ణి మళ్ళీ ఇంకో మల్లుడితో యుద్ధం చేయించడం - ఆ రకమైన 'ఏరివేత' పద్ధతి ద్వారా మల్లులందర్నీ హతమార్చగా చిట్టచివరికి మిగిలిన మల్లుడు- డేవిడ్!

తిరగబాటుని అణిచిన వెంటనే రోమన్లు ఆలస్యం లేకుండా ఆరు వేల నాలుగు వందల డెబ్భై రెండు మంది తిరగబాటుదారుల్ని కేపువా నుంచి రోమ్‌కి పోయే మార్గానికి రెండు వైపులా శిలవల మీద వేళ్ళాడ దీశారు.

ఆఖరిగా శిలవ ఎక్కిన బానిస వీరుడు - డేవిడ్!

రోమన్లు, ఆ మారణ హోమంలో అత్యుత్సాహంతో పని చేశారు.

శిలవ పడ్డ వాళ్ళు స్పృహ కోల్పోతూ, మళ్ళీ స్పృహలోకి వస్తూ, రెండు మూడు రోజులు శిలవ మీద నరక యాతన పడి ప్రాణాలు విడుస్తారు.

శిలవ లెక్కిన బానిస వీరులందరూ ఆఖరి క్షణాలలో ఒకే ప్రశ్నతో కన్ను మూశారు. "స్పార్టకస్! మనం ఎందుకు ఓడి పోయాం? న్యాయం ఎందుకు ఓడిపోయింది?"

న్యాయానికి ఇంకా బలం రాలేదు. న్యాయం ఇంకా శక్తి హీనంగా వుంది. న్యాయం పక్షాన నిలబడ్డ బానిసలు మరెన్నో రెట్లు బలపడినప్పుడు న్యాయం బలపడుతుందనీ, అప్పుడు న్యాయం గెలుస్తుందనీ గ్రహించిన వీరులు కొందరు శిలవల మీద ఉరిమి చెప్పారు.

"మళ్ళీ వస్తాం! లక్షోప లక్షలై వస్తాం!"

ఆఖరిగా శిలవకు వేళ్ళాడిన డేవిడ్ తన బాధని శబ్దంలో బయట పెట్టలేదు.

"బాధ కలిగి ఏడవడమన్నది అవమానకరమైన విషయం కాదు" అన్నాడు స్పార్టకస్ ఒక సారి! కానీ, శిలవ మీద ఏడవడం అవమానం గానే భావించాడు డేవిడ్!

అతను విరక్తితో ఏకాకిగా, ముభావంగా వుండే గత కాలంలో, స్పార్టకస్ తన ప్రేమతో అతన్ని జయించాడు. అతని స్నేహం సాధించాడు.

"స్పార్టకస్! నేను నీ అంతవాణ్ణి అవుతాను" అన్న డేవిడ్‌తో స్పార్టకస్ చిరునవ్వు నవ్వుతూ, "అంతే కాదు, నాతో పోలిక ఏమిటి? ఎంతో గొప్పవాడివి అవుతావు!" అన్నాడు ఒక సారి.

ఈ క్షణంలో డేవిడ్ స్పార్టకస్ కన్నా గొప్పవాడు అయ్యాడు!

శిలవ పడ్డ వాళ్ళ కోసం కంట తడిపెట్టని బానిస లేడు, రోమన్ సామ్రాజ్యంలో.

వారిలో ఎందరు స్పార్టకస్‌లు వున్నారో, ఎందరు స్పార్టకస్‌లు పుడతారో రోమ్ ఎరగదు.

బానిసాధముల పీచమణిచి సామ్రాజ్యమంతా శాంతి భద్రతలు నెలకొల్పిన సందర్భంగా, రోమ్, విజయోత్సవాలు చేసుకుంది. 'నర రూప రాక్షసులైన బానిసలు' పవిత్ర రోమన్ కన్యల్ని బలాత్కరించి చివరికి రోమన్ వీరుల చేతులలో హతమైపోయిన ఘట్టాల్నీ, రోమన్ వీరులు బానిస సంహారంతో లోక శాంతి కలిగించిన ఘట్టాల్నీ, నాటకాలుగా ప్రదర్శించుకున్నారు రోమన్లు! నాట్య గానాలతో, నాటక ప్రదర్శనలతో, మల్ల యుద్ధాలతో, వినోదాలతో, మునిగిపోయింది రోమ్!

★ ★ ★

స్పార్టకస్ గురించీ, స్పార్టకస్ భార్య గురించీ, బేటియాటస్, క్రాసస్ సేనానికి వివరాలు చెప్పినప్పటి నుంచీ క్రాసస్ దృష్టి వరీనియా మీద లగ్నమైంది. యుద్ధంలో ఆమెని సంపాదించ గలిగాడు.

ఆమె లొంగుబాటు స్వభావం కలది కాదనీ, స్పార్టకస్ వంటి వీరుడి ప్రేమకు పాత్రురాలైన స్త్రీ అనీ, ఆమె ప్రేమని తాను పొందాలనీ, స్పార్టకస్ దగ్గర కన్నా క్రాసస్ సేనాని దగ్గరే ఆనందంగా వున్నాననే భావం ఆమెకు కలిగించాలనీ, క్రాసస్ చాలా ప్రయత్నాలు చేశాడు.

సేనాని సిరి సంపదలకు వరీనియా ప్రలోభపడలేదు - "నా శరీరాన్ని బలాత్కారంగా ఏమైనా చేసుకో! కానీ బానిసల తిరగబాటు నణిచిన నీ వంటి వాడికి నా ప్రేమ ఇవ్వను!" అని చెప్పింది.

ఆమె మనసుని లొంగదీయాలని క్రాసస్ ఇంకా సహనంతో ప్రయత్నాలు చేస్తూనే వున్నాడు.

వరీనియా గురించి విన్నప్పటి నుంచీ గ్రాఘూస్‌కి కూడా ఆమె మీద దృష్టి పడింది. వరీనియా క్రాసస్ దగ్గిర వుందనే సంగతి తెలిసి గ్రాఘూస్ వెంటనే క్రాసస్‌ని కలిసి వరీనియాని తనకు అమ్మమని అడిగాడు. క్రాసస్ తిరస్కరించాడు. గ్రాఘూస్ దొంగతనంగా నయినా వరీనియాని సంపాదించాలని ప్లాను వేశాడు.

గ్రాఘూస్ ఏజంటు ఒకడు వరీనియాని రహస్యంగా కలిసి, ఆమె క్రాసస్ గృహం నుంచి బయటికి వస్తే, ఆమెకు స్వేచ్ఛా స్వాతంత్ర్యాలిప్పిస్తామని వాగ్దానం చేసి ఆమెని క్రాసస్‌కి తెలియ కుండా గ్రాఘూస్ ఇంటికి తీసుకు వచ్చాడు.

గ్రాఘూస్ వరీనియాని చూసి ఆమెతో కొంత సేపు మాట్లాడిన తర్వాత ఆమె మీద గల కామ వాంఛని విరమించుకున్నాడు. ఆమెని రథంలో పల్లె ప్రాంతాలకు పంపించివేసే ఏర్పాటు చేశాడు.

గ్రాఘూస్ చిన్నతనంలో పేద కుటుంబంలో పుట్టి పెరిగిన వాడే. అనేక దుర్మార్గపు కార్యాల వల్ల రాజకీయాల్లో జొరబడి డబ్బు సంపాదించి సెనేట్ సభ్యుడయ్యాడు. అయినప్పటికీ అతను ఎప్పుడూ కొంత నిరాడంబరంగా ప్రవర్తిస్తూనే వున్నాడు. (బానిస తిరగబాటుని అణిచే విషయంలో, గ్రాఘూస్ కొంత పశ్చాత్తాపం చెందుతూ వున్నట్టుగా రచయిత ఈ పాత్రని చిత్రించాడు.) గ్రాఘూస్ తన దగ్గర వున్న బానిసల నందరినీ, స్వేచ్ఛ ఇచ్చి విడుదల చేసేశాడు. తర్వాత అతను ఆత్మహత్య చేసుకున్నాడు.

వరీనియా చిన్న స్పార్టకస్‌ని తీసుకుని రోమ్ నుంచి చాలా దూరం ప్రయాణం చేసి ఒక పల్లెకు చేరింది. అక్కడ ఎవ్వరూ బానిసల తిరగబాటు గురించి గానీ, స్పార్టకస్ గురించి గానీ, ఎరగరు.

వరీనియా ఆ పల్లెలో ఒక రైతు కుటుంబంలో కలిసి జీవించింది. ఆ రైతు భార్య చచ్చిపోతే, వర్జీనియా ఆ రైతు భార్యగా జీవించింది. ఏడెనిమిది మంది పిల్లల్ని కన్నది.

పిల్లలందరికీ స్పార్టకస్ కథలు చెప్పింది. ఆ గ్రామంలో కూడా రైతులకు కష్టాలున్నాయి! తిరగబాట్లున్నాయి! మరణ శిక్ష లున్నాయి!

వరీనియా పిల్లలంతా తిరగబాట్లలో కలిశారు!

వరీనియా వృద్ధాప్యంతో మరణించింది. ఆ పల్లె ప్రాంతమంతా రైతు పోరాటాలూ, బానిస తిరగబాట్లూ, నిర్విరామంగా సాగుతూనే వున్నాయి.

అత్యంత ప్రతిభావంతంగా చిత్రించిన 'స్పార్టకస్' రచనను, రచయిత, ఈ మాటలతో ముగించాడు. కృష్ణమూర్తి గారి అనువాదంలో చివరి పేరాలు ఇవీ:

"ఆ విధంగా సర్వకాల సర్వావస్థలయందూ అణగార్తులు పీడకులపై సాగించే యుద్ధం జరుగుతూనే వుండేది. ఒక్కొక్కప్పుడు వాళ్ళు సైనికుల చేతుల్లో ఓడిపోయే వారు. మరొకప్పుడు వీళ్ళే పర్వతాలు దిగి మైదానాల్లో ప్రవేశించి రోమన్ భవనాలు తగలబెట్టడం, లూటీ చెయ్యడం చేసే వారు.

ఆ విధంగా బతికి స్పార్టకస్, కొడుకు చిన్న స్పార్టకస్ చచ్చిపోయాడు. తన తండ్రి వలెనే, స్వాతంత్ర్య సమరంలో, పోరాటంలో చచ్చిపోయాడు. అతను, తన కొడుకులకు చెప్పిన కథలలో నిజం పాలు తక్కువ వుండేది. స్పష్టంగా కూడా వుండేవి కావా కథలు. కథలు గాథలయ్యాయి! ఆ గాథలే వాళ్ళకు చిహ్నాలయ్యాయి. పీడితులు, పీడకులపై సాగించే యుద్ధం కొనసాగుతూనే వుంది. అదొక అఖండ జ్యోతి! ఒక్కొక్కప్పుడు ఆ జ్యోతి విశ్వమంతా నిండి వెలుగొందేది. అనంత విశ్వమంతా జ్యోతిర్మయమయేది. ఒక్కొక్కప్పుడదే జ్యోతి, కర దీపికలా చిన్నదిగా వెలిగేది. కానీ ఆ జ్యోతి, యెల్లప్పుడూ వెలుగుతూనే వుండేది. అదే విధంగా స్పార్టకస్ పేరు కూడా రూపుమాసిపోలేదు. ఆ పేరు వంశ పారంపర్యంగా తండ్రులు కొడుకులకూ, కొడుకులు తమ పుత్రులకూ పెట్టారా లేదా అన్నది ప్రశ్న కాదు. అది, సంఘం యొక్క సమిష్టి ప్రయోజనాల దృష్ట్యా సాగించబడ్డ పోరాటం ద్వారా ఒక తరం వారు మరొక తరం వారికి ప్రసాదించిన హక్కూ, వారసత్వమూ!

ఒక రోజు వస్తుంది! ఆ నాడు రోమ్ సర్వనాశనం కావించ బడుతుంది! ఒక్క బానిసలే కాదు; బానిసలూ, రైతులూ, కూలీలూ, బర్బరులూ అందరూ కలుస్తారు!

సమాజంలో చాలా మంది తమ శ్రమ శక్తిని ధార పోసి సృష్టించిన సంపద నంతనూ యే కొద్ది మందో భుక్తం చేసుకుని మానవ జాతిని దోపిడీ చేసినంత కాలమూ, ఈ స్పార్టకస్ పేరు జ్ఞాపకముం టూనే వుంటుంది! ప్రతి ధ్వనిస్తూనే వుంటుంది! భయం వల్లో, శక్తి హీనత వల్లో ఒక్కొక్కప్పుడా పేరు గుసగుసలలోనే వుండి పోవచ్చు. కానీ, అదే పేరు మరొకప్పుడు రణన్నినాదమై దిక్కులు పిక్కటిల్లేటట్లూ, కువలయం కంపించేటట్లూ ప్రతిధ్వనించవచ్చు!!'

[పరిచయం సమాప్తం] ★

టామ్ మామ ఇల్లు
ముందు మాట
[మొదటి ముద్రణ సమయంలో రాసినది]

ఈ నవల రచనా కాలం - 1851. అప్పటికి అమెరికాలో, 'బానిస విధానం' చట్టబద్ధంగా సాగుతూ ఉంది. అమెరికాలో ఉన్న బానిస లందరూ ఆఫ్రికా ఖండపు నీగ్రోలే.

1493 లో కొలంబస్ అమెరికాని కనుక్కున్న తర్వాత, 17 వ శతాబ్దం ప్రారంభం నించీ, డచ్చి వాళ్ళూ, ఫ్రెంచి వాళ్ళూ, ఇంగ్లీషు వాళ్ళూ, అమెరికా దేశానికి వలసలు రావడం ప్రారంభించారు. అప్పటికి అమెరికాలో ఉన్న రెడ్ ఇండియన్లలో అనేక బృందాల్ని హతమార్చి, ఇంకా మిగిలిన వాళ్ళని దూర ప్రాంతాలకు తరిమేసి, ఎవరికి దొరికిన భాగం వాళ్ళాక్రమించు కున్నారు.

అమెరికాని ఆక్రమించిన వలస వాదు లందరికీ, ఆఫ్రికా ఖండంలో కూడా వలసలు ఉండడం చేత, అక్కడి నించీ నల్ల జాతుల ప్రజల్ని సంకెళ్ళతో అమెరికాకు తెచ్చి వారిని బానిసలుగా చేసి, తమ తోటల, వ్యవసాయాల పనుల్లో ఉపయోగించారు.

17 వ, 18 వ శతాబ్దాల్లో అమెరికాలో, ఇంగ్లీషు వలస వాదులు, అమెరికాని ఆక్రమించిన ఇతర దేశాల వలస వాదులతో యుద్ధాలు చేసి, అమెరికా దేశాన్ని పూర్తిగా తమ వలసగా చేసుకోగలిగారు. తర్వాత కాలంలో, అమెరికా ప్రజలు, ఇంగ్లీషు వలస పాలనకు వ్యతిరేకంగా ఇంగ్లీషు సైన్యంతో యుద్ధాలు చేసి వాళ్ళని ఓడించారు.

1776 లో అమెరికా 'స్వతంత్ర దేశం' అయింది. సృష్టికర్త, మానవు లందరికీ సమానమైన హక్కులు ప్రసాదించాడనీ, ఒకరి ప్రాణాలనూ, సుఖ స్వాతంత్ర్యాలనూ లాగుకొనే హక్కు ఇంకొకరికి లేదనీ, తమ 'స్వాతంత్ర్య ప్రకటన' లో రాసుకుని, ఇంగ్లీషు వలస వాదులకు తమని అణచి ఉంచే హక్కు లేదని వాదించిన అమెరికా స్వాతంత్ర్య వాదులు, తమ దేశంలో 'బానిస విధానాన్ని' మాత్రం రద్దు చెయ్యలేదు! వారు - బానిసల్ని గానీ, రెడ్ ఇండియన్లని గానీ, "మానవులు" గా గుర్తించ లేదు. ఆఫ్రికా నించి బానిసల్ని లాక్కు వస్తూనే ఉన్నారు. మానవ హక్కుల్ని, బానిస యజమానులకు మాత్రమే పరిమితం చేసు కున్నారు.

ఉత్తర అమెరికా దేశంలో వేరు వేరు ప్రకృతి పరిస్థితుల వల్లా, ఇతర చారిత్రక కారణాల వల్లా, ఉత్తర ప్రాంతంలో ఎక్కువగా పరిశ్రమలూ, దక్షిణ ప్రాంతంలో ఎక్కువగా వ్యవసాయాలూ అభివృద్ధి చెందాయి. ఉత్తర ప్రాంతంలో బానిస విధానం క్రమంగా పోయింది. కానీ, 1863 లో ఉత్తర దక్షిణ ప్రాంతాల మధ్య అంతర్యుద్ధం జరిగే వరకూ దక్షిణ ప్రాంతంలో బానిసత్వం అమల్లోనే ఉంది.

ఈ రచయిత్రి ఈ నవల రాసే నాటికి కూడా దక్షిణ అమెరికాలో బానిస విధానం తీవ్రంగా ఉంది. బానిస యజమానులు గల దక్షిణ ప్రాంతంలో, ఈ నవలను నిషేధించారు. అంతే గాక, బానిసత్వాన్ని సమర్థిస్తూ, బానిసత్వం బానిసలకు గొప్ప వరం వంటిదని వాదిస్తూ, ఈ నవలకు వ్యతిరేకంగా అనేక ఖండనలు వెలువడ్డాయి.

బానిస యజమానులు ఈ రచయిత్రికి ఒక పాకెట్ బహుమతిగా పంపించారు. అందులో ఒక నీగ్రో బానిస " చెవి" ని పెట్టి పంపించారు.

బానిసత్వం కొనసాగాలనే వాళ్ళకీ, నిర్మూలన కావాలనే వాళ్ళకీ మధ్య, సంవత్సరాల తరబడీ నిర్విరామంగా వాదోప వాదాలు జరిగాయి. చివరికి యుద్ధం ద్వారా చట్టబద్ధంగా బానిసత్వ నిర్మూలన జరిగింది.

అంతర్యుద్ధ కాలంలో ప్రెసిడెంట్‌గా ఉండి బానిసత్వాన్ని నిర్మూలించిన అబ్రహాం లింకన్ - "'అంకుల్ టామ్స్ కేబిన్' - నవలతో అమెరికా అంత ర్యుద్ధం ప్రారంభమైంది" అన్నాడు.

ప్రపంచం దృష్టిని బానిసత్వం నిర్మూలన వేపు ఆకర్షించడంలో ఈ నవల గొప్ప సేవ చేసింది.

రంగనాయకమ్మ, 1979

టామ్ మామ ఇల్లు
(కథా ప్రారంభం)

చలి కాలపు మధ్యాహ్నం వేళ, కెంటకీ రాష్ట్రం లోని " పి..." పట్టణంలో ఒక ఇంట్లో ఇద్దరు పెద్ద మనుషులు హాల్లో కూర్చుని వైన్ తాగుతూ తమ వ్యవహారం గురించి సీరియస్‌గా మాట్లాడు కుంటున్నారు. ఆ ఇంటి బానిస లెవ్వరూ అక్కడ లేరు.

ఆ మాట్లాడుకునే వాళ్ళిద్దర్నీ ' పెద్ద మను షుల'ని మొదట అన్నాం గానీ వాళ్ళలో ఒక వ్యక్తి ఆ కోవకు చెందిన వాడిలా లేడు. అతన్ని చూసీ చూడ గానే అతను చాలా అలంకారాలు చేసు కున్నాడని తెలిసి పోతోంది. అతని పేంటూ, షర్టూ, మెడకు చుట్టుకున్న రుమాలూ, నెక్ టై, అన్నీ రక రకాల గాడీ రంగుల్లో ఉన్నాయి. వేళ్ళ నిండా, ఉంగరాలు పెట్టుకున్నాడు. బంగారం ముద్దని పట్టా లాగా సాగ గొట్టి దాని మీద మంచి ముత్యాలు అతికించిన మందపాటి వాచీ గొలుసు అతని మోటు చేతికి తగ్గ విధంగానే ఉంది. చేతులు ఇటూ అటూ తిప్పినప్పుడల్లా వాచీ గొలుసు మీద చెక్కుళ్ళూ, ఉంగరాలూ తళ తళ మెరుస్తోంటే అతను లోలోపల చాలా గర్వ పడుతు న్నాడు. అతను మాట్లాడడం మొదలు పెట్టిన దగ్గ ర్నుంచీ మహా ధారాళంగా వ్యాకరణ శాస్త్ర నిబంధ నల్ని తోసి పారేస్తూ తన సొంత పద్ధతిలో రెండో మనిషికి తలనొప్పి పుట్టేట్టు ఒకటే వరసన మాట్లా డుతున్నాడు. ఎలాగో ఒక లాగ నానా తిప్పలూ పడి జీవితంలో పైకెగ బాకాలని తంటాలు పడుతోన్న వాడి లాగా కనపడుతున్నాడు. అతని పేరు హేలే.

అతని పక్క కుర్చీలో కూర్చున్న రెండో వ్యక్తి షెల్బీ. అతని బట్టలు చాలా నిరాడంబరంగా ఉన్నాయి. అతన్ని చూడగానే అతను నిజంగా పెద్ద మనిషి అనే అభిప్రాయం కలిగే లాగ ఉన్నాడు. ఆ ఇంటిని అలంకరించిన పద్ధతీ, ఆ ఇంటి చుట్టూ వాతావరణమూ అంతా, చాలా నిరాడంబరంగా ఉన్నాయి.

వాళ్ళ సంభాషణ అప్పటికి కొంత సేపటి నించీ సాగుతోంది.

" హేలే! అదీ విషయం ... అలా అయితే మరి నేను చెయ్యగలను" అని తేల్చి చెప్పాడు షెల్బీ.

" అబ్బే! అట్టాగైతే నే నెక్కడ యాపారం సెయ్యగలనండీ? నా క్కుదరదు లెండి షెల్బీ గారూ!" అని వైన్ గ్లాసు ఎత్తిపట్టి దాన్ని పరిశీలిస్తూ తల అడ్డంగా ఊపాడు హేలే.

" నిజంగా టామ్ అందరి లాంటి వాడు కాదోయ్, చాలా నిదానస్తుడు. విశ్వాస పాత్రుడు. ఏ పనికైనా సమర్థుడు. నా వ్యవసాయం పనులన్నీ అతనే చూసుకుంటూ ఉంటాడు. అతన్ని తీసు కుంటే నీ అప్పుకి సరే పోతుంది" అన్నాడు షెల్బీ హేలేకి నమ్మకం కలిగించాలని చూస్తూ.

" ఈ నిగ్గరు గాళ్ళకి★ విశ్వాసం అంటారా?" అని హేలే, షెల్బీ మాటలకు విలువ లేనట్టు, చూశాడు.

" అలా అనకోయ్, టామ్ అందర్లాంటి వాడు కాడన్నానుగా? చాలా విశ్వాస పాత్రుడు. భగవంతు డంటే అతనికి చాలా భక్తి, ఏదో పైపై భక్తి కాదు ... టామ్‌ని నేను పూర్తిగా నమ్ముతాను. నా ఇంటి విష యాలూ, పొలం విషయాలూ, డబ్బు విషయాలూ అన్నీ, అతనే చూస్తాడు. ఎక్కడికైనా సరే అతను

★ బానిస యజమానులు, బానిసల్ని, నీచంగా పిలవటానికి " నిగ్గర్లు" అనే వాళ్ళు. "నీగ్రో"ని, తక్కువ చేసి పిలవడం అది. ★

స్వేచ్ఛగా వెళ్ళి వ్యవహారాలు చేసుకు వస్తాడు. ఒక సారి కూడా అతను నన్ను మోసం చెయ్యలేదు."

" నిజమే లెండి, నిగ్గర్లలో కూడా మంచి వాళ్ళుంటారు. ఇది వరకు నా దగ్గిరా ఒకడుండే వాడు. చాలా నమ్మకస్తుడు! వాణ్ణి కొన్నప్పుడు చాలా చవగ్గానే కొన్నాను గానీ అమ్మినప్పుడు బేరం మంచి ధరే పలికింది. నిగ్గర్లకి దేవుడి మీద భక్తి ఉండటం అంటే అది చాలా మంచి లక్షణం. అలాంటి వాడికి ఎంత ధర పెట్టినా తప్పులేదు లెండి."

" టామ్‌ని ఒక సారి నేను సినిసినాతీ పంపించాను, ఒకాయన దగ్గిర్నించి డబ్బు తెమ్మని. పంపించేప్పుడు అతనితో అన్నాను, ' టామ్! నువ్వు సరైన క్రైస్తవుడివని నా నమ్మకం. నన్ను మోసం చేస్తావనుకోను' అని చెప్పి పంపించాను. టామ్ తప్పకుండా తిరిగి వస్తాడని నాకు తెలుసు. అలాగే వచ్చాడు. ఐదు వందల డాలర్లు భద్రంగా తెచ్చి నా చేతి కిచ్చాడు. ' నీ కింత మంచి అవకాశం దొరికింది కదా, కెనడా★ పారిపోరాదా?' అని ఎవరో అన్నారట అతనితో. ' మా యజమాని నన్ను నమ్మి పంపించాడు. నన్ను నమ్మిన వాణ్ణి నేను మోసం చెయ్యలేను' అన్నాడట టామ్ ... హేలే! టామ్‌ని వదులుకోవడం అంటే నా కెంత బాధగా ఉందో నీకు తెలీదు. తప్పదు కాబట్టి ఈ పని చేస్తున్నాను. నీకే మాత్రం మంచి మనసున్నా టామ్‌ని తీసుకుని ఆ మిగిలిన దానికి సరిపెట్టేసుకోవచ్చు నువ్వు."

" ఏం మంచి మనసు లెండి షెల్బీ గారూ! యాపారం చేసేవోడెంత మంచి మనసుంచుకో గలడో అంత మనసు నాకూ ఉంది లెండి. ఏదో కాస్త మీ లాంటోరి దగ్గిర కాస్త ఇటూ అటూ అయినా సరిపెట్టుకునే వాణ్ణే గానీ, ఈ యాడాది యాపారంలో బాగా దెబ్బ తినేశాను షెల్బీ గారూ!" అంటూ గ్లాసు నిండా బ్రాందీ వొంపుకున్నాడు హేలే.

షెల్బీ కొంతసేపు మాట్లాడలేదు. ఆ మాటలు చాలా సేపట్నించీ జరుగుతూ ఉన్నవే. చివరికి విసుగ్గా, "అయితే బేరం ఎలా గంటావు?" అని అడిగాడు.

"టామ్‌ని తీసుకు పోతా గానీ ఆడితో పాటు ఒక పిల్లనో, పిల్లోణ్ణో కొసరు పడెయ్యండి షెల్బీ గారూ! మీకూ నాకూ ఇంక గొడవుండదు."

"నిజం చెప్పమంటావా హేలే! తప్పక పోయి టామ్‌ని అమ్ముతున్నాను గానీ, అసలు మా వాళ్ళని అమ్మాలంటే నాకు ఇష్టం ఉండదోయ్" అని బానిసల్ని అమ్మడంలో తన అయిష్టం ప్రకటించాడు షెల్బీ.

హాలు తలుపులు తీసుకుని నాలుగైదేళ్ళ వయసు పిల్లాడొకడు నవ్వు మొహంతో షెల్బీ దగ్గరి కొచ్చాడు. వాడు చూడ్డానికి చాలా ముద్దుగా తెల్లగా అందంగా ఉన్నాడు. వాడి జుట్టు నల్లగా వొత్తుగా ఉంగ్రాలు తిరిగి పట్టు కుచ్చులా నిగ నిగ లాడుతూ ఉంది. నల్లని పెద్ద కళ్ళూ, మృదువుగా బొద్దుగా ఉన్న బుగ్గలూ, బట్టలు చాలా శుభ్రంగా, ఎవరో శ్రద్ధగా వాణ్ణి ముస్తాబు చేసినట్టు ఉన్నాడు. కొత్త మనిషిని చూసి బెదిరినట్టు బెరుగ్గా లేదు. నవ్వుతూ వచ్చాడు.

వాణ్ణి చూడగానే షెల్బీ కూడా నవ్వుతూ, "ఒరే జిమ్, పట్టుకోరా" అంటూ చేతిలో ద్రాక్ష గుత్తి విసిరాడు.

జిమ్ దాన్ని నేర్పుగా పట్టుకున్నాడు.

"జిమ్! ఇలా రారా!" అని జిమ్‌ని తన దగ్గిరికి పిలిచాడు షెల్బీ.

వాడు పరిగెత్తుకుంటూ దగ్గిరికి రాగానే వాడి బుగ్గ పట్టుకుని నొక్కి, వాడి ఉంగ్రాల జుట్టు మీద ముద్దుగా నిమిరి, "ఒరే! నువ్వెలా డాన్స్ చేస్తావో ఈయనకి చూపించరా! ఏదీ, చెయ్యి మరి!" అని నవ్వు మొహంతో అన్నాడు.

పిల్లాడు ఏమీ సిగ్గు పడకుండా నీగ్రోలు పాడుకునే మోటు పాట ఒకటి పాడటం మొదలు పెట్టాడు. పాటకి తగ్గట్టు కాళ్ళూ చేతులూ తలా శరీరం చక్కగా ఆడిస్తూ, చూసే వాళ్ళని నవ్వించెట్టు తిప్పుతూ డాన్స్ చేశాడు.

★ కెనడా, అమెరికా దేశానికి ఉత్తరంగా ఉన్న ఇంకొక దేశం. అక్కడ బానిసత్వం లేదు. అందుచేత అమెరికా నించి బానిసలు కెనడా పారిపోతూ ఉండే వారు.

★

"భలే చేశావురో!" అంటూ హేలే నవ్వుతూ పిల్లాడి వేపు రెండు నారింజ తొనలు విసిరాడు.

"ఒరే! జిమ్! మన కుజో మామ కీళ్ళ నొప్పుల్తో ఎలా నడుస్తాడో చూపించరా!" అన్నాడు షెల్బీ నవ్వుతూ.

వెంటనే జిమ్ గాడు షెల్బీ దగ్గిర ఉన్న కర్ర తీసుకుని వీపు గూనిగా పెట్టి, భుజాలు కుదించి, నడుం కిందికి వొంచి, కాళ్ళు పట్టు లేక అడ్డ దిడ్డంగా నడిచే వాడి లాగ నడుస్తూ, దారి పొడు గునా ఇటూ అటూ ఉమ్ములూస్తున్నట్టు నటిస్తూ హాలంతా తిరిగాడు.

హేలే, షెల్బీ ఇద్దరూ పెద్ద పెట్టున నవ్వారు.

షెల్బీ నవ్వుతూనే, "రాబిన్స్ తాత ప్రార్థనెలా చేస్తాడో చూపించరా! నువ్వు బాగా చూపిస్తావు" అన్నాడు.

వెంటనే జిమ్, మెడ సాగదీసి నించుని మొహం కిందికి వొంచి కంఠ స్వరాన్ని వొణికిస్తూ ముక్కుతో పాడడం మొదలెట్టాడు.

పెద్ద వాళ్ళిద్దరూ మళ్ళీ నవ్వారు.

"ఓరి బాబో బలే వాడండో ఈడూ. ఏం తమా షాలు చేశాడు! ఇంకేం? ఈణ్ణి పడేసెయ్యండి షెల్బీ గారూ! ఈణ్ణి పడేస్తిరా మన బేరం సెటిలై పోయినట్టే, ఇంకేం పేచీ లేదు" అంటూ హేలే తెగ సంతోష పడిపోతూ మర్యాద కూడా మరచి పోయి షెల్బీ భుజం మీద చరిచాడు.

హాలు తలుపులు నెమ్మదిగా తీసుకుని ఒక పాతికేళ్ళ అమ్మాయి లోపలికి వచ్చింది. ఆమెని ఒక్క చూపు చూడగానే ఆ పిల్లాడి తల్లి ఆ అమ్మా యేనని స్పష్టంగా తెలిసి పోతోంది. సరిగ్గా ఆ పిల్లాడి కళ్ళ లాంటి కళ్ళే, అలాంటి రంగే. ఆ బేరగాడు ఒక్క చూపుతో ఆమెని పై నించీ కిందకి ఒక్క అంగుళం మేర కూడా విడిచి పెట్టకుండా పరిశీలించేశాడు.

లోపలికి వచ్చిన ఆ అమ్మాయి, హేలే చూపు లకు బెరుకు పడుతూ దూరంగా నిలబడి పోయింది.

"ఏం ఎలిజా?" అని యజమాని ఆమెని పలకరించాడు.

"జిమ్ కోసం చూస్తున్నానండయ్యా" అని ఆమె వినయంగా చెప్పింది.

పిల్లాడు పరిగెత్తుకు వెళ్ళి వాళ్ళమ్మని కావ లించుకుని తనకు దొరికిన నారింజ తొనలూ, ద్రాక్ష పళ్ళూ, చొక్కా లోంచి తీసి వాళ్ళమ్మకి చూపిం చాడు.

"సరే, వాణ్ణి తీసుకు పో!"

ఎలిజా, పిల్లాణ్ణి చప్పున ఎత్తుకుని కంగారుగా అక్కణ్ణించి వెళ్ళి పోయింది.

అంతసేపూ ఎలిజాని చూస్తూనే ఉన్న హేలే మళ్ళీ ప్రారంభించాడు - "దేవుడి మీద వొట్టేసి చెపుతున్నాను షెల్బీ గారూ! ఈ పిల్లకి మాంచి ధర పలుకుతుంది. రోజూ ఎయ్యేసి మంది పిల్లల్ని చూస్తూ ఉంటానా? ఒక్కటీ దీని కన్నా అందమైంది కాదండీ. ఆళ్ళకే బోలెడేసి ధరలు పోస్తారు."

షెల్బీ చాలా అయిష్టంగా, "ఈ పిల్ల మీద డబ్బు సంపాదించాలని నాకు లేదులే హేలే" అనేసి ఆ విషయం తప్పించడానికి కొత్త వైన్ సీసా మూత ఊడదీసి దాని రుచి గురించి మాటలు ప్రారంభించాడు.

హేలే, ఎలిజా సంగతి వొదలకుండా, "ఈ పిల్ల పెద్ద ఆస్తి లెండి మీకు. చెప్పండి. ఏం ఇవ్వ మంటారు దీనికి?" అని బేరం ప్రారంభించాడు.

షెల్బీ కొంచెం సహనం తెచ్చి పెట్టుకుంటూ, "హేలే! ఆ అమ్మాయిని అమ్మే మాట లేదు. నా భార్యకి ఆ అమ్మాయంటే ప్రాణం. తన ఎత్తు ధనం పోసినా ఆ అమ్మాయి నివ్వదు" అన్నాడు.

"ఆడోళ్ళ లాగే అంటార్లెండి షెల్బీ గారూ! ఆళ్ళకి లాబ నష్టాల గురించి తెలిస్తే కదా? ఆవిడి కో నగో నట్రో చేయించి పడెయ్యండి. అంతా గప్ చిప్! నాకు తెల్సుగా ఈ సంగతులన్నీ."

"కుదరదని చెప్పానుగా హేలే? అది అంతే. ఆ సంగతి వొదిలెయ్యి!"

హేలే ఉత్సాహం నీరుగారి పోయింది. షెల్బీ నిజం గానే ఆ పిల్లని అమ్మడని అర్థం చేసుకు న్నాడు. నిరుత్సాహం లోంచి కాస్సేపటికే తేరు కుంటూ, "సర్లెండైతే ... ఆ బుడ్డోణ్ణన్నా పడె య్యండి మరి" అని మొదటి బేరాని కొచ్చాడు.

"ఏం చేసుకుంటావు అంత పసివాణ్ణి?" అన్నాడు షెల్బీ కొంచెం వింతగా చూస్తూ.

"నాకు తెలిసినాయ నొకడున్నాళ్ళెండి. ఈ యాడాది యాపారం కొంచెం పెంచాలనుకున్నాడు. కాస్త అందమైన పిల్లల్ని కొని నాలుగేళ్ళ పాటు పెంచితే తర్వాత అళ్ళ మీదే బోలెడు యాపారం చేసుకోవచ్చు. అందమైనోళ్ళకి ధర బాగా పలుకుద్దండీ. గుమ్మాల దగ్గిర కాపలాలకీ ఆటికీ, అందమైన పిల్లల్ని బాగా కొంటారు. ఈ జిమ్ గాడైతే ... ఆడి ఆటా పాటా ..."

"నేను వాణ్ణి అమ్మను" అన్నాడు షెల్బీ చాలా స్పష్టంగా. "చూడు హేలే! నేను మాన వుడిగా పుట్టాను. తల్లీ బిడ్డల్ని విడదియ్యలేను."

"అవున్లెండి! అది నిజమే గానీ ... నాకు తెలుసులెండి, పిల్లల్ని లాక్కుంటే ఆడోళ్ళతో గోలే ... ఏడుపులూ ... పెడబొబ్బలూ - అబ్బ! అంతా చెత్త చెత్త చేసి పెడతారు ... ఆ మాట నిజమే గానీ, మీ రా పిల్లని రెండ్రోజులు ఎటన్నా పంపేసి ఆ బుడ్డోణ్ణి నా కప్పగిస్తే సరిపోద్దండీ! మీ ఆవిడ గారి సంగతంటారా? ... ఆఁ ... దాన్దేవుంది ... ఆవిడకో కొత్త గౌనో ... కొత్త దుద్దులో, అలాంటిదేదో చేపిం చేస్తే ... కొంత మంది బలే తెలివి తక్కువ పన్లు చేస్తార్లెండి షెల్బీ గారూ! తల్లి సంక లోంచి పిల్లని బలవంతంగా లాగేసి ఇద్దర్నీ ఇడదీసేస్తారు. ఇక ఆ ఆడది పిచ్చెత్తిన దాని లాగ ఒకటే ఏడుపు! ఎప్పుడూ ఏడుస్తూ మొత్తుకుంటూ కూర్చుంటే అళ్ళింకేం పని చేస్తారండీ? ... అబ్బే! బొత్తిగా తెలివి తక్కువ. అళ్ళు దేనికీ పనికి రాకుండా పిచ్చెత్తి పోతారు. ఒక సారి అలాగే అయింది. ఆర్లియన్స్‌లో చక్కటి పిల్లొకతి ఉండేది. దాన్ని కొనే వాడు, దాని పిల్లని అక్కర్లేదన్నాడు. పిల్లని దూరంగా తీసి పారేశాడు! అప్పుడు చూడండీ! అది ఒక దూకు దూకి ఆ పిల్లని వాటేసుకుని ఎట్టా మాట్టాడిందనుకున్నారూ! ఆ బేరగాడు మళ్ళీ అలాగే ఆ పిల్లని ఊడ లాగేసి, దాన్ని పట్టుకు పోయాడు. ఎయ్యి డాలర్లకి కొన్నాడండీ దాన్ని. ఏం లాబం? వారం తిరక్కుం డానే అది పిచ్చెత్తి చచ్చింది. ఎంత నష్టం చూడండి! ఎయ్యి డాలర్లు!"

షెల్బీ నారింజ కాయ వొలుస్తూ ఏమీ మాట్లాడకుండా కూర్చున్నాడు.

"నన్ను నేను పొగుడుకోటం బాగుండదు కానండీ ... ఉన్న మాట చెపుతున్నాను. నే నంత తెలివి తక్కువగా యాపారం నడపను సుమండీ! బేరగాళ్ళందరూ ఎంతో కొంత నష్టపోతానే ఉంటారు గానీ ... అళ్ళ లెక్కన చూస్తే నా నష్టం అంత నష్టం కాదు లెండి. నేను బిజినెస్సు చేసుకొనే పద్ధతే అలాంటి దనుకోండీ! మానవత్వవండీ, కొంచెం మానవత్వం ఉండాలి యాపారానికి! ... నే నెప్పుడూ మానవత్వం తోటే నడుచుకుంటాను సుమండీ! అదే నా యాపారానికి ఎన్నెముకనుకోండీ" - హేలే చేతులు తిప్పుతూ ఉత్సాహంగా చెప్పుకు పోతున్నాడు.

"నా అబిప్రాయాలు చెప్తే చాలా మంది నవ్వుతార్లెండి. మానవత్వంగా ఉండాలంటే, నా మాట లెవరూ పట్టించుకోరు. నేను మాత్రం ఆ ప్రెకారమే నడుచుకుంటాను షెల్బీ గారూ! దాని వల్ల నా యాపారానికి చాలా లాబం కలిగిందనుకోండీ."

హేలే 'మానవత్వం' గురించి మాట్లాడుతోంటే, షెల్బీ నవ్వకుండా ఉండలేక పోయాడు. ఈ రోజుల్లో మానవత్వమనేది చాలా వింత వింత రూపాల్లో తలెత్తుతోంది. 'మానవత్వం, మానవత్వం' అని మాట్టాడుతూ ఉంటారే... అలాంటి వాళ్ళు చెప్పే వింత మాటలకీ, చేసే వింత పనులకీ, సంబంధం ఉండదు.

షెల్బీ నవ్వు, హేలేని బాగా ప్రోత్సహించింది - "ఇది వరకు నా యాపారంలో లోకర్ అని ఒక బాగస్తుడుండే వాడండీ. అడు చాలా మంచోడే గానీ నిగ్గర్లని తెగ కాల్చుకు తినే వాడండీ. 'ఎందుకురా లోకర్, అళ్ళ నలాగ కొట్టి సంపుతావూ? సెయ్యో, కాలో ఇరిగి పాడై పోతారు. రోగాలతో నాశనమై పోతారు. అళ్ళు ఈసురోమని సస్తే మనకే గదా నష్టం? కాస్త మానవత్వంతో ఉండరా బాబూ' అని తెగ చెప్పే వాణ్ణండీ. నా మాట చెవిని పెడితేనా? ఆడి వృదయం మంచిదే అనుకోండీ. యాపారంలో మోసం చేసే గుణం అదీ లేదు గానీ

... ఆడి తెలివి తక్కువ పనుల్తో నా దుంప తెంచా డనుకోండీ. నిగ్గర్లని తెగ చంపేసే వోడు. ఆళ్ళ నెందుకూ పనికి రాకుండా చేసే వోడు. యాపా రంలో తెగ నష్టం వొచ్చేది. ' ఇక ఈడితో లాభం లేదురా' అనుకుని ఆడిని ఇడిచి పెట్టేశాను.

యాపారం అంటే మాటలా షెల్బీ గారూ? అది అందరికీ కలిసి రాదండీ ... తల్లి దగ్గిర్నించి పిల్లని లాక్కోవాలనుకోండీ ... తల్లికి పిల్లని కొత్త కను మరుగు చెయ్యాలండీ. తల్లికి తెలవకండా ఆ పని కాస్తా అయిపోతే ... తర్వాత అది చేసి సచ్చేదే ఉంటదీ? కాస్సేపెడ్చి ఇక లాబం లేదు లెమ్మని అదే నోరు మూసుకుంటది. దాని కళ్ళ ముందే పిల్లని లాక్కుపోతే ... అబ్బే, అది పులి లాగ మీద పడి పీకటం ... దాన్ని వొదిలించుకోటానికి మనం పెనుగులాట్టం ... అది మనల్ని రక్కటం ... మనం దాన్ని బాదటం ... ఆ లోగా ఆ పిల్ల కొత్తా కళ్ళు తేలెయ్యటం ... అదంతా బొత్తిగా తెలివి తక్కువ అనుకోండీ ... అసలు ఈ నిగ్గర్ గాళ్ళతో ఏ రకంగా మసులుకోవాలో ఆ రకంగా మసులుకోవాలి గానీ ..."

"నేను మా పని వాళ్ళని నువ్వు చెప్పే పద్ధ తుల ప్రకారం చూడ్డం లేదులే."

"మీ కెంటకీ వాళ్ళంతా అంతే లెండి. నిగ్గర్లని సుబ్బరంగా సెడ గొడతారు. అదంతా దయ అను కుంటారు గానీ - ఆళ్ళకి అది చాలా నష్టం. మీరు అళ్ళని సుతారంగా పెంచితే, రేపొద్దున్న ఏ ఎల్ల య్యకో, పుల్లయ్యకో అమ్మేసి నప్పుడు ఆళ్ళ పాట్లు కుక్కలు కూడా పడవ్. ఈ తోటల్లో నిగ్గర్లున్నారే ... ఆ తోటలన్నీ ఆళ్ళ సొంత ఆస్తుల్లాగ ఆడతా పాడతా ఎలా తిరుగుతున్నారో చూడండి. నిగ్గర్ల విషయంలో మాత్రం ఎంత వరకు దయగా ఉండాలో అంత వరకే ఉంటానండీ నేను."

షెల్బీ, హేలేతో ఏకీభవించనట్టు ఊరు కున్నాడు.

"సరేనండి షెల్బీ గారూ! మరి ఈ బేరం సంగతి తేల్చేయండి ... ఆ బుడ్డోడి సంగతేం టంటారు?"

"సరే, నా భార్యతో కూడా మాట్లాడి చెబు తాను. ఇక్కడ, నీ విషయం నా పని వాళ్ళెవ్వరికీ తెలియ కూడదు."

"అలాగే లెండి. మరి తొందరగా తేల్చె య్యాలి. నాకు చాలా తొందర పనులున్నాయి."

"సాయంత్రం ఐదు గంటల కొస్తే, ఏ మాటా చెబుతాను" అన్నాడు షెల్బీ లేస్తూ.

హేలే, కోటు తీసుకుని కొంచెం వినయంగా వొంగి శెలవు తీసుకుని వెళ్ళిపోయాడు.

"వెధవని మెట్ల మీద నించి కిందపడే లాగ ఒక తన్ను తంతే సరి" అని గొణుక్కున్నాడు షెల్బీ.

తన బానిసల్ని అమ్మవలసి రావడం షెల్బీకి చాలా కష్టం కలిగిస్తోంది.

బానిసల్ని హింసించడం అనేది కెంటకీ రాష్ట్రం లోనే చాలా తక్కువ. అక్కడి వ్యవసాయం పనులు, సాఫీగా సరళంగా సాగిపోయే స్వభావం గలవై ఉంటాయి. ఇంకా దక్షిణాదికి పోయిన కొద్దీ వ్యాపార పంటలు అధికంగా పండుతాయి. అక్కడి జీవితం, ఎప్పుడూ తొందరతో, పనుల వొత్తిడితో నిండిపోయి ఉంటుంది. అక్కడి బానిస యజమానులు తమ దృష్టి అంతా సిరి సంపదలు పెంచుకోవడం మీదే కేంద్రీకరించి బానిసలతో దుర్భరమైన చాకిరీ చేయిస్తూ ఉంటారు.

కెంటకీ రాష్ట్రంలో ఎస్టేట్లలో పని చేసే బాని సల్నీ, వారి యజమానుల్నీ చూస్తే, యజమానులు బానిసల పట్ల చాలా దయగా ఆప్యాయంగా ఉండడం కనపడుతుంది. యజమానికి బానిసల మీద ఎంత దయ ఉన్నప్పటికీ, సజీవమైన హృద యానుభూతులు పొందే మానవుల్ని ఒక యజ మానికి హక్కుగా చేసే చట్టం ఉన్నంత కాలం, బానిసల జీవితాలు సంతోష ప్రదంగా ఎన్నటికీ ఉండలేవు.

షెల్బీ, దయ గల యజమానే. తన ఎస్టేట్‌లో ఉండే బానిసలకు సదుపాయాలు చెయ్యడంలో అతనేమీ లోపం చెయ్యడం లేదు. అతను స్పెక్యు లేషన్ బిజినెస్‌లో బాగా నష్టపోయాడు. ఆ వ్యవ హారం లోనే హేలేకి బాగా రుణపడ్డాడు. ఆ అప్పు తీర్చుకోడానికే అతను కొంత డబ్బు ఇచ్చి ఇంకో వెయ్యి డాలర్ల కింద టామ్‌ని ఇవ్వడానికి నిశ్చ

యించు కున్నాడు. ఎంత దయ గల యజమాని అయినా, తనకు అవసరమైతే, తన ఆస్తిగా ఉన్న బానిసని ఉపయోగించుకోకుండా ఉండే దయని చూపించలేడు. టామ్‌నే గాక జిమ్‌ని కూడా ఇవ్వ డానికే అతను నిశ్చయించుకున్నాడు! లేకపోతే ఆ అప్పు తీర్చుకునే మార్గం లేదు అతనికి.

షెల్బీ, హేలేతో మాట్లాడిన మాటల్లో కొన్ని ముక్కలు ఎలిజా విన్నది. తన చెవుల్ని తనే నమ్మ లేక పోయింది. ఆమె గుండె ఆగిపోయి నట్ట యింది. పిల్లాణ్ణి హాల్లోంచి తీసుకు పోతూ వాణ్ణి ఎంత గట్టిగా అదుము కుందంటే, వాడు తెల్ల బోయి తల్లి మొహం చూశాడు.

"ఎలిజా! ఎలిజా!" అని యజమానురాలు మళ్ళీ పిలిస్తే ఎలిజా లోపలికి పరిగెత్తింది.

యజమానురాలు ఏదో సిల్కు గౌను తీసి ఇమ్మంటే, రాత్రి గౌను తీసి ఇచ్చింది. చేతిలో పట్టు కున్న వాస్తువేదో కింద పడేసింది. దారిలో ఉన్న దేమిటో చూసుకోకుండా తన్నేసింది. చివరికి, "అమ్మ గారూ!" అంటూ కూలబడి యాడవడం మొదలెట్టింది.

" ఏవిటే ఎలిజా? ఏవైందే నీకు?" అని ఆశ్చర్య పడింది యజమానురాలు.

"అమ్మ గారూ! బేరగాడెవడో అయ్య గారితో మాట్లాడుతున్నాడమ్మా."

"అయితే ఏవిటి?"

" జిమ్ గాణ్ణి అమ్మేస్తారంటమ్మా!" అని ఎలిజా భోరుమని యాడవడం మొదలెట్టింది.

యజమానురాలు ఆశ్చర్యపడింది - "నీ కేవన్నా మతిపోయిందేవిటే బుద్ధి తక్కువ దానా!" అని తిట్టింది. " జిమ్ గాణ్ణి అమ్మడం ఏవిటి? ఎవరు చెప్పారు నీకు?"

"అయ్య గారు బేరగాడితో మాట్లాడుతున్నా రమ్మా!"

" ఏడిశావులే. అయ్యగా రెప్పుడైనా పని వాళ్ళని అమ్మారా? అసలా చిన్న వెధవని ఎవరు కొంటా రనుకుంటున్నావు? ప్రపంచంలో అందరూ నీ కొడుక్కోసమే ఎగబడుతున్నారనుకుంటు న్నావా? ఆ తలుపుల చాటున నించుని వినడా లేమిటి నువ్వు? - లే ... లేచి నా గౌనుకి పిన్నీసు పెట్టు! మొన్న నువ్వు నేర్చుకున్నావే ... ఆ రకం జడ వెయ్యి నాకు, లేవే పిచ్చిదానా!"

" అమ్మా! జిమ్ గాణ్ణి అమ్మేస్తానంటే మీరు వొప్పుకోరు కదమ్మా?"

" ఏం మాటలే ఎలిజా? నేను చస్తే వొప్పు కోను, సరేనా? వాణ్ణి అమ్మితే ఒకటీనూ, నా బిడ్డ నమ్మితే ఒకటీనా?"

యజమానురాలు అంత నమ్మకంగా చెప్తే ఎలిజా గుండె బరువు తీసేసినట్టయింది. వెంటనే లేచి కళ్ళు తుడుచుకొని యజమానురాలికి కొత్త రకం జడ వేసింది. ముస్తాబులో సహాయం చేసింది.

ఆ యజమానురాలి పేరు ఎమిలీ. ఆమె కెంట కీలో చాలా మంది స్త్రీల లాగానే చాలా దయ గలది. బానిసల విషయంలో ఎంతో కరుణతో ప్రేమతో ప్రవర్తించే సంస్కారం గలది. ఆమెకు భగవంతుడంటే చాలా భక్తి.

మత గురువులూ, పూజారులూ చెప్పేది నిజ మైన భక్తి కాదనీ, భగవంతుణ్ణి నిజంగా విశ్వసించే వాళ్ళు సాటి మానవుల్ని బాధించకూడదనీ, ఆమె భావిస్తుంది. "అంతా దేవుడి దయ", "దేవుడెలా చేస్తే అలాగ" అని బానిసలు చీటికీ మాటికీ దేవు డంటే భయాన్ని ప్రదర్శిస్తూ ఉంటే, ఎమిలీ వాళ్ళని మందలిస్తూ ఉంటుంది. తమ ఎస్టేట్‌లో బానిస లకు సంబంధించిన విషయాలన్నీ ఆవిడే చూసు కుంటుంది. బానిసల సౌకర్యం కోసం ఏం చెయ్యా లన్నా ఆమె భర్త షెల్బీ వ్యతిరేకించడు.

భర్త గుణం ఎమిలీకి బాగా తెలుసు కాబట్టి, అతడు జిమ్ ని అమ్ముతాడంటే ఆ మాట నిజం కాదని, ఆమె ఎలిజా మాటలు కొట్టి పారేసి సాయంత్రం షికారుకి వెళ్ళిపోయింది.

★ ★ ★

చాలా ఏళ్ళ కిందట షెల్బీ ఒక సారి న్యూ ఆర్లియన్స్ వెళ్ళి వస్తూ చిన్న ఎలిజాని కొనుక్కు వచ్చి, భార్య కిచ్చాడు. ఎలిజా పూర్తిగా నీగ్రో జాతి అమ్మాయి కాదు. ఆమె రంగూ పోలికలూ చూస్తే,

ఆమె తల్లి దండ్రుల్లో ఒకరు నీగ్రో జాతి వాళ్ళు కారని తెలుస్తుంది.

చిన్నతనం నించీ ఎలిజా షెల్బీ కుటుంబంలో కష్టం తెలీకుండా పెరిగింది. చదువు సంధ్యలు నేర్చుకుంది. నాజూకుతనం, నాగరీకంగా మాట్లా డడం, అలవడ్డాయి. జార్జి హారిస్ అనే బానిసతో ఎలిజాకు పెళ్ళయింది. హారిస్ కూడా పూర్తిగా నీగ్రో జాతికి చెందిన వాడు కాడు. ఎలిజాకు ఇద్దరు పిల్లలు పోయిన తర్వాత ఈ జిమ్ గాడు పుట్టాడు.

ఎలిజా భర్త హారిస్, ఇంకో యజమానికి బానిస. హారిస్ యజమాని, పరమ దుష్టుడు. దయకీ, వాడికీ, ఆమడ దూరం. తన బానిసల మీద వాడు ఎప్పుడూ కక్ష గట్టినట్టు ఉంటాడు. కొందరు బానిసల్తో తన ఎస్టేట్‌లో పనులు చేయిం చుకుంటూ, కొందరు బానిసల్ని ఇతరుల ఫ్యాక్ట రీల్లో పనులకు కూలికి పంపిస్తాడు. ఆ కూలి, యజమానే తీసుకుంటాడని వేరే చెప్పనక్కర లేదు.

హారిస్‌ని అలాగే ఒక సంచుల ఫ్యాక్టరీ పనిలో ఉంచాడు, చాలా కాలం నుంచీ.

ఆ ఫ్యాక్టరీ యజమాని, హారిస్ తెలివి గల వాడని గ్రహించి అతను చదువుకోడానికి ఏర్పాటు చేసి ప్రోత్సహించాడు. ఆ ఫ్యాక్టరీకి వచ్చిన తర్వాతే హారిస్‌కీ ఎలిజాకీ పెళ్ళి అయింది.

హారిస్ చాలా తెలివి గల వాడనీ, సమర్థుడనీ, అతన్ని ఫ్యాక్టరీలో అందరూ అభిమానిస్తూ ఉండే వారు. ఒక బానిస ఎంత తెలివి గల వాడైనా, ఎంత సమర్థుడైనా, అతని శక్తి సామర్థ్యాలన్నీ అతని యజమాని ఆస్తులే. హారిస్, తను పని చేసిన ఫ్యాక్టరీలో నార ని క్లీన్ చేసే యంత్రం ఒకటి కని పెట్టాడు. హారిస్ తెలివి తేటలకి ఫ్యాక్టరీ యజ మాని చాలా ఆనందించాడు. హారిస్ కొత్త యంత్రం ఏదో కని పెట్టాడన్న సంగతి వినీ విన గానే అతని స్వంత యజమాని, ఆ ఫ్యాక్టరీకి పరి గెత్తుకొచ్చాడు.

ఫ్యాక్టరీ యజమాని, హారిస్ యజమానిని మర్యాదగా ఆహ్వానిస్తూ, "మీ వాడు చాలా తెలి వైన వాడండీ. అలాంటి బానిస మీకు ఉన్నా డంటే..." అంటూ అభినందించాడు.

హారిస్, తను కనిపెట్టిన యంత్రాన్ని గురించి యజమానికి స్వయంగా వివరిస్తూ మెరిసే కళ్ళతో, మేధావితనం ఉట్టిపడే మాటలతో, సంతోషంతో యంత్రాన్ని వర్ణించాడు. తన బానిస, తన ముందే అలా తల ఎత్తుకు నిలబడి, తెలివి తేటలకు అలాంటి రుజువు చూపిస్తూ మాట్లాడుతోంటే, ఆ యజమాని భరించలేక పోయాడు. మహావమా నంతో చిందులు తొక్కాడు. "వీడి కెంత జీతం ఇవ్వాలో అంతా లెక్క చూసి ఇచ్చెయ్యండి! వీణ్ణి నాతో తీసుకు పోతాను" అని కోపంగా అరిచాడు.

"తీసుకు పోతారా!" అని ఫ్యాక్టరీ యజమాని కంగారు పడ్డాడు.

"ఆఁ ... తీసుకు పోతాను. ఏం? వీడు నా బానిస కాడా?"

"అతని కూలి ఇంకా పెంచాలను కుంటు న్నాను."

"కూలి ఎంత పెంచినా సరే, వీణ్ణి ఇక్కడ ఉంచేది లేదు."

"ఇతను ఈ ఫ్యాక్టరీ పనికి బాగా తగిన వాడండీ. పని చురుగ్గా జరగడానికి ఎంత చక్కటి యంత్రం కనిపెట్టాడో చూడండి!"

"ఆఁ, కనిపెడతాడు, కనిపెడతాడు! బానిస గాళ్ళే యంత్రాలు. ఇంకా వేరే యంత్రా లెందుకు? వీణ్ణి తీసుకు పోయి ఏ దున్నే పనికో, తవ్వే పనికో పడేస్తాను, చాలు!"

యజమాని మాటలు వింటూ కోపంతో ఉడికి పోతూ నించున్నాడు హారిస్. అతని కళ్ళు నిప్పులు కురిశాయి. పెదిమలు బిగించాడు. కోపంతో గబ గబా గాలి పీలుస్తూ, పైకి చిమ్మని అగ్ని పర్వతం లాగ ఉన్నాడతను. అతను, మాటల్ని ఆపుకోగలి గాడు గానీ, నిప్పులు కక్కే అతని కళ్ళూ, నుదుటి చిట్లింపులూ, సెగలా మారిన అతని ఊపిరీ - అతని కోపాన్ని వ్యక్తపరుస్తూనే ఉన్నాయి. నోటితో మాట్లాడే మాటల కన్నా నిజమైన, సహజమైన భాష అది. ఎన్ని బంధాల్లో, ఎన్ని చట్టాల్లో ఉంచినా, ఒక మానవుడు నిర్జీవ వస్తువు ఎన్నటికీ కాలేడని ఆ భాష చాటుతోంది!

ఫ్యాక్టరీ యజమాని హారిస్‌ని సానుభూతిగా చూస్తూ, "ఇప్పటికి ఆయన తోనే వెళ్ళు! తర్వాత నీకు నే నేమైనా సహాయ పడగలనేమో చూస్తాను" అని చెప్పాడు నెమ్మదిగా.

హారిస్‌ని, యజమాని, తన వ్యవసాయ క్షేత్రా నికి తీసుకు పోయి తోటల పనిలో పెట్టాడు. రోజంతా ఒకటే బండ చాకిరీ. అతని తెలివి తేటలతో ఏమీ సంబంధం లేని దరిద్రపు చాకిరీ. ఒక మనిషిని పూర్తిగా వ్యర్థంగా ఛండాలంగా ఉప యోగించాలంటే, అతన్ని చంపెయ్యాలి! చంపె య్యకుండానే ఛండాలంగా, వ్యర్థంగా ఉపయో గించాలంటే, అతని శక్తి సామర్థ్యాలతో సంబంధం లేని పనిలో పడెయ్యాలి! హారిస్, తన శక్తి సామ ర్థ్యాలన్నీ ఉత్త వ్యర్థంగా పోతున్నాయనే బాధతో కృంగి పోతూ కాలం గడుపుతున్నాడు.

రెండు మూడు వారాల తర్వాత, ఫ్యాక్టరీ యజ మాని, హారిస్ యజమాని దగ్గిరికి మళ్ళీ వచ్చాడు. హారిస్‌ని ఫ్యాక్టరీ పని లోకి తీసుకు పోవడానికి అనుమతి ఇవ్వమన్నాడు.

హారిస్ స్వంత యజమాని మండిపడి పోయాడు - "ఆ రోజు మీ గుస గుసలు నేను వినలేదనుకోకండి! ... మీరు నాకేం చెప్పనక్కర లేదు. నా మనిషిని నేనేం చేసుకోవాలో నాకు తెలుసు. ఇది స్వతంత్ర దేశం. నా బానిసని ఏం చేసుకోవడానికైనా నాకు స్వతంత్రం ఉంది" అని అరిచి హారిస్‌ని ఫ్యాక్టరీకి పంపనన్నాడు.

హారిస్ ఆశ అంతా భగ్నమై పోయింది. అతను పూర్తిగా నిరాశలో దుఃఖంలో మునిగి పోయాడు.

ఆ విచారం తోనే అతను ఆ సాయంత్రం భార్య దగ్గిరికి వెళ్ళాడు.

హారిస్ యజమాని ఎస్టేట్‌కి కొంచెం దూరం లోనే, షెల్బీ గారి ఎస్టేటు.

యజమానురాలు షికారుకి పోయిన తర్వాత ఎలిజా పిల్లవాణ్ణి గురించి ఆలోచిస్తూ విచారంగా కూర్చుని ఉంది. అప్పుడు హారిస్ అక్కడికి వచ్చాడు.

"ఎందుకలా ఉన్నావు?" అని భార్య అడగ్గానే అతను నిరాశతో నిట్టూర్చాడు -"ఎంత దురదృష్ట వంతుణ్ణి ఎలిజా! నేను పుట్టకుండా ఉంటే ఎంత బాగుండును!"

ఎలిజా చాలా భయపడింది.

హారిస్, పిల్లవాణ్ణి దగ్గిరికి తీసుకుంటూ, "నేను ఇక మీ ఇద్దర్నీ చూడలేను" అన్నాడు.

"ఎందుకు? ఏం జరిగింది? నిన్ను ఫ్యాక్టరీ నుంచి తీసుకొచ్చేశారని నాకు తెలుసు. అది నీకు చాలా కష్టం హారిస్! కానీ నువ్వు సహనంతో ఉండాలి" అని ఓదార్చింది ఎలిజా.

"సహనం! ఇంత కాలం సహనంతో లేనా? నన్ను అన్యాయంగా ఫ్యాక్టరీ నించి తెచ్చేశాడు."

"నిజమే హారిస్! కానీ ఆయన నీ యజమాని! ఆయన మాట మీరకూడదు నువ్వు!"

"అతన్ని నా యజమానిగా ఎవరు చేశారు? అతనెలాంటి మనిషో నేనూ అలాంటి మనిషినే. ఇంకా చెప్పాలంటే అతని కంటే నేనే గొప్ప మని షిని. నేను చేసే ఏ పనీ అతను చెయ్యలేడు. అతని కంటే నేనే బాగా చదువుతాను, రాస్తాను. నా కున్న శక్తి సామర్థ్యాలేవీ అతనికి లేవు. అయినా అతడు యజమాని! నేను బానిసని! నాకు యజమాని అయ్యే హక్కు అతని కెలా వచ్చింది?"

"అయ్యో హారిస్! నువ్విలా మాట్లాడడం నే నెప్పుడూ వినలేదు ... నా కోసం ... జిమ్ కోసం ... నువ్వు జాగ్రత్తగా ఉండాలి!"

"ఇంత కాలం జాగ్రత్త గానే ఉన్నాను లిజా! సహనం గానే ఉన్నాను. కానీ రోజు రోజుకీ నా బతుకు దుర్భరం అయిపోతోంది. రక్త మాంసాల నేవి కష్టాల్ని ఎంతో కాలం భరించలేవు. నా యజ మాని నన్ను ప్రతీ క్షణం బాధించాలనీ అవమానిం చాలనీ చూస్తున్నాడు.

నిన్నటికి నిన్న ... నేను బండి లోకి రాళ్ళెక్కిస్తు న్నాను. మా యజమాని కొడుకు గుర్రం పక్కన నిలబడి కొరడా ఝూడిస్తున్నాడు. గుర్రం బెదిరి బండిని ఇటూ అటూ ఈడుస్తోంది.

'కొరడా చూసి గుర్రం బెదురుతూందయ్యా! దూరంగా వెళ్ళు' అని మా చిన్న యజమానితో అన్నాను. అతను వినలేదు. మళ్ళీ చెప్పాను. ఆ కొరడాతో నన్ను బాదటం మొదలెట్టాడు. నేను

అతని చెయ్యి పట్టుకుని ఆపాను. నన్ను తన్ని తోసేసి తండ్రి దగ్గిరికి పరిగెత్తుకు పోయి నేను బెదిరిస్తున్నానని చెప్పాడు. మా యజమాని కోపంతో ఉరక లేసుకుంటూ వచ్చాడు. 'నీ పని ఇలా గుందా, నీ సంగతి చూస్తారా' అంటూ నన్ను లాక్కు పోయి చెట్టుకి కట్టేశాడు. నేను ఎదురు తిరగలేను కదా?

'అబ్బాయ్! ఇప్పుడు కొట్టుకో వాణ్ణి! నీ ఇష్టం! నీకు ఆయాసం వచ్చే వరకూ చావబాదు వాణ్ణి' అని కొడుక్కి చెప్పాడు. వాడు అలాగే చేశాడు. కొట్టి కొట్టి వాడి చెయ్యి నొప్పెట్టిం తర్వాత వెళ్ళాడు..."

ఎలిజా దుఃఖం ఆపుకోలేక పెద్ద పెట్టున ఏడ్చింది - "భగవంతుణ్ణి ప్రార్థించుకో హారిస్! నా మాట విను, మా అమ్మ గారు ఎప్పుడూ చెపుతుంది. భగవంతుణ్ణి ప్రార్థించుకుంటే మనకు చాలా మంచి జరుగుతుందని చెపుతుంది."

"సుఖంగా సోఫాల మీద కూర్చునే వాళ్ళు అలాగే చెపుతారు లిజా! వాళ్ళని నా పరిస్థితిలో ఉండి మాట్లాడమను! నా యజమాని దగ్గిర నేను పడే బాధలు నీకు పూర్తిగా చెప్పలేదు. మనిద్దరి పెళ్ళికీ అంగీకరించడం చాలా పొరపాటై పోయిందన్నాడు. ఇప్పుడు నాకు మళ్ళీ ఇంకో పిల్లని తెచ్చి పెళ్ళి చేస్తాడట! చేసుకోకపోతే దక్షిణాదికి పంపి అమ్మేస్తాడట! బానిస పెళ్ళిని రక్షించే చట్టం ఏదీ లేదు దేశంలో. వాడు తల్చుకున్నాడంటే మనల్ని విడదీస్తాడు. ఎలిజా! నేను కెనడా పారిపోదా మనుకుంటున్నాను ..."

ఎలిజా చాలా భయంగా చూసింది.

"నేను కెనడా చేరుకోగలిగితే అక్కడ కొంత కాలం డబ్బు సంపాదించి మీ ఇద్దర్నీ కొనుక్కుంటాను. నీ యజమానులు మంచి వాళ్ళు, మిమ్మల్ని తప్పకుండా నాకు అమ్ముతారు."

"కానీ, నువ్వు పట్టుబడిపోతే? ఎంత ప్రమాదం నీకు?"

"పట్టుబడను. వాళ్ళు నన్ను చంపెయ్యాలి కానీ ప్రాణాలతో పట్టుబడను."

"... ఆత్మహత్య మాత్రం చేసుకోవు కదూ?"

"ఆత్మహత్య ఎందుకు? వాళ్ళే నన్ను హత్య చేస్తారు."

"హారిస్! జాగ్రత్తగా ఉంటావు కదూ? భగవంతుణ్ణి ప్రార్థించుకో! నీకు తప్పకుండా సహాయం చేస్తాడు."

"భగవంతుడు నీ మాట వింటాడేమో, నువ్వే ప్రార్థించు నా కోసం!"

"అయ్యో, అలా అనకు! నువ్వే స్వయంగా ప్రార్థించుకోవాలి హారిస్!"

తర్వాత వాళ్ళిద్దరూ కొంతసేపు నిశ్శబ్దంగా కూర్చున్నారు. కొంత సేపటికి హారిస్ కళ్ళ నీళ్ళతో వెళ్ళిపోయాడు.

★ ★ ★

టామ్ ఇల్లు, చెక్కలతో కట్టిన చిన్న ఇల్లు, యజమాని ఇంటి ఆవరణ లోనే ఉంది. ఆ ఇల్లు, తన "చిన్న" తనంతో, యజమాని ఇంటి "పెద్ద" తనాన్ని చాటుతోంది.

టామ్ భార్య పేరు - ష్లో. షెల్బీ కొడుకు పద మూడేళ్ళ జార్జి, టామ్‌ని, 'టామ్ మామా' అంటాడు. ష్లోని, 'ష్లో అత్తా' అంటాడు.

ష్లో అత్త, యజమాని ఇంట్లో వంట చేస్తుంది. ఆమె వంటల్లో అందె వేసిన చెయ్యి. దేవుడు తనని వంట చెయ్యడానికే సృష్టించాడని ఆమె గాఢ విశ్వాసం. ష్లో అత్త, ఎవరితో ఏ సంభాషణ ప్రారంభించినా చివరికి వాళ్ళని వంటల్లోకి లాక్కొస్తుంది.

ష్లో అత్త - వాకిట్లో తిరిగే కోడి వేపో, బాతు వేపో దీర్ఘంగా చూసిందంటే, వాటి అంతం వాటికి తెలిసి పోతుంది. తమని ఆవిడ వేపుడు చేస్తుందో, పులుసు పెడుతుందో, ఆ వేపుడూ పులుసూ కూడా ఏ యే రకాలుగా చేస్తుందో వాటికి అర్థమై పోయి, అవి ఆ ఛాయల్లో లేకుండా ఎగిరి పోతాయి.

జొన్న పిండితో ష్లో అత్త చేసే వంటలు ఇన్నీ అన్నీ కావు. విన్న వాళ్ళంతా ఆశ్చర్యపోయి ముక్కుల మీద వేళ్ళేసుకుంటారు. ఎవరన్నా ఆవిడ చేసినట్టు వంటలు చెయ్యాలని ప్రయత్నించి చెయ్యలేకపోతే ష్లో అత్త ముసి ముసి నవ్వులు నవ్వుతూ, "పిచ్చి వాళ్ళరా మీరూ! నా లాగ మీరు చెయ్యగలరేంటి?" అని గర్వంగా చూస్తుంది.

ఎప్పుడైనా విందుల కోసం స్పెషల్ వంటలు చెయ్యవలసి వస్తే, ష్లో అత్త ఆత్మ, గొప్ప ఉత్సాహంతో మేల్కొంటుంది. తన శక్తియుక్తులన్నీ ఉపయోగించి మానవ మాత్రులు చెయ్యలేని మహిమలు చేస్తుంది వంటల్లో. "జాన్సన్ గారు వొచ్చినప్పుడు నేను టర్కీ కోడి వేపుడు చేశాను చూడండీ, కిందటేడాది పండక్కి కేక్ చేశాను చూడండీ ..." అని ఎప్పటెప్పటి సంగతులూ యాకరువు పెడుతుంది. విందుల కొచ్చిన అతిథులు ఏ కూర ఎన్నేసి సార్లు వేయించుకు తిన్నారో చెప్పి, కూరల్లో రుచుల్ని గ్రహించ గల, వాళ్ళ జ్ఞానాన్ని ఎంతో మెచ్చుకుంటుంది.

"ఫలానా వాళ్ళ వంట మనిషి కూడా బాగానే చేస్తుంది" అంటే, "ఎవరూ? ఆ లింకన్ల ఇంట్లో మనిషా? .. ఎబ్బే! దాని మొహం! ... ఏదో ఓ మాదిరిగా చేస్తుందేమో! ... అసలు ఆ లింకన్లేం మంచి వాళ్ళూ? మన అయ్య గారి దగ్గిర లింకన్లెందుకు పనికొస్తారు?" అంటూ షెల్బీ కుటుంబాన్ని కీర్తించడం మొదలెడుతుంది. యజమాని మంచి వాడు కాకపోతే వాళ్ళ వంట మనిషి కమ్మటి వంటలెలా చేస్తుందని లాజిక్కు మాట్లాడుతుంది.

ఆ సాయంత్రం ష్లో అత్త, యజమాని ఇంట్లో వంట పని పూర్తి చేసి ఇంటి కొచ్చి తమ వంట ప్రారంభించింది.

పెద్ద పిల్ల లిద్దరూ చంటి పిల్లని ఆడిస్తున్నారు. చంటిది అప్పుడప్పుడే తప్ప టడుగు లేస్తోంది. అది అతి కష్టం మీద పైకి లేచి కింద పడ్డప్పుడల్లా దాని అన్నలు ఇల్లెగిరి పోయేటట్టు నవ్వుతున్నారు.

"ఏం గోలర్రా, పాడు పిల్లలు. పొండి బైటికి" అని తల్లి ఎంత కసిరినా వాళ్ళు పట్టించుకోకుండా చంటి దాన్ని పెట్టుకుని గంతులేస్తున్నారు.

టామ్, పలక మీద అక్షరాలు దిద్దుతున్నాడు. టామ్ గురువు పద మూడేళ్ళ చిన్న జార్జి. "మామా! అలా రాశావేం?" అని జార్జి మందలించి నప్పుడల్లా టామ్ చిన్న గురువుకి వినయ విధేయతలు ప్రకటిస్తూ తన తప్పు దిద్దుకుంటున్నాడు.

ష్లో అత్త, జార్జి తెలివి తేటలు చూసి, "ఈ తెల్ల వాళ్ళు ఎంత బాగా నేర్చుకుంటారో!" అని, తప్పుల్లేకుండా అక్షరాలు రాయగలిగే తెల్ల వాళ్ళ తెలివి తేటలకు తెగ ఆశ్చర్య పడుతోంది.

అక్షరాలు దిద్దుతున్న టామ్, చంటి బిడ్డలాగ అమాయకంగా ఉన్నాడు. టామ్, ఎటువంటి స్థితిలో అయినా మనసులో ఏమీ ఆందోళన లేని వాడి లాగ, సాధువు లాగ, గోవు లాగ కనపడతాడు.

"అత్తా! నాకు ఆకలేస్తోంది" అన్నాడు జార్జి, శిష్యుడితో అక్షరాలు దిద్దించే పని మాని.

టామ్ లేచి పలక అవతల పెట్టి చంటి పిల్లని ఎత్తుకున్నాడు. అది తండ్రి ముక్కు లాగుతూ, చెంపలు గీకుతూ, జుట్టు పీకుతూ, కేరింతలు కొట్టింది.

"ఇది కూడా అల్లరి ముండే" అని తండ్రి దాన్ని గుండెలకి హత్తుకుని ముద్దు పెట్టుకున్నాడు. పిల్లని భుజం మీదేసుకుని డాన్స్ చేసి దాన్ని నవ్వించాడు.

ష్లో అత్త, అప్పుడే పొయ్యి మీద నించి దింపిన రొట్టె, చిన్న యజమానికి ప్రత్యేక శ్రద్ధతో పెట్టింది. ష్లో అత్త, జార్జికి ఎప్పుడేం పెట్టినా, "తినండి చిన్నయ్య గారూ! ఇదంతా మీరు పెట్టిన భిక్షే మాకు" అంటూ ఉంటుంది.

టామ్ ఇంట్లో ప్రతీ వారం ప్రార్థనలు జరుగుతాయి. చుట్టు పక్కల ఇళ్ళల్లో బానిసలంతా అక్కడ ప్రార్థనలకి జేరతారు. ఆ రోజు ప్రార్థన జరిగే రోజే.

సాయంత్రం తిండి ముగించి గబ గబా ప్రార్థనల కోసం ఏర్పాటు చేశారు. ఒక్కొక్కరూ చేరుతున్నారు.

కొంత మంది వచ్చాక ప్రార్థనా గీతాలు పాడడం నెమ్మదిగా ప్రారంభించారు. స్వర్గంలో ఉండే సువర్ణ భవనాల గురించీ, దేవ కన్యల గురించీ పాడారు. పాటల దారిన పాటలు జరుగుతూ ఉండగానే ఎవరు చెప్పదలుచుకున్న కబుర్లు వాళ్ళు చెప్పారు. శాలీ అత్తకి ఎర్ర రుమాలు ఎలా వొచ్చిందీ, షెల్బీ గారు మొగ గుర్రప్పిల్లని ఎప్పుడు కొనేదీ, యజమానురాలు లిజీకి కొత్త గౌను ఎప్పుడిస్తానన్నదీ, చెప్పుకున్నారు. ఒకరు

జోర్డాన్ సంగతులు చెబితే, ఒకరు కేనాన్ పొలాల గురించి చెప్పారు. ఇంకెవరో కొత్తగా జెరూసలెమ్ గురించి చెప్పారు.

మాటలు చెప్పుకుంటూనే పాటలు పాడుతున్నారు. కన్నీళ్ళు పెట్టుకుంటున్నారు. నవ్వారు, ఏడ్చారు. చప్పట్లు చరుస్తూ ముందుకూ వెనక్కీ ఊగారు.

జార్జి కూడా వాళ్ళ ప్రార్థనల్లో పాల్గొని తల్లి దగ్గర నేర్చుకున్న మాటలన్నీ వాళ్ళకి చెప్పాడు. దేవుడి సంగతులు చెప్పే జార్జి మాటలు వాళ్ళంతా చాలా వినయ విధేయతలతో విన్నారు.

వారం వారం ఆ ప్రార్థనలకు వచ్చే ముసలి బానిస అవ్వ ఈ వారం కూడా వచ్చింది - "అంతా అయిపోయింది. ఇక ప్రయాణానికి సిద్ధంగా ఉన్నాను. ఆ సుందర లోకాన్ని గురించి మీరెరగరు" అని ఆ స్వర్గ లోకాన్ని వర్ణిస్తూ ఉంటుంది అవ్వ. మళ్ళీ వారం రాగలనో లేదో అని ప్రతీ వారం అందరి దగ్గరా ఆఖరి సెలవులు తీసుకుని వెళుతుంది. వచ్చే వారం మళ్ళీ వొస్తుంది.

టామ్ ఇంటిలో ప్రార్థనలు జరుగుతున్న సమయంలో, యజమాని ఇంట్లో, టామ్‌ని అమ్మే వ్యవహారం మీద ఆఖరి మాటలు జరుగుతున్నాయి.

కాయితాల మీద సంతకాలు జరిగిపోయాయి!

"హేలే! టామ్‌ని అమ్మేటప్పుడు మంచి యజమానికే అమ్మాలి సుమా నువ్వు!" అన్నాడు షెల్బీ. తన విచారాన్ని కొంత తగ్గించుకోడానికి ప్రయత్నిస్తూ.

"నేను మంచోణ్ణో చెడ్డోణ్ణో చూసుకునే అమ్మారా మీరు షెల్బీ గారూ!" అన్నాడు హేలే వెకిలిగా నవ్వుతూ.

"నువ్వు నాకు మాట ఇచ్చావు. టామ్‌ని బాగా చూసుకుంటానన్నావు."

"అవతల మనిషి నాకూ అలాగే మాటిస్తాడండీ ... దానికేం లెండి ... టామ్ గురించి మీరేం బెంగ పడక్కర లేదు. అణ్ణి నేను మంచి గానే చూసుకుంటాను. నేను దుర్మార్గుణ్ణి కాను షెల్బీ గారూ! భగవంతుడు నన్ను దుర్మార్గుడిగా పుట్టించలేదనే నే నెప్పుడూ భగవంతుణ్ణి తల్చుకుంటాను ... సరే! రేపొస్తానండి. రేపొచ్చి తీసుకు పోతాను ఆళ్ళిద్దర్నీ ..." అని లేచి ఉత్సాహంగా వెళ్ళిపోయాడు హేలే.

షెల్బీ ఒంటరిగా విచారపడుతూ కూర్చున్నాడు.

★ ★ ★

ఎమిలీ, షెల్బీ, రాత్రి భోజనాలయ్యాక పడగ్గది లోకి వచ్చారు. షెల్బీ సాయంత్రం పోస్టులో వచ్చిన ఉత్తరాలు చూసుకుంటున్నాడు.

ఎమిలీ జడలు విప్పి చిక్కులు తీసుకుంటూ అద్దం ముందు నించుంది - "అవును గానీ ఆ నికృష్టుడెవడూ, మధ్యాహ్నం అంతా తిష్ట వేసుక్కూర్చున్నాడు?" అని అడిగింది.

"హేలే అనీ అతనూ ..." - షెల్బీ కొంచెం ఇబ్బందిగా అన్నాడు.

"అతనికేం పని ఇక్కడ?"

"కొంచెం అప్పు వ్యవహారాలున్నాయి. నేనే రమ్మన్నాను."

"నీగ్రో బేరగాడా అతను?" - చాలా మామూలుగా అడిగింది ఎమిలీ.

షెల్బీ కంగారు పడ్డాడు - "అలా ఎందుకనుకున్నావు? ఎవరు చెప్పారు నీకు?"

"మధ్యాహ్నం ఎలిజా ఏడుస్తూ వొచ్చింది. 'అయ్య గారు జిమ్ గాణ్ణి అమ్మేశారమ్మో' అని ఒకటే ఏడుపు అది. 'అయ్యగా రెప్పుడన్నా అలాంటి పని చేశారే' అని ఎంత చెప్పినా వినదే ..."

షెల్బీ మాట్లాడ లేక పోయాడు - తను చెప్పాలనుకున్న సంగతి ఎలాగో బయట పడిపోయింది! ఇప్పుడు దాచినా రేపైనా చెప్పక తప్పదు. కొంచెం ధైర్యంగా ప్రారంభించాడు - "ఎమిలీ! ... మరి ... అవును ... మన వాళ్ళెవర్నీ అమ్మనని చాలా సార్లన్నాను. నిజమే, కానీ ... ఎమిలీ ... ఇప్పుడు చాలా కష్టం వచ్చింది. మన వాళ్ళని కొందర్ని అమ్మక తప్పేటట్టు లేదు."

ఎమిలీ అద్దం వేపు నించి తల తిప్పింది - "అమ్మటమా!"

"బేరగాడికి చెప్పేశాను టామ్ నిచ్చేస్తానని!"

"టామ్‌నా? మన టామ్‌ని! ..." - ఎమిలీ నిర్ఘాంతపడి పోయింది. "ఏమంటున్నావు నువ్వు?" అని కోపంగా చూసింది. భర్త మాటలు నిజమని ఆమెకు పూర్తిగా నమ్మకం కలగక పోయినా అప్పటికే ఆమెకు చాలా కోపం వచ్చేసింది. "టామ్‌కి స్వేచ్ఛ ఇచ్చేస్తామని ఎన్ని వందల సార్లు చెప్పామో గుర్తుందా? ఆడిన మాట కూడా తప్పి అతన్ని అమ్ముతావా? ఆఁ ... నువ్వు ఏమైనా చేస్తావు! నాకు బాగా అర్థమైంది. ఎంత పనైనా చేస్తావు! ... ఆ జిమ్ గాణ్ణి కూడా అమ్మేస్తావు!" అంటూ ఆమె కోపంతో ఊగిపోయింది.

షెల్బీ ధైర్యంగా ఉండదల్చుకున్నాడు - "నిజమే నువ్వన్నది. జిమ్‌ని కూడా అమ్ముతున్నాను. ప్రతి రోజూ ప్రతి ఒక్కరూ చేసే పనే నేను చేస్తే నేను నీ కింద దుష్టుడిలా కనపడుతున్నానా?" అన్నాడతను నిష్ఠూరంగా.

అంతా అర్థమైంది ఎమిలీకి. ఆమె ఆశ్చర్యం లోంచి తేరుకోలేక పోతోంది. - తమ కుటుంబంలో కూడా బానిసల్ని అమ్మడం!

"హేలే ఎలిజాని కావాలన్నాడు. ఎలిజా నిచ్చేస్తే నీకు చాలా కష్టం కదా అని ఇలా చేశా. నువ్వింకా సంతోషించాలి దీనికి."

ఆ మాటలు ఎమిలీ కేమీ సంతోషం కలిగించ లేదు. పిడుగు మీద పడ్డట్టు అయిపోయిందామె.

"ఎమిలీ! నీ కెంత బాధ కలుగుతుందో నాకు తెలుసు. కానీ ఏం చెయ్యను? తప్పదు. హేలే మన ఆస్తి అంతా తాకట్టు పెట్టి దోచుకోవాలనే అభిప్రాయంతో ఉన్నాడు. వాడి అప్పు వొదిలించుకోక పోతే మనం భూమి మీద నిలబడలేం. వాణ్ణి చాలా విధాల బతిమాలాను, బామాలాను, అడుక్కోవడం తప్ప అంతా చేశాను. వాడు సజావుగా వ్యవహారం కుదర నివ్వలేదు. ఈ జిమ్ గాడు అక్కడికి రాగానే, వాణ్ణి చూసీ చూడగానే, వాడు కావాలని కూర్చున్నాడు. అలాగైనా కాస్త వ్యవహారం కుదరనిచ్చే లాగ కనబడ్డాడు. అంతా ధ్వంసమై పోవడం మంచిదంటావా, వాళ్ళిద్దర్నీ అమ్మడం మంచిదంటావా?"

ఎమిలీ దుఃఖంతో మాట్లాడలేక పోయింది చాలా సేపు.

"ఎంత ఘోరం ఇది! టామ్ ఎంత మంచి వాడు! ఎంత విశ్వాస పాత్రుడు! అవసరమైతే అతను నీ కోసం ప్రాణమైనా ఇచ్చేస్తాడు."

"తెలుసు నాకు ... కానీ ... లాభం లేదు. ఇప్పుడు నన్ను నేనే రక్షించుకునే స్థితిలో లేను."

"అయ్యో! తెల్లారితే వాళ్ళ మొహాలెలా చూడను? వాళ్ళ నెంత శ్రద్ధగా చూసుకున్నాను! వాళ్ళ జీవితాల్లో ఎంత చిన్న కష్టమైనా నే నెరుగుదును. మన దగ్గిర ఉన్న వాళ్ళందరికీ ఎన్నెన్ని సంగతులు బోధించాను! తండ్రి విధులేమిటో, బిడ్డ విధులేమిటో, ఎవరి విధులేమిటో, టామ్‌కి అనేక సార్లు బోధించాను. మంచి తల్లిగా బిడ్డ నెలా ప్రేమించాలో ఎలిజాకి ఎప్పుడూ బోధిస్తూనే ఉన్నాను. 'ప్రేమల' గురించీ, 'మంచి విలువల' గురించీ, మనం చెప్పని మాటలు లేవు. ఇన్నాళ్ళూ మనం చెప్పిన మాటలు మనమే పాటించకపోతే, నే నెలా తలెత్తుకోగలను? సాటి మానవుల విషయంలో మన కర్తవ్యం ఏమిటో నిర్లక్ష్యం చేసి, వాళ్ళకీ మనకీ ఉన్న బంధం తెంపేసుకుని, డబ్బు ముందు మనం మానవులకు విలువ ఇవ్వలేక పోతున్నా మనుకుంటే నేను భరించలేను. 'ప్రపంచంలో ఉన్న ధనం అంతటి కన్నా ఒక్క మానవ హృదయం గొప్పద'న్నాను నేను ఎన్నో సార్లు. ఏం విలువ ఇవ్వగలుగుతున్నాము మానవ హృదయానికి? ఎంత ఘోరం ఇది? బానిసత్వానికి భగవంతుడిచ్చిన శాపం ఇది. బానిసకీ శాపమే, యజమానికీ శాపమే! చట్టాల బలం ఉంది కదా అని మానవుల్ని బానిసలుగా ఉంచుకోవడం మహాపాపం! దీనికి నే నెప్పుడూ బాధపడుతూనే ఉన్నాను. నా మంచితనంతో నే నీ దురాచారాన్ని నా ఇంట్లోనైనా మార్చగలనేమో అనుకున్నాను. ఎంత మూర్ఖురాల్ని నేను! బానిసల్ని ప్రేమగా చూస్తే, వాళ్ళకు చదువు చెప్పిస్తే, వాళ్ళకు సౌకర్యాలన్నీ చేస్తే, వాళ్ళకు స్వేచ్ఛ ఇవ్వడం కన్నా గొప్ప సంగతి అనుకునే దాన్ని చిన్న తనం నించీ! నా ఆలోచన లెంత తప్పో ఇప్పుడు తెలుస్తోంది."

భార్య మాటలకు చాలా ఇబ్బంది పడు తున్నాడు షెల్బీ - "ఎబాలిష్‌నిస్టు ల్లాగ (బాని సత్వం రద్దు కావాలనే వాళ్ళ లాగ) మాట్లాడు తున్నావేమిటి?" అన్నాడు.

"ఎబాలిష్‌నిస్టు ల్లాగానా? బానిసత్వం గురించి నాకు తెలిసిందంతా వాళ్ళకి తెలిస్తే వాళ్ళూ అలాగే మాట్లాడవచ్చు. బానిసత్వం మంచి దని నే నెన్నడూ అనలేదు. కొందరు మానవుల్ని నా బానిసల్లాగా ఉంచుకోవడం నా కెన్నడూ ఇష్టం లేదు."

భార్య ధోరణి నెలాగైనా మార్చాలని షెల్బీ - "కిందటి వారం చర్చిలో మత గురువేం చెప్పాడో గుర్తుందా?" అన్నాడు.

ఆ మత బోధకుడు, 'బానిసత్వం, బానిసల మేలు కోసమే'నని ప్రసంగించాడు. ఆ మాటలు గుర్తు వస్తే ఎమిలీ బాధ కొంతన్నా తగ్గుతుందేమో ననుకున్నాడు షెల్బీ.

"అలాంటి మత బోధకుల గురించి నా దగ్గిర ఎత్తకు! మత బోధకు లంతా ఈ దురాచారాన్ని సమర్థిస్తారు. బానిసత్వం మంచిదని వాళ్ళెలా చెప్ప గలుగుతున్నారో నా కర్థం కాదు."

"నే నున్న పరిస్థితుల్లో ఇంత కన్నా మంచిగా చెయ్యడానికి వీల్లేదు ఎమిలీ! చెయ్యగలిగిందంతా చేశాను."

ఎమిలీ గబ గబా తన బంగారు వాచీ గొలుసు తీసి కింద పెట్టింది - "నా కింకేం నగలున్నాయి? దీన్ని అమ్మితే ఏమన్నా పని జరగదా? ఎలిజా కొడుకునైనా విడిచి పెడతాడేమో చూడు. వాడి కోసం నా దగ్గరున్నది ఏం ఇమ్మన్నా ఇచ్చేస్తాను."

షెల్బీ తల వాలేసి విచారం ప్రకటించాడు " కుదరదు ఎమిలీ! అంతా అయిపోయింది. బిల్లు మీద సంతకాలు కూడా చేసి హేలే చేతుల్లో పెట్టేశాను. ఇప్పుడు టామ్, జిమ్, మన ఆస్తి కాదు. అయిందేదో అయిపోయింది. ఇక్కడితో పోనియ్యి! హేలే సంగతి సరిగ్గా నీకు తెలిస్తే మనం ఎంత ప్రమాదం లోంచి తప్పుకున్నామో అర్థమయ్యేది నీకు. వాడికి నచ్చిన బేరం వస్తే తల్లిని కూడా అమ్మే స్తాడు. అంత దుష్టుడు వాడు. డబ్బు తప్ప లోకంలో వాడి కింకో మాట లేదు."

"అలాంటి నీచుడికా నువ్వు మన వాళ్ళని అమ్మింది!"

"ఏం చెయ్యమంటావు? తప్పలేదు."

"................................"

"వాడు రేపే తీసుకు పోతానంటున్నాడు. రేపు చీకట్నే నేను ఊళ్ళోంచి వెళ్ళిపోతాను. టామ్ మొహం చూడలేను. నువ్వు కూడా ఎలిజాని తీసు కుని ఎక్కడికైనా వెళ్ళు. హేలే వచ్చి వాళ్ళిద్దర్నీ తీసుకు పోతాడు."

"ఛీ! నే నలా ఎప్పుడూ చెయ్యను. వాళ్ళకి కష్టం వచ్చినప్పుడు వాళ్ళ దగ్గిరే ఉండి వాళ్ళ కష్టంలో పాలు పంచుకుంటాను. వాళ్ళకి కష్టం వస్తే నే నెంత బాధపడతానో వాళ్ళకి తెలియాలి. ఈ కష్టం లోంచి వాళ్ళని భగవంతు డొక్కడే రక్షిం చాలి. ఏం మహా పాపం చేశామో ఈ నాటికి ఇంత క్రూర కార్యం చెయ్యవలసి వచ్చింది."

ఆ గదిలో జరుగుతోన్న సంభాషణ అంతా తలుపుల వెనక నించి ఒక వ్యక్తి వింటూనే ఉంది. ఆమెకు మధ్యాన్నం బేరగాణ్ణి చూసినప్పటి నించీ భయం గానే ఉంది. ఆ పాటికి సందేహం తీరి సంగతంతా అర్థమై పోయింది. భోరున ఏడవ బోయి నోరు గట్టిగా మూసుకుని వణికే కాళ్ళతో తన గది లోకి పరిగెత్తింది ఎలిజా.

జిమ్, పక్క మీద హాయిగా నిద్రపోతున్నాడు. ఆ గది చక్కగా సర్ది ఉంది. బల్ల మీద పుస్తకాలు న్నాయి. పిల్లాడు ఆడుకునే ఆటబొమ్మ లున్నాయి. గది లోకి గాలీ వెలుతురూ రావడానికి ఆవరణ వేపు చక్కని కిటికీ ఉంది. ఎలిజా ఈ ఇంటికి వచ్చి నప్పటి నించీ ఈ చిన్న గదిలో ఎంతో ఆనందంగా కాలం గడుపుతోంది.

ఎలిజా, గది లోకి రాగానే గబ గబా ఒక చీటీ రాసేసింది.

"అమ్మ గారండీ!

నేను మోసం చేశా ననుకోకండి అమ్మ గారూ! నా మీద కోపం తెచ్చుకోకండి అమ్మ గారూ! అయ్య గారు మీతో మాట్లాడిన మాటలన్నీ

విన్నాను. నా బిడ్డని రక్షించుకోవాలనే ఆరాటంతో వెళ్ళి పోతున్నా. అమ్మా! మీ దయార్ద్ర హృదయానికి భగవంతుడు తప్పకుండా మిమ్మల్ని చల్లగా చూస్తాడు."

ఆ చీటీ అక్కడ బల్ల మీద పెట్టేసింది. పిల్లాడి గుడ్డలు కాసిన్ని తీసి గబ గబా మూట కట్టింది. అలమారులోంచి కొంచెం రొట్టె ముక్కా, రెండు యాపిల్ పళ్ళూ మూటలో పడేసింది. పిల్లాడు ఆడుకునే బొమ్మలు కూడా రెండు మూటలో పెట్టింది.

పిల్లాణ్ణి భుజం మీద వేసుకుని మూట పట్టుకుని వరండా లోకి పోయి తలుపు తెరుచుకుని ఆవరణ లోకి పోయింది.

ఎలిజాని చూడగా ఆవరణలో పడుకున్న బ్రూనో నెమ్మదిగా లేచింది.

"బ్రూనో!" అని ఎలిజా దానికి అలవాటైన మెత్తని కంఠంతో పిలిచింది.

బ్రూనో తోకాడించుకుంటూ ఎలిజా వెంట పడింది. ఎలిజా పరుగు పరుగున టామ్ గుమ్మం లోకి వెళ్ళింది.

అప్పటికి అర్ధ రాత్రి ఒంటి గంటైంది. టామ్ ఇంకా ప్రార్థనా గీతాలు పాడుకుంటూ ఉన్నాడు. ప్రార్థన ముగిసి అందరూ వెళ్ళి పోయినా టామ్ ఒక్కడూ ఇంకా తన్మయత్వంలో మునిగి పాటలు పాడుకుంటున్నాడు. ష్లో అత్త కూడా మెలుకువ గానే ఉంది.

హఠాత్తుగా ఎలిజా రావడం చూసి ఆశ్చర్య పడ్డారు వాళ్ళు.

ఎలిజా గాలి దుమారం లాగ వచ్చింది గదిలోకి - "టామ్ మామా! తొందరగా గుడ్డలు తీసుకో ... లే ... నేను పారిపోతున్నాను. మన అయ్య గారు జిమ్‌నీ, నిన్నూ అమ్మేశారు. రేపొద్దున్నే వాడు నిన్ను తీసుకు పోతాడు. ఇంకా కూర్చున్నావా? రా తొంద రగా!" అంటూ గబ గబా సంగతంతా చెప్పేసింది. యజమాని ఎంత ఇబ్బందిలో పడిపోయి ఈ పని చేస్తున్నాడో తను విన్నదంతా చెప్పేసింది.

విన్న వాళ్ళు విన్నట్టే కొయ్యబారి పోయారు. అసలు సంగతేమిటో అర్థమయ్యే టప్పటికి టామ్ అరమోడ్పు కన్నులతో, చేతులెత్తి, భగవంతుడి మీద మనసు నిల్పి కలగంటున్న మనిషిలా నిల బడి పోయాడు.

ష్లో అత్త ఏడుపు లంకించుకుంది - "అయ్యో! ఏం వొచ్చి పడింది! దేవుడా! ఏంటిదీ ? ... ముస లోడా! ఇంకా నుంచున్నావేం? ..." అని నెత్తి బాదుకుంటూ ఏడ్చింది.

"అమ్మ గార్ని విడిచి పెట్టేసి రావాలంటే నా కాళ్ళాడ లేదు గానీ తెల్లారితే ఆ దుర్మార్గుడు ..." - ఎలిజా మాటలు ఆపేసింది.

"ముసలోడా! నువ్వు కూడా ఎళ్ళిపో, లేకపోతే ఆ బేరగాడు నిన్ను దక్షిణాదికి తీసుకు పోయి అమ్మేస్తాడు. అక్కడ బానిసల్తో గొడ్డు చాకిరీ చేయించి చంపేస్తారంట. నువ్వూ, ఎలిజా కలిసి వెళ్ళిపోండి" అని ష్లో అత్త గబ గబా టామ్ గుడ్డలు తీసి మూటకట్టే ప్రయత్నం చేసింది.

"ఒద్దు, నేను ఎళ్ళను" అన్నాడు టామ్ నిశ్చ లంగా. "ఎలిజా ఎళ్తే ఎళ్తుంది. దాని ఇష్టం అది ... నేను పారిపోతే అయ్య గారు చాలా కష్టంలో పడిపోతారు ... నే నెప్పుడూ అయ్య గార్ని మోసం చెయ్యను" - ఆ మాటలు నాలుగూ అతనెంతో కష్టం మీద అన్నాడు. ఇంకేమీ మాట్లాడ లేక పోయాడు. కింద కూలబడి పిల్లలు పడుకున్న వేపు మొహం తిప్పేసుకుని తల వొంచేసుకున్నాడు. భుజాలు కదిలి పోయేటట్టు వెక్కి వెక్కి ఏడుస్తూ కూర్చున్నాడు.

కన్న బిడ్డ చచ్చి పోతే, ఆ బిడ్డని సమాధి చేస్తూ తల్లిదండ్రులు ఏడ్చే ఏడుపులా ఉంది అతని దుఃఖం! మీ కెంతో ప్రియమైన బిడ్డ చచ్చి పోతూ చచ్చి పోతూ బాధతో ఏడ్చే ఏడుపులా ఉంది అతని దుఃఖం! అతడూ మానవుడే. అతడి యజమాని లాగే, అతడు మానవుడు! ఎంత సిరి సంపదలతో తులతూగే వాళ్ళకైనా దుఃఖం ఉంది. వాళ్ళనుభ వించే దుఃఖం లాంటిదే అతని దుఃఖం. అంతకన్నా న్యాయమైనదీ, అంతకన్నా సహజమైనదీ, అతని దుఃఖం!

ఎలిజా ఆతృతగా చెప్పింది - "మా ఆయన కెనడా వెళ్ళిపోతా నన్నాడు. నేను కూడా వెళితే అక్క

డికే వెళతాను. మా ఆయన కనపడితే ఈ సంగతంతా చెప్పండి. ఈ జన్మలో అతన్ని నేను చూడలేకపోతే పర లోకంలో కలుస్తానన్నానని చెప్పండి! ... అత్తా! టామ్ మామా! వెళ్తాను. అత్తా! బ్రూనోని లోపలికి పిల్చి తలుపేసెయ్యి! లేకపోతే నా వెనకాల పడుతుంది" అని ఎలిజా గదిలోంచి బయటికి వెళ్ళి పోయింది. చాలా తక్కువ సేపట్లో ఈ మాటలన్నీ జరిగి పోయాయి. ఎలిజా, పిల్లాణ్ణి గట్టిగా కావలించుకుని గబ గబా యజమాని ఇంటి అవరణ దాటి బయట పడింది.

ఆమె మనస్సు ఎన్నడూ ఎరగనంత కుంగిపోయి ఉంది. భర్తకు ఆపద! ... బిడ్డకు ఆపద! ... చిన్నతనం నించీ ఎంతో ప్రేమతో చూసిన యజమాను రాలి దగ్గర నించి, ఎక్కడికో తెలీని చోటుకి బయల్దేరడం ఆమెకు భయంగా ఉంది. కానీ ఆమె తల్లి ప్రేమ, అన్నిటినీ జయించింది. ఆ క్షణాలలో ఆమెకే అర్థం కాని శక్తి ఏదో ఆమె కా ధైర్యాన్ని చ్చింది. ఐదేళ్ళ పిల్లాణ్ణి, పక్షి ఈకని అంత తేలిగ్గా మోస్తూ, వాడు తన శరీరం నించి వేరై పోతాడేమోనన్న భయంతో వాణ్ణి పొదివి పట్టుకుని తన పాదాల శబ్దాలకే తను జంకుతూ, గాలికి ఆకులు కదిలే చప్పుళ్ళకు హడలి పోతూ "దేవా! నాకు సాయపడు దేవా!" అంటూ ప్రార్థన చేసుకుంటూ పరుగు లాంటి నడకతో ముందుకు పోతోంది.

ఒక సారి ఊహించి చూడండి! మీ పిల్లాణ్ణి అమ్మెయ్యడానికి సంతకాలు జరిగిపోతే, ఆ కాయితాలు పట్టుకుని బేరగాడు రేపొద్దున్నే వచ్చి మీ పిల్లాణ్ణి తీసుకు పోతాడంటే, మీరు పారిపోవడానికి ఐదారు గంటలు మాత్రమే సమయం ఉంటే, మీ భుజం మీద తల పెట్టుకుని, మీ మెడని తన చిన్న చేతుల్తో నమ్మకంగా కావలించుకుని సుఖంగా నిద్రపోయే బిడ్డ కోసం మీరు ఎంత ఆతృతగా ఎంత వేగంగా నడవడానికి ప్రయత్నిస్తారో ఊహించుకోండీ! అంత వేగంగా నడిచింది ఎలిజా.

ఆమె ఆలోచన అంతా ఒహాయో నది దాటేసి "బి ..." గ్రామం వెళ్ళిపోవాలనే!

నదికి ఇవతల ఒడ్డున "టి ..." గ్రామానికి, ఎలిజా, యజమానురాలితో కలిసి ఇది వరకు వెళ్ళింది. అక్కడికి చేరి, నది దాటే పని చూసుకోవాలి.

★ ★ ★

నెమ్మది నెమ్మదిగా తెల్లవారుతోంటే రహదారి మీద గుర్రాలూ, బళ్ళూ తిరగడం ప్రారంభమైంది.

నడిచే ఈడు ఉన్న పిల్లాణ్ణి ఎత్తుకుని అంత ఆందోళనగా పారిపోతున్నట్టు ఎవరైనా పసిగడితే చాలా ప్రమాదమని ఎలిజా నెమ్మదిగా పిల్లాణ్ణి దించింది. వాణ్ణి తొందరగా నడిపించడానికి మూటలో యాపిల్ పండు తీసి రోడ్డు మీద దొర్లిస్తూ "పట్టుకో, పట్టుకో" అంటూ పండు వెనక వాణ్ణి పరిగెత్తించింది. వాడు పండుని అందుకోగానే రెండో పండు విసిరి వాణ్ణి పరిగెత్తించేది.

ఎలిజా తెల్లగా ఉంటుంది. జిమ్ కూడా తెల్లగా ఉంటాడు. వాళ్ళని పారిపోయే బానిసలని దారిలో వాళ్ళు అనుకోరని ఎలిజా ధైర్యం.

బాగా తెల్లవారిం తర్వాత రోడ్డుకి దూరంగా చెట్ల తోపులో ఒక రాతి వెనకాల మూట విప్పి పిల్లాడికి రొట్టె ముక్క పెట్టింది. తల్లి తినడం లేదని వాడు ఆశ్చర్యపడ్డాడు. తల్లి నోట్లో కొంచెం ముక్క పెట్ట బోయాడు.

"వద్దు. నీకు బాగా ఉండే దాకా అమ్మ ఏమీ తినదు. నిన్న రాలే మనింటికీ, ఆ బేరగాడు నిన్ను తీసుకు పోతానంటున్నాడు. వాడికి దొరక్కుండా మనం తొందరగా వెళ్ళిపోవాలి. తొందరగా తినెయ్యి" అని కంగారు పెట్టింది వాణ్ణి.

"అమ్మా! నన్నెత్తుకో. నిద్రపోతాను."

"పడుకో. చక్కగా నిద్రపో."

"అమ్మా! నేను నిద్ర పోయాక నన్ను వాడికి ఇచ్చేస్తావా?"

"అయ్యో! పిచ్చి నాయనా! ఎందుకిస్తాను? నీకెందుకు భయం? నే ఇవ్వనుగా?" అని వాణ్ణి నమ్మించడానికి చాలా గట్టిగా అంది ఎలిజా.

"నా బిడ్డని వాడికి ఇవ్వను" అని తనకు తానే దృఢంగా చెప్పుకుంది.

జిమ్ మళ్ళీ తల్లి భుజం మీద నిద్ర పోయాడు. తన బిడ్డ తన దేహం నించి వేరే భాగం కాదని పించిందా తల్లికి. ఆమె తన శక్తినంతా కూడగట్టు కుని నడిచింది.

దారిలో ఆమెని ఎరిగిన వాళ్ళు కనపడినప్ప టికీ ఎవ్వరికీ అనుమానం రాలేదు. షెల్బీ కుటుంబం నించి పని వాళ్ళు పారిపోతారని వాళ్ళె వరూ అనుకోలేదు.

ఎలిజా, సాయంత్రానికి నది ఒడ్డున " టి ..." గ్రామం చేరింది. ఆ నది దాటితే చాలు తనకు స్వేచ్ఛ లభిస్తుందని ఆమె ఆశ. నది అప్పుడే గడ్డ కడుతూ ఉంది. నది నిండా మంచు గడ్డలు బండ రాళ్ళ లాగా ఊగుతున్నాయి. ఈ ఒడ్డు నించి ఆ ఒడ్డు వరకూ మంచు బల్లకట్టు లాగా పరుచుకొని ఉంది.

నదిని చూడగానే ఎలిజా కుంగిపోయింది. నది ఒడ్డున ఉన్న పబ్లిక్ హౌస్ దగ్గిరికి వెళ్ళింది - " నది దాటడానికేమైనా పడవ ఉందా ఇప్పుడు?" అని అడిగింది.

" పడవలు ఆగిపోయినైగా? మంచు గట్టి పడుతోంది" అంది అక్కడ వంట పని చేసే స్త్రీ.

ఎలిజా కుప్పగా కూలిపోయే దాని లాగా అయి పోయింది.

" ఎందుకమ్మాయ్? ఎవరికైనా జబ్బుగా ఉందా?"

" మా పెద్ద పిల్లకి చాలా జబ్బుగా ఉందని తెలిసింది. పడవ దొరుకుతుందని చాలా దూరం నించి వచ్చాను."

" అయ్యో!" అని చాలా జాలిపడింది వంటా విడ. " సోలమన్!" అని ఎవర్నో పిలిచింది. " పడ వేస్తాడా ఈ రాత్రికి?" అని అడిగింది.

" కుదిరితే వేస్తాడేమో" అని వెళ్ళిపోయాడు సోలమన్.

" నాకు తెలిసిన కుర్రాడొకడున్నాడు. ట్రక్కు మీద బి గ్రామం వెళతానన్నాడు. వెళ్ళేట్టయితే అత నీ రాత్రికి వస్తాడు. అతనితో వెళుదువు గాని ..." అంటూ ఆవిడ జిమ్‌ని ముద్దు చెయ్యబోయింది.

వాడు ఏడ్చాడు.

" చాలా నడిపించానమ్మా! ఎప్పుడూ ఇంత దూరం నడవలేదు వీడు" అని ఎలిజా పిల్లాణ్ణి దగ్గిరికి తీసుకుంది.

" కాస్సేపు వాణ్ణి గదిలో పడుకోబెట్టు" అంది వంటావిడ.

ఎలిజా పిల్లాణ్ణి గదిలోకి తీసికెళ్ళి పక్క మీద పడుకోబెట్టి వాడి మీద చెయ్యి పెట్టి దగ్గిర కూర్చుంది.

తనని వెంటాడే వాళ్ళు పొద్దున్నే బయల్దేరి ఉంటారు. గుర్రాల మీద వచ్చే వాళ్ళు అప్పటి దాకా రాలేదంటే వాళ్ళిక ఏ క్షణంలో వచ్చి పడ తారోనని ఎలిజాకి చెప్పలేనంత ఆందోళనగా ఉంది.

ఆశగా మళ్ళీ నది వైపు చూస్తూ కూర్చుంది.

★ ★ ★

పొద్దున్నే ఎమిలీ లేచి ఎప్పట్లాగే ఎలిజా కోసం బెల్లు కొట్టింది. ఎంత పిలిచినా ఎలిజా రాలేదు.

షెల్బీ క్షవరానికి వేడి నీళ్ళు పట్టుకొచ్చిన యాండీతో అంది ఎమిలీ - " ఎలిజా ఏమైందో చూడు. తొందరగా రమ్మన్నానని చెప్పు."

యాండీ వెళ్ళి వెంటనే తిరిగి వచ్చాడు. ఆశ్చర్య పోతూ, " అమ్మ గారూ! ఎలిజా లేదు! గదంతా చిందర వందరగా ఉంది!" అన్నాడు.

షెల్బీ, ఉలిక్కి పడ్డాడు. ' ఎలిజా గాని వెళ్ళి పోయిందా' అని కంగారు పడ్డాడు.

ఎమిలీ ఆనందంగా, " రక్షించావు దేవుడా!" అని ఒక్కసారి నిట్టూర్చింది.

షెల్బీకి చాలా కోపం వచ్చింది. " ఏవిటంత మూర్ఖంగా మాట్లాడుతున్నావు! ఇదంతా నేను చేయించాననుకోడూ హేలే? ఏవైనా మర్యాద ఉంటుందా నాకు?" అని షెల్బీ గబ గబా బయ టికి వెళ్ళాడు.

తర్వాత ఆ ఇంటి బానిసలందరూ అటు పరుగు లెత్తడం, ఇటు పరుగు లెత్తడం, ఆ గది తలుపులు తియ్యడం, ఈ గది తలుపులు తియ్యడం ... అంతా పావు గంట గందర గోళంగా తిరిగారు.

ఎలిజా రహస్యం ఎవరికి తెలుసో ... ఆ మనిషి క్లో అత్త ... తనకేం పట్టనట్టు వంటింట్లో ఉదయం టిఫిన్ తయారు చెయ్యటంలో మునిగి పోయింది.

ఎలిజా సంగతి ఎంతటెంతట హేలేకి చెప్పే ద్దామా అని ఆ ఇంటి బానిసలందరూ మహోత్సా హంతో ఎదురు చూస్తూ ఉండగా, హేలే గుర్రం దిగి కొరడా ఝాడించుకుంటూ ఆవరణ లోకి వచ్చాడు.

అతనికి అందవలసిన వార్త అంది పోయింది.

"ఆహాహ్! ఈ ఏడాది నా యాపారం ఎంత బాగా సాగుతోందండీ షెల్బీ గారూ! అది పిల్లాణ్ణేసు కుని పోయిందంటగా?" అంటూ లోపలికి వచ్చాడు హేలే.

కొరడా ఊపుకుంటూ వచ్చిన హేలేని చూసి షెల్బీ సీరియస్‌గా అన్నాడు - "నువ్వు నాతో పెద్ద మనిషి తరహాగా వ్యవహారం జరప దల్చుకుంటే ఒక పద్ధతిలో ప్రవర్తించాలి. అరె యాండీ! ఆయన చేతి లోంచి కొరడా తీసెయ్యి!"

యజమాని చెప్పగానే యాండీ హేలే చేతి లోంచి కొరడా తీసి దూరంగా పెట్టాడు.

షెల్బీ, ఎలిజా సంగతి శాంతంగా చెప్పాడు - "ఆ అమ్మాయి ఎలా విన్నదో రాత్రికి రాత్రి వెళ్ళి పోయింది. ఇలా జరిగినందుకు నేను చాలా బాధ పడుతున్నాను."

"ఏంటోనండీ, సంతకాలై పోయినై గదా, మిగతా పనంతా సజావుగా జరిగి పోద్దనుకున్నా నండీ" అన్నాడు హేలే ఏదో గూఢార్థంతో.

"అంటే ఏమిటి మీ ఉద్దేశ్యం? నే నేమను కోవాలి మీ మాటల్ని?"

"అబ్బే, అది కాదండీ ... ఈ ఏడాది నా యాపారం ..."

"చూడండి హేలే గారూ! ఇప్పటికైనా మించి పోయిందేమీ లేదు. మీకు కావలసిన గుర్రాల్నీ, పని వాళ్ళనీ ఇస్తాను. మీ ఆస్తి మీకు దక్కకుండా పోదు. ముందు టిఫెన్ తీసుకోండి."

"ఏంటో నండీ షెల్బీ గారూ! ఈ యాడాది నా పనంతా ఇలాగై పోయింది" అంటూనే హేలే టిఫెన్ బల్ల దగ్గిర కూర్చున్నాడు.

ఎమిలీకి అక్కడ ఉండడం ఇష్టం లేక, "నాకు లోపల పని ఉంది" అని చెప్పి లోపలికి పోబో యింది.

హేలే అతి చనువు ప్రదర్శిస్తూ, "అమ్మ గారికి నే నంటే గిట్టనట్టుగా ఉంది" అని వెకిలి నవ్వొకటి నవ్వాడు.

షెల్బీ దానికి చాలా వ్యతిరేకత చూపిస్తూ, "నా భార్య గురించి మీరంత చౌరవగా ప్రవర్తించడం బాగా లేదు" అన్నాడు.

" లేదండీ .. ఏదో ఆసికానికన్నాను" అని సర్దుకున్నాడు హేలే.

"ఆసికాలు అన్ని చోట్లా పనికి రావు" అన్నాడు కఠినంగా షెల్బీ.

"ఏంటో, బాగానే ఉంది నా పని" అని గొణుక్కున్నాడు హేలే.

టామ్‌ని అమ్మేస్తున్నారని ఊళ్ళో అందరికీ తెలిసింది. అందరూ టామ్ గురించే మాట్లాడు కుంటున్నారు.

టామ్ వెళ్ళి పోతాడన్నప్పట్నించీ శామ్‌కి కొంచెం ఆశగా ఉంది, అయ్య గారు టామ్ స్థానంలో తనని పెట్టుకుంటారని.

"అరె శామ్" అని పిలుస్తూ యాండీ వచ్చాడు - "అయ్య గారు గుర్రాల్ని తయారు చెయ్య మంటున్నారు. హేలే గారితో నిన్నూ నన్నూ ఎళ్ళ మంటున్నారు" అన్నాడు.

శామ్ ఎగిరి గంతేశాడు - "అయ్య గారికి నా తడాకా తెలుస్తుంది చూడు! ఎలిజాని ఎక్కడున్నా పట్టేసి తెస్తాను" అని అరిచాడు.

"మంచోడివే రోయ్! అమ్మ గారికిష్టం లేదు, ఎలిజాని పట్టుకోటం, తెలుసా?" అన్నాడు యాండీ.

"నిజం గానా? నీ కెలా తెలుసురా?"

"పొద్దున్న లిజా పారిపోయిందని తెలవగానే 'బతికించావురా దేవుడా' అని సంతోషించారు అమ్మ గారు. అయ్య గారు అమ్మగార్ని కేక లేశారు కూడా. లిజాని పట్టుకుంటే అమ్మ గారి కస్సలు ఇష్టముండదు."

"అలాగా?" అని ఆలోచనలో పడ్డాడు శామ్. చివరికి నిర్ణయించుకున్నాడు లిజాని పట్టుకోకూడదని.

గబ గబా గుర్రాల సాలలోకి పోయి విల్‌నీ, జెర్రీని ఆవరణ లోకి తెచ్చి నించో బెట్టాడు. ఎక్కణ్ణించో పదునుగా ఉన్న బీచ్ గింజ ఒకటి వెతికి తెచ్చి హేలే గుర్రం జీను కింద పెట్టాడు.

ఎమిలీ, వరండా లోకి శామ్‌ని పిల్చి, "గుర్రాల్ని మరీ పరిగెత్తించకండి! జెర్రీకి కాలు బాగా లేదు, జాగ్రత్త" అని గట్టిగా చెప్పింది.

"అలాగే నండమ్మ గారూ!" అని వినయంగా జవాబిచ్చాడు శామ్.

హేలే టిఫెన్ ముగించి గుర్రం దగ్గిరికి వచ్చాడు. "ఒరే, మీ రిద్దరేనా నాతో వచ్చేది? తొందరగా పదండి" అంటూ గుర్రం జీను మీద చెయ్యేసి నొక్కి దాని మీదకి ఎక్కబోయాడు. గుర్రం ఒక్క గంతేసి హేలేని విదిలించి కొట్టి ముందుకు పరిగెత్తింది.

దాన్ని పట్టుకోడానికి ప్రయత్నించినట్టుగా శామ్ దాని దగ్గిరికి పోయి తన తాటాకు టోపీ కొసలు దాని కళ్ళల్లో గుచ్చేట్టు పెట్టాడు. అది మళ్ళీ చేతికి దొరక్కుండా పరుగు తీసింది.

ఆ లోగా యాండీ తన చేతిలో ఉన్న రెండు గుర్రాల కళ్ళేలూ వొదిలేశాడు. ఇక మూడు గుర్రాలూ ఇంటి చుట్టూ ఒకటే గంతులు ప్రారంభించాయి. పని వాళ్ళ అరుపుల్తో, బ్రూనో మొరుగుల్తో, అంతా గందరగోళం అయిపోయింది.

హేలే గుర్రం కాస్త దొరకబోయి నప్పుడల్లా తాటాకు టోపీ దాని కళ్ళల్లో గుచ్చి దాన్ని మళ్ళీ బెదరగొట్టేసే వాడు శామ్.

"పట్టుకోండి, దాన్ని పట్టుకోండి! అరె యాండీ! నువ్వటు రా! సానీ! నువ్విటు రా! అరె మైకూ .. మోజూ" అంటూ కేకలేస్తూ వాటి వెనకాల పరుగులు తీస్తూ అందరూ గుర్రాలు దొరక్కుండా వాటిని మళ్ళీ మళ్ళీ బెదిరిస్తూ పరుగు లెత్తించారు.

ఆ వ్యవహారం అంతా మూడు గంటలు సాగింది. అప్పటికి ఆట ముగించి గుర్రాల్ని పట్టుకుని తెచ్చాడు.

హేలే మండిపడి పోతున్నాడు. "ఇప్పటికైనా తొందరగా బైల్దేరండ్రా" అని తెగ అరుస్తున్నాడు.

"ఏటండీ, మేం బతకాలా సావాలా? గుర్రాలెంత అలసిపోయినయ్యో సూడండీ. మద్దేనం తిళ్ళు తిని పోదాం లెండయ్యా గారూ! ఆళ్ళని ఎలాగన్నా పట్టుకోవచ్చు లెండి. ఎలిజా పెద్ద తొందరగా నడిచే మనిషి కాదు" అన్నాడు శామ్.

వరండా లోంచి శామ్ మాటలు విన్న ఎమిలీ కూడా తన పాత్రని తను చాకచక్యంగా అనునయించింది. హేలేని, చాలా మర్యాదగా, చాలా గొప్ప మనిషి ముందు ప్రవర్తిస్తున్నట్టుగా, "హేలే గారూ! మీరు భోజనం చేసి వెళ్ళవలసిందే. నిమిషంలో మీ భోజనం ఏర్పాట్లు చేయించేస్తాను. లోపలికి రండి!" అంటూ చిరునవ్వుతో అతన్ని ఆహ్వానించింది.

హేలే ఆమె చేసే మర్యాదకి లొంగి పోయాడు. మధ్యాన్నం భోజనం చెయ్యడానికి వొప్పుకున్నాడు.

"హేలే గారికి తొందరగా భోజనం ఏర్పాట్లు చెయ్యండర్రా" అని ఎమిలీ హేలే ముందే పని వాళ్ళందరికీ గట్టిగా చెప్పింది గానీ, "తొందరగా చెయ్యకండర్రా" అన్నదే అమ్మ గారి ఆజ్ఞ అని వాళ్ళందరికీ అర్థమై పోయింది.

"తొందరగా రారా ... తొందరగా అదితే ... ఇదితే" అని అందరూ అరుస్తున్నారు గానీ, అసలు చేసే వాళ్ళెవరూ కనపడ్డం లేదు.

"తొందరగా భోజనం అవ్వాలి" అని ష్లో అత్తకి చెప్పారు.

"ఆఁ, సరే..." - ష్లో అత్త తాపీగా పనిలోకి దిగింది.

పని వాళ్ళు చేతిలో ఏ వస్తువు పట్టుకున్నా దాన్ని దభేల్‌మని కింద పడెయ్యడం, దాంతో కాసేపు సరిపెట్టడం, ఇటూ అటూ హడావిడిగా నీళ్ళు మోస్తూ తిరగడం, నీళ్ళ బిందెసుకుని జర్రున జారి పడడం, ఇక ఆ నీళ్ళన్నీ తుడుస్తూ గడపడం!

హేలేకి గంగవెర్రు లెత్తి పోతున్నాయి. అస్తమానం కుర్చీ లోంచి లేచి కిటికీ దగ్గిరికి పోయి ఇటూ అటూ చూసి వచ్చి కూర్చుంటున్నాడు. మళ్ళీ లేస్తున్నాడు.

చివరికి ఎలాగైతేనేం ఆయనకి భోజనం వొడ్డించారు.

పని వాళ్ళంతా వంటింట్లో క్లో అత్త చుట్టూ చేరి హేలేని శాపనార్థాలు పెడుతూ కూర్చున్నారు - "ఇలాంటి దుష్టులు తగలబడి నాశనం అయి పోతారు. ఎంత మంది గుండెలు చీల్చాడో కిరాత కుడు. బైబిల్లో ... అదేదో కథ లేదూ? సరిగ్గా అలాంటి వాడే ఈడు. నరకమే ఈడికి. ఇంకో లోకం లేదు."

టామ్ వంటింట్లోకి వచ్చి వాళ్ళ తిట్లన్నీ విన్నాడు - "ఏ మానవుడి గురించీ మనం కీడు తల పెట్టరాదు" అన్నాడు శాంతంగా!

"మంచి మానవులి కెందుకు కీడు తల పెడతాం? ఇలాంటి దుష్టుడికి కీడు గాకపోతే ఏం తలపెడతాం? ఈడికి మేలు తలపెట్టాలంటే మా వల్ల కాదు" అన్నారు అందరూ.

"పాలు తాగే బిడ్డల్ని తల్లి చేతుల్లోంచి లాగేసే వాళ్ళని కూడా దయగా చూడాలా? ఇలాంటి వాళ్ళని నాశనం చెయ్యకపోతే ఇంక దేవుడి మంచి తనమేముంది?" అని యాడవటం మొదలు పెట్టింది క్లో అత్త.

"నన్ను పది వేల సార్లు అమ్మేసినా, అది దైవేచ్ఛ అనుకుంటాను గానీ ఇంకో మానవుణ్ణి నే నేమీ అనలేను. అందరి ఆత్మల కోసం ప్రార్థిస్తాను" అన్నాడు టామ్ శాంతం గానే.

"టామ్! నిన్ను అయ్య గారు పిలుస్తున్నారు" అన్నాడొక పని మనిషి వచ్చి.

హేలే భోజనం ముగిసింది.

టామ్ యజమాని దగ్గరికి వెళ్ళి వినయంగా నించున్నాడు.

"టామ్! చూడు! ఈయన ఎప్పుడంటే అప్పుడు తీసికెళతాడు నిన్ను. సమయానికి నువ్వు లేకపోతే ఈయనకి వెయ్యి డాలర్లు ముట్ట చెప్పాలి నేను. అర్థం చేసుకున్నావా?" అన్నాడు షెల్బీ.

"చిత్తం అయ్య గారూ! మీరు చెప్పినట్టే నడుచుకుంటాను. ఎప్పుడన్నా మీ మాట దాటానా? ... నేను ఎనిమిదేళ్ళ పిల్లోడిగా ఉన్నప్పుడు ఏడాది వయసు మీకు. పెద్దమ్మ గారు మిమ్మల్ని నా చేతిలో పెట్టి, 'ఒరే టామ్! నీ చిన్న యజమాని గార్ని జాగర్తగా చూసుకో' అన్నారు. అప్పట్నించీ ... అయ్యా! .. మీ కేమన్నా కష్టం కలిగించానా?" అన్నాడు టామ్ తన విశ్వాసాన్ని ప్రకటిస్తూ.

షెల్బీ కళ్ళల్లో గిర్రున నీళ్ళు తిరిగాయి. అతను చలించి పోయాడు - "లేదు టామ్! నువ్వు నా కెప్పుడూ కష్టం కలిగించలేదు. నీ విషయంలో నే నేమీ చెయ్యలేక పోతున్నాను. లేకపోతే ప్రపం చంలో ఎవ్వరూ నిన్ను కొనగలిగే వారు కాదు!" అని తల వొంచుకున్నాడు.

"మేము ఎలాగైనా నిన్ను మళ్ళీ కొను క్కుంటాం టామ్" అంది ఎమిలీ ఆప్యాయంగా.

"హేలే గారూ! టామ్‌ని మీ రెవరి కమ్మినా మాకు తెలియజేయాలి, మీకు లాభం వచ్చే లాగే టామ్‌ని కొనుక్కుంటాం" అంది ఆమె హేలేతో.

"లాభం ఏంటిలెండి. ఏదో బతకటానికి చేస్తు న్నాను. ఎవళ్ళేం చేసినా బతకటానికే కదండీ?" అని తల ఎగరేశాడు హేలే.

అతని ప్రవర్తనకీ మాటలకీ, షెల్బీ, ఎమిలీ, చాలా అవమానపడి అంతకన్నా ఎక్కువ అడిగి ప్రయోజనం లేదని ఊరుకున్నారు.

"టామ్! ఇప్పుడు హేలే గారు ఎలిజాని వెతికే పని మీద వెళుతున్నారు. ఆయన తిరిగి వచ్చాక నిన్ను తీసుకు వెళతారు" అన్నాడు షెల్బీ.

"చిత్తం అయ్యా!" అని వినయం చూపాడు టామ్.

హేలే కొరడా ఆడిస్తూ టామ్‌తో, "వారే! జాగర్త! నీ నిగ్గర్ ట్రిక్కులు చూపించావంటే చూస్కో, నీ యజమాని నుంచి నాకు రావలసిం దంతా లాగుతాను" అని మళ్ళీ ప్రయాణానికి సిద్ధమయ్యాడు.

మళ్ళీ సాల లోంచి గుర్రాల్ని తెచ్చారు.

హేలే, గుర్రం ఎక్కుతూ, "మీ అయ్య గారు కుక్కల్ని ఉంచరనుకుంటానే! పారిపోయే నిగ్గరు గాళ్ళని పట్టడానికి కుక్కలుండొద్దురా?" అని విసుక్కున్నాడు.

"కుక్కలున్నాయి గానీ ఆటి కిలాంటి పని అలవాటే లేదండయ్యా!" అని తలెగరేశాడు శామ్.

శామ్ చేష్టలకి యాండీ నవ్వాడు.

"ఏంట్రా నవ్వులూ?" అంటూ హేలే యాండీ వేపు కొరడా ఝుడించాడు.

ముగ్గురూ గుర్రాల మీద ఊరు దాటారు.

"అయ్య గారండీ! నది వొడ్డుకి సేరాలంటే రెండు దార్లున్నయ్యండీ. పారిపోయే వాళ్ళందరూ, బురద దారిని పోతుంటార్లెండి. మనవే దారిని పోదామంటారు?" అని పెద్ద సమస్య తెచ్చి పెట్టాడు శామ్.

నదికి అడ్డ దారెక్కడుందా అని ఆశ్చర్యపడి తర్వాత సర్దుకున్నాడు యాండీ.

హేలే సందేహించాడు - "నిజమే నేంట్రా నీ మాటలు? అబద్దాలాడావంటే చూడు" అని కొరడా ఎత్తాడు.

"తవరెలాగంటే అలాగే నండయ్య గారూ! పారిపోయే వాళ్ళు ఎవరి కంటా పడకుండా పోవా లంటే అడ్డ దార్నే పోతారు కదా అని అలాగన్నాను. పెద్ద రోడ్డునే పోదార్లెండి. అవును, ఎలిజా ఇటే పోయుంటుంది" అని శామ్ మళ్ళీ తలెగరేశాడు.

"కాదు, అడ్డ దార్నే పోదాం పదండి" అన్నాడు హేలే ఆలోచిస్తూ.

"వొద్దులెండయ్యా! అటు దారి బాగుండ దనుకుంటా. నాకూ సరిగ్గా తెలవదు. పెద్ద రోడ్డున పోదార్లెండి. అడ్డ దారిన పోయి దారి తప్పామంటే ..."

"మీ ఎత్తులు నాకు తెలుసులెండ్రా! నోరు మూసుకుని అడ్డ దారిన పదండి" అని అరిచాడు హేలే.

బురద దారిన పడ్డారు.

"అయ్యయ్యో! ఈ దార్నెందుకొచ్చా వండయ్యా! జెర్రీ కసలే కాలు నొప్పి. అమ్మ గారు తిడతారేవో..." అని గోల చేశాడు శామ్.

"నోరు ముయ్యరా గాడిదా! ఈ దారి తప్పిం చాలనేగా నీ ఎత్తు?" అని మండిపడ్డాడు హేలే.

శామ్ దారి పొడుగునా, "అదుగదుగో, అక్క డెవరో ఆడ మనిషున్నట్టుందండీ" అంటూ గుర్రాన్ని అటు పరిగెత్తించడం, అక్కడెవరూ కన పడక వెనక్కి రావటం. - "మనిషి నించున్నట్టే కన పడిందండయ్యా" అని కాస్సేపు సాగి ఇంకో వేపు పరిగెత్తడం!

దారి పొడుగునా వాళ్ళిద్దరూ హేలేతో బాగా ఆడుకున్నారు.

ఒక గంట ప్రయాణం సాగిం తర్వాత ఆ దారి హఠాత్తుగా మూసుకు పోయింది. ఆ పైన అన్నీ పొలాలే. ఫెన్సింగ్‌లు వేసేశారు.

"దొంగ వెధవల్లారా! ఈ దారిన తీసు కొచ్చారా?" అని తిట్లకి పడ్డాడు హేలే.

"చెప్తూనే ఉన్నాం గదా అయ్య గారూ? ఇక్కడ పుట్టి పెరిగి నోళ్ళం, మాకు తెలుస్తదా, మీకు తెలుస్తదా అంటే ఇన్నారా తవరు?" అని ఎదురు తిరిగారు వాళ్ళిద్దరూ.

గుర్రాల్ని వెనక్కి తిప్పారు.

నది ఒడ్డుకి ఎలిజా వచ్చి పబ్లిక్ హౌస్‌లో కూర్చున్న తర్వాత ఒక అరగంటకి హేలే వాళ్ళు నది వొడ్డుకి చేరారు.

ఎలిజాని ముందు శామ్ చూశాడు. గుర్రం మీద నించి దిగబోతూ జారి పడ్డట్టుగా టోపీ ఎగరేసి పెద్ద పెద్ద కేక లెట్టాడు.

గదిలో నించుని నది వేపు చూస్తూ కూర్చుని వున్న ఎలిజా అదిరిపడి శామ్‌నీ గుర్రాల్నీ చూసింది. అంతే. ఆమె కేమైందో, నిద్ర పోతోన్న పిల్లాణ్ణి గుంజి భుజం మీద వేసుకుని పెరటి గుమ్మం లోంచి నది వొడ్డుకి పరుగు లంకించుకుంది.

హేలే, ఎలిజాని చూడనే చూశాడు - "ఒరే రండ్రా! రండ్రా!" అంటూ లేడి పిల్ల వెనకాల పులి పరిగెత్తినట్టుగా పరిగెత్తాడు.

ఎలిజా నీళ్ళ వేపు పరిగెత్తింది. ఆగలేదు. నీళ్ళల్లోకి పరిగెత్తింది. ఘోరమైన ఆపదలో పడి పోయిన వాళ్ళు మాత్రమే చేసే సాహసం అంది.

నది మీద నించి మంచుబండల మీద నించి వెళ్ళి పోతోందామె! ఎలిజా కాలు మోపీ మోపగానే ఆ మంచు విరిగి ముక్క ముక్కలుగా విడిపో తోంది. అప్పటికే ఆమె పాదాలు రెండో బండ మీదికి పోతున్నాయి. చెప్పులు జారిపోయాయి. మేజోళ్ళు తెగి పోయాయి. ఎలిజా పాదం అన్చి తీసిన చోటల్లా రక్తం అడుగులు పడుతున్నాయి.

అవతల వొడ్డున ఎవరో ఆమె చేతిని పట్టుకుని గట్టెక్కించే వరకూ ఆమెకేమీ తెలీదు. తనేం చేసిందో ఆమెకు తెలీదు.

ఆ వ్యక్తి ఎలిజాని పోల్చాడు -"నువ్వు షెల్బీల ఇంటి మనిషివి కదూ అమ్మాయ్? ఏం పని చేశావు! ఎంత సాహసం చేశావు!" అని నిర్ఘాంత పోయాడు.

ఎలిజా భోరున ఏడుస్తూ,"నా పిల్లాణ్ణి వాళ్ళు అమ్మేశారండయ్యా! కొత్త యజమాని మమ్మల్ని తరుముకుంటూ వస్తున్నాడండీ. అడుగో, అవతల ఒడ్డున ఉన్నాడండీ" అని చెప్పింది.

షెల్బీల కుటుంబంలో బానిసని అమ్మారంటే, ఆ వ్యక్తి ఆశ్చర్య పోయాడు. బానిసని అమ్ముకునే హక్కు యజమానికి ఉందనే చట్టాన్ని ఆయనేమీ లక్ష్య పెట్టలేదు. ఆ కార్యం ఆయనకి చాలా జుగుప్సాకరంగా తోచింది. "చాలా ధైర్యస్థురాలివమ్మాయ్! నువ్వు తొందరగా ఇక్కణ్ణించి వెళ్ళిపో. అదుగో చూడూ, ఆ తెల్ల సున్నం వేసిన ఇల్లు కనపడ్డం లేదూ? వాళ్ళు నీ లాంటి వాళ్ళందరికీ ఆశ్రయం ఇస్తారు. ముందు అక్కడికి వెళ్ళు! అంతా వాళ్ళే చూస్తారు. తొందరగా వెళ్ళు!"

"అయ్యా! దేవుడు మిమ్మల్ని దీవించు గాక! నా సంగతెవరికీ చెప్పకండయ్యా! మీ మేలు మరచి పోను!"

"పిచ్చి పిల్లా! నేను నీకేం చేశాను? ఎవ్వరికీ చెప్పను. తొందరగా వెళ్ళిపో."

ఎలిజా గబ గబా తెల్ల గోడల ఇంటి వేపు నడిచింది.

నది ఇవతల వొడ్డున హేలే ఇంకా నోరు తెరుచుకొని నించుని ఉన్నాడు. "అడివి పిల్లి లాగ అదెలా దూకుతూ పోయిందో చూడండ్రా" అని ఇంకా విస్తుబోతున్నాడు.

"మీ యాపారానికి శానా దెబ్బ తగిలింది అయ్య గారూ!" అన్నాడు శామ్.

ఎలిజా మంచు గడ్డల మీద నించి ఎలా దూకిందో చూపిస్తూ యాండీ గంతులేసి నవ్వుతున్నాడు.

"ఎదవల్లారా! అంతా మీ మూలాన్నే జరిగింది" అని కొరడా ఎత్తాడు హేలే.

శామ్, యాండీ, రెండు గంతుల్లో పోయి గుర్రాలెక్కేశారు. "మేం పోతాం అయ్య గారూ! మా పని అయిపోయింది. జెర్రీ గురించి అమ్మ గారెదురు చూస్తా ఉంటారు!" అని హేలేకి చేతులూపి వాళ్ళిద్దరూ గుర్రాల్ని పరిగెత్తించారు.

★ ★ ★

ఎలిజా దొరికినట్టే దొరికి తప్పుకు పోయినందుకు హేలే నిరాశలో మునిగి పోయాడు. నది ఒడ్డున నిలబడి చూసి చూసి నిరుత్సాహంగా ఒడ్డెక్కాడు. 'మానవుల ఆశలకూ, సంతోషాలకూ స్థిరత్వం లేదు గదా' అని అతను విరక్తితో నిట్టూర్చాడు.

హేలే మరీ ఎక్కువ సేపు వేదాంతంతో కొట్టుకోనక్కర లేకుండానే అతనికి అప్పుడే గుర్రం దిగుతోన్న లోకర్ కనపడ్డాడు. హేలే వ్యాపారంలో ఇదివరకు కొంత కాలం భాగస్తుడిగా ఉన్న వాడే ఈ లోకర్. అతను గుర్రం దిగి నించుంటే ఆరడుగుల ఎత్తున్నాడు. విచ్చల విడిగా పెరిగి పోయిన మహాకాయుడిలా ఉన్నాడు. బొచ్చుతో నిండి ఉన్న గేదె చర్మం కోటు వేసుకుని ఏదో మృగం నించున్నట్టు ఉన్నాడు. అతని ముఖ కవళికలు కూడా మహా వికృతంగా 'హింస' అనేది మహోన్నతంగా పెరిగి పోయి ఆ ఆకారంలో నిలబడ్డట్టు ఉన్నాడు. అటువంటి లోకర్‌ని చూడగానే హేలేకు ప్రాణాలు లేచి వచ్చాయి. అతన్ని సంతోషంగా పలకరించి, "పెద్ద కష్టంలో పడిపోయాను లోకర్! నువ్వు కొంచెం సాయం చెయ్యాలి" అంటూ లోకర్ పక్క ఉన్న బక్కవాణ్ణి కూడా చూశాడు. ఆ బక్కవాడు ప్రస్తుతం లోకర్ వ్యాపారంలో భాగస్తుడు.

ముగ్గురూ పబ్లిక్ హౌస్ లోకి పోయి ఒక బల్ల ముందు కూర్చో గానే హేలే తన కష్టాల కచేరీ ప్రారంభించాడు.

ఎదటి వాళ్ళిద్దరూ చాలా ఆసక్తిగా విన్నారు సంగతంతా.

"ఈ పిల్ల ఎదవల్తో యాపారం పెట్టినప్పట్నించి తల ప్రేణం తోక కొస్తందనుకో" అని ముగించాడు హేలే.

"తల్లులికి పిల్లల మీద మరీ ఇంత ఎర్రి లేకపోతే ఎంత బాగుండునో మనకి!" అని బక్క వాడు అలాంటి రోజు లెప్పుడొస్తాయో అని ఆశగా చూశాడు.

"అలాంటి తల్లిని ఒక్క దాన్నీ చూళ్ళేదనుకో! పిల్లల్ని లాక్కుపోతే 'పీడా బోయిందిలే' అని ఆళ్ళు సంతోషించాలా? అబ్బే! అలాగ ఒక్కతీ ఉండదే!" అని విసుక్కున్నాడు హేలే.

బక్కవాడు హేలే మాటల్ని అంగీకరించాడు - "మీ రన్న మాట నిజవండీ. నేనూ అదే ఆశ్చర్య పడతాను. ఒక సారేవైందంటే, నే నొక దాన్ని కొన్నాను. దానికో గూని పిల్లోడు పుట్టాడు. శానా తెగులు కొంటి. అణ్ణి మేపటం దండగని ఎవళ్ళ కన్నా అణ్ణీ ఊరికే ఇచ్చేద్దామనుకున్నాను. ఊరికే ఇస్తానన్నానని ఒకాయనొచ్చాడు అణ్ణి తీసుకు పోటానికి, తెగుళ్ళ మారోడి గోల తప్పుద్దంటే తల్లి సంతోషించాలా ... వొద్దా? దాని కేకలు చూడవల సిందే! దాని బంధువులంతా చచ్చినట్టు, దాని ఆస్తులన్నీ ఎవరో దోచుకు పోతున్నట్టు .... అరెరెరె .... ఏం గోల చేసేసిందనుకున్నారు! .... పిల్లల మూలాన్న ఆళ్ళకేం సంతోషమో ఏంటో గానీ .... ఈ ఆడోళ్ళ మనసులు .... అర్థం చేసుకోలేవండీ హేలే గారూ!"

హేలే మళ్ళీ తను గతంలో పడ్డ కష్టం ఒకటి చెప్పుకొచ్చాడు - "ఒక సారి నేను ఎర్ర నదిలో ఏదో ఊరు పోతూ మంచి బేరం కదా అని ఒక పిల్ల తల్లిని కొన్నాను. తీరా చూస్తే పిల్లోడు పుట్టు గుడ్డోడు. ఆడితో తద్దినం ఎందుకని ఒక విస్కీ సీసాకి అణ్ణి అమ్మేశాను. అణ్ణి తల్లి సంక లోంచి తీసుకోబోతే, అయ్య బాబో, అది ఎల్లా ఎగిరి పడిందో అందరి మీదా! సివంగి అనుకోండి. పడవలో ఆ పక్కనెక్కడో దొరికిన కత్తి ముక్క పట్టుకుని .... అందర్నీ సెల్లా సెదురు చేసేసి, పిల్లోణ్ణి పట్టుకుని నదిలో కురికేసింది."

లోకర్ మహా నిర్లక్ష్యంగా అంతా వింటున్నాడు - "మిమ్మల్ని తగలెయ్యా! నా దగ్గిరైతేనా? ఎవ తైనా అలాగ చేస్తదంటారా?" అన్నాడు.

"మరి నువ్వెలా సముదాయిస్తావేంటి?" అని ఆశ్చర్యంగా చూశాడు బక్కవాడు.

"సముదాయిస్తానా? పిడికిలి బిగించి మొహం మీద ఒక్క గుద్దు గుద్దితే అదే సముదా యిస్తది బాగా. నే నొక దాన్ని కొన్నానంటే, దాని పిల్లని తీసుకోవాలంటే, ఇదిగో ఇలాగ నా పిడికిలి బిగబట్టి దాని మొహం దగ్గర పెట్టి చెపుతాను - 'ఒసే. నోరు మెదిపావంటే మొహం చిత్తు చిత్తు చేస్తాను. తెలిసిందా? నోరు మూసుకుని పిల్ల నియ్యి! అది నా ఆస్తి కానీ, నీ ఆస్తి కాదు! నా సొమ్ము నే నేవన్నా చేసుకుంటాను. ఉంచుకుంటే ఉంచుకుంటాను, ఎట్లో పారేస్తే పారేస్తాను. తెలి సిందా? పిల్లనియ్యి!' అంటాను" అంటూ లోకర్ బండ రాయి లాగా ఉన్న పిడికిలి బిగించి ఎదటి వాళ్ళ మొఖాల మీద ఆడించాడు.

బక్కవాడు వెనక్కి జంకుతూ, "బలే వోడివి లోకర్! నీ సంగతంతా ఏరు" అని లోకర్‌ని మెచ్చు కున్నాడు.

హేలే గంభీరమైన చూపులతో లోకర్ ప్రవర్తన తనకేం ఇష్టం లేనట్టు చూశాడు - "నువ్వేం మార లేదన్న మాట! మనం ఎన్ని సార్లు మాట్లాడుకునే వాళ్ళం ఈ సంగతులు! నిగ్గర్లని బాగా చూస్తేనే మనకి లాభం గానీ ...."

"ఆఁ.... పోవయ్యా! పనికి మాలిన చెత్త చెపు తావు. నీ చెత్తంతా నాకు చెప్పమాక" అని లోకర్ హేలే మాటలు కొట్టిపారేశాడు.

హేలే తన సౌశీల్య ప్రదర్శన ఆపదల్చుకోలేదు - "నేనూ డబ్బు కోసమే యాపారం చేస్తున్నాను. కాదనను. కానీ, డబ్బేనంటావా అంతా? నేను మానవత్వాన్ని వదల్లేను సుమా! నిగ్గర్లతో ఎంత క్రూరంగా ఉండటం అవసరమో, అంత ఉంటే చాలు! అంత కన్నా ఎక్కువెందుకు? అది తెలివి తక్కువ. నే నెప్పుడూ నా అంతరాత్మ లోకి చూసు కోందే ఏ పనీ చెయ్యను."

"ఆఁ... సూసుకో! సూసుకో! ఇంకా బాగా తొంగి సూసుకో నీ ఆత్మ లోకి!"

"ఎందుకలా ఎటకారాలు చేస్తావ్? నీ మంచి

కోసవే చెపుతున్నానా?"

"సాల్లే, ఊరుకో! ఏదన్నా ఇంటా గానీ ఈ పవిత్రాలూ, మానవత్వాలూ అంటే మాత్రం నాకు వొళ్ళు మండుకొస్తది. నువ్వు చేసేదీ ఆ పనే, నేను చేసేదీ ఆ పనే! ఏంటి బాబూ నీకూ నాకూ తేడా? ఏంటి నీ మంచీ, నా సెడ్డా?"

"అరెరె .... ఇదేంటి?" అని బక్కవాడు కలగ జేసుకుని పోట్లాటని దారి మళ్ళించాడు - "హేలే గారు సాలా ఉత్తముడు. శాంతపరుడు. ఆయన సెప్పేదంతా మంచిదే లోకర్! నువ్వున్నా వనుకో. నీ పద్ధతులు నీ కున్నాయి. అయ్యీ మంచియ్యే. మీ రిద్దరూ ఇలా తగాదా పట్టం .... ఇదేం బాగో లేదు .... ముందు యాపారం సంగతి మాట్టాడు కుందాం పట్టండి. హేలే గారూ! మమ్మల్నేం సెయ్యమంటారో చెప్పండి! దాన్ని పట్టుకోవాలి, అంతే కదా?"

"దాని సంగతి నా కక్కర్లేదు. నా క్కావలసింది పిల్లోడు. అణ్ణి కొని ఎదవ తెలివి తక్కువ పని చేశాను."

"నీ కెప్పుడు తెలివుండేడిసిందిలే" అని లోకర్ తలెగరేశాడు.

"ఊరుకో లోకర్! మళ్ళీ అయ్యేం మాటలు? .... దాని సంగతా? సెప్పండి హేలే గారూ! మనిషెలాగుంటది? ఎంతెత్తు? నలుపా...."

"తెల్లగా అందంగా బొమ్మలాగుంటది. మంచి కుటుంబంలో పెరిగింది. సదువూ సంజా వచ్చిందానిలా గుంటది."

ఆ మాటలు వినేసరికి బక్కవాడికి చెప్పలే నంత ఆశ గలిగింది. లోకర్ వేపు ఉత్సాహంగా చూస్తూ, "ఆ పిల్లోణ్ణి హేలే గారి కిచ్చేసి, దాన్ని ఆర్లెన్స్ తీసుకు పోయి అమ్మేద్దాం" అన్నాడు.

"మరి నాకేం ఇస్తారు?" అన్నాడు హేలే బేరా నికి దిగుతూ.

"పిల్లోణ్ణిస్తాంగా?"

"అంతేనా?.... పిల్లోణ్ణి పట్టిచ్చినందుకు కర్చు లన్నీ ఇస్తాను. దాన్ని అమ్మిందాంట్లో నాకు పదో వంతు ఇవ్వండి!"

లోకర్ గట్టిగా వ్యతిరేకించాడు - "నానా కష్టాలు పడి దాన్ని పట్టుకుని మేం అమ్ముకుంటే నీకు వాటా ఎందుకంటా? అదేం కుదరదులే."

"సరే, నా పిల్లోణ్ణి నా కిచ్చెయ్యండి, చాలు!"

"యాభై డాలర్లవుద్ది."

"నీకు ఎయ్యి డాలర్లు రావటం లేదా నా వల్ల?"

"అది దొరికినప్పటి మాటలే. ఐదు వారాల్దాకా మా పనులన్నీ సెటిలై పోయినై. ఇప్పుడు అయ్యన్నీ ఆపేసి, నీ పని, ముందు జూడాలి. లేకపోతే అది ఎటో మాయమై పోతది. మా పనులాపేసి, నీ పని కోసం తిరిగితే, అది దొరక్క పోతే, మా కర్చులెవడి స్తాడు, నీ తాత? ఇన్ని మాట లెందుగ్గానీ యాభై డాలర్లియ్యి! అళ్ళు దొరికితే నీ డబ్బు నీ కిచ్చేసి, పిల్లోణ్ణిచ్చి, దాన్ని మేం తీసుకుపోతాం. లేకపోతే డబ్బు మా కర్చుల కింద వాడుకుంటాం" అని తేల్చేశాడు లోకర్.

హేలే ఒప్పుకోక తప్పలేదు.

"మేం దాన్ని పట్టుకుంటే, ఆ పిల్లోణ్ణి సిన్సినా తీలో గ్రానీకి అప్పజెపుతాం. అడి దగ్గరికెళ్ళి నువ్వు తీసుకో" అన్నాడు లోకర్.

"మన కసలు పీకల మీద కొచ్చిన పన్లు న్నాయి. ఆడమ్స్ గాణ్ణీ, స్పింగర్స్ గాణ్ణీ ఈ పనిలో పెట్టాలేమో. అళ్ళు ఎక్కువే పుచ్చుకుంటారు." అని బక్కవాడు, పనెలా మొదలు పెట్టాలా అని ప్లాను ఆలోచించడంలో పడ్డాడు - "హేలే గారూ! అసలు అది ఎప్పుడు నది దాటిందో సెప్పండి!" అని అడిగాడు.

"ఎప్పుడోనా? ఇప్పుడే! నది ఒడ్డెక్కి నే నిలా వచ్చాను, మీ రిలా గుర్రాలు దిగారు!"

"మనం ఈ రాత్రికే అవతలి ఒడ్డు కెళ్ళాలి" అన్నాడు లోకర్ పట్టుదలగా.

"మీ దగ్గిర కుక్కలున్నాయా?" అని అడిగాడు హేలే.

"బ్రహ్మాండవైన కుక్కలున్నాయి. ఏం లాభం? దానికి సంబంధించిన వస్తువేదీ వాసన చూడ్డా నికి?"

" ఎందుకు లేదు? దాని శాలువా గుడ్డ పక్క మీదే ఇడిసి పోయింది" అన్నాడు హేలే సంతోషంగా.

" ఇంకేం మరీ? కానీ కుక్కల్తో ఒక ఇబ్బందుంది. దాని మీద పడి చీల్చి చెండాడేస్తే అసలు మనిషే దక్కదు మనకి. ఒక సారలాగే అయింది! .... మనిషి తీరా దొరికాడు అనుకునే పాటికి కుక్కలు అడి మీద పడి పీకేసినై. చచ్చాడు. అంతా నష్టం! మైదానాల్లో పరిగెత్తేటప్పుడు పట్టుకోటానికి కుక్కలు పనికొస్తాయి గానీ, ఇళ్ళల్లో ఎక్కడో దాక్కుంటే కుక్కల్తో లాబం లేదు" అనేసి లోకర్ ఒక సారి లేచి బైటి కెళ్ళి పడవ సంగతి కనుక్కుని హడావిడిగా వచ్చాడు. "పడవ బయల్దేరతదంట. ఎంటనే పోవాలి మనం."

హేలే 50 డాలర్లు తీసి మహా అనాసక్తిగా లోకర్ చేతిలో పెట్టాడు.

మానవుల్ని వేటాడి, వెంటాడి పట్టుకునే విషయం నాగరీకులైన మంచి వాళ్ళకు జుగుప్సాకరంగా కనిపించవచ్చు. కానీ ఆ వృత్తి, చట్టబద్ధమైనదిగా ఉంది! అది, దేశ భక్తియుత మైనదనే కీర్తినీ, ఉన్నత స్థానాన్నీ పొందుతోందనే విషయం పాఠకులు విస్మరించి ప్రయోజనం లేదు.

★ ★ ★

సెనేటర్ బర్డ్ అప్పుడే శాసన సభా సమావేశాలకు వెళ్ళి వచ్చాడు. భర్త రాజధానికి పోయి చాలా రోజులకు వచ్చినందుకు మేరీ సంతోషిస్తూ ఊరు సంగతులు అడుగుతూ, "నల్ల వాళ్ళకు సహాయం అదీ ఇవ్వరాదని శాసనం చేస్తున్నారట, నిజమేనా?" అని భర్తని ఆశ్చర్యంగా అడిగింది.

" రాజకీయ వేత్తవై పోతున్నావే!" అని భర్త నవ్వాడు.

" మీ రాజకీయాల మీద నాకేం ఆసక్తి లేదు. బానిసల గురించి ఏదో శాసనం చేస్తున్నారంటే నిజమేనా అని అడుగుతున్నాను. అలా అయితే మాత్రం అది చాలా క్రూరమైన శాసనం. మంచి క్రైస్తవులు చెయ్యదగ్గ పని కాదు అది" అంది మేరీ కోపంగా.

" కెంటకీ నించి పారిపోయే బానిసలకు సహాయం చెయ్యకూడదని, ఒక శాసనం చేశారు. సహాయం చేసే వాళ్ళకు శిక్షలు పడతాయి. 'రద్దువాదులు' బానిసలకు సహాయాలు చేస్తున్నారని కెంటకీ వాళ్ళకి చాలా కోపంగా ఉంది."

" అంటే ఇక మనం కూడా ఎవ్వరికీ సహాయం చెయ్యకూడదా? ఏం శాసనం అది? పాపం ఏదో ఒక పూట ఆశ్రయం ఇచ్చి, కాస్త తిండి పెట్టి, ఒక్క పాత గుడ్డ ఇచ్చి వాళ్ళ దారిని వాళ్ళని పంపిస్తే, ఇలాగా చెయ్యగూడదన్న మాటేగా?"

" అవును. ఇది కూడా సహాయపడ్డమేగా?"

మేరీకి చెప్పలేనంత కోపం వచ్చింది.

భర్తతో వాగ్యుద్ధానికి దిగింది.

నిజానికి మేరీ చాలా మెత్తని మనిషి. సాధు స్వభావం గల గృహిణి. భర్తా పిల్లలే ఆమె ప్రపంచం. ఎంత చిన్న విషయంలో నైనా మోటుగా, క్రూరంగా ప్రవర్తించే వాళ్ళని చూస్తే కోపంతో, అసహ్యంతో, మండిపడి పోతుందామె.

ఆమె పెద్ద కొడుకు బిల్ తన స్నేహితుల్తో చెపుతూ ఉంటాడు తల్లి గురించి. " ఒక సారి మేము రాళ్ళతో పిల్లిని కొడుతూ ఆడుతూంటే అమ్మ ఎంత కోపంగా మా దగ్గిరికి వచ్చిందో చూస్తే ... నన్ను కొరడాతో బాదేసి, తిండి లేకుండా గదిలో పడేసి ఉంచుతుందనుకున్నాను. అమ్మ అలా చెయ్యలేదు. పిల్లిని చూడగానే భోరున ఏడ్చేసింది. అమ్మ ఏడవడం కన్నా నన్ను కొరడాతో కొడితేనే బాగుండే దనిపించింది" అని చెపుతాడు.

" నువ్వు చెప్పే శాసనం మంచిదను కుంటున్నావా జాన్? నువ్వు కూడా వోటు చేశావా దానికి?" అని మేరీ, భర్తని సందేహంగా అడిగింది.

" చెయ్యక తప్పదుగా మరి?" అన్నాడతను.

" చాలా సిగ్గుపడాలి జాన్! నీ శాసనాన్ని నేనే ధిక్కరిస్తాను చూడు. ఏం చేస్తుందో నీ శాసనం చూస్తాను" అని ఆమె మండిపడింది.

" మేరీ! నీ అభిప్రాయాలు నేను చాలా గౌరవిస్తాను. కానీ పబ్లిక్ అభిప్రాయాల్ని మనం గౌరవించాలి. బానిసలకు సహాయ పడడం పబ్లిక్‌కి నచ్చదు. మన ఇష్టాయిష్టాల్ని ఒక పక్కన పెట్టాలి."

"చూడు జాన్! నాకు రాజకీయాలేవీ తెలీవు. నాకు తెలిసింది బైబిలొక్కటే. ఆకలిగొన్న వారికి ఆహారం పెట్టడం, బట్ట లేని వారికి బట్ట ఇవ్వడం, అనాథలను ఆదుకోవడం ... నేను నేర్చుకున్నది అదే. అది పాటించకుండా నే నుండలేను."

"నువ్వు చేసే దాని వల్ల ఇతరులకు నష్టం కలిగితే?"

" భగవంతుడు చెప్పిన దాని వల్ల ఎవ్వరికీ నష్టం కలగదు."

" కొందరికి నష్టమేనని చూపిస్తాను."

"చూపించలేవు. నీ గుమ్మం లోకి ముసలి తనంతో వొణికి పోయే పేద వాడొస్తే బానిస కదా అని పొమ్మంటావా? మంచు కురిసే అర్ధరాత్రి ఒక బానిస స్త్రీ వస్తే తీసికెళ్ళి జైలు కప్పగిస్తావా?"

" చాలా కష్టమైన కర్తవ్యం అది."

" కర్తవ్యం కానే కాదు అది, బానిసలు పారి పోకూడదు అనుకుంటే వాళ్ళని ప్రేమగా చూడండి. అదీ నా సిద్ధాంతం. ప్రేమగా చూస్తే ఎందుకు పారిపోతారు? నా దగ్గిరే బానిసలుంటే, నేను బానిసల్ని పెట్టుకోననుకో ... నా దగ్గిరే వాళ్ళుంటే, వాళ్ళు పారిపోతే పోనిస్తాను నేను."

" అమ్మ గారూ! ఒక సారిట్టా రండి" అని పిలిచాడొక పని మనిషి వచ్చి.

మేరీ అటు వేపు వెళ్ళింది. వెళ్ళగానే " జాన్! జాన్!" అని భర్తని కేక లేసి పిల్చింది.

భర్త పరిగెత్తుకు వెళ్ళాడు.

ఒక అమ్మాయిని పడుకోబెట్టి ఉంచారు. బట్టలు చిరిగిపోయి ఉన్నాయి, పాదాలు గాయా లతో రక్తం కారుతున్నాయి. ఆమె తెలివి తప్పి ఉంది. ఒక పిల్లాడు పని మనిషి ఒళ్ళో కూర్చుని ఉన్నాడు.

వంట మనిషి ఆ అమ్మాయికి తెలివి రావ డానికి ఏవో సేవలు చేస్తూ చెపుతోంది - " మన వాకిట్లోకి వచ్చి ఏదో అడిగింది. ఎక్కణ్ణించి వచ్చావని అడుగుతున్నాను. అంతలో పడి పోయింది. చేతులు చూడండమ్మా, ఎంత నాజూగ్గా ఉన్నాయో! బండ పనులు చేసే మనిషి లాగ లేదు."

ఎలిజాకి తెలివి వచ్చింది. ఒక సారి అందర్నీ చూసింది. అంతలో అదిరిపడిలేస్తూ, " నా జిమ్... నా జిమ్ ... తీసుకు పోయారా? వాణ్ణి తీసుకు పోయారా?" అని కేకలు ప్రారంభించింది.

పిల్లాడు పని మనిషి ఒళ్ళోంచి తల్లి దగ్గిరికి పరిగెత్తాడు.

ఎలిజా వాణ్ణి కావలించుకుని, " అమ్మ గారూ! వీణ్ణి తీసుకు పోకుండా చూడండమ్మ గారూ!" అని ఏడవడం మొదలెట్టింది.

మేరీ, కళ్ళు తుడుచుకుంటూ, "వాడి నెవ్వరూ తీసుకు పోరు. ధైర్యంగా ఉండు. ఇక్కడి కెవ్వరూ రారు. నీకేం భయం లేదు. సుఖంగా నిద్రపో" అంటూ నమ్మకంగా చెప్పింది.

తర్వాత వెచ్చటి చోట ఆమెకు పక్క వేశారు. ఎలిజా, పిల్లాణ్ణి దగ్గిర పెట్టుకుని పడుకుంది. ఇద్దరూ చాలా సేపు నిద్రపోయారు.

లేచింతర్వాత ఎలిజా తన సంగతంతా చెప్పింది. 'నది మీద నించి నడిచి వచ్చా'నంటే విన్న వాళ్ళంతా నిర్ఘాంత పోయారు. నమ్మలేక పోయారు.

" ఎక్కడికి వెళ్ళాలనుకుంటున్నావు?" అని మేరీ అడిగింది.

" కెనడాకి. చాలా దూరమా అమ్మ గారూ?" అని ఆశగా చూసింది ఎలిజా.

" చాలా దూరమే నమ్మాయ్, చాలా దూరం! ఆ సంగతి తర్వాత చూద్దాంలే. ఇప్పుడేం తొందర?" అని, ఎలిజా బాధ్యతంతా వంట మనిషికి అప్ప గించింది మేరీ.

" మేరీ! మనం ఆమెని తొందరగా పంపిం చెయ్యాలి. ఇక్కడ ఉంచుకుంటే ఆమె సంగతి బయట పడిపోతుంది. నేను చాలా ఇబ్బందిలో పడిపోతాను. జాన్‌వాన్ అని నాకు తెలిసిన ఒకా యన ఏరవతల అడవిలో ఉంటున్నాడు. ఆయన చాలా మంచి మనిషి. తన బానిసలందరికీ స్వేచ్ఛ ఇచ్చేశాడు. బానిసలకు సహాయం చేసే విష యంలో ఆయన ఎలాంటి పనైనా చేస్తాడు. అక్క డికి తీసికెళితే ఈ అమ్మాయిని క్షేమంగా ఉంచ

వచ్చు. ఆ అడవి దారి నాకే బాగా తెలుసు. కుజోని ఒక్కణ్ణే పంపిస్తే లాభం లేదు. ఈ రాత్రికే మే మిద్దరం వెళ్ళి అప్పగించి వచ్చేస్తాం" అన్నాడు బర్డ్.

భర్త మంచితనానికి మేరీ సంతోషించి, "నీ మేధస్సు కన్నా నీ హృదయం గొప్పది" అని మెచ్చు కుంది.

సంగతంతా ఎలిజాకు చెప్పింది మేరీ.

ఒక చిన్న పెట్టెలో కాసిన్ని బట్టలూ, పిల్లాడికి బొమ్మలూ సర్ది పెట్టింది.

వెంటనే బండి బయలుదేరింది.

ప్రయాణం చాలా కష్టం మీద సాగింది.

జాన్‌వాన్ తన బానిస లందరికీ కొంత కొంత స్థలాలు కొని ఇచ్చి, స్వేచ్ఛా పత్రాలు రాసి ఇచ్చే శాడు.

బర్డ్, ఎలిజాని తీసుకుని రాగానే జాన్‌వాన్ హృదయ పూర్వకంగా ఆహ్వానించి, "నా దగ్గిర మూడు తుపాకులున్నాయి. నాకు ఏడుగురు కొడు కులున్నారు. నా ఇంట్లోంచి నిన్నెవ్వళ్ళూ తీసుకు పోలేరు. పోయి నిద్రపో" అని ఓదార్చి ఎలిజాని లోపలికి పంపేశాడు.

★ ★ ★

టామ్‌ని తీసుకు పోయే రోజు అది! ష్లో అత్త, కంటికీ మంటికీ ఏక ధారగా ఏడుస్తూ టామ్ మందులూ, బట్టలూ, సర్ది పెట్టింది. టామ్‌కి నచ్చే లాగ జొన్న రొట్టి కాల్చింది. పనులన్నీ చేస్తూ యజ మానిని బాగా తిట్టింది - "నీకు స్వేచ్ఛ ఇచ్చేస్తా నన్నారు. అన్నమాట నిలబెట్టుకోవద్దా? ఆ దక్షి ణాదికి పోయినోళ్ళు ప్రాణాలతో బతకరంటారు. నీ గతేమవుతుందీ ..." అని కూలబడి ఏడ్చింది.

యజమానిని ఒక్క మాటనడం కూడా టామ్‌కి ఇష్టం లేదు - "చిన్న తనం నించి అయ్య గార్ని నేను పెంచి పెద్ద చేశాను. ఆయన మంచి చెడ్డలు నే చూడాలి గానీ, నా మంచి చెడ్డలు ఆయన చూసేదేంటి? మన అదృష్టం ఎలాగుంటే అలాగవు తది. మన మీద ప్రభువు దయ ఉండబట్టే నన్నొ క్కణ్ణే అమ్ముతున్నారు. నువ్వూ పిల్లలూ సుఖంగా ఉంటే చాలు నాకు. ప్రభువు చిత్తం లేందే ఏదీ జరగదు."

"ఈ దేవుడి మాట లెన్ని జెప్పినా నా మనసు కుదుట పడదులే" అంది ష్లో అత్త కోపంగా.

బానిసలు, ఎక్కడికి పడితే అక్కడికి పోవ డానికి అలవాటు పడిపోయి ఉంటారనుకుంటే అది చాలా పొరపాటు. వాళ్ళు కూడా చాలా స్థిర మైన జీవితాలే కోరతారు. దక్షిణాదికి అమ్ముడు పోవడం అంటే అది ఎంత ఘోరమైన శిక్ష అని బానిసలు భావిస్తారో తెలిస్తే, అలా పోవలసి వచ్చి నప్పుడు వాళ్ళెంత బాధ పడతారో ఊహించగలం. ఖాళీగా ఉండే మధ్యాన్నం వేళల్లో నలుగురు బానిస లెక్కడ కూర్చున్నా దక్షిణాదిలో బానిసల కష్టాల గురించే చెప్పుకుంటూ ఉంటారు. దక్షిణా దికి అమ్ముతారన గానే, వాళ్ళెంతెంత సాహసాలు చెయ్యగలరో వాళ్ళకే తెలీదు. ఎంతెంత ప్రమా దాలు ఎదురైనా, మళ్ళీ పట్టుబడ్డప్పుడెన్ని చిత్ర హింసల పాలైనా, పారిపోయే ఆలోచన తప్పితే రెండో ఆలోచన రాదు.

టామ్, చంటి పిల్ల నెత్తుకుని, పిల్లల్ని దగ్గిర పెట్టుకుని తిండి తిన్నాడు.

ష్లో అత్త ఎక్కడి కక్కడే కూలబడి ఏడుస్తూనే ఉంది.

"అమ్మగారొస్తంది" అన్నారు పిల్లలు.

"... హాచ్చేం చేస్తది?" అని ష్లో అత్త లేవ కుండా కూర్చుంది.

ఎమిలీ లోపలికి వచ్చింది. చాలా నిర్జీవంగా ఆందోళన పడుతూ వచ్చింది - "టామ్! ... నేను ..." అంటూ తటాలున ఏడవటం మొదలెట్టింది.

అందరూ కలిసి ఏడ్చారు.

అనాధలకు దాన ధర్మాలు చెయ్యడం కాదు అసలైన సహాయం. హృదయ పూర్వకమైన సాను భూతి లేని దానాలు వాళ్ళని ఉద్ధరించలేవు. నిజ మైన సానుభూతి లేని దాన ధర్మాలు వాళ్ళని సేదదీర్చలేవు.

"టామ్! నీకు నే నేమీ చెయ్యలేను. డబ్బు ఇస్తే వాడు తీసేసుకుంటాడు. ప్రమాణం చేసి చెబుతున్నాను. నిన్ను మళ్ళీ తప్పకుండా కొంటాము. అంతవరకూ భగవంతుణ్ణి ప్రార్థించు కుంటూ ఉండు" అని యజమానురాలు ఏడుస్తూ చెప్పింది.

“ ఒరే, తయారుగున్నావా?” అని హేలే తలుపు మీద ఒక్క తన్ను తన్ని పెద్ద కేక పెట్టాడు. అంతలో ఎమిలీని అక్కడ చూసి, బిత్తరబోయి సర్దుకోబోయాడు.

టామ్ లేచి పెట్టె తీసుకున్నాడు. పిల్లలంతా ఒక్క సారి ఏడుపులు లంకించుకున్నారు.

ష్లో అత్త, చంటి దాన్ని చంక నేసుకుని ఏడుస్తూ టామ్ వెనకాల వచ్చింది.

వాకిట్లో బండి ఉంది. నేల ఈనినట్టు బండి చుట్టూ ఊళ్ళో బానిస లంతా చేరారు. ఏడవని వాళ్ళు లేరు. ఆడవాళ్ళ సంగతి చెప్పక్కరలేదు. పెద్ద పెద్ద కంఠాలతో ఏడ్చారు.

“ ఈ కిరాతకుడి ముందు మాత్రం నే నేడ వను” అంది ష్లో అత్త దుఖ్ఖం ఆపుకుంటూ.

“ చిన్నయ్య గార్ని చూడకుండా పోతున్నందుకే నాకు ఇచారంగా ఉంది” అని అందర్నీ చూస్తూ నించున్నాడు టామ్.

టామ్‌ని అమ్మేసిన సంగతి జార్జికి తెలియనే తెలీదు. అతను కిందటి రోజే ఊరెళ్ళాడు.

“ ఎక్కరా” అని హేలే పెద్ద కేక పెట్టాడు.

టామ్ బండి లోకి ఎక్కగానే హేలే సంకెళ్ళు తీశాడు. అక్కడ ఉన్న వాళ్ళంతా పెద్ద ఘోరం జరుగుతున్నట్టు గందరగోళ పడ్డారు.

ఇంటి వరండా మీదకి వెళ్ళి నించున్న ఎమిలీ ఆందోళనగా “ హేలే గారూ! టామ్ విషయంలో మీకా భయం లేదు. నే చెపుతున్నాగా. అనవస రంగా అతన్ని ఇబ్బంది పెట్టకండి!” అని గట్టిగా చెప్పింది.

హేలే ఒక సారి తలెగరేసి, “ మీకు తెలవదు లెండమ్మా! ఈ యాడాది దెబ్బ మీద దెబ్బ తింట న్నాను. నిగ్గరు గాళ్ళనేం నమ్మగలం? మీకు తెల వదు లెండి” అంటూ టామ్ కాళ్ళకు సంకెళ్ళు వేసి తాళం బిగించి తను కూడా బండిలో కెక్కాడు.

బండి కదిలి వాకిట్లోంచి రోడ్డు దారి పట్టింది.

అందరూ భోరున ఏడుస్తూ వాకిట్లో కూల బడ్డారు.

హేలే, బండిని ఒక కమ్మరి దుకాణం ముందు ఆపించి, చేతుల కేసే సంకెళ్ళు సరిగ్గా లేవని తొందరగా బాగు చేసి ఇవ్వమని కమ్మరి కిచ్చాడు.

కమ్మరి టామ్ సంగతి విని చాలా విచార పడ్డాడు - “ దక్షిణాదిన బానిసలు జబ్బు పడి చచ్చి పోతారంటగా?” అని హేలే నడిగాడు.

“ ఆఁ ... ఏదో అప్పుడప్పుడూ చస్తార్లే. మొత్తం మీద మాకు లేని పోని ఇబ్బందులు తెచ్చి పెడ తారు, చీటికీ మాటికీ చచ్చి” అని విసుక్కున్నాడు హేలే.

“ ఇతన్ని మంచి చోట పెట్టండి! పాపం పెళ్ళాం బిడ్డల్ని వొదిలేసి పోతున్నాడు” అన్నాడు కమ్మరి సంకెళ్ళ పని చూస్తూ.

“ పెళ్ళాలకేం భాగ్యం? ఎక్కడి కక్కడే దొరుకు తారు.”

కమ్మరి కొట్టు బయట బండిలో కూర్చున్న టామ్ పక్కన గుర్రం దిగిన జార్జి, బండి లోకి దూకి టామ్ మెడ కావలించుకుని భోరున ఏడుస్తూ తిట్లు ప్రారంభించాడు - “ టామ్ మామా! ఎవడు తీసుకు పోతున్నాడు నిన్ను? చంపేస్తాను వాణ్ణి! ఎంత ఘోరం ఇది! సంకెళ్ళు వేశాడా నీకు? చంపే స్తాను వాణ్ణి!” అని కేకలు పెట్టాడు.

“ చిన్నయ్యా! ఎళ్ళి పోయేప్పుడు కనపడ్డావు. అంతే చాలు. ఆయనకి కోపం తెప్పించావంటే నా కింకా నష్టం జరుగుద్ది. బాధ పడకు, ఊరుకో!” అని నెమ్మదిగా చెప్పాడు టామ్.

జార్జి కోపం అంతా ఆపుకున్నాడు. జేబు లోంచి ఒక డాలర్ నాణేనికి గుచ్చిన తాడు తీసి గబ గబా టామ్ మెడలో కట్టాడు - “ ష్లో అత్త చెప్పింది నీ కిది మెడలో కట్టమని. నే నొచ్చి నిన్ను తప్పకుండా తీసుకొస్తాను. ఈ డాలర్ చూసి నప్పుడల్లా ఆ మాట గుర్తు చేసుకో. ఇంటికి పోగానే నాన్నతో పోట్లాడతాను.”

“ అలా చెయ్యకయ్యా! అయ్య గారి తప్పేం లేదు. తల్లిదండ్రులకు ఇనయంగా మసులుకో. నీ తండ్రి లాగా మంచి యజమాని వవుతావు. నీ తల్లి లాగ గొప్ప భక్తుడి వవుతావు” అంటూ టామ్ బలిష్ట మైన చేతితో జార్జి తల నిమురుతూ మెత్తని కంఠంతో నచ్చ చెప్పాలని చూశాడు.

“ నేను పెద్ద వాడినయ్యాక తప్పకుండా మంచి వాడి నవుతాను మామా! నిన్ను తీసుకు

వచ్చేస్తాను. మీ కందరికీ మంచి ఇళ్ళు కట్టించి, నీకు సుఖంగా ఉండేలాగ చేస్తాను.

హేలే, సంకెళ్ళు పట్టుకుని బండి దగ్గిరికి వచ్చాడు.

వాడే బేరగాడని జార్జి అర్థం చేసుకుని, "టామ్ మామని నువ్వెలా చూస్తున్నావో అమ్మకీ నాన్నకీ చెపుతాలే" అన్నాడు కోపంగా.

"అలాగే చెప్పుకో."

"నీ బతుకంతా మనుషుల్ని పశువుల్లాగ గొలుసుల్తో బంధించి అమ్మటానికే అయిపోతుంది. సిగ్గెయ్యటం లేదూ నీకు?"

"అమ్మటాని కంటే కొనటం అంత సిగ్గుపడే పనేం కాదు. మీరు అమ్మారు, నేను కొన్నాను. మీరు మంచి వాళ్ళూ, నేను చెడ్డ వాడినీనా? మీ రెంత మంచి వాళ్ళో నేనూ అంత మంచి వాణ్ణే" అన్నాడు హేలే నిర్లక్ష్యంగా.

జార్జి సిగ్గుపడి పోయాడు - "అవును, నేనిప్పుడు కెంటకీ నివాసిగా ఉన్నందుకు చాలా సిగ్గుపడుతున్నాను" అన్నాడు విచారంగా.

బండి కదిలింది.

"దేవుడు నిన్ను దీవించు గాక!" అని టామ్ జార్జిని దీవించాడు. బండి దూరం అయిపోయే వరకూ జార్జి టామ్‌ని చూస్తూ నిలబడ్డాడు.

టామ్ గుండె మీద చెయ్యి పెట్టుకుని, అక్కడ జార్జి అనురాగం అంతా ముద్రపడి ఉన్నట్టుగా కళ్ళు మూసుకుని కూర్చున్నాడు.

"ఒరే, చూడూ. నేను నీతో మంచిగా ఉండదల్చుకున్నాను. నువ్వు కూడా నాతో అలాగే ఉంటే సరే, లేకపోతే నీ నిగ్గర్ టక్కులు మాత్రం సాగనివ్వను" అని హెచ్చరిక చేశాడు హేలే.

"చిత్తం అయ్య గారూ! నే నెక్కడికీ పారిపోను."

కాళ్ళకీ చేతులకీ బ్రహ్మాండమైన సంకెళ్ళు వేసి, అతన్ని పారిపోలేని వాణ్ణి చేసి, అతనితో పారిపోనని వాగ్దానం చేయించు కోవడంలో అర్థమేముంది? సంకెళ్ళు తీసేసి వాగ్దానం చేయించుకుంటే, చేయించుకునే వాడికి దాని మీద ఉన్న నమ్మకం కనబడేది.

బానిసలకు సంకెళ్ళు వేసి, వాగ్దానాలు చేయించుకోవటం హేలేకి నిత్యకృత్యమై పోయింది!

★ ★ ★

కెంటకీలో, 'ఎన్' అనే గ్రామంలో ఒక హోటల్‌లో, జనం రద్దీగా ఉన్నారు. పోయే వాళ్ళు పోతున్నారు, వచ్చే వాళ్ళు వస్తున్నారు! అక్కడున్న వాళ్ళు తుపాకులన్నీ ఒక మూల పెట్టారు. వేట కుక్కల్ని ఒక పక్కగా కట్టేశారు. అక్కడి బానిసలంతా ప్రతి క్షణం యజమానుల సేవకు సిద్ధంగా ఉన్నట్టు హడావుడిగా తిరుగుతున్నారు.

ఎవరో ఒక అడ్వర్టయిజ్‌మెంట్ చదువుతోంటే దాని చుట్టూ కొందరు చేరారు.

"హారిస్ అనే ముల్లాటో బానిస, నేనప్పగించిన వ్యక్తి దగ్గర నుండి పారిపోయాడు. ఎత్తు 6 అడుగులు. ఎరుపు నలుపులు కలిసిన లేత రంగు. గోధుమ రంగు వంకీల జుట్టు. మనిషి అందంగా ఉంటాడు. చాలా తెలివైన వాడు. చదవగలడు. వ్రాయ గలడు. సభ్యతా యుతంగా మాట్లాడగలడు. తెల్ల మనిషి లాగా చెలామణీ కాగలడు. అతని వీపు మీదా, భుజాల మీదా లోతుగా వాతల మచ్చలు ఉంటాయి. కుడి చేతిలో "హెచ్" అనే అక్షరం గుర్తు ఉంటుంది. అతన్ని ప్రాణాలతో తెచ్చి ఇచ్చిన వారికి 400 డాలర్లు బహుమానం! లేదా, చంపేసినట్టుగా నమ్మదగ్గ ఆధారం చూపిన వారికి కూడా అంత బహుమానం ఉంటుంది."

చదివే వ్యక్తి పక్కనే నించుని పొగాకు నములుతోన్న వృద్ధుడు ఒకాయన, నోట్లో పొగాకు అంతా ఎడ్వర్టయిజ్‌మెంట్ మీద పడేట్టు ఊశాడు. తర్వాత, ఏమీ నదురూ బెదురూ లేకుండా, "నేనలాగే ఊస్తాను. ఆ ప్రకటన వేయించిన వాడి మొహం మీద కూడా ఊస్తాను" అన్నాడు. "అంత మంచి కుర్రాణ్ణి సరిగ్గా నిలుపుకో లేకపోతే వాణ్ణి వదులుకోవలసిందే. ఇలాంటి ప్రకటనలు వెయ్యడం కెంటకీకే అవమానం కాదూ? నా దగ్గిర బోలెడు మంది కుర్రాళ్ళున్నారు. నేను వాళ్ళతో అంటూ ఉంటాను - 'ఒరే అబ్బాయిలూ! మీకు పారిపోవాలని ఉంటే పొండిరా! నేను మీ వెంట

బడి తరిమి పట్టుకోను లెండి' అంటాను. ఒక్కడు కూడా పోడు. వాళ్ళందరికీ స్వేచ్ఛా పత్రాలు సిద్ధం చేసి ఉంచాను. వాళ్ళని కుక్కల్ని చూసినట్టు చూస్తే, వాళ్ళూ మనతో కుక్కల్లాగే ప్రవర్తిస్తారు. మనుషుల్ని చూసినట్టు చూస్తే, మనుషుల్లాగే ప్రవర్తిస్తారు."

"మీరన్నది నిజమేనండీ! ఈ ప్రకటనలో కుర్రాడు నాకు బాగా తెలుసు. కొంత కాలం నా గోనె సంచుల ఫ్యాక్టరీలో పని చేశాడు. తెలివి తేటల్లో అఖండుడు. నార శుభ్రం చేసే యంత్రం కనిపెట్టాడు. దాన్ని ఇప్పుడు చాలా ఫ్యాక్టరీల్లో ఉపయోగిస్తున్నారు. ఆ యంత్రం మీద పేటెంటు అతని యజమానిదే" అన్నాడు గోనె సంచుల ఫ్యాక్టరీ యజమాని విల్సన్. అతడు హారిస్ గురించి చెపుతూ ఉండగా, గుర్రపు బగ్గీ దిగి ఒక పెద్ద మనిషి, వెనక ఒక బానిసతో లోపలికి వచ్చాడు. అతను 6 అడుగుల ఎత్తు, గోధుమ రంగు శరీరం, నల్లని ఉంగ్రాల జుట్టు! - "హెన్రీ బట్లర్ నా పేరు. ఓక్ లాండ్ ప్రాంతం" అని తనని తను పరిచయం చేసుకున్నాడు అక్కడి వాళ్ళతో. వొంగి బల్ల మీద పడి ఉన్న పేపరు చూశాడు - "అరె జిమ్!" అని తన బానిసని పిలిచాడు. ప్రకటనలో ఉన్న గుర్తులు చెప్పి, "ఇలాంటి వాణ్ణి మనం బెర్నాన్‌లో చూసినట్టుంది కదూ?" అన్నాడు.

"అవునండయ్యా! చూసినట్టున్నాం" అని నసిగాడు జిమ్.

కొత్త పెద్ద మనిషి హోటల్ యజమానిని పిలిచి, "నాకో గది కావాలి. కొంచెం రాసుకునే పని ఉంది" అన్నాడు.

క్షణాల మీద గది సిద్ధమైంది.

గోనె సంచుల ఫ్యాక్టరీ యజమాని విల్సన్, కొత్త వ్యక్తిని చాలా ఆశ్చర్యంగా ఆసక్తిగా చూస్తున్నాడు. 'బాగా పరిచయం అయిన వాడిలా ఉన్నాడే! ఎక్కడో తెలిసిన వాడిలా ఉన్నాడే!' అనుకుంటున్నాడు గానీ గుర్తు చేసుకోలేక పోతున్నాడు.

కొత్త వ్యక్తి హఠాత్తుగా లేచి విల్సన్‌ని అప్పుడే చూసినట్టు, "అరె, విల్సన్ గారూ! మిమ్మల్ని నేను చూడనే లేదే!" అని విల్సన్‌తో కరచాలనం చేశాడు.

విల్సన్‌కి ఏమీ గుర్తు రాకుండానే, "అవునండీ! అవునండీ!" అన్నాడు జ్ఞాపకాలతో పెనుగులాడుతూ.

"గది సిద్ధంగా ఉంది అయ్యగారూ!" అని హోటల్ మనిషి వచ్చి చెప్పాడు.

కొత్త వ్యక్తి లేచి విల్సన్‌తో, "మీరు కొంచెం సేపు నా గది లోకి రండి, కొంచెం బిజినెస్ విషయాలు మాట్లాడాలి" అని, "జిమ్! ట్రంకులు జాగ్రత్త!" అని పని మనిషిని హెచ్చరించి, గబ గబా మెట్ల వేపు నడిచాడు.

విల్సన్ ఆశ్చర్యపడుతూ అతన్ని అనుసరించాడు.

గదిలోకి వెళ్ళగానే తలుపులు మూసి కొత్త వ్యక్తి విల్సన్ ముందు చేతులు కట్టుకు నిలబడి అతని వేపు నిదానంగా చూశాడు.

"నువ్వా హారిస్?" అని ఆశ్చర్యంతో తబ్బిబ్బయ్యాడు విల్సన్.

"అవునండీ, హారిస్‌నే! మీరే పోల్చలేదంటే నేను వేషం బాగానే వేసుకున్నా నన్నమాట!" అని నవ్వాడు హారిస్ - "ఒంటికి గోధుమ రంగు వేసుకున్నాను. తలకి నల్లరంగు వేసుకున్నాను."

"చాలా ప్రమాదం ఇది. చాలా ప్రమాదం!" అని కంగారు పడి పోయాడు విల్సన్.

అతను తక్షణం రెండు ఆలోచనల్ల మధ్య ఇరుక్కున్నాడు - హారిస్‌కి సాయపడడమా; ప్రభుత్వ చట్టాల్నీ, శాంతి భద్రతల్నీ రక్షించడమా?

"హారిస్! నువ్వు నీ చట్టబద్ధమైన యజమాని నించి తప్పించుకుంటున్నావు. దానికి నేనేం ఆశ్చర్యపడను. కానీ ... నీ పనికి నేను చాలా విచారిస్తున్నా నోయి!"

"ఎందుకు విచారం?"

"నీ దేశ చట్టాలకే నువ్వు వ్యతిరేకంగా నడుస్తున్నావు."

"ఇది నా దేశమా? కాదు, నా సమాధి."

"అలా అనకు హారిస్! నీకు చాలా క్రూరుడైన యజమాని దొరికాడు, నిజమే. చాలా నిర్దయుడు. అతన్ని నేను సమర్థించను. కానీ, హాగర్ కథ తెలియదా నీకు? హాగర్ యజమానురాలు ఎంత

చెడ్డదైనా తిరిగి యజమానురాలి దగ్గరకే వెళ్ళి పొమ్మని హేగర్‌కి దేవ దూత చెప్ప లేదా?"

"విల్సన్ గారూ! ఆ బైబిల్ కథలు నాకు చెప్ప కండి! నా పరిస్థితిలో ఉన్న వాడికి బైబిల్ గురించి చెప్పడం అంటే అన్ని ప్రయత్నాలూ విరమించి లొంగి పడి ఉండమని చెప్పటమే. నా సమస్యని తీసుకుని దేవుడి దగ్గిరికి వెళ్ళడానికి నాకేం అభ్యం తరం లేదు. 'స్వేచ్ఛ కోరడం తప్పా' అని దేవుణ్ణి అడుగుతాను."

"హారిస్! నీ గురించి నేను చాలా విచారిస్తు న్నాను. నువ్వు చాలా దురదృష్ట వంతుడివి. కానీ నీ పనిని నేను ప్రోత్సహించలేను. దేవదూత ఏం చెపుతాడంటే, 'ఎవరికేది దక్కుతుందో దానికి వాళ్ళు విధేయులై ఉండాలి' అంటాడు. తప్పదు."

హారిస్, చేతులు రెండూ గుండెల మీద కట్టు కుని విల్సన్ ముందు నిటారుగా నిలబడ్డాడు - "విల్సన్ గారూ! నే నో మాట అడుగుతాను చెప్పండి. రెడ్ ఇండియన్లు వచ్చి మిమ్మల్ని మీ భార్యా బిడ్డల నించి విడదీసి తీసుకు పోయి మొక్కజొన్న చేలో పని చేయిస్తూ జీవితమంతా బంధించి ఉంచితే, 'సరే, నా రాత ఇలా ఉంది. ఇది దైవేచ్ఛ. దీనికే లొంగి సంతోషంగా ఉంటాను' అని మీరు సమర్థించుకుంటారా? నిజం చెప్పండి!"

విల్సన్ చాలా ఆశ్చర్య పడుతూ అమాయ కంగా చూశాడు. ఆయన ఏమీ చెప్పలేక పోయాడు. బానిసత్వాన్ని సమర్థించే తర్క పండితు ల్లాగ ఏదో ఒకటి చెప్పాలని ఆయన తాపత్రయ పడలేదు. "చూడు హారిస్! నీ మంచి కోసమే చెపు తున్నాను. నువ్వు చాలా ప్రమాదంలో ఉన్నావు. ఇందులోంచి బయట పడతావని నే ననుకోడం లేదు. నువ్వు పట్టుబడితే ఘోరమైన విపత్తులో పడిపోతావు. నిన్ను చంపెయ్యడమో, దక్షిణాదికి అమ్మెయ్యడమో చేస్తారు."

"విల్సన్ గారూ! నా కంతా తెలుసు. ప్రమాద కరమైన పని చేస్తున్నాను. తెలుసు నాకు. కానీ ..." అంటూ కోటు విప్పి రెండు పిస్తోళ్ళూ, కత్తీ చూపిం చాడు.

"దక్షిణాదికి మాత్రం వెళ్ళను నేను. వెళ్ళటం తప్పనిసరైతే ఆత్మహత్య చేసుకుని చచ్చిపోతాను."

"అంత ఘోరం ఆలోచిస్తున్నావేమిటి? నీ దేశ చట్టాలనే నువ్వు ధిక్కరిస్తావా?"

"మళ్ళీ నా దేశం అంటారే! మీ కైతే దేశం ఉంది! నా కేదేశం ఉంది? బానిసలుగా పుట్టిన నా లాంటి వాళ్ళకేం దేశం ఉంది? మా మంచి కోసం ఏం చట్టాలున్నాయి? ఈ చట్టాలన్నీ మేము తయారు చేసుకోలేదు. ఈ చట్టాలతో మాకు సంబంధం లేదు. ఈ చట్టాలన్నీ మమ్మల్ని తొక్కి పెట్టడానికే ఉన్నాయి. ఈ చట్టాల్ని మేము గౌర వించేదే లేదు."

విల్సన్ చాలా గందరగోళ పడ్డాడు. ఆయనకి హారిస్ అంటే ప్రేమే గానీ కోపం లేదు. హారిస్‌కి 'మంచి' బోధించాలన్నదే తన ధర్మంగా భావిస్తు న్నాడు - "హారిస్! చాలా తప్పు! నీ స్నేహితుడిగా చెప్తున్నాను, విను! నీ మాటలన్నీ చాలా తప్పు. తలకాయ పాడుచేసుకోకు!"

"చూడండి నన్ను. నా మొహం చూడండి. నా చేతులూ, కాళ్ళూ చూడండి. నా శరీరం చూడండి. నేను మనిషిని కానూ? మీ లాగా నేను మనిషిని కానూ? మీ కెంటకీ పెద్ద మనిషి ఒకడు నా తండ్రి. తన కుక్కల తోటీ, గుర్రాల తోటీ కలిపి కొడుకుని అమ్మేసిన వాడు, నా తండ్రి! ఏడుగురు పిల్లలతో ఉన్న మా అమ్మని వేలం పాటలో పెట్టాడా పెద్ద మనిషి! నా తోడబుట్టిన వాళ్ళ నందర్నీ ఒక్కొక్క ళ్ళనీ ఒక్కొక్క యజమానికి అమ్మేశాడు! ఒక్కొక్క ళ్ళనీ అమ్మేస్తొంటే అంతా నా కళ్ళతో చూశాను. నేను చివరి వాణ్ణి. మా అమ్మ దగ్గిర ఉన్నాను. నన్ను కొనబోయిన యజమాని పాదాల దగ్గిర మోకరిల్లి మా అమ్మ ప్రార్థించింది - 'అయ్యా! నా బిడ్డతో పాటు నన్ను కూడా కొనండయ్యా! ఒక్క బిడ్డ దగ్గిరైనా ఉంటాను' అని ఏడుస్తూ అడిగింది.

నన్ను కొన్నవాడు మా అమ్మ మొహం మీద బూటు కాలితో తన్నాడు. నన్ను లాక్కుపోయి నా నడుంకి తాడు కట్టి, తాడు గుర్రం మెడకి కట్టాడు. నన్ను తీసుకు పోవడానికి అంతా సిద్ధం చేస్తొంటే మా అమ్మ అరుపులూ, ఏడుపూ విన్నాను!"

"అప్పుడేమైంది?" అన్నాడు విల్సన్ ఆతృతగా.

"నన్ను కొన్న యజమాని మా పెద్దక్కని కొన్న వాడే. మా అక్క చాలా అమాయకురాలు. మా అమ్మలాగ చాలా అందమైనది. మా అక్కా నేనూ కలిసి ఉంటామని సంతోషించాను గానీ అలా జరగ లేదు. మా అక్కని కొరడాలతో కొడుతున్నా, ఆమెని ఆదుకోడానికి నే నేమీ చెయ్యలేక పోయాను. చివరికి మా అక్కని ఆర్లియన్స్ మార్కెట్‌కి పంపించి అమ్మేశారు.

తల్లి లేకుండా, తోడబుట్టిన వాళ్ళు లేకుండా, నా వాళ్ళందరికీ దూరమై కాలం గడిపాను. నా కాలమంతా తిట్లతో, తన్నులతో, కొరడా దెబ్బలతో, ఆకలితో గడిచింది. కుక్కలకు వేసే బొమికల కోసం తహ తహ లాడి పోయేంతగా ఆకలితో అలమటించి పోయాను. ప్రతీ రాత్రీ ఏడుస్తూ ఉండే వాణ్ణి. ఆకలి మూలాన్నో కొరడా దెబ్బల మూలాన్నో కాదు, నాకు ఎవ్వరూ లేరన్న దుఃఖం తోనే.

మీ ఫ్యాక్టరీ పని కొచ్చే వరకూ నేను సుఖం అనేది ఎరగను విల్సన్ గారూ! మీరు నన్నెంతో ప్రేమతో చూశారు. చదువు సంధ్యలు నేర్చుకోమని ప్రోత్సహించారు. నేను ఒక మనిషిగా, సమర్థుడిగా నిలబడే లాగా చేశారు. మీకు నే నెంతైనా కృతజ్ఞుడిగా ఉన్నాను. నన్నెంతో ప్రేమించే ఎలిజా దొరికింది నాకు. మీ ఫ్యాక్టరీలో ఉన్నప్పుడే నా పెళ్ళి అయింది.

నా యజమాని నన్ను నా కిష్టమైన జీవితాన్నించీ, నా స్నేహితుల నించీ, నా భార్య నించీ తీసుకు పోయి మళ్ళీ ఆ నికృష్ట జీవితంలో పెట్టాలని చూశాడు. నేను నిగ్గర్‌నని నాకు బోధించాలని చూశాడు. ఇంత అధికారాన్ని నా యజమానికి ఇచ్చింది మీ చట్టాలే. మా హృదయాన్ని ఇంత క్షోభ పెట్టేవి మీ చట్టాలే.

ఈ చట్టాల్ని మా చట్టాలు అనుకోమంటారా? మా దేశపు చట్టాలు అనుకోమంటారా? అయ్యా! నా కే తండ్రీ లేనట్టే, నా కే దేశమూ లేదు. ఏ దేశ చట్టాలైతే నన్ను తన వాణ్ణి చేసుకుని రక్షిస్తాయో ఆ దేశం పోతాను. కెనడా పోతాను. ఆ దేశ చట్టాల్ని గౌరవిస్తాను.

అమెరికన్ పూర్వులు కూడా స్వేచ్ఛ కోసం పోరాడారు కదా? వాళ్ళు చేసింది న్యాయమే అయితే నేను చేసేది కూడా న్యాయమే."

ఆ మాటలు చెప్పున్నంత సేపూ హారిస్ గదిలో ఇటూ అటూ తిరుగుతూ నిరాశతో, తెగింపుతో, కన్నీళ్ళతో మాట్లాడాడు.

విల్సన్ కూడా చేతి రుమాలుతో కళ్ళు వొత్తుకుంటూ విన్నాడు - "నీ ఇష్టం హారిస్! నీ కిష్టమైనట్టే కానియ్యి! కానీ చాలా జాగ్రత్తగా ఉండాలి. నీ భార్య ఎక్కడ ఉంది?"

"వెళ్ళిపోయిందని తెలిసింది. ఎక్కడ ఉందో తెలీదు."

"అంత దయ గల కుటుంబం నించి వెళ్ళి పోయిందా?"

"దయ గల కుటుంబాలు కూడా అప్పుల పాలవుతాయి. ఈ దేశ చట్టాలు తల్లి వొడి నించి బిడ్డని లాగేసి అమ్మెయ్యడానికి అధికారం ఇస్తాయి."

విల్సన్, జేబు లోంచి కొంత డబ్బు తీసి హారిస్‌కి ఇవ్వబోయాడు. హారిస్ మొదట వ్యతిరేకించినా తర్వాత తీసుకున్నాడు.

"నీతో ఉన్న నల్ల అతను ఎవరు?"

"అతను ఏడాది క్రితం కెనడా వెళ్ళి పోయాడు. అతను వెళ్ళి పోయినందుకు యజమాని అతని తల్లికి కొరడా శిక్ష వెయ్యడం మొదలు పెట్టాడు. జిమ్, తన తల్లిని కూడా కెనడాకి తీసుకు పోవాలని ఇప్పుడు మళ్ళీ వచ్చాడు. నన్ను ఒక మనిషి దగ్గిర దిగబెట్టడానికి తీసుకు వెళుతున్నాడు ఇప్పుడు. తర్వాత, తల్లిని తీసుకు వస్తాడు. ముగ్గురం కలిసి కెనడా పోతాం."

"చాలా ప్రమాదం, చాలా ప్రమాదం. ఇంత పబ్లిక్ స్థలంలో తిరుగుతున్నావు" అని చాలా భయపడ్డాడు విల్సన్.

"అందుకే భయం లేదు. నేను ఇలాంటి చోట ఉంటానని ఎవ్వరూ ఊహించరు. జిమ్ కూడా ఈ ప్రాంతాల వాడు కాదు. అతన్ని ఎవ్వరూ పోల్చ లేరు."

"నీ చేతి మీద 'హెచ్' గుర్తు ఉందేమో?"

చేతి తొడుగు తీసి గుర్తు చూపించాడు హారిస్ -"నేను పారిపోతాననే భయంతో ఈ గుర్తు వేయించాడు నా యజమాని. 'నువ్వు పారిపోతావనే ఈ పని చేయిస్తున్నాను' అన్నాడు. కానీ నా చెయ్యి ఎవరు చూస్తారు? పెద్ద పెద్ద హోటళ్ళలో దిగుతాను. లార్డ్‌లతో భోజనాలు చేస్తాను. నన్ను ఎవరు పోల్చుతారు? ... విల్సన్ గారూ! నేను ఘోరమైన ప్రమాదంలో ఉన్న మాట నిజమే. నేను పట్టుబడ్డానంటే మాత్రం చచ్చి పోయినట్టే ... మీకో పిన్ను ఇస్తాను. మీకు ఎలిజా కనపడితే నా చివరి బహుమతిగా ఈ పిన్ను ఇవ్వండి. చివరి క్షణాల వరకూ తనను హృదయ పూర్వకంగా ప్రేమిస్తూ ఉన్నానని చెప్పండి! నా కోసం మీరీ పని చేస్తారా?"

"తప్పకుండా! తప్పకుండా చేస్తాను హారిస్!" అని హారిస్ ఇచ్చిన పిన్ను తీసుకుని భద్రపరుచుకున్నాడు విల్సన్.

"ఆమెకో విషయం చెప్పండి. తిరిగి షెల్బీ కుటుంబానికి వెళ్ళొద్దని చెప్పండి. యజమానురాలు ఎంత దయ గల మనిషి అయినా, తన కా ఇంటి మీద ఎంత మమకారం ఉన్నా, అక్కడికి తిరిగి వెళ్ళొద్దని చెప్పండి. కెనడా వెళ్ళి పొమ్మనండి. మా పిల్లవాడు మా లాగ గాకుండా స్వేచ్ఛా మానవుడిగా పెరగాలి!"

"తప్పకుండా చెపుతాను హారిస్! నువ్వు చచ్చిపోవు. భగవంతుణ్ణి నమ్ము. నీ కంతా జయం కలుగుతుంది."

"భగవంతు డున్నాడా నమ్మటానికి? భగవంతుడు లేడని నమ్మకం కలిగే లాగే ఎన్ని విషయాలో చూశాను."

"అలా అనకు హారిస్! అలా అనకు. భగవంతుడి చుట్టూ అంధకారం, మేఘాలూ, చుట్టి ఉన్నాయి. కానీ ఆయన సింహాసనం దగ్గిర న్యాయం, మంచితనం, ఉన్నాయి. ఆయిన్ని నమ్ము! ఈ జన్మలో కాక పోయినా ఇంకో జన్మలో అయినా సుఖపడతావు. ఆయన్ని నమ్మాలి నువ్వు!"

విల్సన్ చెప్పిన మాటలు అమాయకత్వంతో, ప్రేమతో నిండి ఉన్నాయి. హారిస్‌ని మభ్య పెట్టాలనే కపటత్వం లేదు వాటిలో. ఆయన అంత ప్రేమతో చెప్పినందుకైనా వాటిని నమ్మాలనిపించింది హారిస్‌కి.

"మంచి మిత్రుడిగా మీరీ మాటలు చెప్పారు. కృతజ్ఞుణ్ణి!" అని తన ప్రేమ ప్రకటించాడు హారిస్.

★ ★ ★

టామ్, హేలే ఒకే బండిలో పోతూ ఎవరి ఆలోచనల్లో వాళ్ళు మునిగి ఉన్నారు. పక్క పక్కనే కూర్చుని ఉన్నారు ఇద్దరూ. ఒకే రకంగా కళ్ళూ, చెవులూ, కాళ్ళూ, చేతులూ, శరీరాలూ ఉన్న మానవులు వాళ్ళు. వాళ్ళ కళ్ళ ముందు జరిగే విషయాలు కూడా ఒకే రకంగా ఉన్నాయి. అంతా ఒకే విధంగా ఉన్నా, ఆ రెండు మెదళ్ళకూ పూర్తిగా భిన్నమైన ఆలోచనలు కలుగుతున్నాయి.

హేలే ఆలోచనలు, 'టామ్‌ని అమ్మితే ఎంత ధర పలుకుతుందా' అని సాగుతున్నాయి. టామ్‌ని తను చాలా ప్రేమగా చూస్తున్నానని తన మంచితనానికి తనే ఆశ్చర్యపోతున్నాడు. హేలే, తను నిగ్గర్లతో చాలా దయగా ఉంటాడన్న సంగతి నిగ్గర్లు గ్రహిస్తారా లేదా, బేరగాళ్ళందర్నీ వాళ్ళు ఒకటి గానే కడతారా అని ఆలోచిస్తున్నాడు. ఈ నిగ్గర్లు తన మానవత్వాన్ని గ్రహించక పోయినా, తను ఇంత మంచిగా ఎలా ఉండగలుగుతున్నాడో, ఈ మానవత్వాన్ని ఎందుకు వదల్లేక పోతున్నాడో, తనకు అర్థం కావడం లేదే అనుకుని ఆశ్చర్యపడుతున్నాడు హేలే.

టామ్ - ధర్మ శాస్త్రాలలో సూక్తుల్ని మననం చేసుకుంటున్నాడు. "ఈ నగరంలో మనం శాశ్వతంగా ఉండబోము. మరో నగరానికై నిరీక్షిస్తున్నాము. ఎక్కడైతే భగవంతుడు, మానవుల భగవంతుడిగా పిలిపించుకోడానికి సిగ్గుపడడో అక్కడ, భగవంతుడు ఒక నగరాన్ని సిద్ధం చేసి ఉంచాడు!" (ఈ నగరంలో మానవులంతా దుష్టులనీ, ఈ మానవులకు దేవుడిగా ఉండడానికి దేవుడు సిగ్గుపడతాడనీ అర్థం.)

టామ్ వంటి అమాయకుల మీదా, నిరుపేదల మీదా, అటువంటి సూక్తులు బలమైన పట్టు

సంపాదిస్తాయి. వారి ఆత్మల్ని లోతుల నించీ కదిలించి వేస్తాయి. వారి బాధల్ని మరిపించి 'మరో నగరంలో భగవంతుణ్ణి చేరడం కోసం' మంచిగా ప్రవర్తించేలా చేస్తాయి.

హేలే, జేబు లోంచి న్యూస్ పేపర్ ఒకటి తీసి గట్టిగా చదవడం ప్రారంభించాడు. అతను తొందరగా చదవలేడు. అక్షరం అక్షరం కూడబలుక్కుంటూ పైకి చదివితే గానీ అర్థం చేసుకోలేడు.

నీగ్రోల అమ్మకం

కెంటకీలో, వాషింగ్టన్ పట్టణంలో, కోర్టు హౌస్ ముందు ఫిబ్రవరి 20 మంగళవారం నాడు కోర్టు ఆదేశం ప్రకారం ఈ క్రింద ఉదహరించబడిన నీగ్రోలు అమ్మబడుదురు:

హాగర్ - 60 సం॥లు; జాన్ - 30 సం॥లు; బెన్ - 21; సౌల్ - 25; అల్బర్ట్ - 14.

ఈ నీగ్రోలు, జెస్సే బ్లడ్ ఫోర్డు ఎస్టేట్‌కి సంబంధించిన అప్పుదార్ల, వారసుల సౌకర్యం కోసం అమ్మబడుదురు.

ఇట్లు: శామ్యూల్ మోరిస్, థామస్ ఫ్లింట్
(అమ్మకం ఏజెంట్లు)

హేలే టామ్‌ని చూస్తూ, "ఈ ఏడాది ఏదన్నా బేరం తగులుతుందేమో చూడాలి" అన్నాడు. టామ్‌కి చాలా ఉపకారం చేస్తున్నట్టు, "నీతో పాటు ఇంకా కొంత మందిని దక్షిణాదికి తీసుకు వెళ్ళాలి. జట్టుతో కలిసి ఉంటే నీకూ బాగుంటుంది. నేను ముందు వాషింగ్టన్ మార్కెట్‌కి వెళ్ళాలి. అక్కడ బేరం చూసుకుని వచ్చే దాకా నిన్ను జైలు కొట్లో ఉంచుతాను. తర్వాత మళ్ళీ కలిసి వెళ్దాం" అన్నాడు.

ఆ సమాచారాన్నంతా టామ్ చాలా అనాసక్తిగా బలహీనమైన ఒప్పుకోలుతో విన్నాడు. ఆ అమ్ముడు పోయే వాళ్ళంతా తమ దుర్దశకి ఎంత కుమిలి పోతారోనని ఒక పక్క ఆలోచిస్తున్నాడు. ఇంకో పక్క తన అంత నిజాయితీ గల వాణ్ణి జైల్లో పెట్టడం అంటే, తన నిజాయితీకే భంగం కలిగినట్టు బాధ పడుతున్నాడు. టామ్‌కి తను చాలా నిజాయితీ పరుణ్ణనే సంతృప్తి ఉంది. అంత కన్నా గర్వపడ దగ్గ విషయం అతని కేదీ లేదు. అతను పై తరగతికి చెందిన వాడైతే, ఆ లక్షణం అతనికి ఉండేది కాదు.

సాయంత్రం అయింది.

టామ్, హేలే లిద్దరూ వాషింగ్టన్‌లో విశ్రాంతి తీసుకుంటున్నారు.

హేలే - హోటల్లో!

టామ్ - జైల్లో!

★ ★ ★

మర్నాడు ఉదయం 11 గంటలు.

కోర్టు హౌస్ మెట్ల దగ్గిర, వేలం పాటకి ఎదురు చూస్తూ రక రకాల బేరగాళ్ళు గుమిగూడి ఉన్నారు - చుట్టలు తాగుతూ, పొగాకు నములుతూ, ఆ చోటంతా ఉమ్ములూస్తూ, ప్రమాణాలు చేసు కుంటూ, అనేక విషయాల మీద సంభాషించు కుంటూ, ఎవరి అభిరుచులకు తగ్గట్టు వాళ్ళు ప్రవర్తిస్తున్నారు.

అమ్మకానికి సిద్ధంగా ఉన్న బానిస స్త్రీ పురుషులు ఒక మూల గుంపుగా కూర్చుని చిన్న కంఠాలతో ఒకరి కొకరు చెప్పుకుంటున్నారు. హాగర్ అనే పేరుతో అమ్మకానికి సిద్ధంగా ఉన్న స్త్రీ అరవై సంవత్సరాల కన్నా చాలా ఎక్కువ వయసు గల మనిషిలా ఉంది. కీళ్ళ జబ్బు వల్ల శరీరం వొంగి పోయింది. కళ్ళు సరిగ్గా కనపడవు. ఆమె, ప్రతీ మాటకూ వణుకుతోంది. ఆమె పక్కనే, ఆమెకు మిగిలిన ఒక్క కొడుకు, చాలా అందంగా కనిపిస్తోన్న 14 సం॥ల అల్బర్ట్ ఉన్నాడు. ఆ కుర్రవాడు, ఆ కుటుంబంలో అందర్నీ దక్షిణాదికి అమ్మేయగా మిగిలిన వాడు.

హాగర్ వణుకుతున్న చేతులతో కొడుకుని గట్టిగా పట్టుకోవడానికి ప్రయత్నిస్తోంది. అతన్ని పరీక్షించడానికి వచ్చి పోతోన్న బేరగాళ్ళ నందర్నీ ఆమె ఆందోళనగా చూస్తోంది.

మొగ బానిసల్లో ఉన్న ఒక వృద్ధుడు హాగర్‌ని ఓదార్చడానికి ప్రయత్నిస్తూ, "నీకేం భయం లేదు హాగరత్తా! థామస్ అయ్యా గారితో చెప్పాను. మీ ఇద్దర్నీ కలిపే అమ్మే లాగ చూస్తానన్నారు. ఫరవా లేదు. మీ రిద్దరూ ఒక్క చోటే ఉంటారు" అన్నాడు.

హాగర్ వాణికే చేతులెత్తి, “ నాయనా! నేనప్పుడే పనికి రాకుండా అయిపోలేదు. వండగలను, ఊడవగలను. పనులన్నీ చెయ్యగలను. నా గురించి కొంచెం చెప్పు నాయనా! నన్ను కూడా ఈడి దగ్గరే ఉంచమని చెప్పు నాయనా!” అని మళ్ళీ చెప్పింది.

కొనబోయే సరుకుని పరీక్షలు చేసుకుంటూ హేలే అక్కడికి వచ్చాడు. ముసలి బానిస దగ్గిరి కొచ్చి లేచి అతన్ని తిన్నగా నించో మన్నాడు. నోరు తెరవమని పళ్ళన్నీ ఉన్నాయో లేదో చూశాడు. చేతులు ఇటూ అటూ తిప్పి చూపించమన్నాడు. పరీక్షలన్నీ చేసి ఇంకో సరుకు దగ్గిరికి నడిచాడు. ఆ ముసలి బానిస దగ్గిరికి ఇంకో బేరగాడు వచ్చాడు.

బేరగాళ్ళు తొందర తొందరగా బానిసల్ని పరీక్షలు చేసుకుంటున్నారు. వాళ్ళు ఎవరెవర్ని కొనాలో నిర్ణయించి ఉంచుకుంటే అప్పుడు వేలం పాట ప్రారంభమౌతుంది.

హేలే, అల్బర్టు దగ్గిరికి వచ్చాడు. కుర్రాడితో గంతులేయించాడు. చేతులు పట్టుకుని నొక్కి చూశాడు.

కుర్రాడి పక్కనే నిలబడి ఉన్న అతని తల్లి గబగబా చెప్పుకు పోతోంది - “ నేను లేకుండా ఈణ్ణి అమ్మరయ్యా! నేను బోలెడు పని చేస్తానయ్యా! వంట చేస్తాను, తుడుస్తాను, అన్నీ చేస్తానయ్యా ...”

“ బాగానే ఉంది కత! ప్లాంటేషన్ పనులు కూడా చేస్తావా?” అని చీత్కారంగా చూశాడు హేలే. నోట్లో చుట్టతో, చేతులు జేబుల్లో పెట్టుకుని ఠీవిగా బానిసల మధ్య తిరుగుతున్నాడతను.

ఎవరి మీద ఎంత ధర పెట్టవచ్చో బేర గాళ్ళు మాట్లాడుకుంటున్నారు.

“ ఆ కుర్రాణ్ణి కొనాలంటే వాడి తల్లిని కొనాలంట” అన్నాడొక బేరగాడు హేలేతో.

“ అదెందుకు, ముసిలి ముండ? తిండి దండగ దానికి! కీళ్ళ తెగులు. కళ్ళు కనపడవు. దాన్నెవడు కొంటాడు?”

“ ఈ మధ్య ముసలి వాళ్ళని కూడా కొంటున్నారులే. దాన్ని చవగ్గా పడేస్తారేమో చూడు.”

“ ఎంత చవగ్గా పడేసినా నా కొద్దు బాబూ! వయస్సులో ఉన్న కుర్రాళ్ళ నయితేనే కొంటాను. దాని మీద గుడ్డి గవ్వ పెట్టినా దండగే.”

మార్కెట్టంతా గోల గోలగా ఉంది.

“ అల్బర్ట్! నా దగ్గిరే ఉండు. నా దగ్గరే నించో” అని హాగర్, కొడుకుని దగ్గిరగా నించో బెట్టుకుంది.

“ అమ్మా! నాకు భయంగా ఉందే! అళ్ళు మనల్ని కలిపి ఉంచరేమోనే.”

“నేను బతకలేను కొడకా, నేను బతకలేను. అళ్ళు మనల్ని కలిపే ఉంచుతారు.”

వేలం పాట మనిషి ఒక గట్టు మీద ఎక్కి, “పాట మొదలు పెడుతున్నాను” అని కేక పెట్టాడు.

పాట మొదలు పెట్టాడు.

ఒక్కొక్క బానిసనీ గట్టు ఎక్కిస్తున్నారు. అతని గురించి పాట నడిచి అతన్ని ఫలానా యజమానికి అమ్మినట్టు ప్రకటిస్తున్నారు.

పాట మందగొడిగా సాగుతోంది.

హేలే ఇద్దర్ని కొన్నాడు.

“ అల్బర్ట్! రా!” అని కేక పెట్టాడు వేలం పాట మనిషి.

అల్బర్ట్ తల్లి కొడుకుని కదలనివ్వకుండా పొదివి పట్టుకుని, “ మా ఇద్దర్నీ కలిపే ఉంచండయ్యా! నేను శానా పని చేస్తానయ్యా! ఇద్దర్నీ కలిపి ఉంచండయ్యా!” అని దుఃఖంతో పూడుకు పోయిన గొంతుతో అరవడం మొదలు పెట్టింది.

వేలం పాట మనిషి అల్బర్ట్‌ని తల్లి చేతుల్లోంచి గుంజి, తల్లిని దూరంగా గెంటి, “ నీ సంగతి ఆఖర్నే. నువ్వు చివరి కొస్తావు” అని అల్బర్ట్‌ని లాక్కుపోయి గట్టు ఎక్కించాడు.

అల్బర్ట్, తల్లి ఏడుపు విని వెనక్కి చూసి గట్టు ఎక్కి నించునేసరికి అతని కళ్ళు జల జలా కురవడం మొదలు పెట్టాయి.

గట్టు ఎక్కిన అల్బర్ట్ బేరగాళ్ళందరి దృష్టినీ ఆకర్షించాడు.

పాట జోరుగా సాగింది.

ఎవరు పై పాట పాడితే వాళ్ళ వేపు భయంగా బెదురుగా చక చకా మొహం తిప్పి చూస్తున్నాడు అల్బర్ట్.

చివరికి పాట ఆగింది. హేలే కొన్నాడు అతన్ని. ఆ కుర్రాణ్ణి కొత్త యజమాని వేపు లాగారు.

అల్బర్ట్ అక్కడ నించుని తల్లి వేపు చూశాడు. ఆ తల్లి, హేలే వేపు వాణికే చేతులు చాచి, "అయ్య గారూ! నన్ను కూడా కొనండయ్య గారూ! నన్ను కొనకపోతే చచ్చి పోతానయ్య గారూ!" అని ఏడుస్తూ కేకలు పెడుతోంది.

"కుదరదే ముసిల్దానా! నేను కొన్నానంటే అక్కడ పనికి నువ్వు చస్తావు!" అని ఒక్క మాటతో కొట్టి పారేశాడు హేలే.

హేలేతో మాట్లాడిన బేరగాడు, ఆ ముసలి తల్లిని కొన్నాడు.

అక్కడ అమ్ముడు పోయిన వాళ్ళంతా ఎన్నో ఏళ్ళ నించీ ఒకే ఎస్టేట్‌లో కలిసి ఉన్నారు. వాళ్ళంతా ముసలమ్మ చుట్టూ చేరారు.

"భగవంతుణ్ణి నమ్ము హాగరత్తా!" అని అందరూ ఆమెని ప్రేమతో ఓదార్చాలని ప్రయత్నించారు.

"ఏం లాబం నాయనా భగవంతుణ్ణి నమ్మితే!" అని ముసలి తల్లి కూలబడి ఏడ్చింది.

"అమ్మా! ఏడవకే. నీ యజమాని మంచి వాడంటున్నారే! ఏడవకే అమ్మా!" అని అల్బర్ట్ తను ధైర్యంగా ఉండి, తల్లికి ధైర్యం చెప్పాలని చూశాడు.

"నా కోసం కాదు కొడకా! నువ్వు లేకపోతే నా బతుకెందుకు నాయనా?" అని ఏడ్చిందా ముసలి తల్లి.

ఆమెని ఓదార్చే వాళ్ళంతా ఆమెకు కొంత నచ్చ చెపుతూ, దేవుడి సూక్తులు గుర్తు చేస్తూ, కొంత చొరవతో ఆమెని కొడుకు నించి విడదీసి కొత్త యజమాని దగ్గిరికి తీసుకు వెళ్ళారు.

హేలే, ఆ మార్కెట్లో కొన్న ముగ్గురు మనుషుల్నీ గొలుసులతో కట్టించి, జైలుకి పంపించాడు. తర్వాత, ఊళ్ళో తన పనులన్నీ ముగించుకుని ఒహాయో పోయే పడవ ఎక్కేసరికి అక్కడ అతని మనుషులందరూ గొలుసులతో సిద్ధంగా ఉన్నారు.

ఆ పడవ ప్రయాణం చేసిన దారిలో, అక్కడక్కడా రేవుల్లో, హేలే ఏజెంట్లు అతని కోసం కొన్న బానిసల్ని ఎక్కిస్తూనే ఉన్నారు.

కాంతివంతమైన ఆకాశం కింద, నెత్తి మీద అమెరికన్ స్వేచ్ఛా పతాకం ఎగురుతూ ఉండగా, పడవ బానిసల్ని తీసుకుని ప్రయాణం చేస్తోంది.

ఖరీదైన బట్టలు ధరించి ఉత్సాహంగా ఉన్న వాళ్ళు పడవ బయట చుట్టూ అంచులా ఉన్న బద్దీల దగ్గిర జేరి నీళ్ళ సౌందర్యాన్ని చూస్తూ కబుర్లు చెప్పుకుంటున్నారు.

పడవ అడుగులో బానిసలంతా గొలుసుల కర కరల్తో, వెక్కిళ్ళతో చిన్న చిన్న మాటల్తో, జీవచ్ఛవాల లాగ కూలబడి ఉన్నారు.

హేలే అక్కడికి వచ్చి తన వాళ్ళతో అన్నాడు - "ఒరే కుర్రాళ్ళూ! మీరు మంచిగా ఉండాలా నాతో. మీరు మంచిగా ఉంటే నేనూ మంచిగా ఉంటా."

విన్న వాళ్ళందరూ ఒక్క మనిషి లాగ, "చిత్తం అయ్య గారూ!" అన్నారు. ఆ మాట కొన్ని తరాల నించీ బానిసలకు ఊతపదం అయి పోయింది. వాళ్ళా మాట అని మళ్ళీ దుఃఖ సాగరంలో మునిగి పోయారు. వారిలో ప్రతి ఒక్కరూ తల్లుల్నో, పిల్లల్నో, భార్యల్నో, భర్తల్నో, తమ ఆత్మ బంధువుల్ని వొదలుకున్న వారే.

ముప్పయ్యేళ్ళ జాన్, "నా భార్యకీ సంగతి తెలవనే తెలవదు" అన్నాడు ఏడుస్తూ.

"ఎక్కడుందావిడ?" అని అడిగాడు టామ్ దయగా.

"ఇక్కడే, దగ్గిరే, మళ్ళీ చూస్తానో లేదో!" అని అతను జల జలా కన్నీళ్ళు కార్చాడు.

టామ్ పెద్ద నిట్టూర్పు విడిచి జాన్ భుజం తాకి అతన్ని ఓదార్చాలని చూశాడు.

పడవ పై అంతస్తులో, పై తరగతి కుటుంబాల తల్లులతో, తండ్రులతో, సీతాకోక చిలుకల్లాగా ముస్తాబైన పిల్లలతో, వాతావరణం అంతా ఆహ్లాదకరంగా ఉంది.

ఒక పిల్లాడు, కింద నించి పరిగెత్తుకుంటూ తల్లి దగ్గిరికి వచ్చాడు - "అమ్మా! నీగ్రో బేరగాడు బానిసల్ని తీసుకెళుతున్నాడు. కింద ఉన్నారు వాళ్ళంతా. గొలుసులన్నీ కట్టారు వాళ్ళకి" అని చెప్పాడు.

"పాపం! దురదృష్టవంతులు" అని నిట్టూర్చింది తల్లి.

"ఏమిటి?" అని పక్కావిడ అడిగింది.

"బానిసలు కింద ఉన్నారట."

"గొలుసులు కూడా వేసి కట్టారు" అన్నాడు పిల్లాడు మళ్ళీ.

"ఎంత సిగ్గుచేటు, దేశానికి ఇలాంటి దృశ్యాలు కనపడడం" అని విచారించింది రెండో ఆవిడ.

ఇద్దరు పిల్లల్ని దగ్గిర పెట్టుకుని, కుట్టుకుంటూ కూర్చున్న ఇంకో ఆవిడ కూడా సంభాషణలోకి దిగింది - "ఈ విషయం గురించి రెండు విధాలా మాట్లాడవచ్చు లెండి. నేను దక్షిణాదికి వెళ్ళాను ఒక సారి. అక్కడ బానిసలంతా నిక్షేపంలా ఉన్నారు. వాళ్ళకి స్వేచ్ఛ దొరికితే ఏం సుఖంగా ఉంటారో గానీ, అంత కన్నా సుఖం గానే ఉన్నారు వాళ్ళు" అంది.

"కొన్ని విషయాల్లో బాగుంటే బాగున్నారేమో గానీ వాళ్ళ కుటుంబాల్ని విడదీసెయ్యడం, వాళ్ళ మమకారాల్ని ధ్వంసం చెయ్యడం, చాలా ఘోరం" అంది రెండో ఆవిడ.

"అస్తమానూ అలా జరుగుతుందా?" అని సాగదీసింది మూడో ఆవిడ.

"ఎందుకు జరగదూ? నిత్యం జరుగుతుంది" అంది కోపంగా మొదటావిడ. "నేను కెంటకీ లోనూ, వర్జీనియా లోనూ చాలా ఏళ్ళున్నాను. కడుపు తరుక్కుపోయే సంఘటన లెన్నో చూశాను. చూడండీ, మీ పిల్లలిద్దర్నీ మీ దగ్గర్నించి తీసుకుపోయి అమ్మేస్తే మీ కెలా ఉంటుంది?" అని నిర్మొహమాటంగా అడిగింది.

కుట్టే ఆవిడ తన పాయింటు మీద బలంగా నిలబడుతూ, "మన సంగతి వేరు. వాళ్ళ సంగతి వేరు. మనకీ వాళ్ళకీ చాలా తేడా ఉంటుంది" అంది.

"అయితే వాళ్ళ గురించి మీకేం తెలీదన్న మాటే! నేను వాళ్ళ మధ్య పుట్టి పెరిగాను. కష్టాలు వచ్చినప్పుడు వాళ్ళూ మన లాగే, మనంత తీవ్రంగా, నిజం చెప్పాలంటే మన కన్నా ఎక్కువగా బాధపడతారు."

కుట్టుకునే ఆవిడ మళ్ళీ పాత పాటే పాడింది - "వాళ్ళు స్వేచ్ఛగా ఉంటే మాత్రం ఇంత కన్నా ఏం సంతోషంగా ఉంటారు? ఇప్పుడే హాయిగా ఉన్నారు" అని వాదన ముగించింది.

తలుపు దగ్గిర కూర్చున్న ఒక మత గురువు అంటున్నాడు - "ఆఫ్రికన్ జాతిని సేవ కోసం నియమించడం దైవ నిర్ణయం. పాపులు ఎప్పుడూ సేవకులుగా ఉండాలని పవిత్ర గ్రంథం చెపుతోంది. దైవేచ్ఛ చేత ఆ జాతి బానిసత్వంలో పడింది. మనం దానికి వ్యతిరేకంగా నడవకూడదు."

మత గురువు మాటలు నచ్చని ఒకాయన, తలుపు పక్కనే నిలబడి ఉన్న హేలేని నీగ్రో బేరగాడని తెలుసుకుని అతనితో, "అయితే బానిసలంతా మన కోసమే పుట్టారన్న మాట!" అన్నాడు వెటకారంగా.

హేలే కొంచెం వినయంగా, "ఆ సంగతులన్నీ నాకేం తెలవదండీ. ఏదో బతుకు తెరువు కోసం ఈ యాపారం చేసుకుంటున్నాను. నేనేం సదూకున్నోణ్ణి కాదు. నా యాపారం తప్పయితే తప్పేనని ఒప్పుకుంటానండీ. పాపం అయితే నా పాపాన్ని పోగొట్టమని ప్రార్థించుకుంటాను" అన్నాడు గడుసుతనంగా.

"నువ్వు చదువుకున్న వాడివైతే ఈ పెద్ద మనిషి లాగ పవిత్ర గ్రంథం చదువుకుని బానిసలంతా పాపులని ఒక్క మాటతో సరిపెట్టుకునే వాడివి. అప్పుడు పశ్చాత్తాపం చెందే పనే ఉండేది కాదు" అన్నాడు మత గురువు మాటల్ని వెక్కిరించిన వ్యక్తి.

"ఇతరులు నీ కేది చెయ్యకూడ దనుకుంటావో ఇతరులకు నువ్వు కూడా అది చెయ్యకూడదు - అన్న సూక్తి కూడా మత గ్రంథం లోనే ఉంది. బానిసలు పాపులన్నది ఎంత ధర్మ సూత్రమో, ఇదీ అంత ధర్మ సూత్రమే" అన్నాడు ఆయనే మళ్ళీ.

పడవ ఆగింది - ఒక రేవులో. ఒక నల్ల స్త్రీ

పెద్ద కంఠంతో ఏడుస్తూ దిగే జనం లోంచి తోసుకుంటూ పడవ లోకి ఎక్కింది.

★ ★ ★

పడవ లోకి ఏడుస్తూ వచ్చిన స్త్రీ, సంకెళ్ళతో కూర్చున్న జాన్ భార్య. ఆమె అతన్ని చూసీ చూడగానే పెద్ద కంఠంతో ఏడుస్తూ అతన్ని కావలించుకుంది.

అక్కడ చూస్తూ నిలుచున్న ఒక యువకుడు హేలేని చీత్కారంగా చూస్తూ, "చూడు! ఎంత క్రూరమైన పని చేస్తున్నావో! నే నిప్పుడు నా భార్యా బిడ్డల్ని కలుసుకోడానికి వెళ్తున్నాను. నా మనసెంతో ఆనందంగా ఉందీ క్షణాలలో. ఈ క్షణాలే ఒక భార్యాభర్తల్ని విడదీస్తున్నాయి. ఎంత సాహసం నీకీ వ్యాపారం చెయ్యడానికి! నీ కేం శిక్ష వెయ్యాలో భగవంతుడు తప్పకుండా తీర్పు చెపుతాడు" అంటూ తన కోపం ప్రదర్శించాడు.

హేలే కిక్కురు మనకుండా నించున్నాడు - "కాస్త ఎక్కువ లాభం వస్తే ఈ ఏడాది కిక యాపారం కట్టి పెట్టాలి. మళ్ళీ వొచ్చే ఏడు చూసుకోవచ్చు" అనుకున్నాడతను.

ఆ రేవు నించీ పడవ మళ్ళీ ప్రయాణం సాగించింది.

పడవ ఇంకో టౌన్ రేవులో ఆగింది.

హేలే హడావుడిగా పడవ దిగి వెళ్ళాడు. కొంతసేపట్లో... బిడ్డ నెత్తుకుని ఉన్న ఒక స్త్రీతో ఏదో మాట్లాడుతూ పడవ లోకి వచ్చాడు. ఆమె చాలా పరిశుభ్రమైన బట్టలు వేసుకుని ఉంది. చాలా ఆనందంగా ఉన్నట్టు చిరునవ్వుతో హేలేతో మాట్లాడుతోంది.

పడవ ఆ రేవు నించి కదిలి మళ్ళీ ప్రయాణమైంది.

హేలేతో మాట్లాడుతోన్న ఆ స్త్రీ రాను రాను కంగారు పడుతోన్నట్టు అయిపోయింది. చాలా కోపంగా, "అబద్ధం! నే నమ్మను. నే నమ్మను" అని అరవడం మొదలు పెట్టింది.

"నమ్మకపోతే ఇది చూడు" అని హేలే జేబు లోంచి ఒక కాయితం బయటికి తీశాడు. "నేను డబ్బు కూడా చెల్లించేశాను నీ కోసం" అన్నాడు.

"అబద్ధం" అని ఆమె మళ్ళీ అరిచింది - "నా యజమాని అంత మోసం ఎన్నడూ చెయ్యడు. నీ మాటలు నే నమ్మను" అని అరిచింది.

"ఈ కాయితం ఎవరికైనా చూపించుకో" అని హేలే ఆ దగ్గిరే నిలబడ్డ ఒక మనిషికి ఆ కాయితం ఇచ్చి, "ఇందులో ఏం ఉందో ఈ ఆడ మనిషికి చెప్పండి బాబూ, నా మాటలు నమ్మనంటంది" అన్నాడు.

కాయితం తీసుకున్న మనిషి దాన్ని వివరంగా చూసి చెప్పాడు - "ఇది అమ్మకం బిల్లు. జాన్‌పాస్ డికే అనే వ్యక్తి సంతకం చేశాడు. లూసీనీ, ఆమె బిడ్డనీ, అమ్మేసినట్టుగా ఇందులో ఉంది."

ఆ స్త్రీ ఒక్క సారి ఆందోళనతో, కోపంతో, దుఃఖంతో విరుచుకు పడింది - "నా భర్త పని చేసే బార్‌లో వంట మనిషి కావాలనీ, నన్ను పంపిస్తున్నాననీ చెప్పాడు నా యజమాని. ఇలా చెప్పలేదు నాకు. నా భర్త లూయిస్ విల్లీలో బార్‌లో పని చేస్తున్నాడు. అతనితో నేను కూడా కలిసి ఉండచ్చన్నాడు. ఇంత పెద్ద అబద్ధం ఆడాడంటే నేను నమ్మలేను. నా యజమాని అలా చెయ్యడు" అని గగ్గోలు పెట్టిందామె.

"పిచ్చిదానిలా ఉన్నావు, నిన్ను అమ్మేశారు. దానికేం సందేహం లేదు. ఈ కాయితాలు మేం బాగానే చూశాం" అన్నారు అక్కడ ఉన్న వాళ్ళు.

ఆ స్త్రీ మళ్ళీ మాట్లాడ లేకపోయింది. ఒక్కసారిగా మాట్లాడకుండా అయిపోయింది. ఆమె కళ్ళల్లోంచి కన్నీళ్ళు ప్రవాహంలా జారిపోవడం మొదలెట్టాయి.

ఆమె పిల్లాడు, తల్లి వొడిలో ఊగుతూ చిన్న చిన్న మాటలతో తల్లిని పలకరిస్తూ ఆడుకుంటున్నాడు. వాడి వయస్సు పది నెలలే గానీ వాణ్ణి చూస్తే ఏడాదిన్నర పిల్లాడి లాగ బలంగా బొద్దుగా ఉన్నాడు.

"ఈమెని దక్షిణాదికి తీసి కెళుతున్నావా?" ఎవరో అడిగారు హేలేని.

ఔనన్నట్టు తల ఊపాడు హేలే.

"ప్లాంటేషన్ పనిలో పెడతావా?"

" అవును, పత్తి ఏరడానికీ దాని చేతి వేళ్ళు బాగున్నాయి."

" ప్లాంటేషన్ పనిలో చిన్న పిల్లల్ని ఉండనివ్వరుగా?"

" అవును. అమ్మేస్తాను వాణ్ణి."

" కాస్త చవగ్గా ఉంటుందా బేరం?" - ఒక బేరగాడు ఆశపడ్డాడు.

" వాణ్ణి చూడు, ఎంత దుక్కలాగున్నాడో! చవగ్గా ఎలా వస్తాడు?"

" కుర్రాడు బాగానే ఉన్నాడు గానీ, వాణ్ణి పెంచాలంటే చాలా ఇబ్బంది. చాలా ఖర్చు ... పది డాలర్ల కంటే ఎక్కువ ఎందుకు వాడికి?"

" కుదరదులే."

" మరి ఎంతో చెప్పు."

" ఆర్నెల్లు కష్టపడి పెంచానంటే, వంద డాలర్లు పలుకుతాడు. రెండేళ్ళు పెంచానంటే, రెండు వందల డాలర్ల తప్పదు. వంద డాలర్లకి ఒక్క సెంటు తగ్గించేది లేదు. కావాలంటే చెప్పు."

" ఆఖరి మాట, ముప్పయ్ డాలర్లిస్తాను."

" సరే! నలభయైదు చేసుకో."

" సరేలే! కానీ."

తల్లి ఒడిలో వున్న పిల్లాడికి బేరం కుదిరి పోయింది, తల్లికి దగ్గర్లోనే! కానీ ఆ బేరం సంగతి ఆమెకి తెలీదు!

" నువ్వెక్కడ దిగుతావు?" అన్నాడు హేలే, రెండో బేరగాడితో.

" లూయిస్ విల్లీ."

" అప్పటికి బాగా చీకటి పడుతుంది. కుర్రోడు నిద్రకి పడతాడు. గప్ చిప్‌గా తీసుకు పోవచ్చు. ఎదవ గొడవలు జరగడం నా కిష్టం ఉండదు సుమా!"

రాత కోతలు జరిగాయి. బిల్లు కొత్త బేరగాడి చేతికి వెళ్ళింది.

లూయిస్ విల్లీ చేరేప్పటికి కనుచీకటి పడే వేళ అయింది. రేవులో పడవ ఆగింది.

లూసీ, నిద్రపోతున్న పిల్లాణ్ణి ఒక వారగా పడుకోబెట్టి భర్త కనబడతాడేమోనన్న ఆశతో పడవ అంచుకు వెళ్ళి జనాల్ని చూస్తూ నిలబడింది.

కొత్త బేరగాడు లూసీ కొడుకుని భుజం మీద పడేసుకుని, నిండా గుడ్డ కప్పి జనంతో కలిసి పడవ దిగి వెళ్ళిపోయాడు!

లూసీ చాలా సేపు జనంలో చూసి చూసి నిరాశ చేసుకుని వెనక్కి వచ్చింది. - పిల్లాడు లేడు!

" ఎటు పోయాడు?" అనుకుంటూ చుట్టూ చూసింది. కొంచెం ఆశ్చర్యంగా, ఏమీ ప్రమాదాన్ని శంకించకుండా.

పిల్లాడి కోసం వెతుకుతోన్న లూసీతో హేలే నిర్లక్ష్యంగా, నిర్మొహమాటంగా, " ఇదిగో ... నీ కన్నా బాగా పెంచే వాళ్ళకి, మంచి కుటుంబం వాళ్ళకి, అమ్మాలే ఆణ్ణి - ఆడికేం ఫర్వాలేదు. నీతో పాటు ఆణ్ణీ దక్షిణాదికి తీసికెల్తానికి కుదరదని ఆ పని చేశాన్లే!" అని సంగతంతా రెండు మాటల్లో నిర్భయంగా చెప్పేశాడు. ఆ మాటలు చెప్పటానికి ఆ బేరగాడు కాస్తంతైనా సంకోచించ లేదు. బిడియ పడలేదు. తడబడలేదు. ఒక వ్యవహారం సెటిలై పోయినట్టు మాట్లాడాడు.

లూసీ శరీరంలో హఠాత్తుగా పుట్టిన వణుకూ, మొహం పాలిపోవటం, వెర్రి చూపులూ - అవన్నీ అతను గమనిస్తూనే ఉన్నాడు. అలాంటి చేష్టల్ని బట్టి అతను ఆ మనిషిని అంచనా వేసుకుంటాడు - అరుస్తుందా, ఏడుస్తుందా, గోల చేస్తుందా, కాస్సేపు అరిచి ఊరుకుంటుందా? - ఏం చేసే రకంగా ఉందో పరిశీలిస్తూ ఉంటాడు. తక్కువ ప్రాక్టీసు ఉన్న బేరగాడెవడైనా అయితే అలాంటి పని అంత పకడ్బందీగా, తబ్బిబ్బు పడకుండా, చేయగలిగే వాడు కాడు. కానీ ఆ మానవతా వాదికి ఆ పని, కొట్టిన పిండి. ఎన్ని వందల సార్లో చేసి అలవాటు పడిపోయి ఉన్నాడు.

ఆ స్త్రీ అరవలేదు, ఏడవ లేదు, కూలబడి పోయింది. ప్రాణాలు వొదిలేసిన కళేబరం వేళ్ళాడి నట్టు వేళ్ళాడి పోయింది.

మన బేరగాడు గొప్ప రాజకీయ వేత్త లాగా ఆ సందర్భానికి తగినట్టు ఆమెకి ఓదార్పు మాటలు చెప్పడం మొదలెట్టాడు - " నిజంగా నీకు కష్టం గానే ఉంటుంది మరి. కానీ నీ బోటి తెలివి గల

మనిషి ఇలాంటి చిన్న చిన్న విషయాలు పట్టించుకోకూడదు. ఏం చేస్తాం? ఇలాంటివన్నీ తప్పవు."

" .... "

" నువ్వు చాలా అందగత్తెవే! దక్షిణాదిన నీకింకో మొగుడు దొరకడనుకుంటున్నావా? ఇంకో పిల్లాడు పుడతాడులే."

ఆమె ఒక్కసారి ఛీత్కారంతో వెర్రి అరుపు అరిచింది.

లూసీ స్థితి చూస్తోన్న టామ్‌కి చెప్పలేనంత దుఃఖం కలిగింది. మహా క్రూరమైన, భయంకరమైన సంఘటన కొత్తగా అప్పుడే జరుగుతున్నంత బాధ కలిగింది.

ఆ తల్లి అలా కుప్పకూలి పడి ఉండడం చూస్తే టామ్‌కి కడుపు తరుక్కు పోయింది. ఆమెతో ఏదో అనాలనుకున్నాడు. కొంత సేపు ఏమీ అనలేక పోయాడు. చివరికి ఏదో అన్నాడు. ఆమె కేమీ వినపడలేదు.

బాగా రాత్రి అయింది. ప్రయాణీకులంతా నిద్రలకు పడ్డారు. పడవ కింద నీళ్ళ చప్పుడు తప్పితే అంతా నిశ్శబ్దంగా ఉంది. అంతసేపూ అంత నిశ్శబ్దంగా కూర్చున్న ఆ స్త్రీ ఏడవడం మొదలు పెట్టింది. ఏడ్చి ఏడ్చి చాలాసేపు ఏడ్చింది. క్రమంగా ఆ ఏడుపు కూడా తగ్గింది.

టామ్‌కి మాగన్నుగా నిద్రపట్టింది.

అతని పక్క నుంచి ఎవరో గబ గబా నడిచి పోతున్నట్టు చప్పుడై కళ్ళు తెరిచాడు.

నీళ్ళలో పెద్ద చప్పుడైంది.

ఆమె కూర్చున్న చోటు ఖాళీగా ఉంది.

తెల్లారే పాటికి బేరగాడు, తన " పశు గణాన్ని" చూసుకోడానికి వచ్చాడు.

" ఈ పిల్లెక్కడ చచ్చింది?" అని అసహనంగా టామ్‌ని అడిగాడు.

తన కేమీ తెలవదన్నాడు టామ్.

" రేవు రేవుకీ చూస్తానే ఉన్నాను. ఎక్కడా దిగలేదే! అర్ధ రాత్రి వొంటి గంటకి చూశాను. రెండు గంటలకీ చూశాను. నీకు తెలవకుండా ఎటు పోయింది?" అని అరిచాడు టామ్‌ని చూస్తూ.

" తెల్లారిగట్ల నాకు కొంచెం నిద్ర పట్టిందయ్యా! నీళ్ళలో ఏదో పడ్డ చప్పుడయ్యింది. కళ్ళు తెరిచి చూస్తే ఆ అమ్మాయి లేదు."

హేలే ఏమీ ఆశ్చర్యపడలేదు. చాలా మామూలు సంగతి విన్నట్టు విన్నాడు - " ఎంత నష్టం ఈ ఏడాది! ఏం పట్టుకుందో!" అని చాలా చిరాకు పడ్డాడు. కాస్సేపటికి ఎక్కౌంటు పుస్తకం తీసి నష్టాల వరసలో ఎన్ని డాలర్లు నష్టమో రాసుకున్నాడు.

ఈ బేరగాళ్ళని నీచం గానే చూస్తారు సమాజంలో. కానీ ఈ బేరగాళ్ళని తయారు చేసిందెవరు? బానిసత్వాన్ని సమర్థిస్తూ శాసనాలు చేసేవారు గొప్ప జ్ఞానులూ, నాగరీకులూనా? చట్టాల్ని చేసే పెద్దలు సంస్కార వంతులే గానీ, ఆ చట్టాల అండతో నడిచే బేరగాళ్ళేనా సంస్కార హీనులు? ఈ బేరగాళ్ళని అసహ్యించుకునే వాళ్ళు, ఆ పెద్దల్ని కూడా అసహ్యించుకోవద్దూ?

టామ్ ప్రవర్తన చూస్తున్న కొద్దీ అతను పారిపోయే రకం కాదని హేలేకి బాగా నమ్మకం కలిగింది. టామ్‌కి సంకెళ్ళు లేకుండా పడవ మీద తిరగటానికి స్వేచ్ఛ ఇచ్చాడు.

ఎప్పుడూ వినయంగా, మృదువుగా ప్రవర్తించే టామ్, పడవలో కింద అంతస్తు వాళ్ళందరి అభిమానాన్నీ చూరగొన్నాడు. ఎవరికైనా ఏదైనా సహాయం కావాలంటే చెయ్యడం, ఏమీ పని లేక పోతే దూది బేళ్ళ మీద ఎక్కి కూర్చుని బైబిల్ చదువుకోవడం, అతని పనులు. చదవడం టామ్‌కి బాగా రాదు. బైబిల్‌లో కొన్ని కొన్ని సూక్తుల కింద గీతలు గీసి ఉన్నాయి. అలాంటి వాటిని కూడ బలుక్కుని చదువుకుంటూ ఉంటాడు.

పడవలో నించి నది వొడ్డున పొలాల వేపు చూస్తూ ఉంటే, కెంటకీలో తను పని చేసిన పొలాలూ, ఇల్లూ, ముఖ్యంగా తన మోకాలు పట్టుకుని ఊగే చిన్న పిల్లా, పదే పదే గుర్తుకు వచ్చారు.

" హృదయానికి బాధ కలిగించుకోకు!"

" తండ్రి రాజ్యంలో చాలా భవంతులున్నాయి. నీ కోసం ఒకటి ఉంచుతాను!"

బైబిల్ లోంచి ఆ ఉత్తమ వాక్యాలు చదువుకున్నాడు. వాటి వల్ల సంతృప్తి కలిగిందో లేదో అతనికి తెలీదు. వాటిని చదువుతాడు! శిరసావహిస్తాడు!

ఆ పడవలో అగస్టీన్ అనే ప్రయాణీకుడున్నాడు. అతడు చాలా ధనవంతుడిగా కనపడుతున్నాడు. అతనికి ఐదా రేళ్ళ కూతురు ఉంది. ఆ పిల్లని చూడడానికి ఒక సంరక్షకురాలు కూడా ఉంది.

ఆ అమ్మాయిని పడవ అంతా తిరుగుతూ ఉండగా టామ్ చాలా సార్లు చూశాడు.

ఆ పిల్ల తిరగని చోటు లేదు. పడవలో మూల మూలలూ తిరగేసింది. అందర్నీ పలకరించింది. కాళ్ళకీ, చేతులకీ సంకెళ్ళు వేసుకుని పడి ఉన్న వాళ్ళ దగ్గిరికొచ్చి ఆ సంకెళ్ళు ముట్టుకుని చాలా దయగా చూడడం, తండ్రి దగ్గిరికి పరిగెత్తుకు వెళ్ళి చేతుల నిండా జీడి పప్పులో, నారింజ తొనలో, ఏవో వొకటి తెచ్చి వాళ్ళకి పెట్టడం, చాలా సార్లు చేసింది.

పడవలో ఆమెని అందరూ చాలా ముద్దుగా చూశారు. ఎక్కడైనా ఆమెకి ఇబ్బంది అయ్యేటట్టు ఉంటే ఎవరో ఒకరు చెయ్యి పట్టుకుని జాగ్రత్తగా నడిపించి తండ్రికి అప్పచెప్పే వాళ్ళు. ఆమెని జాగ్రత్తగా ఉంచాలని తండ్రీ, సంరక్షకురాలూ, శక్తి కొద్దీ తంటాలు పడుతున్నారు.

ఆ పిల్లని టామ్ చాలా ఆసక్తిగా పరిశీలించాడు. మామూలు పిల్ల లాగా గాక, ఆ పిల్లలో ఏదో ఔన్నత్యం ఉన్నట్టుగా అతనికి తోచింది. ఆ అమ్మాయి దూది బేళ్ళ సందున ఏ మూలో ఒక మూల ప్రత్యక్షం కాగానే, బైబిల్ లోంచి చిన్నారి దేవ దూత దిగి వచ్చిందని అతను భ్రమ పడేవాడు.

"చిన్న దొరసానీ! నీ పేరేంటమ్మా?" అని అడిగాడు టామ్ ప్రేమగా, ఒక సారి.

"ఇవాంజిలిన్. అందరూ ఇవా అని పిలుస్తారు. నీ పేరేంటీ?"

"నా పేరు టామ్. మా ఊళ్ళో పిల్లలంతా నన్ను 'టామ్ మామా' అంటారు."

"అయితే నేనూ అలాగే అంటాను. టామ్ మామా! నువ్వెక్కడికి పోతున్నావ్ ఇప్పుడు?"

"నాకు తెలవదు చిన్న దొరసానీ!"

"తెలవదా? నీకే తెలవదా?"

"తెలవదమ్మా. నన్నెవరి కమ్ముతారో నా కెలా తెలుసు? నన్ను కొనేదెవరో తెలవదు మరి!"

"మా నాన్న కొంటాడు నిన్ను. ఇప్పుడే అడుగుతాను మా నాన్నని" అంటూ ఇవా తండ్రి దగ్గిరికి పరిగెత్తింది.

మర్నాడు పడవ న్యూ ఆర్లియన్స్ చేరుతుండగా ఒక సంఘటన జరిగింది. పడవ ఒక రేవులో ఆగి కదిలేసరికి అంచు దగ్గర ఆడుతూ ఉన్న ఇవా తూలి నీళ్ళలో పడింది.

వెంటనే ఇవా తండ్రి నీళ్ళ లోకి దూకబోతే అతన్నెవరో పట్టి ఆపారు. అప్పటికే నది లోకి దూకాడు టామ్.

ఇవా కేమీ ప్రమాదం జరగలేదు. టామ్ అంత తొందరగా ఆమెని నీళ్ళల్లోంచి బైటికి తియ్యడం వల్లనే ఆమె సురక్షితంగా బయటపడింది.

టామ్‌ని కొనాలని అగస్టీన్ నిర్ణయించుకుని, హేలేతో సంభాషణ ప్రారంభించాడు.

"పదమూడు వందల డాలర్లు" అన్నాడు హేలే.

"ఎంత చెప్పినా తీసుకుంటాననే కదా అంత ధర చెపుతున్నావు?"

"కాదు, కాదు. ఆణ్ణి చూసి మాట్లాడండి. గుర్రం లాగ మనిషి ఎంత బలిసి ఉన్నాడో చూడండి. మహా నెమ్మదస్తుడు. గొడ్డు లాగ కష్ట పడతాడు. శానా తెలివి గలోడు."

"తెలివి గల వాళ్ళయితే పారిపోతారు. అతను తెలివి గల వాడైతే ఒక 200 డాలర్లు తగ్గించెయ్యాలి రేటు" అని నవ్వాడు అగస్టీన్.

"మీరన్న మాట నిజమే కానీ, ఈడు శానా ఇస్వాసం కలవాడు లెండి. ఈడి పాత యజమాని ఈణ్ణి గురించి శానా మంచి సిఫార్సులు చేశాడు. ఈడికి మతం అంటే మాంచి గురి."

"మతం మీద నాకేం నమ్మకం లేదు. మతాన్ని నమ్మే పవిత్రులైన తెల్ల వాళ్ళే ఈ దేశాన్ని నాశనం చేశారు. చర్చికీ, ప్రభుత్వానికీ సంబంధించిన

శాఖల్లో ఎన్నెన్ని మోసాలు జరుగుతాయో! మతాన్ని నమ్మే బానిసలకు మార్కెట్లో ఎక్కువ ధర ఉంటుందంటావా?"

"మీరు ఆసికాని కంటున్నారు గానీ మతాన్ని నమ్మే నిగ్గర్లకి శానా రేటండీ. ఎవరి మాటెలా ఉన్నా నిగ్గర్లు మాత్రం మతాన్ని నమ్మిన వాళ్ళయితే అళ్ళు సస్తే అన్యాయం చెయ్యరు."

ఇవా, తండ్రి మెడ కావలించుకుని తండ్రి చెవిలో గుస గుస లాడింది - "నాన్నా! టామ్ మామని నాకు కొనిపెట్టు! నాకు టామ్ మామ కావాలి."

"ఎందుకు? గుర్రం ఆట ఆడుకుంటావా అతనితో?"

"కాదు, టామ్ మామని సంతోషంగా ఉంచు తాను."

"ఏదీ, అతని కాయితాలిలా ఇయ్యి" అన్నాడు అగస్టీన్ హేలేతో.

నిమిషాల మీద బిల్లు సిద్ధం చేశాడు హేలే.

అగస్టీన్ టామ్ దగ్గిరి కెళ్ళి మృదువుగా, హాస్యంగా అతని గడ్డం పట్టుకుని, "టామే నా నీ పేరు? టామ్! నీ కొత్త యజమాని ఎలా ఉంటాడో చూడు" అని నవ్వాడు.

టామ్ కళ్ళల్లో నీళ్ళు తిరిగాయి - "భగవం తుడు మిమ్మల్ని దీవించు గాక!" అని యజ మానిని దీవించాడు టామ్.

"టామ్! గుర్రాల్ని నడపగలవా?"

"ఆ పని నాకు బాగా అలవాటయ్యా!"

"అయితే గుర్రబ్బండి నడుపుదువు గాని నువ్వు. కానీ, వారానికి ఒక్కసారే తాగాలి. తెలి సిందా?"

టామ్ చాలా గాయపడ్డట్టు చూశాడు - "నే నెప్పుడూ తాగనండయ్యా!"

"అలాగా? మంచిది, సాధారణంగా పని వాళ్ళకి నే నలాంటి షరతు పెడతాను. అందుకే ఆ మాట నీకు చెప్పాను. ఏమీ అనుకోకు. నువ్వు మంచివాడివి కావని నా అభిప్రాయం కాదు సుమా!" - మృదువుగా అన్నాడు అగస్టీన్.

"టామ్ మామా! మా నాన్న చాలా మంచి వాడు" అంది ఇవా టామ్‌తో.

★ ★ ★

అగస్టీన్ నవ్వి, "నీ సిఫార్సుకి మీ నాన్న సంతోషిస్తాడులే" అన్నాడు.

అగస్టీన్ చాలా ధనికుడైన తోటల యజమాని కొడుకు. అతని పూర్వీకులు కెనడా దేశస్తులు.

అగస్టీన్ భార్య పేరు మేరీ. అతను ఎంత చురుగ్గా, ఉత్సాహంగా ఉంటాడో, అతని భార్య అంత మందగొడిగా నిరుత్సాహంగా ఉంటుంది. ప్రేమ అనేది తెలిసిన మనిషి కాదు మేరీ. ఇంట్లో పరిచారకులంతా తనకు సేవ చెయ్యడానికే పుట్టా రనే అభిప్రాయం ఆమెది. వాళ్ళూ మనుషులేననీ, వాళ్ళకీ మనసులుంటాయనీ, ఆమె కెన్నడూ తోచదు.

ఆమె చిన్నతనంలో చాలా గారాబంగా పెరి గింది. తన లాంటి భార్య దొరకడం అగస్టీన్ అదృష్టం అని ఆమె అభిప్రాయం.

భర్త తనని ప్రేమించి తీరాలని శాసిస్తున్నట్టు ప్రవర్తిస్తుంది.

స్వార్థపరులు తప్ప, ఎవ్వరూ ప్రేమని బల వంతంగా లాగే ప్రయత్నం చెయ్యలేరు.

ప్రారంభంలో, అగస్టీన్, భార్య ఆనందం కోసం చెయ్యగలిగిందంతా చేశాడు. 'ఆమెకు ఆనందం కలిగించడం అసాధ్యం' అని అతను తొందర గానే తెలుసుకున్నాడు.

ఆ భార్యాభర్తల మధ్య చాలా అసంతృప్తులూ, తగాదాలూ, కలతలూ, కన్నీళ్ళూ ఉన్నాయి.

ఇవా పుట్టడంతో అగస్టీన్ జీవితం అంతా ఆ చిన్న ఇవాయే అయిపోయింది. తన భర్త తనని గాక, బిడ్డని అంత ఎక్కువగా ప్రేమించడం మేరీకి నచ్చదు. భర్త ప్రేమ తను కోరుకున్న పద్ధతిలో దొరక్క పోయే సరికి మేరీ అసంతృప్తితో రోగిష్టి మనిషి అయిపోయింది.

ఎప్పుడూ రోగిష్టిగా ఉండడమే ఆమెకు ఆనందం. "నన్ను మించిన దౌర్భాగ్యులెవ్వరూ ఉండరు" అని ఆమె తన దురదృష్టాన్ని తలపోసు కోని క్షణం ఉండదు.

ఆమె ఎప్పుడూ మంచం దిగదు. ఇంట్లో ఎంత మంది పరిచారకులు ఉన్నా బాధ్యతగా పిల్లని చూసే దిక్కు లేదని, అగస్టీన్, వరసకు అక్క అయ్యే ఒఫీలియాని తన ఇంటికి రమ్మని అడిగాడు.

ఒఫీలియాకి నలభై అయిదేళ్ళుంటాయి. పెళ్ళి కాలేదు. కొంచెం కలిగిన కుటుంబమే. ఇంటి పనుల్లో దిట్ట. ఇల్లు చక్కబెట్టుకోవడంలో ఆమె తరవాతే ఎవరైనా.

క్రమశిక్షణ విషయంలో ఒఫీలియా పట్టు దప్పని మనిషి. మనుషుల్లో లోపాల్ని సాధారణంగా ఆమె క్షమించదు.

అగస్టీన్ కొంప వ్యవహారం ఒఫీలియాకి తెలుసు. అయినా అగస్టీన్ అంటే ఆమెకు చాలా ప్రేమ. అతన్ని చిన్నతనంలో ఒఫీలియాయే కొంత కాలం పెంచింది. అగస్టీన్ కూతుర్ని చూసి ఒఫీలియా మరీ ముచ్చట పడింది. అగస్టీన్ మీద మమకారం చేతనే కొంత కాలం పాటు అతని ఇంట్లో ఉండడానికి అంగీకరించి బయల్దేరింది.

పడవలో ఎక్కింది మొదలూ ఆమె ఇవా సంరక్షణంతా తన చేతుల్లోకి తీసుకుంది.

మొత్తం సామాన్లన్నీ లెక్క చూసింది.

ఇవాని కూడా తన సామాన్లన్నీ చూసుకోమంది.

"ఎవరి సామాన్లు వాళ్ళు జాగ్రత్త చేసుకోవాలమ్మాయీ!" అంది ఇవాతో.

ఇవా ఆశ్చర్యపడి, "అలాగా అత్తా? నాకు తెలీదు" అంది ఇవా.

"నీ వస్తువులన్నీ పారేసుకున్నట్టున్నావే. నీ వస్తువులంటే నీ కసలు లక్ష్యం లేనట్టుందే!"

"అవునత్తా! నాన్న కొన్నా అన్నీ పోతాయి. నాన్న కొత్త కొత్తవి కొని ఇస్తాడు."

"అయ్యో! ఏం పద్ధతులమ్మా ఇవీ!" అని తలకాయ పట్టు క్కూచుంది ఒఫీలియా.

అత్త మాటలకి ఇవా ఎప్పుడూ నవ్వుతూ ఉంటుంది.

ఒఫీలియాని తీసుకు వస్తున్న ఈ తిరుగు ప్రయాణం లోనే అగస్టీన్ టామ్‌ని కొన్నాడు.

న్యూ ఆర్లియన్స్‌లో పడవ ఆగింది. ఒఫీలియా ఇవానీ, టామ్‌నీ కంగారు కంగారు పెట్టి సామానంతా సర్ది కూర్చుంది.

పడవలో జనం అంతా గుంపులు గుంపులుగా తోసుకుంటూ, ఒకళ్ళ సామాన్లని ఒకళ్ళు గెంటుకుంటూ పడవ దిగిపోతున్నారు.

అగస్టీన్ ఎటు పోయాడో కనపడలేదు.

అతని క్రమశిక్షణా రాహిత్యానికి ఒఫీలియాకి వొళ్ళు మండి పోయింది.

పడవ ఆగిన గంటకి వచ్చాడు అగస్టీన్ - "ఇక దిగుదామా? అంతా సిద్ధమేనా?" అంటూ.

"గంట నించీ సిద్ధంగా ఉన్నాం. నువ్వే ఐపు లేవు" అని కోప్పడింది ఒఫీలియా.

"ఆ తోపుళ్ళాటలో ఏం దిగుతాం అక్కా? ఇప్పుడు చూడు చక్కగా, హాయిగా ఒకళ్ళని ఒకళ్ళు గెంటుకో నక్కర లేకుండా మంచి క్రైస్తవుల్లాగా దిగొచ్చు" అని నవ్వాడు అగస్టీన్.

తను కూడా నవ్వింది ఒఫీలియా. టామ్ కూడా నవ్వాడు. కొంత సామాను పట్టుకున్నాడు. కొంత సామాను తను పట్టుకుని తయారైంది ఒఫీలియా.

ససేమిరా వల్ల కాదన్నాడు అగస్టీన్ - "దక్షిణాదికి వచ్చావు. ఇక్కడి పద్ధతులు నేర్చుకో. మీ ఉత్తరాదిలో లాగా ఇక్కడ సామాన్లన్నీ నువ్వే మోసుకుంటే ఈ పని మనుషులంతా ఏం చెయ్యాలి? వాళ్ళు జాగ్రత్తగా కోడి గుడ్లని చూసినంత జాగ్రత్తగా చూస్తార్లే సామాన్లు" అని మిగతా సామాన్లన్నీ రేవులో కూలి మనుషులకు అప్పగించాడు.

తన సామాన్లు కూడా కూలి మనుషులు మోస్తోంటే గొప్ప అన్యాయం జరుగుతోన్నట్టు విలవిల్లాడింది ఒఫీలియా.

"టామ్ మామ ఏడీ?' అని టామ్‌ని పట్టుకుని బండి దగ్గరికి తీసుకు వచ్చింది ఇవా.

అందరూ బళ్ళ మీద ఇంటికి చేరారు.

ఆ ఇల్లు బ్రహ్మాండమైన భవనం! చుట్టూ రకరకాల చెట్లు!

బళ్ళు ఆగీ ఆగగానే ఇంట్లో పరిచారకులందరూ వచ్చి చుట్టు ముట్టారు.

పరిచారకులందరి లోకీ పెద్దగా ఉన్న అడాల్ఫ్‌తో అగస్టీన్ కరచాలనం చేసి అతనికి టామ్‌ని పరిచయం చేశాడు - " అడాల్ఫ్! ఇతను మీ అందరి కన్నా చాలా మంచి వాడు తెలుసా? ఇతను తాగడు. ఇతన్ని మీరు జాగ్రత్తగా చూసుకోవాలి" అని నవ్వాడు.

పరిచారకులంతా కూడా నవ్వారు. తమ యజమాని ఎప్పుడూ హాస్యం గానే మాట్లాడతాడని వాళ్ళకి తెలుసు.

అగస్టీన్, పని వాళ్ళందరికీ డబ్బులు ఇచ్చాడు. వాళ్ళంతా నవ్వుతూ సామానన్నీ లోపలికి మోసుకు పోయారు.

ఇవా, ఇల్లంతా పరిగెత్తుతూ కుర్చీలో కూర్చుని ఉన్న తల్లి దగ్గిరికి వెళ్ళి, " అమ్మా! అమ్మా!" అని ఆనందంగా కేక లేసింది.

" నెమ్మదమ్మా! నాకు తలనొప్పిగా ఉంది" అంది నెమ్మదిగా తల్లి.

ఇవా అక్కణ్ణించి, " మామీ! మామీ!" అంటూ మామీ దగ్గిరికి పరిగెత్తింది.

మామీ, బానిస. చాలా రోజుల తర్వాత ఇవాని చూడగానే మామీ కళ్ళు చెమ్మగిల్లాయి - "వచ్చావా అమ్మా!" అంటూ ఇవాని కౌగిలించుకుని ముద్దు పెట్టుకుంది మామీ.

అగస్టీన్, టామ్‌ని తీసికెళ్ళి భార్యకి పరిచయం చేశాడు - " నీ బండి తోలడానికి మంచి డ్రైవర్ని తీసుకొచ్చాను మేరీ! చాలా జాగ్రత్తగా నెమ్మదిగా తోలతాడు ఇతను" అన్నాడు.

మేరీ, టామ్‌ని ఒక సారి ఎగాదిగా చూసింది.

" బాగా తాగుతాడనుకుంటాను" అంది.

అగస్టీన్ వెంటనే, " కాదు. ఇతను అలాంటి వాడు కాదు!" అని అడాల్ఫ్‌ని పిలిచి, " టామ్‌ని తీసుకెళ్ళు. ఇతని విషయాలన్నీ జాగ్రత్తగా చూడు" అని టామ్‌ని పంపించి వేశాడు.

టామ్ వెళ్ళగానే మేరీ, " తెగ బలిసి దున్నపోతులా ఉన్నాడు" అంది.

" ఎందుకలా మాట్లాడతావు? కొంచెం దయగా, సంస్కారవంతంగా ప్రవర్తించు" అన్నాడు అగస్టీన్, భార్య ధోరణిని అసహ్యించుకుంటూ.

" దానికేం గానీ, నువ్వు అన్న దాని కంటే పదిహేను రోజు లెక్కువ ఉన్నావే?" అంది మేరీ భర్తని చూస్తూ.

" ఉత్తరంలో రాశానుగా?"

" ఏం రాశావు? రెండు పొడి పొడి ముక్కలు. అబ్బ, ఏం తలనొప్పి! చంపేస్తోంది."

ఒఫీలియా వెంటనే ఆ తలనొప్పికి వైద్యం చెప్పింది. ఫలానా ఆకుతో టీ తాగితే తలనొప్పి పోతుందని చెప్పింది.

రెండు మూడు రోజులైన తర్వాత, అగస్టీన్, భార్యతో అన్నాడు - " మహా క్రమశిక్షణతో నిక్కచ్చిగా ఉండే మా అక్కకి తాళాలు ఇచ్చేసి నువ్వింక నిశ్చింతగా ఉండొచ్చు మేరీ! ఇంటి వ్యవహారాల గురించి ఇక నీ కేమీ పూచీ అక్కర్లేదు" అన్నాడు.

" ముందు బానిసల సంగతి ఆవిడకు చెప్పు! వాళ్ళు మన సేవ కోసం ఉండవలసిందే. ఆ విషయంలో ఆవిడ మాట సాగనిస్తే వాళ్ళందర్నీ వొదిలెయ్యమని చెపుతుందో యేమో! ఉత్తరాది మనిషి కదా?"

ఇవా, తల్లి దగ్గిర జేరి, " అమ్మా! బానిసల్ని ఎందుకు ఉంచుకుంటున్నాం అమ్మా?" అని అడిగింది.

" నా ఖర్మ కోసం" అని విసుక్కుంది మేరీ.

" మామీ నీ కిష్టమేగా అమ్మా?"

" ఈ మధ్య అదీ చెడిపోయింది. అసలు వాళ్ళ జాతి లక్షణమే అంత. రాత్రుళ్ళు మొద్దు లాగా ఒకటే నిద్ర. ఇవతల నేను జబ్బు మనిషినా, ఎప్పుడేం అవసరం వస్తుందో చూసుకోదు! పట్టించుకోదు! రాత్రి ఎంత పిల్చినా లేస్తేనా?"

" మామీ చాలా సార్లు లేస్తుందిగా అమ్మా."

" నీ కెలా తెలుసే? నిద్ర లేకుండా చాకిరీ చేస్తున్నానని నీకు చెప్పుకుంటోందా?"

అగస్టీన్ అన్నాడు - " మేరీ! ప్రతి రాత్రీ మామీనే ఎందుకు పడుకోబెట్టుకుంటావు? రోజానో, జెన్నీనో, ఒకళ్ళని మార్చి ఒకళ్ళని పడుకోబెట్టుకుంటే పాపం మామీకి కూడా కొంచెం విశ్రాంతి ఉంటుందిగా?"

"దీనితో నాకు బాగా అలవాటై చచ్చింది. మళ్ళీ కొత్త వాళ్ళుంటే నా పనులన్నీ వాళ్ళకి కొత్త. యజమానులకు ప్రాణాలర్పించి సేవలు చేసే పరిచారకులు ఉంటారని అంటారు గానీ, నాకు మాత్రం అలాంటి పరిచారకులు దొరికే అదృష్టం లేదు" అని నిట్టూర్చింది మేరీ.

మేరీ మాటలు ఒఫీలియాకేం నచ్చలేదు.

మేరీ, మళ్ళీ, "నా పెళ్ళయి వచ్చేటప్పుడు దీన్ని తెచ్చాను. దీని మొగుణ్ణి దీనితో పంపడానికి వీలు కాలేదు. ఏం చేస్తాడు మా నాన్న మాత్రం?" అంది.

"పిల్లలున్నారా ఆ అమ్మాయికీ?" అని అడిగింది ఒఫీలియా.

"ఆఁ, ఇద్దరున్నారు. ఎంతసేపూ వాళ్ళ రంధే దానికి. నా ఆరోగ్యం ఏమీ బాగుండదని తెలిసి కూడా, ఎప్పటికైనా నన్ను వొదిలేసి ఆ మొగుడి దగ్గిరికీ, పిల్లల దగ్గిరికీ పోవాలనే దాని ఆలోచన. అబ్బ! ఎంత స్వార్థ పరులైపోతున్నారో వీళ్ళు! పిస రంత విశ్వాసం ఉండటం లేదు."

భార్య మాటల్ని అసహ్యించుకుంటూ అగస్టీన్, "అబ్బ! చెత్తగా మాట్లాడుతున్నావు, ఊరుకో" అన్నాడు కోపంగా.

అగస్టీన్ మేరీ వల్ల ఎంత అసంతృప్తిగా, ఎంత అశాంతిగా ఉన్నాడో, ఒఫీలియా గమనించింది.

మేరీ మళ్ళీ అంది - "మామీ అంటే నాకేం ఇష్టం లేదనుకుంటున్నావా? బాగానే ఇష్టం నాకు. దాని కెప్పుడూ సిల్కు బట్టలూ అవీ కొంటాను. మధ్యాన్నాలప్పుడు ఎన్ని సార్లు దాని టోపీలూ అవీ బాగుచేసి అందంగా ఉండేట్టు చేసి పెట్టానో! దాన్నెప్పుడన్నా తిడతానా? కొరడాతో కొట్టించడం అయినా ఒకటి రెండు సార్ల కన్నా ఎక్కువ చెయ్య లేదు. ఈ ఇంట్లో పని వాళ్ళకి ఒక హద్దా అదుపా? వాళ్ళ ఇష్టారాజ్యమేనయ్యే..."

చాలా అశాంతిగా మాట్లాడుతున్న తల్లిని ఇవా కావలించుకుంటూ, "అమ్మా! ఒక రాత్రి నీ పను లన్నీ నేను చెయ్యనా? నిద్ర పోకుండా ఉండాలి! అంతే కదా నీకు? నాకు సరిగ్గా నిద్రపట్టదు. నీ దగ్గిర నే నుంటాను" అంది.

"పిచ్చి పిల్లా! ఏం మాటలే? పిచ్చి మాటలు!"

"అది కాదమ్మా! మామీకి కూడా ఒంట్లో బాగా లేదట. తల నొప్పిగా ఉందట."

"ఆఁ, దాని నొప్పుల కేమొచ్చెలే. తల నొప్పీ, కాలు నొప్పీ, వేలు నొప్పీ, అన్నీ నొప్పులే! అది చెప్పడానికేం?" అని మేరీ, ఒఫీలియాకి కూడా నచ్చ చెప్పాలన్నట్టు, "ఒఫీలియా వదినా! వాళ్ళన్న మాటలన్నీ నిజమని నమ్మితే ఇక మన పని అయినట్టే. వాళ్ళు మన నెత్తి కెక్కుతారు" అంది.

ఒఫీలియా అయిష్టంగా చూసింది.

అగస్టీన్ నవ్వాడు.

"నేనే మాటన్నా నవ్వులాటే నీకు" అంది మేరీ కోపంగా.

అగస్టీన్ వాచీ చూసుకుని బయటికి వెళ్ళి పోయాడు.

మేరీ చాలా స్వేచ్ఛగా ప్రారంభించింది - "మీ తమ్ముడు నా మంచి చెడ్డలేవీ పట్టించుకోనే పట్టించుకోడు వదినా! ప్రతి చిన్న విషయానికీ బాధ పెట్టే మనిషినా నేను? పోనీ అలాంటి దాన్నయితే అనుకోవచ్చు. అసలు నా బాధలేవీ ఇతర్లకి తెలియనివ్వనే తెలియనివ్వను" అంటూ కళ్ళ నీళ్ళు పెట్టుకుంది.

ఏం మాట్లాడాలో తోచలేదు ఒఫీలియాకి.

తర్వాత మేరీ తొందర గానే తేరుకుని ఇంట్లో ఏ విషయాల్లో ఎంత శ్రద్ధగా ఉండాలో, అలమార్ల సంగతులూ, అటకల సంగతులూ, గిన్నెల మీద మూతల సంగతులూ, అన్నీ మాట్లాడింది. చివరికి ఇవా సంగతికి వచ్చింది.

"ఇవా మాత్రం అసాధ్యమైన పిల్ల వదినా!" అంది.

"అవును, చాలా మంచి పిల్లలా ఉంది."

"మంచికేం లోటు లేదు. బుద్ధి మంతురాలే. నా లాగ వెర్రి మొహం కాదు. అంతా బాగానే ఉంది గానీ నిగ్గర్ గాళ్ళంటే పడి చస్తుంది. అదే గొడవ దానితో. నేనూ చిన్నప్పుడు మా పుట్టింట్లో నిగ్గర్ల పిల్లలతో ఆడే దాన్ని గానీ దీని లాగా చెడి పోలేదు. దీని సంగతి వేరు. నిగ్గరు గాళ్ళూ మనమూ అందరం ఒక్కటే అన్నట్టు ఉంటుంది. ఎన్ని విధాల చెప్పానో! నా వశం కాలేదు. వాళ్ళ

నాన్న సపోర్టు ఒకటీ దానికి. ఇందాక చూశావుగా? మామీకి బాగా లేదటా! మామీ నిద్రపోతే తను నన్ను చూస్తుందటా! మామీ సుఖం కోసం దాని పని ఇది చేస్తుందన్న మాట! అలా ఉంటాయి దాని పనులు."

ఒఫీలియా వినీ వినీ కొంచెం నిర్మొహమాటం గానే అంది - "పని వాళ్ళు కూడా మనుషులే కదా? వాళ్ళ శరీరాలకూ విశ్రాంతి కావాలి కదా? ఆ సంగతి నీకు తెలీదనుకోను."

"అయ్యో, ఆ మాత్రం కనికరం లేదా నాకు? నా కన్నా ఎవరు చూస్తారొదినా పని వాళ్ళనీ? వాళ్ళకేం లోటు ఇక్కడ? ... మామీ సంగతి వేరులే. తెల్లవారులూ ఏం పాటుపడుతుందో, పగలంతా నిద్రే! ఎక్కడ కూర్చున్నా నిద్రే, ఎక్కడ నించున్నా నిద్రే. వీళ్ళని గాజు బొమ్మల్లాగా చూడాలంటే మాత్రం నా వల్ల కాదు సుమా!"

ఒఫీలియా, తన పెట్లోంచి సూదులూ దారాలూ తీసుకుని ఏదో అల్లిక ప్రారంభించింది - "నీ వాగుడు నేను వినలేను" అని మేరీకి చెపుతున్న ట్టుగా ఉంది ఆమె ధోరణి.

అదేమీ పట్టించుకోలేదు మేరీ - "ఈయన చాలా మంచి మనిషి అని మీరందరూ అనుకుం టారు గానీ ఈయన చేసే చేష్టలు మీకేం తెలుసు? నా పుట్టింటి నించి తెచ్చుకున్న పని వాళ్ళతో కూడా నేను పని చేయించుకో కూడదంటాడు. మామీని మొగుడు దగ్గిరికి పంపెయ్యమని ఈయన గోల. 'మామీని భర్త నించి విడదియ్యడం అంటే నిన్నూ నన్నూ విడదియ్యడం లాంటిదే కదా?' అంటాడు. అదేం మాట వొదినా? దానికీ, నాకూ పోలికా? నా మనసూ, దాని మనసూ ఒకటా? నేను నా బిడ్డని ఎంత పవిత్రమైన మాతృ హృదయంతో ప్రేమి స్తానో, అది దాని పిల్లల్ని అలా ప్రేమించి ఏడు స్తుందా? మామీని పంపించేసి నా సేవలకి ఇంకె వరినన్నా పెట్టుకోమంటాడు. అయనకి చెప్పలేక ఏడ్చేశాననుకో. నా మాట ఒక్క మాట కూడా పట్టించుకోడు. ఎప్పుడన్నా పని వాళ్ళ సోమరితనం గురించి చెపుతానా, 'వాళ్ళుండే పరిస్థితిలో ఉంటే మనమూ అలాగే ఉంటాం' అంటాడు..."

ఒఫీలియా కుడుతూనే అంది - "భగవం తుడు మానవులందర్నీ ఒక్కలాగే పుట్టించాడని నువ్వు నమ్మవా?"

"నేను ఛస్తే వొప్పుకోను సుమా! మన జాతి వేరు. వాళ్ళ జాతి వేరు. వాళ్ళకీ మనకీ పోలికేమిటి? వాళ్ళు ఎంతెంత సోమరిపోతులో, ఎంతెంత దుష్టులో, ఎంతెంత నీచపు వెధవలో, నీకు తెలి యదు. ఉత్తరాది మనిషివి నువ్వు. అసలు వీళ్ళ నందర్నీ కెలాబూస్‌కి పంపాలి★. లేకపోతే వీళ్ళని లొంగదీయగలమా? రోగిష్టి దాన్నయి పోయాను గానీ లేకపోతే వీళ్ళనిలా వొదిలి పెట్టేదాన్నా?"

అగస్టీన్ పని వాళ్ళని ఎప్పుడూ ఒక్క దెబ్బ వెయ్యడంటున్నావు కదా? వాళ్ళతో పనెలా చేయిం చుకుంటాడు?" అంది ఒఫీలియా.

★ కెలాబూస్ అంటే బానిసల్ని కొరడాలతో కొట్టే స్థలం. బానిసలు సరిగ్గా పని చెయ్యడం లేదనో, వినయంగా ఉండడం లేదనో, పారిపోడానికి ప్రయత్నించారనో, ఏదో ఒక విషయానికి వాళ్ళ మీద కోపం వచ్చి, వాళ్ళని కొట్టాలని యజమానులు అనుకుంటే, వాళ్ళని, ఆ స్థలానికి పంపిస్తారు. అక్కడ విశాలమైన ఆవరణలో కొరడాలతో కొట్టే కార్యక్రమం జరుగుతుంది. ఆ రోజు శిక్ష అనుభవించవలసిన బానిసలందరూ, ఎదురుగా బల్లల మీద కూర్చుని ఉంటారు. ఒక్కొక్కళ్ళనీ, పిలిచి కొరడాలతో కొడతారు. వాళ్ళకి, ముందుగా చేతులూ, కాళ్ళూ కట్టేస్తారు. ఒక బల్లకి ఆనించి నిలబెడతారు. సామాన్యులు మొయ్యడానికి వీల్లేనంత బరువైన కొరడాలతో కనీసం 25 దెబ్బలు కొడతారు. ఆ పని చెయ్యడానికి నీగ్రోలే ఉంటారు. కొరడా దెబ్బ అంటే అది కత్తితో కోసినట్టు చర్మాన్ని పై నించి కింద దాకా కోసేస్తుంది. దెబ్బ దెబ్బకీ శరీరం పగిలి విచ్చిపోతుంది. రక్తం ధారలుగా చిమ్ముతుంది. కొరడా రక్తంతో తడిసి బిరుసెక్కి పోతుంది. పాతిక దెబ్బలు అయ్యేసరికి బానిస వీపు ఆకారం చెడిపోయిన మాంసం ముద్ద అయిపోతుంది. ఆ దృశ్యాన్ని చూసి తర్వాత ఆ శిక్ష అనుభవించ వలసిన బానిసలు బెదిరి పోతారనో, భయపడి పోతూ ఉంటారనో, అనుకోకూడదు. వాళ్ళసలు దాన్ని లెక్కే చెయ్యరు. వాళ్ళలో వాళ్ళు మాట్లాడుకుంటూ, నవ్వుకుంటూ కూడా ఉంటారు. →

" ఆయన పనికేం? ఆయన పని చక్కగానే చేస్తారు. ఆయన కాస్త కన్నెత్తి ఒక్క చూపు చూస్తే చాలు పిల్లులై పోతారు వాళ్ళు. ఎటొచ్చీ నా మాటే వినరు. నే నెంత అరిచినా ఆయన చేయించే పనిలో వందో వంతు కూడా చేయించలేను. నువ్వు జాగ్రత్తగా ఉండకపోతే నీ మాటా వినరు సుమా! అబ్బబ్బ! ఎంత సోమరిపోతులో! ఎంత దుర్మార్గులో వాళ్ళు!"

అగస్టీన్ బయట నించి వస్తూ మేరీ అన్న చివరి మాటలు విన్నాడు - " పాత పాటేలే" అని ఇంకో గది లోకి పోయాడు.

ఒఫీలియా మేరీతో మళ్ళీ అంది - " బానిసల్ని ఏదో కాస్త కాస్త దయగా చూడడం కాదు వదినా! పూర్తిగా సాటి మనుషులుగా చూడాలి. లేకపోతే రేపు మనం భగవంతుడి ముందు సంజాయిషీ చెప్పుకోవాలి!"

" అయ్యో! నా కన్నా ఎవరు బాగా చూస్తారమ్మా పని వాళ్ళనీ?" అని మేరీ మళ్ళీ తన దయా హృదయాన్ని చాటుకోవడం ప్రారంభించింది.

బయటి నించి నవ్వులు వినిపిస్తోంటే అగస్టీన్ తన గది లోంచి వరండా లోకి వెళ్ళాడు.

ఒఫీలియా కూడా మేరీ దగ్గర్నించి వరండా లోకి వచ్చి చూసింది.

టామ్‌ని కూచో బెట్టి ఇవా అతని చొక్కా నిండా గుండీలకు పూలు గుచ్చి, అతని మెళ్ళో పూల దండలు వేసి అతని మోకాలి మీద ఉడత లాగా కూర్చుని పక పకా నవ్వుతోంది.

ఇవాకి టామ్‌తో చాలా ఆనందంగా గడుస్తోంది.

టామ్‌ని పూర్తిగా ఇవా కోసం ఉంచాడు అగస్టీన్.

" ఇవా ఎప్పుడు ఎక్కడికి తీసుకు వెళ్ళమన్నా వెంటనే తీసుకు వెళ్ళాలి. నీ చేతిలో ఏ పని ఉన్నా వొదిలెయ్యాలి. ఇవా చెప్పినట్టు వినడమే నీ పని" అని ఆజ్ఞాపించాడు అగస్టీన్ టామ్‌ని.

టామ్ వేషం అంతా మారిపోయే బట్టలు ఇచ్చారు. ఇప్పుడు టామ్ సూటు వేసుకుంటున్నాడు. బూట్లు వేసుకుంటున్నాడు. మెత్తని టోపీ, కాలరు, చేతికి కడియాలు, గౌరవనీయుడైన బిషప్పు లాగా కనపడుతున్నాడు.

పూల దండలు వేసుకుని కూర్చొని నవ్వుతోన్న టామ్‌ని వరండా మీద నించి చూసి, " భలే ఉన్నావోయ్ టామ్!" అని అభినందించాడు అగస్టీన్.

టామ్ కొంచెం కంగారు పడి, సిగ్గుపడి, అపరాధం చేసినట్టు బెదురు చూపులతో క్షమాపణ కోరాడు.

★ ★ ★

ఆది వారాలు చాలా పవిత్రంగా గడపాలని మేరీ నియమం. తప్పకుండా చర్చికి వెళుతుంది.

ఒక ఆదివారం మామూలు గానే చర్చికి బయల్దేరినప్పుడే ఇవా మామీ దగ్గిరికి పరిగెత్తి తల భారంగా ఉంటే వాసన చూసుకునే భరిణె మామీకి ఇచ్చింది.

మామీ వొద్దన్నా వినకుండా భరిణె అక్కడ పడేసి పోయింది. ఆ సంగతి తెలిసి మేరీ వెర్రి కోపంతో, " దానికి బంగారపు భరిణె ఇచ్చావా? అయ్యో, ఎలా బతుకుతావే! వెళ్ళి తీసుకురా.

→ తన బానిసని కొట్టాలంటే యజమాని ఆ పని ఇంటి దగ్గిరే చెయ్యవచ్చును. కానీ ఇంటి దగ్గిర చెయ్యాలంటే, అది శ్రమ అతనికి. యజమాని, కెలాబూస్‌కి కొంచెం ఫీజు చెల్లించి, బానిస దగ్గిర నిలబడి బానిసని కొట్టించి తర్వాత ఇంటికి తీసుకు పోతాడు. బానిసల్ని అదుపులో ఉంచాలంటే, యజమానులు చీటికీ, మాటికీ, " వొరే! నిన్ను కెలాబూస్‌కి పంపిస్తాను తెలుసా? జాగ్రత్త" అంటూ ఉంటారు. ఆ శిక్ష స్త్రీ బానిసలకు కూడా వేస్తారు. ఆ బానిస అసలు నేరం చేశాడా లేదా, ఎంత నేరం చేశాడు, ఆ నేరానికి ఇంత శిక్ష అవసరమా? అని విచారించే కోర్టు - విచారణ లాంటిదేమీ జరగదు. న్యాయ నిర్ణయం ఉండదు. యజమాని తల్చుకుంటే చాలు. బానిసల్ని ఎన్ని వందల దెబ్బలైనా కొట్టించవచ్చు. అది చట్ట సమ్మతమే. దాన్ని శాసనాలు సమర్థిస్తాయి. ఈ కెలాబూస్‌కి తన బానిసల్ని పంపి కొట్టించాలని మేరీ తెగ కలలు కంటూ ఉంటుంది. మామీకి ఆ శిక్ష అంతకు ముందు వేయించింది.

(ఈ ఫుట్ నోట్‌లో ఇచ్చిన విషయాలన్నీ, ఈ నవలా రచయిత్రి ఇచ్చిన ఫుట్ నోట్ లోవే.) ★

ఇప్పుడే తీసుకురా!" అని గోల పెట్టింది, పవిత్రంగా ఉండవలసిన రోజున.

పని వాళ్ళ విషయంలో ఎంత 'గంభీరంగా' ఉండాలో బండిలో వెళుతున్నంత సేపూ కూతురికి బోధించింది మేరీ.

అగస్టీన్ ఎప్పుడూ చర్చికి వెళ్ళడు. చర్చిలో తను నేర్చుకోవలసిందేమీ లేదంటాడు.

చర్చికి ఇవా కూడా బయల్దేరుతోంటే అగస్టీన్ అడిగాడు - "నువ్వెందుకు వెళుతున్నావు?" అని.

"దేవుడు మనకు అన్నీ ఇచ్చాడని ఒఫీలియా అత్త చెప్పింది" అంది ఇవా.

మేరీ, సాయంత్రం భోజనాల దగ్గిర ఆ రోజు చర్చిలో విన్న ఉపన్యాసాన్ని తెగ మెచ్చుకుంటూ మాట్లాడుతోంది - "ఎంత బాగా ఉపన్యసించా రాయన! ఆహా! ఎంత గొప్ప విషయాలు చెప్పారు! సంఘంలో తేడాలన్నీ భగవంతుడు ఏర్పర్చినవే నట! కొందరు ఉన్నతులుగా పుడతారట, కొందరు నీచులుగా పుడతారట! కొందరు ఎక్కువ వాళ్ళుగా ఉంటే, కొందరు తక్కువ వాళ్ళుగా ఉంటారట! ఎవర్ని ఎవరు పాలించాలో అంతా ప్రభువే నిర్ణయిస్తాడట! ఆహా! ఎంత బాగా వర్ణించా డాయన!

బానిసత్వం కూడదు కూడదంటూ తెగ రభస చేస్తారే! అలాంటి వాళ్ళకి సిగ్గొచ్చేట్టు చెప్పారాయన. బైబిల్ కూడా బానిసత్వాన్ని సమర్థిస్తుందట. ఎన్నో ఉదాహరణలు చూపించారాయన" అంటూ చర్చిలో ఉపన్యాసాన్ని తిరిగి ఇంట్లో వల్లించింది మేరీ.

"ఇక చాల్లే. బైబిలేం చెపితే ఎవడిక్కావాలి? బానిసత్వం గురించి ఎవడన్నా నిర్మొహమాటంగా మాట్లాడదలిస్తే మాత్రం ఒక్క మాట నిజం. బానిసల్ని మన సేవల కోసం, మన సుఖాల కోసం, ఉంచుకున్నాం. వాళ్ళు ఉండడం మనకు లాభం. ఇందులో అంత కన్నా రహస్యం ఏమీ లేదు. బానిసత్వం లేకపోతే మనకు సాగదని చెప్పుకోవాలి గానీ, బైబిల్ చెప్పిందీ, ఆయన చెప్పాడూ, ఈయన చెప్పాడూ అనడం ఎందుకు?" అన్నాడు అగస్టీన్.

"ఎంత అపవిత్రంగా మాట్లాడుతున్నావు!" అని వాపోయింది మేరీ.

★ ★ ★

ఎలిజా రహస్యంగా ఉన్న గృహానికి, ఆమె భర్త హారిస్ కూడా ఒక స్నేహితుడి సహాయంతో చేరాడు.

ఆ భార్యాభర్తలిద్దరూ ఆపద లోంచి దాదాపు బయట పడిపోయినంత ఆనందించారు.

"మనం ఇంకా కెనడాకి పోలేదు. ఇంకా ఆపద లోనే ఉన్నాం" అంది ఎలిజా.

"నిజమే కానీ అప్పుడే స్వేచ్ఛా వాయువులు పీలుస్తున్నంత ఆనందంగా ఉంది నాకు. అదే కొండంత బలాన్నిస్తోంది" అన్నాడు హారిస్.

ఫినియస్ వచ్చి, రాబోయే ప్రమాదం గురించి చెప్పే వరకూ హారిస్ చాలా ఆనందంగా ఉన్నాడు.

హారిస్ కోసం, ఎలిజా కోసం, జిమ్ తల్లి కోసం, వెతుకుతోన్న వాళ్ళు కెనడా పోయే దారిలో కాపలా కాయదల్చు కొన్నారన్న వార్త ఫినియస్ మోసుకు వచ్చాడు.

ఆ వార్త విన్న వాళ్ళంతా కొయ్యబారి పోయారు.

ఫినియస్ - తను చాలా మంది బానిసల్ని సరిహద్దులు దాటించాననీ, తనకు చాలా అనుభవాలు ఉన్నాయనీ, భయపడవలసిందేమీ లేదనీ, చాలా విధాల చెప్పాడు.

"మైఖేల్‌కి గుర్రపు స్వారీ బాగా వచ్చు. వాణ్ణి మన బండి వెనకాల కొంత దూరంలో ఉండమందాం. ఎవరైనా మన వేపు రావడం చూస్తే వాడు తొందరగా వచ్చి మన కా సంగతి చెపుతాడు. మనం బండి దిగి ఎక్కడైనా దాక్కోవచ్చు" అని ఫినియస్ అంతా ప్లాను వేశాడు.

"హారిస్! నువ్వేం భయపడకు. ఫినియస్ మీకు చెయ్యగలిగిందంతా చేస్తాడు" అని అందరికీ ధైర్యం చెప్పాడు ఇంటి యజమాని.

"మా గురించి కాదండీ. మీ కేమైనా ప్రమాదం వస్తుందేమోనని నేను భయపడుతున్నాను" అన్నాడు హారిస్.

" అలా అనకు. మీ లాంటి వాళ్ళకు సహాయం చెయ్యకుండా నేనుండలేను. ఇంకో రకంగా నేను ప్రవర్తించలేను" అన్నాడు ఇంటి యజమాని.

అప్పటికి జిమ్, తన తల్లిని తీసుకుని బండిలో వచ్చాడు.

బాగా చీకటి పడింతర్వాత వెళ్ళవలసిన వాళ్ళంతా బండి ఎక్కారు. ఫినియస్ కూడా బండి ఎక్కాడు.

" జిమ్! పిస్తోళ్ళు బాగా ఉన్నాయి కదూ?" అని అడిగాడు హారిస్.

ఉన్నాయన్నాడు జిమ్.

బండి విశాలమైన పచ్చిక మైదానాలలో నించీ, కొండల పక్క నించీ, లోయల పక్క నించీ, సాగి పోతోంది.

జిమ్ తల్లి ప్రార్థనలో మునిగి పోయింది.

ఎలిజా, అంత భయంలో కూడా నిద్ర లోకి వొరిగి పోయింది.

ఫినియస్ ఈల పాట పాడుతూ బండి తోలు తున్నాడు.

మూడు గంటల ప్రాంతంలో వేగంగా వస్తొన్న గుర్రపు డెక్కల చప్పుడు వినిపించింది.

బండి ఆపారు. గబ గబా పిస్తోళ్ళు తీసు కున్నారు.

గుర్రం మీద వచ్చిన మనిషి మైఖేలే - " వాళ్ళు వస్తున్నారు వెనకాల. ఏడెనిమిది మంది ఉన్నారు. అందరూ బాగా తాగి ఉన్నారు" అని చెప్పాడతను.

బండిని ఇంకా కొంత దూరం ముందుకు పోనిచ్చి ఒక చోట ఆపారు. ఫినియస్‌కి ఆ ప్రాంతం అంతా బాగా తెలుసు.

అందరూ బండి దిగి గబ గబా కొండల చాటుకి నడిచారు.

జిమ్ తల్లి ప్రార్థన చేస్తూనే ఉంది.

ఎలిజా, పిల్లాణ్ణి బట్టల్లో దాచింది.

రెండు బండల మధ్య సన్నని దారి లోంచి నడిచి అందరూ కొండల చాటుకి చేరారు.

" వాళ్ళు ఈ బండల మధ్య నించి వచ్చేప్పుడు పిస్తోళ్ళకి పని చెపుదాం" అన్నాడు ఫినియస్.

హేలే దగ్గిర డబ్బు తీసుకుని ఎలిజాని వెతుకు తామని వొప్పందం చేసుకున్న లోకరూ, అతని తోటి భాగస్తుడూ, కొందరు పోలీసులూ, గుర్రాల మీద వచ్చి ఆగారు.

" ఈ ప్రాంతం ఒక సారి గాలించాలి" అన్నాడు లోకర్.

" చాలా ప్రమాదం. నిగ్గర్లు చాలా ధైర్యంగా ఉంటారు" అన్నాడు సందేహిస్తూ రెండో బేరగాడు.

" ఏడిశారు. నిగ్గరు గాళ్ళు పిరికి ఎదవలు!" అన్నాడు లోకర్ కొండల వేపు పరికించి చూస్తూ.

ఒక పెద్ద కొండ మీద నించి హారిస్ కేక వేసి బేరగాళ్ళని పిలిచాడు. " ఎవరు మీరు? ఏం కావాలి? ఎవరి కోసం చూస్తున్నారు?" అని అడిగాడు.

" పారిపోయిన నిగ్గర్ల కోసం వెతుకుతున్నాం. హారిస్, ఎలిజా, దాని కొడుకూ, జిమ్, వాడి అమ్మా, అందరి గురించీ మా దగ్గిర వారంట్లు న్నాయి. నువ్వేనా హారిస్‌వి?"

" అవును. నేనే. నువ్వు వెతికే వాళ్ళంతా ఇక్కడే ఉన్నారు. ఇప్పుడు మేమంతా స్వేచ్ఛా జీవులం! మా మీద మీకు హక్కు లేదు. మేం ఎవ రికీ బానిసలం కాము. మా కోసం ఎవరొస్తారో రండి! మొదట వచ్చిన వాడు మొదట చస్తాడు. తర్వాత వాడు తర్వాత" అని గట్టిగా చెప్పాడు హారిస్.

" మా దగ్గిర వారంట్లున్నాయి. మీరందరూ మాకు లొంగిపోవడం మంచిది" అని అరిచారు కింద వాళ్ళు.

" మీ వారంట్లనీ, మీ చట్టాల్నీ, మేం లెక్క చెయ్యం! మమ్మల్ని పశువుల్ని అమ్మినట్టు అమ్మ డానికీ, కొరడాలతో బాదడానికీ, అనుమతించే చట్టాల్ని గురించి గొప్పగా మాట్లాడడానికి సిగ్గు పడాలి మీరు. మీ రెంత స్వేచ్ఛగా ఉన్నారో మేమూ అంత స్వేచ్ఛగా ఉంటాం. స్వేచ్ఛ కోసం మేము తుది క్షణాల వరకూ పోరాడతాం!" అని కోపంతో ఊగిపోతూ కొండ కొమ్మున నిలబడి స్వేచ్ఛా ప్రకటన చేశాడా నీగ్రో యువకుడు.

అంత క్రూరులైన వాళ్ళు కూడా బిత్తర పోయేంత ధైర్యం ప్రదర్శించాడు హారిస్.

అతని మాటలు ముగిసేసరికి అతని వేపు ఒక తుపాకీ గుండు దూసుకు వచ్చింది.

హారిస్ ఎంత చాకచక్యంగా తప్పుకోగలిగా డంటే గుండు అతని నెత్తి మీద నించి దూసుకు పోయింది.

“ నిగ్గర్ గాళ్ళకి నేను భయపడతానా?” అంటూ లోకర్ కొండ మీదికి పోయే మార్గం చూసుకుంటూ బయల్దేరాడు. బండల సందున నడిచే సన్నని దారిలోకి ప్రవేశించే సరికి లోకర్ భుజానికి తుపాకి గుండు తగిలింది. వాడు పెద్ద గావుకేక పెట్టి పిచ్చెత్తిన ఎద్దు లాగ ముందుకే ఉరికాడు. దాదాపు వాడు హారిస్‌ని పట్టేసేంత దగ్గిరికి వచ్చాడు. హఠాత్తుగా ఫినియస్ వాణ్ణి గుండెల మీద గుద్ది వెనక్కి తోసేశాడు. వాడు కొండలన్నీ ప్రతిధ్వనించే కేకతో జంతువు దొర్లినట్టు కొండల మీద నించీ, తుప్పల మీద నించీ, దొర్లు కుంటూ కింద లోయలో చెట్లల్లో పడ్డాడు.

లోకర్ పడీపడగానే అతని వెనక వస్తున్న వాళ్ళంతా చెల్లాచెదురై వెనక్కి పరిగెత్తారు. వాళ్ళంతా ఒక చోట గుమిగూడి, కాస్సేపు కీచు లాడుకుని లోయలోకి దిగి గొడ్డు లాగ మూలు గుతూ పడివున్న లోకర్‌ని కొంత దూరం మోసుకు వచ్చారు. వాణ్ణి గుర్రం మీదకి ఎక్కించడం, అంత మందికీ సాధ్యం కాలేదు. గుర్రం మీద నించి రెండు సార్లు కింద పడ్డాడు.

కొంతసేపటికి వాళ్ళంతా లోకర్‌ని వొదిలేసి గుర్రాలెక్కి వెళ్ళిపోయారు.

లోకర్ గొడ్డు లాగ అరుస్తున్నాడు.

“ అతను చాలా బాధపడుతున్నాడు. అతనికే మైనా చేద్దామా?” అంది ఎలిజా.

“ చెయ్యడం మంచిదే” అన్నాడు హారిస్.

“ వాడి సంగతి చూద్దాం పదండి” అని బయ ల్దేరాడు ఫినియస్. ఫినియస్‌కి కొంచెం వైద్యం తెలుసు.

ఫినియస్‌ని చూడగానే లోకర్ కళ్ళు మూస్తూ, “ నువ్వే కదా నన్ను పడ .... గొట్టావు?” అన్నాడు.

“ నిన్ను పడగొట్టక పోతే నువ్వు మమ్మల్నం దర్నీ పడగొట్టే వాడివి. ఇప్పుడు నీ కేం భయం లేదులే. మీ వాళ్ళందరూ నిన్ను వొదిలేసి పోయారు గానీ, మేము నిన్ను విడిచి పెట్టం” అని వాడికి ధైర్యం చెప్పాలని చూశాడు ఫినియస్.

లోకర్ లాంటి కౄర స్వభావం గల వాళ్ళ ధైర్య స్థైర్యాలన్నీ శారీరకమైనవి మాత్రమే. ఆ శరీరం కుంగిపోగానే వాడు బెంబేలు పడి అన్ని విధాలా లొంగిపోయాడు.

మైఖేల్, చాటుకు తీసుకు పోయిన బండిని తోలుకు వచ్చాడు. స్పృహ తప్పిపోయిన లోకర్‌ని బండిలో పడుకోబెట్టారు. జిమ్ తల్లి, లోకర్ తల ఒడిలో పెట్టుకుని అతనికి విసురుతూ కూర్చుంది.

“ ఈ అనుభవంతో ఏమైనా బుద్ధి తెచ్చు కుంటాడేమో” అన్నాడు ఫినియస్.

“ వీడిని చంపెయ్యడం న్యాయమే అయినప్ప టికీ, నా తుపాకీ గుండుతో వీడు చచ్చివుంటే చాలా కౄర కార్యం చేసినట్టు బాధపడే వాణ్ణి” అన్నాడు హారిస్.

గంటసేపట్లో ఒక వ్యవసాయ క్షేత్రానికి చేర గానే లోకర్‌ని ఒక పక్క మీద పడుకో బెట్టి వైద్యం ప్రారంభించారు.

★ ★ ★

టామ్‌ని మొదట్లో బజారు పనులకు చాలా తక్కువగా పంపేవాడు అగస్టీన్. కొన్ని సార్లు టామ్ నిజాయితీ చూసిన తర్వాత కొత్త యజమానికి టామ్ మీద చాలా నమ్మకం ఏర్పడింది. డబ్బుతో చేసే వ్యవహారాలన్నీ అతనికే అప్పగించాడు.

అంతకు ముందు డబ్బు వ్యవహారాలు చూసే అడాల్ఫ తన చేతిలో పెత్తనం టామ్ చేతి లోకి పోవడం ఇష్టం లేక ఏదో అడ్డు చెప్పబోతే, “ అడాల్ఫ! నువ్వూరుకో. టామ్‌కి ఆ విషయాలన్నీ బాగా తెలుసు” అని టామ్‌కే పెత్తనం అంతా అప్ప గించాడు అగస్టీన్.

డబ్బు లెక్క చూసుకోకుండా ఎంత తిరిగి ఇస్తే అంతే జేబులో పడేసుకునే యజమాని దగ్గిర నిజాయితీ వదిలెయ్యడానికి ఎన్ని అవకాశాలున్నా టామ్ ప్రవర్తన మారలేదు.

కొత్త యజమాని గురించి టామ్‌కి మంచి అభిప్రాయమే ఏర్పడింది. అయినా కొంత అసం

తృప్తి టామ్‌కి, యజమాని గురించి. అగస్టీన్ చర్చికి వెళ్ళడనీ, ప్రార్థన చెయ్యడనీ, మిత్రులతో క్లబ్బుల్లో కాలక్షేపం చేస్తాడనీ, తాగుతాడనీ!

ఒక సారి అగస్టీన్ బాగా తాగి ఇంటికి వస్తే టామూ, అడాల్ఫో కలిసి యజమానిని బండి లోంచి దింపి గది లోకి తీసుకు పోయి పడుకో బెట్టారు.

ఆ మర్నాడు టామ్ యజమానితో ఇంటి వ్యవహారాల గురించి మాట్లాడి వెళ్ళబోతూ తలుపు దగ్గిర సందేహిస్తూ నిలబడ్డాడు.

"ఏమిటి టామ్? ఏం కావాలి?"

"..............................."

"చెప్పు, ఏం కావాలి?"

"నాకేం వొద్దండయ్య గారూ!"

"మరి, ఏమిటో చెప్పు" అగస్టీన్ ఆప్యాయంగా అడిగాడు.

టామ్ సంకోచంగా అన్నాడు - "అయ్య గారు ఇతరులందరికీ మంచి చేస్తారు. తనకు తను మంచి చేసుకోరు."

"ఎందుకలా అంటున్నావు టామ్?"

టామ్ సిగ్గుపడుతూ, మొహమాట పడుతూ తల వొంచేసి తలుపు చాటుకి మొహం తిప్పి అనలేక అనలేక అన్నాడు - "తాగుడు పాము లాంటి దండయ్యా! దాని వల్ల మీ దేహానికీ, ఆత్మకీ నష్టంవండయ్యా! .... మీరు .... తాగుడు .... మానెయ్యండయ్య గారూ!" - ఆ మాటలు అంటూంటే టామ్ కంఠం వొణికింది. కళ్ళల్లో నీళ్ళు తిరిగాయి. యజమాని వేపు మొహం తిప్పలేనట్టు నించున్నాడు.

అగస్టీన్ కళ్ళు చెమర్చాయి. మెత్తగా నవ్వాడు - "పిచ్చివాడా! నా కోసం ఎందుకంత బాధ పడతావు? అంత అర్హత లేదు నాకు. ఎప్పుడో మానేద్దామనుకున్నాను తాగడం. కానీ చేస్తున్నాను. ఎందుకో పిచ్చిగా చేస్తున్నాను. ఇక మానేస్తానుగా టామ్! వెళ్ళు, చెప్తున్నానుగా? మానేస్తాను ఇక!"

టామ్ కళ్ళ నీళ్ళు తుడుచుకుని సిగ్గుపడుతూ సంతోషంగా వెళ్ళి పోయాడు.

"టామ్‌కి ఇచ్చిన మాట తప్పకుండా నిలబెట్టుకోవాలి" అనుకున్నాడు అగస్టీన్.

★ ★ ★

ఒఫీలియా, అగస్టీన్ ఇంటి బాధ్యత తీసుకున్న నాటి నించీ ఇంటి విషయాలు అన్నీ స్వయంగా పరిశీలించడం మొదలు పెట్టింది. తనకు సంబంధించిన పనులు చెయ్యడానికి పని మనుషుల మీద ఆధారపడదు. తన గది అంతా తనే సర్దుకుంటుంది. మిగిలిన గదులన్నీ కూడా పని వాళ్ళతో దగ్గిర ఉండి సర్దించింది. వంట ఇల్లు సర్దడం ఒఫీలియాకి అన్ని పనుల కన్నా కష్టం అయింది.

వంటింటి అధికారం అంతా "దినా"దే. క్లో అత్త లాగే దినా కూడా వంటలు చెయ్యడంలో ఆరి తేరిన మనిషి. తను చేసిన వంట కుదర లేదంటే దానికి కారణం తనేనని ఆమె ఒక్క నాడు కూడా వొప్పుకోలేదు. వంట పాడవడానికి, ఇతర సహాయకులు చేసే యాభై రకాల నిర్వివాదమైన తప్పుల్ని చెప్పగలదు ఆమె. ఇంక వంట శాలని సర్దడంలో ఆమెకు ఆమే సాటి. పాత్రలన్నిటినీ వంటింటి నిండా పరిచి పెడుతుంది. ఒక వస్తువుకి ఒక స్థలం అనే నిర్ణయం లేదు. ఒక వస్తువుని అన్ని స్థలాల్లోనూ పెడుతుంది. వంట చేసినంత సేపూ సహాయకుల్ని తెడ్డు పట్టుకుని చిన్న చిన్న దెబ్బలు వేస్తూ ఉంటుంది.

ఒఫీలియా ఇల్లంతా సర్దించి వంట గదులు సర్దించే పని మీద వచ్చింది.

ఒఫీలియా సర్దుడు వ్యవహారం దినా కెంత మాత్రం ఇష్టం లేదు. పైపు కాలుస్తూ తనకేం లక్ష్యం లేనట్టు కూర్చుంది.

ఒఫీలియా ఒక డెస్క్ తీయగానే మాంసం వాసన కొట్టే బట్ట నొక దాన్ని బయటికి లాగింది. అది టేబుల్ క్లాత్.

"టేబుల్ క్లాత్‌లో మాంసం చుట్టావా?" అని అడిగింది ఒఫీలియా, దినా ని.

"గుడ్డ లెక్కడా కనపడలేదమ్మా! ఉతికిద్దాం కదా అనీ అక్కడ దాచాను."

ఒఫీలియా డెస్కులన్నీ తెరిచి చూసింది. సగం అల్లి పడేసిన దారం ఉండలూ, కాయితంలో

చుట్టిన పొగాకూ, పాత పైపూ, ప్రార్థనా గీతాల పుస్తకం, దుమ్ము పట్టిన మద్రాసు జేబు రుమాళ్ళూ, పాత చెప్పులూ, చైనా సాసర్లూ, తెల్ల ఉల్లిపాయల బుట్టా, చేతులు తుడుచుకునే గుడ్డలూ, ట్వైన్ దారం, పాత తువ్వాళ్ళూ, కాయితం ముక్కలూ, పళ్ళ గింజలూ!

ఒఫీలియాకి సహనం పోయింది.

"ఇవన్నీ ఇలా పెట్టావేమిటి?" అని అడిగింది.

"చేతికి దగ్గిరిగా ఉండాలని పెట్టానమ్మా."

"ఈ ప్లేటులో నూనె ఉందేమిటీ?"

"తలకి రాసుకునేదమ్మా! అలా పెట్టాను. ఇప్పుడే తీద్దామనుకుంటున్నాను."

"ఈ మూల ఉల్లిపాయలున్నా యేమిటి?"

"చేతికి అందాలని ఆ మూల పెట్టానమ్మా!"

"ఈ తువ్వాలేమిటి, ఈ సందులో పెట్టావు?"

"ఇదిగో. ఇప్పుడే తీద్దామనుకుంటున్నానమ్మా."

దినా ఎంత సేపు చెప్పినా అవే మాటలు.

ఒఫీలియా ఏ సామానులు తియ్యబోయినా, దినా చాలా అయిష్టంగా, "అది తియ్యకండమ్మ గారూ! చేతికి అందాలని అట్టా పెట్టుకున్నాను" అంటూ లబ లబ లాడింది.

"చూడు దినా! ఇక నించీ వంటిల్లంతా నేను సర్దుతాను. ఇవ్వాళ ఎలా పెడతానో అన్నీ అలాగే ఉండాలి" అని ఖచ్చితంగా చెప్పింది.

"అయ్యో, అమ్మ గారూ! మేరీ అమ్మగారెప్పుడూ ఇటు రానే రారు. మీ కెందుకమ్మా ఇయ్యన్నీ?" అంటూ గోల బెట్టింది దినా.

ఒఫీలియా అప్పటికే సర్దడం ప్రారంభించింది. ఒఫీలియా ఎంత కష్టపడి పని చేస్తుందంటే, యజమాని కుటుంబాల స్త్రీలు అలా పని చెయ్యడం ఆ పని మనుషులు ఎప్పుడూ ఎరగరు.

కొన్ని రోజుల్లో ఒఫీలియా ఇల్లంతా సర్దుడు కార్యక్రమం పూర్తి చేసింది. అప్పటికి మళ్ళీ ఇంటి వ్యవహారం మొదటి కొచ్చింది. పని మనుషులెవ్వరూ ఒఫీలియా పరిశుభ్రాన్ని అర్థం చేసుకున్నట్టు లేరు. శుభ్రం వ్యవహారం గురించి ఒఫీలియా చెప్పి చెప్పి విసుగొచ్చి ఒక సారి అగస్టీన్‌తో అంది - "అబ్బ, ఈ కొంపలో ఒక పద్ధతీ పాడూ లేదు. ఏ వస్తువూ పెట్టిన చోట ఉండదు. ఇల్లాంటి ఇంటిని నే నెక్కడా చూడలేదు బాబూ!"

"అవును, నువ్వెక్కడా చూసి ఉండవు" అని నవ్వాడు అగస్టీన్.

"నువ్వు ఏమీ పట్టించుకోకే ఈ ఇల్లు ఇలా ఉంది."

"ఏం చేస్తాం అక్కయ్యా? పని వాళ్ళేదో చేస్తున్నారు. గడిచి పోతోంది, పోనియ్యి. దినా నీకు పెద్ద విందు చేస్తానంటోంది చూడు."

"ఆ వంట లెలా తయారవుతాయో చూస్తే నోట్లో పెట్టలేం."

"అవన్నీ చూడడం మానెయ్యి!"

"తన గౌనుతో కప్పులు తుడుస్తుంది. లేకపోతే చేతులు తుడిచే గుడ్డతో తుడుస్తుంది."

"అబ్బ, పోనిద్దూ! చివరికి తయారయ్యే పదార్థం రుచిని బట్టి మాట్లాడాలి గానీ, దాన్ని ఎలా తయారు చేస్తే ఏమిటి? యోధుల్ని ఎందుకు కీర్తిస్తాం? చివరికి విజయం సాధిస్తారనే కదా?"

సంభాషణ నీగ్రోల నిజాయితీ మీదకు మళ్ళింది.

నీగ్రోల నిజాయితీని కొంచెం శంకించే పద్ధతిలో మాట్లాడింది ఒఫీలియా.

అగస్టీన్ అన్నాడు - "ఎందుకుండాలి వాళ్ళు నిజాయితీగా? వాళ్ళ జీవితాల్లో ఏ విషయాలు వాళ్ళని నిజాయితీగా ఉండేట్టు చేస్తాయి? పెద్ద వాళ్ళ మీద ఆధారపడే పిల్లలు స్వతంత్రంగా ఉండలేరు. స్వతంత్ర బాధ్యతతో ఆలోచించలేరు. అలాగే యజమానుల మీద ఆధారపడి తర తరాలుగా జీవించే బానిసలకు స్వంత బాధ్యత లెలా అలవడతాయి? ప్రపంచంలో ఎక్కడైనా చూడు. పై వర్గం వాళ్ళు, కింది వర్గం వాళ్ళని అన్ని విధాలా అణిచి పెడుతున్నారు. బానిసలు నిజాయితీగా ఉండరని మనం అసహ్యించుకుని ప్రయోజనం లేదు."

★ ★ ★

రస్కులు తీసుకు వచ్చే ముసలమ్మ మూలుగుతూ, వొణుకుతూ "దేవుడా! చచ్చి పోయాను,

నాయనో, చచ్చి పోయాను" అని గొణుక్కుంటూ వచ్చింది.

ఒఫీలియా కొన్ని రస్కులు తీసుకుంది. రస్కుల ముసలమ్మ పేరు ప్రూ. ఎప్పుడూ తాగుతూ ఉంటుంది. రస్కుల అమ్మకంలో కొంచెం డబ్బు దొంగతనం చేసి మిగిలిందే యజమాని కిస్తుంది. ప్రూని అగస్టీన్ ఇంట్లో నీగ్రోలందరూ తిట్టిపోస్తూ ఉంటారు. వెక్కిరింతలూ, వేళాకోళాలూ చేస్తూ ఉంటారు.

అడాల్ఫ్, మూలుగుతూ కూర్చున్న ప్రూ పక్క నించి వెళుతూ, "పాడు ముండా! తాగుడు మాన రాదూ? బుద్ధి లేని ముండా! నేను నీ యజమానిని అయితే నరికి ముక్కలు చేసే వాణ్ణి" అని తిట్టు కుంటూ వెళ్ళాడు.

అందరూ ప్రూని తిడుతూ ఉంటే, దూరంగా కూర్చుని టామ్ అంతా వింటూనే ఉన్నాడు.

ప్రూ నెమ్మదిగా లేచి రస్కుల బుట్ట నెత్తి మీద పెట్టుకుని మూలుగుతూ గొణుగుతూ గేటు దాటి బయటికి వెళుతోంటే, టామ్ నెమ్మదిగా ఆమె వెనకాల నడిచాడు.

ప్రూ, బుట్ట సర్దుకోడానికి ఆగింది.

"బుట్ట నేను పట్టుకుంటానమ్మా!" అన్నాడు టామ్.

"ఎందుకు? వద్దు వద్దు" అని ముసలమ్మ మూలుగుతూ బుట్ట సర్దుతూ నిలబడింది.

టామ్ సంకోచిస్తూ అన్నాడు - "నువ్వు జబ్బుగా ఉన్నట్టున్నావు ... అమ్మా! తాగుడు మానెయ్యరాదూ? ఎందుకు తాగుతావు చెప్పు? తాగుడు ఎంత చెడ్డదో..."

"నువ్వు చెప్పక్కర్లేదు నాయనా! అది ఎంత చెడ్డదో తెలుసు నాకు. కానీ ఏం చెయ్యను? నా దుఃఖం నీకేం తెలుసు? నన్ను ఒక యజమాని, పిల్లల్ని కనడానికి ఉంచాడు. నేను కన్న పిల్లల్ని కొంచెం కొంచెం పెరగనిచ్చి అమ్మేసే వాడు. చివ రికి ఇక పిల్లల్ని కనలేనని నన్ను కూడా అమ్మేశాడు. ఈ యజమాని దగ్గిరికి వచ్చిన తర్వాత కూడా ఒక పిల్ల పుట్టింది. ఎంత ముద్దుగా ఉండేదనుకు న్నావు? నాకు జబ్బు చేసి పాలు ఎండి పోయాయి. యజమానురాలు నా పిల్లకి పాలు కొననంది. నా పిల్ల రాత్రింబగళ్ళూ ఏడుస్తూనే ఉండేది. దాన్ని వదిలేసి నేను యజమానురాలి దగ్గిర ఎప్పుడూ పని చేస్తూనే ఉండే దాన్ని. ఒక సారి నా పిల్ల నాకు తెలవకుండా చచ్చిపోయి ఉంది. నాయనా! నా పిల్ల ఏడుపు ఎంత గట్టిగా వినపడుతుందను కున్నావు నా చెవులికి! ఎప్పుడూ పిల్ల ఏడుపే చెవుల్లో... తాగుతాను మరి... లేకపోతే పిల్ల ఏడుపే చెవుల్లో ... ఏం చెయ్యమంటావు?" - ముసలమ్మ మూలుగు లాగ ఏడుస్తూ వొణుకుతూ బుట్ట ఎత్తుకుని నెమ్మదిగా నడుస్తూ వెళ్ళి పోయింది.

టామ్ మౌనంగా విచారంగా గాలిలో నడిచే మనిషి లాగ అడుగు లేస్తూ ఇంటి వేపు బయలు దేరాడు.

నెత్తి మీద కిరీటం లాంటిదేదో పెట్టుకుని గంతులేస్తూ ఇవా కనిపించింది - "టామ్ మామా! ఎక్కడికి పోయావ్?" అంటూ దగ్గిరి కొచ్చింది. "అలా ఉన్నావేం మామా?" అని ఆతృతగా అడి గింది.

"నాకు చాలా విచారంగా ఉందమ్మా!"

"ఎందుకు మామా? విచారం ఎందుకు?"

ప్రూ సంగతంతా చెప్పాడు టామ్.

ఇవా అది వింటూ ఎంతో పరిజ్ఞానమూ, దయా గల వాళ్ళు ప్రవర్తించినట్టు ప్రవర్తించింది.

టామ్, ఇవాని రోజు లాగ షికారు తీసుకు పోడానికి గుర్రాల కోసం బయలుదేరాడు.

"వద్దు మామా! మనం పోవద్దు" అంది ఇవా ఇష్టం లేనట్టు.

"ఎందుకమ్మా?"

"నా క్కూడా చాలా విచారంగా ఉంది మామా!" అంది ఇవా చాలా విచారపడుతూ.

ఇద్దరూ ప్రూ సంగతులు చెప్పుకుంటూ కూర్చు న్నారు.

కొన్నాళ్ళ తర్వాత ఇంకో కొత్తమ్మాయి రస్కులు తీసుకు వచ్చింది.

"ప్రూ ఏమైందే?" అని అడిగాడు అగస్టీన్.

ఇంటి పని మనుషులంతా కొత్తమ్మాయి చుట్టూ జేరారు.

"అది ఇక రాదు. దాన్ని జైలుకి పంపించారు" అని చెప్పింది కొత్త మనిషి.

ఆ మనిషి రస్కులు ఇచ్చి వెళ్ళి పోతూ ఉంటే దినా ఒక్కతే మళ్ళీ అడిగింది "ఏం చేసిందే అదీ?"

కొత్త మనిషి భయపడుతూ గుస గుసల్తో చెప్పింది. "ఎవరికీ చెప్పమాకు. బాగా తాగిందనీ కొరడాలతో కొట్టించి జైలుకి పంపించేశాడు యజమాని. అక్కడ దానికి మందూ మాకూ లేక ఈగలు కుట్టి చచ్చిపోయింది. ఎవరో చెప్తే తెలిసింది. దాని కర్మ అలా కాలింది. ఎవరితో అనమాకు" అని వెళ్ళిపోయింది కొత్త మనిషి.

ఆ విషయం అందరికీ చెప్పేసింది దినా.

ఒఫీలియా చాలా బాధపడుతూ ప్రూ సంగతి అగస్టీన్‌కి చెప్పింది.

"ఏం చెయ్యగలం? కళ్ళూ, చెవులూ మూసుకోవాలి, అంతే" అన్నాడు అగస్టీన్.

"ఇంతింత ఘోరాలు చూస్తూ ఎలా ఊరుకుంటాము? అబ్బ, మీ దక్షిణాది వాళ్ళంతా ఒకటే. నువ్వు బానిసత్వాన్ని సమర్థిస్తావు. లేకపోతే అసలు నువ్వు బానిసల్నెందుకు ఉంచుకోవాలి?" అంది కోపంగా ఒఫీలియా.

తన చిన్నతనం సంగతుల దగ్గిర్నించీ చెప్పుకొచ్చాడు అగస్టీన్.

అగస్టీన్ తండ్రి క్రూరంగా ఉండే యజమానే. తల్లి మాత్రం చాలా దయగలది. తండ్రి పోయాక అగస్టీన్ తన అన్నతో కలిసి కొంత కాలం ప్లాంటేషన్ పనుల్లోనే ఉన్నాడు. అన్నదమ్ముల మధ్య గొడవ లేమీ లేవు. అయినా అగస్టీన్, ప్లాంటేషన్ వ్యవహారాలు భరించలేక పోయాడు. ఏడు వందల మంది బానిసల్ని తమ సేవకులుగా ఉంచుకోడం, వాళ్ళతో గొడ్లు కూడా చెయ్యలేని భయంకరమైన చాకిరీ చేయించడం, రోజూ కొందర్ని కొరడాలతో బాధించడం, పశువుల్ని బందెల దొడ్లో బంధించినట్టు వాళ్ళ నందర్నీ ఒక చోట బంధించడం, సైనిక క్రమ శిక్షణతో వాళ్ళ మీద అజమాయిషీ చెలాయించడం, పారిపోయే నీగ్రోలని కుక్కలతో పీకించడం - అదంతా తన వశం కాదని రెండేళ్ళ అనుభవంలో తెల్సుకున్నాడు అగస్టీన్.

"మానవుడి ఆత్మ చాలా క్షోభ పడుతుంది నాయనా!" అనేది అతని తల్లి చిన్నతనంలో.

అగస్టీన్ తన ప్లాంటేషన్‌లో బానిసల్ని చూసి, "ఇన్ని వందల ఆత్మలు ఎంత క్షోభపడుతున్నాయో గదా!" అని బాధపడే వాడు.

అతని ధోరణి వాళ్ళ అన్న కనిపెట్టి ప్లాంటేషన్ పనులతో సంబంధం లేని విధంగా తమ్ముడికి ఆస్తి పంచి పెట్టాడు. అప్పటి నించీ అగస్టీన్ 'న్యూ ఆర్లియన్స్'లో సెటిలయ్యాడు.

"ఇంగ్లండు ధనికులూ, పెట్టుబడిదారులూ, కింద వర్గాల వారి విషయంలో ఏదైతే చేస్తున్నారో, అమెరికన్ తోటల యజమానులు, బానిసల విషయంలో అదే చేస్తున్నారు" అన్నాడు అగస్టీన్ ఒఫీలియాతో.

"రెండూ ఒకటే ఎలా అవుతాయి? కార్మికుల్ని కొరడాలతో కొట్టరే! అమ్మరే! చంపరే!" అంది ఒఫీలియా.

"కొంత భేదం ఉన్నప్పటికీ దాదాపు రెండూ ఒకటే. బానిసని బానిస యజమాని కొట్టి చంపుతాడు. కార్మికుణ్ణి పెట్టుబడిదారుడు ఆకలితో, దరిద్రంతో చచ్చేట్టు చేస్తాడు. అంతే తేడా!"

"నీ బానిసలందరికీ ఎందుకు స్వేచ్ఛ ఇవ్వలేదు నువ్వు?"

"వాళ్ళని నే నేమీ కష్టపెట్టడం లేదు. వాళ్ళ వల్ల డబ్బు సంపాదించడం అన్యాయం గానీ, ఉన్న డబ్బుని ఖర్చు పెట్టడానికి వాళ్ళని ఉంచడం అంత అన్యాయం కాదు. వాళ్ళలో చాలా మంది ఇంటి నౌకరులూ వాళ్ళ పిల్లలూనూ. వాళ్ళందరూ అంటే నాకు చాలా ఇష్టం."

"ఇంతకీ ఈ బానిసత్వం ఎప్పుడంత మౌతుందంటావ్ అగస్టీన్?"

"నేను చెప్పలేను. ఒక సంగతి మాత్రం నిజం. ప్రపంచ వ్యాప్తంగా ప్రజల్లో అలజడి రేగుతోంది. దీని కంతటికీ చరమ గీతం పాడే రోజు వస్తుంది, తప్పదు."

టీ గంట వినిపించింది. అందరూ టీ బల్ల చుట్టూ చేరారు. ప్రూ సంగతి వచ్చింది.

"అలాంటి ముండలు చావడం మంచిది" అంది మేరీ.

ఇవా చాలా బాధగా, "కాదమ్మా! ప్రూ చాలా మంచిది. దానికి చాలా విచారంగా ఉండేదట. అందుకే తాగేదట" అంది.

మేరీ అదేం వినిపించుకోలేదు - "మా పుట్టింట్లో ఇలాంటి వాడే ఒకడుండే వాడు. మా నాన్న ఎన్ని సార్లు కొరడా శిక్షలు వేసినా వాణ్ణి లొంగదియ్య లేకపోయాడు. చివరికి వాడే చచ్చాడు ఎలాగో" అని అసందర్భంగా ఎవర్నో తిట్టి సంతృప్తి పడింది.

అగస్టీన్ కూడా ఒక సంఘటన చెప్పాడు - "నేను ప్లాంటేషన్‌లో ఉండే రోజుల్లో ఒక సారి సిఫియో అనే నీగ్రో పారిపోతే వెంట పడ్డాం. కుక్కలు అతన్ని పట్టేశాయి. సిఫియో ఉత్త పిడి కిళ్ళతో గుద్ది మూడు కుక్కల్ని చంపేశాడు. నేను తుపాకీతో కాల్చాను. పాపం అతను పడిపోయాడు. అతను నా వేపు ఎలా చూశాడంటే, అతని మీద మళ్ళీ నేను ఈగని వాలనివ్వలేదు. నా గది లోకి తెప్పించి పడుకో బెట్టించాను. అన్ని సపర్యలూ చేయించాను. అతను బాగుపడేప్పటికి అతనికి స్వేచ్ఛ నిస్తూ కాయితాలు సిద్ధం చేశాను. కానీ సిఫియో ఆ కాయితాలు చింపేసి నా దగ్గిరే ఉంటా నన్నాడు. ఒక సారి నాకు కలరా వస్తే, నా కోసం చెప్పలేనంత సేవ చేసి, తను ఆ కలరాతో చచ్చి పోయాడు."

తండ్రి చెప్పడం ప్రారంభించిన దగ్గిర్నించీ ఇవా నెమ్మదిగా తండ్రి దగ్గిరికి వచ్చి చివరికి సిఫియో చచ్చిపోయాడని వినగానే తండ్రి మెడ కావలించుకుని బావురుమని ఏడ్చేసింది.

"అరె! ఏమిటమ్మా ఇది? ఇలాంటి కథలు వినకూడదు నువ్వు. భయపడుతున్నావా?"

"భయపడను నాన్నా! చెప్పు!"

అగస్టీన్ ఇవాని ఎత్తుకుని ఓదారుస్తూ తోట లోకి తీసుకు వెళ్ళాడు.

★ ★ ★

టామ్ తన గదిలో కూర్చుని పలక మీద రాసుకుంటున్నాడు. అతనికి ఇంటి మీదకి ఎంత ధ్యాస మళ్ళిందంటే, ఇంటికి తప్పకుండా ఒక ఉత్తరం రాయాలని కూర్చున్నాడు. మరిచిపోయిన అక్షరాలన్నీ ముందుగా పలక మీద రాసి చూసు కుంటున్నాడు.

ఇవా పిల్లి లాగ టామ్ గది లోకి వచ్చి టామ్ భుజాల మీదికి వొంగి, "ఏం చేస్తున్నావు టామ్ మామా?" అంది.

"ఏమీ లేదమ్మా! ముసల్దానికి ఉత్తరం రాద్దా మనీ, కుదరటం లేదమ్మా!"

"నువ్వు ఉత్తరం రాస్తే ఎంత సంతోషం వేస్తుందో కదూ వాళ్ళకి? నేను కూడా రాయనా మామా! నాకు సరిగ్గా రాదేమో."

ఇద్దరూ చర్చించుకుంటూ ఉత్తరం రాయడం ప్రారంభించారు.

"అమ్మ గారు డబ్బు దొరగ్గానే నా కోసం పంపుతానని చెప్పింది. చిన్నయ్య గారు కూడా నా కోసం వస్తానని చెప్పాడు. ఇక్కడ చాలా బాగు న్నానని మా ముసల్దానికి రాయాలమ్మా! లేకపోతే ముసల్ది ఏడుస్తుంది."

"టామ్! ఏం జేస్తున్నావ్?" అంటూ గుమ్మం లోకి వచ్చాడు అగస్టీన్.

"ఉత్తరం రాస్తున్నాం నాన్నా! మామకి సాయం చేస్తున్నాను, మంచిది కాదూ?"

"మంచిదేనమ్మా! కానీ ... టామ్! కొంచెం సేపు ఆగరాదూ? నేను బయటి నుంచీ రాగానే రాసి పెడతాను. నాకు గుర్రాన్ని తెచ్చి పెట్టు."

"తొందరగా రాయాలి నాన్నా! టామ్ యజ మానురాలు అతని కోసం డబ్బు పంపిస్తానని చెప్పిందట" అంది ఇవా ఆతృతగా.

"రాగానే రాస్తానమ్మా!" అని వెళ్ళిపోయాడు అగస్టీన్.

★ ★ ★

ఒక రోజు ఒఫీలియా వంటింట్లో పని చేస్తూ ఉంది.

"అక్కా! ఇలారా! నీ కోసం ఏం తెచ్చానో చూడు" అని పిలిచాడు అగస్టీన్.

ఒఫీలియా బయటికి వచ్చి చూసింది. ఏడెని మిది సంవత్సరాల నీగ్రో పిల్ల నిలబడి ఉంది. కారు

నలుపు. ఊలు లాంటి జుట్టు, చిరిగి పీలికలై పోయిన మురికి గుడ్డలు, చెప్పలేనంత మురికిగా ఉందా పిల్ల.

" ఈ పిల్ల పేరు టాప్సీ! ఈ పిల్లని నీ కోసమే కొన్నానక్కా!" అన్నాడు అగస్టీన్.

" నా కోసమా? నా కెందుకూ?" అని ఆశ్చర్య పడింది ఒఫీలియా.

" టాప్సీ! ఏదీ నీ కొచ్చిన పాట పాడు" - అగస్టీన్.

టాప్సీ ఏమీ సిగ్గుపడకుండా, భయపడకుండా, కీచు గొంతుతో పాడుతూ, చప్పట్లు కొడుతూ, గుండ్రాలు తిరుగుతూ డాన్స్ చేసింది.

" టాప్సీ! ఈ ఒఫీలియా అమ్మ గారే నీ కొత్తమ్మ గారు. నువ్వు చాలా మంచిగా మసులు కోవాలి."

" చిత్తం అయ్యా!"

" ఈ ఉన్న వాళ్ళంతా చాలరూ అగస్టీన్? మళ్ళీ ఇంకో పిల్ల నెందుకు తెచ్చావు?" అని విసుక్కుంది ఒఫీలియా.

" పూర్తిగా నీ బాధ్యత మీద పెంచితే ఎలా పెంచుతావో చూద్దామని. మత నమ్మకాలున్న నీ లాంటి క్రిష్టియన్లు భలే వాళ్ళు. ముందు లోప భూయిష్టమైన సమాజాన్ని సృష్టిస్తారు. తర్వాత అందులో లోపాల్ని సంస్కరించటానికి మిషనరీ లను ఏర్పాటు చేస్తారు. 'బానిసల్ని ఇలా చూడాలి, అలా చూడాలి' అని నువ్వూ అంటూ ఉంటావుగా? పాపం ఈ పిల్ల కూడా బాధల్లో ఉంది. పోనీ నీ దగ్గిర ఉంటుందని తెచ్చాను."

టాప్సీ రావడం ఇంట్లో పని వాళ్ళ కెవ్వరికీ ఇష్టం లేక పోయింది.

" ఇంత తక్కువ జాతి దాన్ని ఎలా కొన్నారో అయ్యగారు!" అంది రోజా. రోజా పూర్తిగా నీగ్రో కాదు. కొంత తెలుపురంగు కలిసిన జాతి.

దినా పూర్తిగా నీగ్రో గనక రోజా మాటలకు దినాకి కోపం వచ్చింది. " నువ్వు తెల్ల జాతి దాన్నని మురిసి పోతున్నావా?" అని వెటకారం చేసింది రోజాని.

టాప్సీని శుభ్రం చేసే పనిలో ఒఫీలియాకి జేన్ ఒక్కతే సాయం చేసింది - " దీన్ని సరిగ్గా చూసుకో లేదు అయ్యగారు. దీని వీపు నిండా దెబ్బల మచ్చలు చూడండమ్మా!" అని చీదరించుకుంది జేన్.

తనని తిట్టే తిట్లేవీ తనకు పట్టనట్టు టాప్సీ అందరి మెడల్లో దండల్నీ, రింగుల్నీ, బట్టల్నీ వెర్రిగా చూస్తూ ఉండిపోయింది.

టాప్సీకి తల కత్తిరించి, శుభ్రం చేసి, మంచి బట్టలిచ్చి కుతూహలంతో పెంపకం ప్రారంభిం చింది ఒఫీలియా.

" నీ కెన్నేళ్ళు టాప్సీ?"

" నాకు తెలవదు."

" నీ తల్లెవరు?"

" ఎవరూ లేరు!"

" నువ్వెక్కడ పుట్టావు?"

" నే నెక్కడా పుట్టలేదు."

" అదుగో! అలా సమాధానాలు చెప్పకూడదు. మంచిగా మాట్లాడాలి. నువ్వెప్పుడు పుట్టావు?"

" నే నెప్పుడూ పుట్టలేదమ్మ గారూ!"

ఒఫీలియా చుట్టూ జేరిన వాళ్ళు అన్నారు - " బేరగాళ్ళు వీళ్ళని చిన్నప్పుడే కొనేస్తారమ్మా! పెద్ద య్యాక అమ్ముతారు."

" టాప్సీ! బేరగాడి దగ్గిర ఎన్నాళ్ళున్నావు? ఒక సంవత్సరం అవుతుందా?"

" తెలవదమ్మ గారూ!"

జేన్ అంది - " తక్కువ జాతి నీగ్రోలికి కాలం గురించి తెలవదమ్మా! ఆళ్ళ వయసులే ఆళ్ళు చెప్పలేరు."

" దేవుడి గురించి నువ్వెప్పుడన్నా విన్నావా టాప్సీ? నీకు తెలుసా నిన్నెవరు పుట్టించారో?"

" నన్నెవరూ పుట్టించలేదమ్మా!"

" నీకు కుట్టు పని తెలుసా?"

" తెలవదు."

" మరి నువ్వేం పనులు చేసే దానివి?"

" నీళ్ళు తెచ్చే దాన్ని, గిన్నెలు తోమే దాన్ని, కత్తులు కడిగే దాన్ని, పిల్లల్ని చూసే దాన్ని."

"నీ యజమాని నిన్ను బాగా చూసేవాడా?"

"చూసే వాడనుకుంటా" అంటూ టాప్సీ ఒఫీలియా బట్టల్ని చూస్తూ నించుంది.

"అక్కా! విత్తనాలు పడని భూమి లాంటి దీ పిల్ల. నీ అభిప్రాయాలు నాటు!" అన్నాడు అగస్టీన్.

టాప్సీ, ఒఫీలియా గారి పిల్ల అయింది.

టాప్సీని ముందు వంటింటి పనుల్లో పెడితే అక్కడి వాళ్ళెవరూ ఆ పిల్లని సరిగ్గా చూడలేదు. తర్వాత ఒఫీలియా, టాప్సీని తన పనులకే ఉంచుకుంది. "టాప్సీ! నా పక్క ఎలా వెయ్యాలో చెపుతాను చూడు. నువ్వెప్పుడు సర్దినా ఇలాగే ఉంచాలి. ఇలాంటి విషయాల్లో మాత్రం నేను చాలా పట్టుదలగా ఉంటాను. ఈ దుప్పటి చూశావా? ఇటు వేపు తిన్నం, ఇటు వేపు తిరగలా, చూశావా? తిన్నం బయటికి వుండాలి. తిరగల అడుక్కి వెళ్ళాలి. ఏం గుర్తు పెట్టుకుంటావా? ఇదుగో, ఇలాగ దుప్పటి అంచులు లోపలికి మడి చెయ్యాలి. ఏం, చూశావా?"

"చిత్తం అమ్మ గారూ!"

ఆ లోగా ఒఫీలియా కనిపెట్ట లేని విషయం ఒకటి జరిగింది. ఆ మంచం పక్కన బల్ల మీద రెండు చేతి తొడుగులూ, ఒక రిబ్బనూ టాప్సీ కంట పడడం, అవి టాప్సీ గౌను లోపలికి వెళ్ళిపోవడం, ఒక మెరుపు పని లాగ జరిగి పోయింది.

"ఏదీ? పక్క ఎలా వేస్తావో నువ్వు వేసి చూపించు" అని ఒఫీలియా సర్దిన దుప్పటి లాగేసింది.

టాప్సీ ఎటువంటి నదురూ బెదురూ లేకుండా దుప్పటి చక్కగా వేసి సర్దడం మొదలెట్టింది. ఆ పిల్ల వొంగి ఆ పని చేస్తోంటే రిబ్బన్ను కొస మెడ దగ్గిర గౌను లోంచి బయట పడింది.

ఒఫీలియా దాన్ని చూసి ఆశ్చర్యంగా ఆ కొస పట్టుకుని బయటికి లాగింది.

"ఏమిటిది? దొంగిలించావా దీన్ని?"

"నాకు తెలవదండమ్మ గారూ!"

"అబద్ధాలు కూడానా? పాడు పిల్లా!"

"నే నెప్పుడూ అబద్ధాలాడనమ్మ గారూ!"

"మరి ఈ రిబ్బన్ను నీ గౌనులో ఎందుకు ఉంది?"

"అది ఎలా పడిందో నాకు తెలవదమ్మ గారూ!"

ఒఫీలియాకి ఎంత కోపం వచ్చిందంటే, "నీకేం తెలీదూ, నీకేం తెలీదూ?" అంటూ టాప్సీ భుజాలు పట్టుకుని కోపంతో ఊపేసింది.

టాప్సీ గౌను లోంచి రెండు చేతి తొడుగులు కింద పడ్డాయి.

ఒఫీలియా కాస్సేపు వెర్రి చూపు చూసి, "ఇప్పుడు చెప్పు! ఇవన్నీ తియ్యలేదూ నువ్వు?" అని అరిచింది.

"ఈ తొడుగులు తీశానమ్మ గారూ! రిబ్బను మాత్రం తియ్య లేదు. అది ఎలా పడిందో..."

"నిన్ను నే నేమీ అనను. నిన్ను కొట్టను. అబద్ధాలాడకు. నిజం చెప్పు" అని ఒఫీలియా కొంత శాంతం లోకి దిగిం తర్వాత టాప్సీ రిబ్బన్ను కూడా తీశానని వొప్పుకుంది.

"ఇంతకు ముందు కూడా ఏమేం చేశావో చెప్పు! నిన్నేం అనను."

"ఇవా మెడలో ఎర్ర గొలుసు ... ఏసుకుంటుందే, అది తీశానమ్మా ..."

"ఇంకా ....?"

"రోజా చెవులికి పెట్టుకునే రింగులు తీశానమ్మా ....."

"వెళ్ళి తీసుకురా అవన్నీ."

"పారేశానమ్మ గారూ!"

"పారేశావా? అబద్ధం! ఎక్కడో దాచావు. తీసుకురా."

"నేను చెడ్డ దాన్నమ్మ గారూ! పారేశా నమ్మ గారూ!"

అంతలో ఇవా అక్కడికి వచ్చింది. ఆమె మెడలో ఎర్ర గొలుసు ఉంది. టాప్సీ తీశానన్నది ఆ గొలుసే.

"ఇవా! నీకీ గొలుసు ఎలా వచ్చిందే?"

"ఎలా వొచ్చిందేంటి? నాదేగా?"

"నిన్న ఉందా నీ దగ్గిర?"

"ఆఁ, ఉందీ."

రోజాని పిలిచి చూస్తే, ఆమె రింగులు ఆమె దగ్గిరే ఉన్నాయి!

ఒఫీలియాకి మతి పోయింది - "టాప్సీ! నువ్వు చెయ్యని పనులు చేసినట్టెందుకు చెప్పావు?"

"మీరు చెప్పమన్నారు కదా అమ్మ గారూ?"

"నేను చెప్పమన్నానా? పాడు పిల్లా! చెయ్యని పని చేసినట్టు చెపితే అది కూడా అబద్ధాలాడ్డమే, తెలుసా?"

"అబద్ధాల ముండమ్మా ఇదీ" అని రోజా టాప్సీని తిట్టింది.

"రోజా! నువ్వలా అనకు" అని ఇవా రోజాని కోప్పడింది.

"ఇవా తల్లీ! నీకేం తెలుసమ్మా? ఈ తక్కువ జాతి నిగ్గర్లు ..."

"రోజా ..." అంటూ మండిపడింది ఇవా.

రోజా భయపడి, "ఇవా అమ్మ గారు తండ్రి లాంటిదే" అని గొణిగి ఊరుకుంది.

ఇవా టాప్సీనే చూస్తూ నించుంది.

సమాజంలో ఉన్న రెండు భిన్న కోణాలకు ప్రతినిధులుగా ఉన్నారా పిల్లలిద్దరూ.

ఒక పిల్ల - తర తరాల అధికారంతో, విద్యతో, నాగరికతతో, సిరి సంపదలతో, శారీరక మానసిక ఔన్నత్యాలకు నీడ నిచ్చే జీవన విధానంతో, శాక్సన్ జాతిలో పుట్టిన పిల్ల.

ఇంకో పిల్ల - యుగ యుగాల బానిసత్వంతో, పీడనతో, లొంగుబాటుతో, అంధత్వంతో, శారీరక మానసిక అవ లక్షణాలతో, కష్టంతో దుఃఖంతో ఉండే ఆఫ్రికన్ జాతిలో పుట్టిన పిల్ల.

టాప్సీని చూస్తే ఇవాకి చాలా అస్పష్టమైన, అవ్యక్తమైన ఆలోచన లేవో వచ్చాయి. ఆమె చాలా ప్రేమగా టాప్సీతో అంది - "టాప్సీ! ఎందుకు తీశావు? నీకు కావలసినవి నా దగ్గిర తీసుకో, నేనిస్తాను."

అంత చల్లని, తియ్యని వింతైన మాట టాప్సీ జీవితంలో మొట్ట మొదటిసారి వింది. ఒఫీలియా అనలేకపోయిన మాట ఇవా అంది. ఇవా మాటలు వినగానే అంత బండగా కనబడుతోన్న టాప్సీ కళ్ళల్లో నీళ్ళు తిరిగాయి. ఆ పిల్ల ఒక సారి తల ఎగరేసి నవ్వింది. ఇవా ఏదో సరదాకి, హాస్యానికి, అన్నదనుకోవడం తప్పితే, ఆ మాటలు టాప్సీ నమ్మలేదు.

టాప్సీ ఒక సమస్య అయిపోయింది ఒఫీలియాకి. ఆమె పెంపకం రూల్సు ఏమీ టాప్సీ దగ్గిర పని చెయ్యడం లేదు.

ఒఫీలియా ఒక సారి అగస్టీన్‌తో, "కొరడా ఉపయోగించకుండా ఈ పిల్లని ఎలా దారికి తేవాలో నా కర్థం కావడం లేదు" అంది.

"నీ ఇష్టం. ఆ పిల్లని సంస్కరించే బాధ్యత నీదే. నీ కెలా చెయ్యాలని తోస్తే అలా చెయ్యి. కానీ, నేనో మాట చెప్పదల్చుకున్నాను. ఈ పిల్లని ఇప్పటికే సమస్తమైన ఆయుధాల తోటీ కొట్టారు. కర్రల తోటీ, కత్తుల తోటీ, తాళ్ళ తోటీ, కొరడాల తోటీ, ఊచల తోటీ, ఇంకా ఎన్నిటితో కొట్టవచ్చునో అన్నిటి తోటీ కొట్టారు. ఇప్పుడీ పిల్లని దెబ్బలతో భయపెట్టాలంటే, ఈ పిల్ల పూర్వం తిన్న దెబ్బలన్నిటి కన్నా బలమైన, శక్తి వంతమైన దెబ్బలు కొట్టాలి."

"అయితే మరి నన్నేం చెయ్యమంటావు?"

"నీ ఇష్టం, యజమాని క్రూరంగా తయారవుతున్న కొద్దీ బానిస మొండిగా, మరింత మొండిగా, తయారవుతాడు. దానికి అంతం లేదు. కొట్టడం అనేది ప్రారంభించ కూడదని నేను మొదటే అనుకున్నాను. ఎందుకంటే దాన్ని ఎక్కడ ఆపాలో తెలీదు కాబట్టి. ఫలితంగా నా పని మనుషులందరూ మాట వినని పిల్లల్లాగ తయారయ్యారు. పోనీలే, వాళ్ళు మాట వినక పోయినా నాకు సంతోషమే గానీ, నేను క్రూరుణ్ణిగా అవడం నేను భరించ లేను."

★ ★ ★

టాప్సీని బాగుచేసే విషయంలో ఇంకా ఎక్కువ సహనం చూపాలనుకుంది ఒఫీలియా. టాప్సీకి చదువు చెప్పడం, కుట్టు నేర్పడం, మొదలు పెట్టింది.

చదువులో అఖండురాలుగా ఉంది టాప్సీ. కుట్టు సంగతి వచ్చే సరికి టాప్సీకి గంగ వెర్రులెత్తేవి. సూదులు విరిచేసి, దారాలు తెంపేసి అన్నీ లుంగచుట్టి అవతలికి విసిరేసేది.

ఒఫీలియా ఎన్ని విధాల చెప్పినా టాప్సీకి సూదుల మీదా, దారాల మీదా ప్రేమ పుట్టించలేక పోతోంది.

పాటలు పాడడంలో, డాన్స్ చెయ్యడంలో, టాప్సీ ప్రతిభకి, చూసే వాళ్ళంతా ముగ్ధులయ్యే వాళ్ళు. ఇవాతో సహా, ఆ ఇంట్లో పిల్లలంతా ఆడ మనీ, పాడమనీ, టాప్సీ వెంటబడే వాళ్ళు.

ఇవా టాప్సీ వెనకాల తిరగడం, ఒఫీలియాకి నచ్చలేదు. ఇవాని టాప్సీతో అంత స్నేహం చెయ్య కుండా చూడమని అగస్టీన్‌తో అంది ఒఫీలియా ఒక సారి.

"చిన్న పిల్లలు ఆడుకుంటారు, పోనిద్దూ!" అన్నాడు అగస్టీన్.

"టాప్సీతో ఆడడం అంత మంచిది కాదు. ఆ పిల్లకు చాలా దుర్గుణాలున్నాయి."

"ఇవా అలాంటి దుర్గుణాలు నేర్చుకుంటుం దని భయపడనక్కర లేదు."

"ఏమో అగస్టీన్! నా పిల్లనైతే మాత్రం నేను టాప్సీ లాంటి పిల్లతో ఆడనివ్వను."

అగస్టీన్ నవ్వుతూ, "నీ పిల్లయితే ఆడకూడ దులే. నీ పిల్ల సంగతి వేరు. నా పిల్ల సంగతి అలా కాదు" అన్నాడు.

ఒఫీలియా నవ్వి వెళ్ళిపోయింది.

టాప్సీని ఇంట్లో వాళ్ళంతా చాలా తక్కువ రకంగా చూసే వాళ్ళు. టాప్సీకి భయపడుతూ కూడా ఉండే వాళ్ళు. ఎవరైనా టాప్సీ కేవన్నా కోపం తెప్పించారో, మర్నాడే వాళ్ళ వస్తువుల మీద ఆశ వదులుకోవలసి వచ్చేది. వాళ్ళ బట్టల్లో, చెప్పుల్లో ఏం దొరికితే అవి, పీలికలు వాలికలు చేసి అక్కడ పడేసి ఉంచేది. వాళ్ళు ఎక్కడో అక్కడ జర్రున జారి పడే లాగ చేసేది. ఆ పని టాప్సీయే చేసిందని వొక్క పనిని కూడా రుజువు చెయ్యగలిగే వాళ్ళు కారు.

టాప్సీలో సుగుణమేమిటంటే, దానికి బుద్ధి పుడితే అది చెయ్యలేని పని లేదు. ఎంత కష్టమైన పనులైనా సునాయాసంగా నేర్చుకుంటుంది. ఒఫీ లియా గది సర్దే పని తొందరగా, ఎంత చక్కగా చేస్తుందంటే, ఒఫీలియా కూడా అంత బాగా చేసు కోలేదు. టాప్సీ తల్చుకుందంటే మాత్రం ఎంత బుద్ధిగా అయినా ఉంటుంది. కానీ అది తల్చు కోడం మాత్రం ఎప్పుడూ ఉండదు.

ఒఫీలియా టాప్సీతో నీతి సూత్రాలు బట్టీ పట్టి స్తోంటే అగస్టీన్ తర్వాత అన్నాడు - "అవన్నీ ఏం ఉపయోగ పడతాయక్కా టాప్సీకి?"

"నీతి సూత్రాలు నేర్చుకుంటే పిల్లల కందరికీ మంచిదే" అంది ఒఫీలియా.

"అసలు అవి అర్థం అవుతాయా?"

"ఇప్పుడర్థం కాకపోయినా నష్టం లేదు. తర్వాత వాటి ఉపయోగం తెలుస్తుంది."

"చిన్నప్పుడు నాకు చాలా నేర్పించావే! నాకేం ఒంట బట్టినట్టు లేదు."

"టాప్సీ విషయంలో నువ్విలా ప్రతి చోటా కలగ జేసుకుంటే నే నేం చెయ్యలేను సుమా!"

"సరే అక్కా! నీ ఇష్టం."

అలాంటి సంఘటనలు చాలా జరిగేవి. టాప్సీ బాగా తప్పు చేసినప్పుడు అగస్టీన్ వెనక్కొచ్చి దాక్కు నేది.

"సరే, ఊరుకోండి. పోనివ్వండి, దాన్నేం చెయ్యకండి!" అని అగస్టీన్ దాన్ని రక్షించే వాడు.

★ ★ ★

టామ్ రాసిన ఉత్తరం ష్లో అత్తకి అందింది. ఆ ఉత్తరంలో సంగతులు అందరికీ ఆనందం కలి గించాయి. ఆ ఉత్తరం గురించి షెల్బీ భార్య షెల్బీకి చెప్పింది - "టామ్ మంచి కుటుంబంలో పడ్డాడు. కొత్త యజమాని అతన్ని చాలా దయగా చూస్తున్నాడట" అంది.

"అయితే ఇక ఇక్కడికి రాడేమో!" అన్నాడు షెల్బీ!

"అలా అనుకోవడం చాలా పొరపాటు. ఆ ఉత్తరం నిండా ఇక్కడి కెప్పుడు తీసుకు పోతారో రాయమనే రాశాడు. 'డబ్బు లెప్పుడు కూడతాయి, నన్నెప్పుడు కొంటారు, అమ్మగారేవంటున్నారు' అంటూ రాశాడు. అక్కడెంత సుఖంగా ఉంటే మాత్రం భార్యా బిడ్డల దగ్గిరికి రావాలని ఉండదా అతనికి?"

"ఇక టామ్‌ని కొనలేమేమో ఎమిలీ! మన లావాదేవీలు సర్దుకోడానికే చెప్పలేనంత ఇబ్బందిగా ఉంది."

"కొంత పొలం అమ్మేద్దాం. కొన్ని గుర్రాల్ని అమ్మేద్దాం."

భార్య మాటలకి షెల్బీకి చాలా కోపం వచ్చింది - "ఎంత లక్ష్యం లేకుండా మాట్లాడుతున్నావు! ఆర్థికమైన ఇబ్బందులంటే ఏవనుకుంటున్నావు? ఆడ వాళ్ళకేం తెలుస్తాయి డబ్బు గొడవలు?" అని విసుక్కున్నాడు.

"ఆడ వాళ్ళకు చెప్తే కదా తెలిసేది? మన అప్పులూ, ఆస్తులూ ఎంతెంతో నాతో చెప్పు! ఏది తగ్గించగలమో, ఎక్కడేం చెయ్యగలమో, నే నేమైనా చెప్పగలనేమో చూస్తాను."

"ఆ గొడవలన్నీ నువ్వేం పడగలవు? ష్లో ఉల్లిపాయలు కొయ్యడం లాంటి దనుకున్నావా, ఆడ వాళ్ళు ఆర్థిక విషయాలు చూడడం?" - భార్యకి ఇంకో విధంగా నచ్చ చెప్పే మార్గం లేక, తన విసుగుదలతో, అహంభావంతో కంఠం పెంచి మాట్లాడి అసలు విషయం నించి తప్పించుకో వాలనుకున్నాడు షెల్బీ.

టామ్‌కి ఇచ్చిన మాట నిలబెట్టుకో లేక పోతామేమోనని ఎమిలీకి చాలా విచారం ప్రారంభమైంది. "అసలు మనం టామ్‌కి వాగ్దానం చెయ్యడమే తప్పయింది" అన్నాడు షెల్బీ మళ్ళీ.

ఎమిలీ అదిరిపడి చూసింది - "నేను మాత్రం మాట తప్పను. నలుగురు పిల్లలకు, సంగీత పాఠాలు చెప్పయినా డబ్బు కూడబెడతాను" అంది కోపంగా.

షెల్బీ ఆశ్చర్యపడి, "మన పరువు మర్యాద లెటువంటివో నువ్వేమైనా ఆలోచిస్తున్నావా?" అన్నాడు కోపంగా.

"నిస్సహాయులకు చేసిన వాగ్దానాల్ని తప్పడం కన్నా తప్పు పనా సంగీతం పాఠాలు చెప్పడం? నేను మాత్రం టామ్ కిచ్చిన మాట తప్పను."

"అది కాదు ఎమిలీ! నువ్వు ధైర్యస్తురాలివి. పట్టుదల గల మనిషివి. నిజమే, కానీ కొంచెం ఆలోచించు! నా మాట విను!'

అప్పటి కా సంభాషణ అలా ముగిసింది.

తర్వాత ష్లో అత్త, ఎమిలీతో మాట్లాడింది. తన మనసులో అభిప్రాయం చెప్పింది - "అమ్మ గారూ! మా ముసిలోణ్ణి కొంటానికి డబ్బు లేదని తవరు బాధ పడొద్దు. తవరు సరేనంటే నే నొక మాట చెప్తాను. లూస్ వెల్లీలో కేకులమ్మే షాపుందట. అక్కడ నా లాంటోళ్ళు పని చేసుకో వచ్చుంట. శామ్ చెప్పాడు. నన్ను పంపించం డమ్మగారూ! నా కొచ్చే కూలి డబ్బులన్నీ కూడబెట్టి ఉంచుతాను. ఇక్కడ వంట పని శాలీ చూడగలదు. అందరం ఊరికే కూర్చుని ఏం చేస్తున్నాం అమ్మ గారూ?"

"పిల్లల్ని వొదిలేసి వెళతావా?"

"చిన్న దాన్ని శాలీ చూస్తుంది. పెద్దోళ్ళకేం ఇబ్బంది లెండమ్మా, ఆళ్ళే ఉంటారు. లూస్‌వెల్లీ ఎంత దూర వండమ్మా?"

"చాలా దూరం ష్లో. వంద మైళ్ళ దూరం."

"నా కేమీ జంకు లేదు."

అమ్మ గారు తనని పంపడానికి ఒప్పుకుంటుందంటే ష్లో మనసంతా సంతోషంతో నిండిపోయింది - "నా కిచ్చే డబ్బులన్నీ జాగర్తగా దాస్తానండమ్మా. యాడాది కెన్ని వారాలమ్మా?"

"యాభై రెండు వారాలు."

"వారానికి నాలుగు డాలర్లయితే ఎంతవుద్దండమ్మా?"

"రెండు వందల ఎనిమిది డాలర్లు."

"ఎన్నేళ్ళు పని చెయ్యాలండమ్మా?"

"నాలుగైదేళ్ళు చెయ్యాలేమో! అంతా నువ్వే కూడబెట్టక్కర్లేదు. నేను కూడా కొంత డబ్బు చూస్తాను."

"అయ్య గారికి కోపమొచ్చే పనులు చెయ్యకండమ్మా!"

"అయితే ఎప్పుడు బయలుదేరతానంటావు?"

"నాకో కాయితం ముక్క రాసివ్వండమ్మా. శామ్‌తో సీకట్నే బయల్దేరతాను."

"అలాగేలే, అయ్య గారితో కూడా మాట్లాడి చెపుతాను."

ష్లో అత్త, ఇంటికి వచ్చే సరికి అక్కడ జార్జి పిల్లలతో ఆడుతూ ఉన్నాడు.

"సిన్నయ్యా! నేను రేపు సీకట్నే ఎల్తన్నా నయ్యా" అని సంగతంతా చెప్పింది ష్లో.

"ముసిలోడికి ఉత్తరం రాయండయ్యా" అని అత్త అనగానే జార్జి "రాస్తా నత్తా! కాయితం, కలం తెచ్చుకుంటాను" అంటూ సంతోషంగా ఇంటి వేపు పరిగెత్తాడు.

★ ★ ★

జార్జి రాసిన ఉత్తరం టామ్‌కి చెప్పలేనంత ఆనందం కలిగించింది. ష్లో అత్త కేకుల ఫ్యాక్టరీ కెళ్ళిందనీ, చిన్న పిల్ల చక చకా నడుస్తోందనీ, పెద్ద వాళ్ళు క్షేమంగా ఉన్నారనీ, ఇంకా అక్కడ అందరూ క్షేమంగా ఉన్నారనీ తెలిసింది టామ్‌కి.

జార్జి తన స్కూల్లో ఎలాంటి పాఠాలున్నాయో వాటి గురించి కూడా రాశాడు. నాలుగు కొత్త గుర్ర పిల్లలు వచ్చాయని రాశాడు. టామ్ తెలుసుకోగోరే సంగతులన్నీ రాశాడు.

ఆ ఉత్తరం పట్టుకుని చెప్పలేనంత ఆనందం అనుభవించాడు టామ్. ఆ ఉత్తరాన్ని పటం కట్టించటానికి వీలవుతుందా అని ఇవాతో చర్చించాడు. ఉత్తరానికి రెండు వేపులా రాశారు కాబట్టి దాన్ని పటం కట్టించడం వీలు కాదని తేల్చి దాన్ని బట్టల పెట్లో భద్రంగా దాచాడు.

★ ★ ★

రెండేళ్ళు గడిచాయి.

టామ్‌కీ, ఇవాకీ స్నేహం పెరుగుతూ ఉంది.

టామ్ బైబిల్ చదువుతూ ఉంటే - ఇవా అర్థాలడిగేది. తనూ బైబిల్ చదివి టామ్‌కి వినిపించేది.

ఆ వేసవికి అగస్టీన్ కుటుంబం ఒక సరస్సు ఒడ్డున ఉండే ఇంటికి మారారు. ఆ ఇంటి చుట్టూ తోటలు, తోటల లోకి పరుచుకునే వరండాలు, ఇంటి పక్కనే సరస్సు, ఆ సరస్సుని కాంతితో నింపేసే సూర్యాస్తమయాలు - ఆ ఇంటి వాతావరణం అంతా ఊహా లోకాలలో ఉండేంత మనోహరంగా ఉంది.

రోజూ సాయంత్రాలు టామ్, ఇవా, సరస్సు ఒడ్డున తోటలో కూర్చుంటారు.

టామ్ ప్రార్థనా గీతాలు పాడతాడు.

ఇవా అమాయకమైన తన్మయత్వంతో వింటూ ఉంటుంది.

"అద్దం వంటి సముద్రం అగ్నితో కలిసి మండుతూ ఉంది చూడు" అని ప్రార్థనా గీతం చదువుతూ, వాళ్ళిద్దరూ సూర్యాస్తమయ కాంతిలో మండే సరస్సుని చూసి ఆ 'దివ్య లోకాన్ని' చూసి నట్టు ఆనందపడతారు.

"ప్రభువు లోకంలో దివ్య మందిరం ఉంటుంది. అక్కడ పెద్ద పెద్ద గేట్లు ఉంటాయ్. బంగారంతో చేసిన తలుపులు ఉంటాయ్. ఆ పాట పాడు మామా" అని తనకు ఇష్టమైన పాటలన్నీ అడుగుతుంది ఇవా.

టామ్ భక్తి పారవశ్యంలో కంఠం వణుకుతూ ఉండగా, ఆనంద బాష్పాలు రాలుస్తూ ఇవా అడిగే పాటలు పాడతాడు.

"ఆ ఆత్మలు నిద్రలో నా దగ్గిరికి వస్తాయి మామా" అంటుంది ఇవా - పాట మధ్యలో. "టామ్ మామా! నేను అక్కడికి వెళ్ళిపోతాను" అంటుంది హఠాత్తుగా.

"ఎక్కడికమ్మా?" అని అడిగితే,

"ఆకాశం లోకి" అంటుంది.

ఇవా మాటలకు టామ్ కొంత ఆశ్చర్యపడి, కొంత బాధపడతాడు.

★ ★ ★

ఆర్నెల్లలో ఇవా ఆరోగ్యం చాలా పాడైంది. శరీరం చాలా బలహీనపడి పోయింది.

ఇవా ఆరోగ్యం పాడవుతోందన్న సంగతి మొదట్లో ఒఫీలియా కనిపెట్టి అగస్టీన్‌తో చెప్పింది.

"ఎదిగే పిల్లలు సన్నబడతారక్కా" అన్నాడతను కొంత కాలం. అలా అన్నాడే గానీ అగస్టీన్ ఇవా గురించి చాలా అశాంతి పడేవాడు. పిల్ల చిక్కి పోవడం గమనించాడు.

ఇవా ఎప్పుడూ ఏదో ఆలోచిస్తూ ఉన్నట్టు కనపడేది. ఒక సారి తల్లితో, "మన బానిసలందరికీ

మనం చదువు నేర్పిస్తే బాగుంటుందమ్మా!" అంది.

"ఏం మాటలే అవీ? వాళ్ళకు చదువెందుకు? వాళ్ళు పని చెయ్యటానికి పుట్టారు. చదువుకుంటే పూర్వం కన్నా ఇంకా మంచిగా పని చెయ్య గలరా?"

"బైబిలు చదవాలి కదమ్మా? ప్రభువు ఇష్టాన్ని తెలుసుకోవాలి కదా?"

"ఎవరో ఒకరు చదివి పెడతార్లే" - తల్లి, బీరువా సర్దుతూ విసుగ్గా అంది.

"కాదమ్మా! బైబిలు ఎవరికి వాళ్ళే చదువు కోవాలి. టాప్సీకి ఒఫీలియా అత్త చదువెందుకు నేర్పిస్తోంది?"

"ఆ, చూస్తున్నాంగా అదెంత బాగుపడిందో! అంత దరిద్రగొట్టు ముండని నే నెక్కడా చూడ లేదు."

"కాదమ్మా......."

"ఇవా! ఈ గోలలన్నీ నీ కెందుకు? పెద్దదాని వవు తున్నావు. రేపటి నించీ బాల్ రూమ్ డాన్స్‌లకు పోయేటప్పుడు నువ్వేటువంటి ఆభరణాలు పెట్టు కోవాలో అన్నీ చేయిస్తున్నాను చూడు. నీ కా చిన్న చిన్న విషయాలెందుకు? ఈ నగ చూడు, నాన్న ఫ్రాన్స్ నించి తెప్పించాడు" అని మేరీ, ఇవా చేతిలో ఒక నగ పెట్టింది.

"అమ్మా! ఇది చాలా ఖరీదు ఉంటుంది కదమ్మా?" అని ఇవా ఆశ్చర్యంగా అడిగింది.

"అవును. చాలా ఖరీదు."

"దీన్ని నా ఇష్టం వచ్చినట్టు నేను చేసుకునే లాగ అయితే!"

"ఏం చేస్తావు?" తల్లి ఆశ్చర్యంగా చూసింది.

"దీన్ని అమ్మేసి స్వేచ్ఛా రాష్ట్రాల్లో స్థలం కొని మన పని వాళ్ళందర్నీ అక్కడ పెట్టి చదువు చెప్పి స్తాను" అంది ఇవా చిరునవ్వుతో.

మేరీ నవ్వడం మొదలు పెట్టినా ఇవా ఆప లేదు. "వాళ్ళ ఉత్తరాలు వాళ్ళే రాసుకోవాలమ్మా. వాళ్ళే చదువుకోవాలి. నేర్పితే అన్నీ నేర్చుకుంటారు వాళ్ళు."

"అబ్బ! ఊరుకో. తల నొప్పి పుడుతోంది నాకు" అని కసిరింది తల్లి.

మేరీ చేతిలో 'తలనొప్పి' ఎప్పుడూ సిద్ధంగా ఉంటుంది. ఆమెకి ఇష్టంలేని సంభాషణ ప్రారంభ మైతే తలనొప్పి ఆమెని రక్షిస్తూంటుంది.

★ ★ ★

అగస్టీన్ అన్న ఆల్ఫ్రెడ్, తన కొడుకు హెన్రిక్‌తో, తమ్ముడి ఇంటిలో పది రోజులు ఉండడానికి వచ్చాడు. వాళ్ళతో గుర్రాలూ, ఒకరిద్దరు బానిసలూ కూడా వచ్చారు.

ఆల్ఫ్రెడ్, నూటికి నూరు పాళ్ళూ బానిస యజ మాని. బానిసత్వాన్ని అతను పూర్తిగా సమర్థిస్తాడు. అగస్టీన్, అన్నతో ఎప్పుడూ వాదిస్తూనే ఉంటాడు.

హెన్రిక్ 12 సంవత్సరాల వాడు. బానిస యజ మానుల దర్పంతో మిడిసి పడుతూ ఉంటాడు.

ఒక రోజు ఇవా, హెన్రిక్‌లు, గుర్రాల మీదికి షికారు పోవాలని నిశ్చయమైంది.

టామ్, ఇవా కోసం తెల్ల గుర్రాన్ని తెచ్చి ఇంటి ముందు నించో బెట్టాడు.

హెన్రిక్ గుర్రంతో వచ్చిన బానిస కుర్రాడు డాడో, హెన్రిక్ కోసం నల్ల గుర్రాన్ని తెచ్చి నించో బెట్టాడు.

హెన్రిక్, గుర్రం దగ్గిరికి రాగానే దాని ఒంటి మీద ధూళి చూసి, "ఒరే సోమరిపోతా! గుర్రాన్ని కడగలేదురా?" అని మండిపడ్డాడు.

"కడిగానండయ్యా? అదే దారిలో నేల మీద దొర్లి అలా చేసుకుందయ్యా" అని గుర్రాన్ని మళ్ళీ శుభ్రం చేశాడు డాడో.

హెన్రిక్ కొరడా ఎత్తి డాడో మీద విరుచుకుపడి అతన్ని పడగొట్టి కొరడాతో ఇష్టం వచ్చినంతసేపు బాదేశాడు - "ఫో! గుర్రాన్ని తీసుకు పోయి శుభ్రంగా కడిగి తీసుకురా" అని ఆజ్ఞాపించాడు.

డాడో మారు మాట్లాడకుండా గుర్రాన్ని తీసుకు పోయాడు.

హెన్రిక్ ఇంట్లోకి పోతోంటే టామ్ వినయంగా చెప్పాడు - "చిన్నయ్య గారూ! డాడో గుర్రాన్ని కడ

గడం నా కళ్ళతో నేను చూశానండయ్యా! అది దారిలో కిందపడి..."

"నోర్మూయ్! నువ్వా నాతో మాట్లాడేది?" అని కొరడా ఝుడించి ఇంట్లోకి వెళ్ళాడు హెన్రిక్.

వాకిట్లో జరిగిన సంగతంతా ఇవా చూసింది. ఆమె విచారంతో కృంగిపోయింది. హెన్రిక్, తన దగ్గరికి రాగానే, "హెన్రిక్! ఎందు కంత కౄరంగా ఉన్నావు?" అని అడిగింది.

"కౄరంగానా? నేనా? ఏమంటున్నావు మై డియర్ ఇవా?" - హెన్రిక్ ఆశ్చర్యపడ్డాడు.

"నువ్వింత కౄరంగా ఉన్నంత కాలం నన్ను 'డియర్ ఇవా' అని పిలవకు" అంది తిరస్కారంగా.

"అది కాదు ఇవా! డాడో గాడి సంగతి నీకు తెలీదు. వాడు నోరు తెరిస్తే అబద్ధాలు. వాణ్ణి దారిలో పెట్టాలంటే వాణ్ణి కొట్టడం ఒక్కటే మార్గం. నాన్న అలాగే చేస్తాడు."

"డాడో గుర్రాన్ని కడిగాడని టామ్ మామ చెప్పాడు కదా? టామ్ మామ ఎప్పుడూ అసత్యం చెప్పడు."

"అయితే టామ్ గాడి సంగతి వేరు. డాడో మాత్రం నోరు తెరిస్తే అబద్ధం తప్పితే ఇంకోటి మాట్లాడడు."

"హెన్రిక్! డాడో తప్పేమీ లేకుండా అతన్ని కొట్టావు నువ్వు."

"నువ్వు వాడి తరపున మాట్లాడుతోంటే నాకు చాలా అసూయగా ఉంది ఇవా! .... వాణ్ణి ఎంత కొట్టినా వాడికేం లెక్కవుండదు. బండ గొడ్డు వాడు. సరేలే. నీ కిష్టం లేకపోతే నీ ముందెన్నడూ వాణ్ణి కొట్టనులే."

ఇవా ఇంకేమీ మాట్లాడలేక పోయింది. తన భావాలు అతనికి అర్థమయ్యేట్టు చెయ్యలే నను కుంది.

డాడో మళ్ళీ గుర్రాన్ని కడిగి తీసుకు వచ్చాడు.

"ఈ సారి బాగా చేశావురా డాడో" అని హెన్రిక్ డాడోని మెచ్చుకున్నాడు, ఇవా సంతృప్తి కోసం.

హెన్రిక్ చాలా సున్నితమైన వాడిలా, ఆత్మీయత చూపే వాడిలా ప్రవర్తిస్తూ ఇవాని గుర్రం ఎక్కించాడు.

ఇవా గుర్రం ఎక్కుతూ దాన్ని పట్టుకుని నించున్న డాడోని ప్రేమగా చూస్తూ, "డాడో! చాలా మంచివాడివి నువ్వు!" అంది చిరునవ్వుతో.

డాడో ఇవాని సంభ్రమంతో చూశాడు.

"ఒరే డాడో! ఇలా రారా! నా గుర్రాన్ని పట్టుకో" అని అరిచాడు హెన్రిక్.

డాడో ఇవాని చూసే సంభ్రమంలోంచి తేరుకుని, హెన్రిక్ గుర్రం వేపు ఉరికాడు.

హెన్రిక్, గుర్రం మీద కూర్చుని కదలబోయే ముందు డాడో కోసం ఒక నాణెం విసిరాడు.

ఇవా, డాడోని చిరునవ్వుతో చూస్తూ కదిలింది.

డాడో పదమూడేళ్ళ వాడు. తల్లి నించి దూరమై కొద్ది కాలమే అయింది.

ఇంటి ముందు జరిగిన విషయం అంతా అగస్టీన్, ఆల్ఫ్రెడ్ కూడా చూశారు.

పిల్లలు వెళ్ళిపోయిం తర్వాత అగస్టీన్ అన్నతో అన్నాడు.

"నీ కొడుకు ప్రవర్తన చూశావా? ఇదే కాబోలు నేం నువ్వు చెప్పే ప్రజాస్వామ్యం?"

"డాడో బండ వెధవ. ఎంత కొట్టినా వాడికేం అవదులే."

"నువ్వు అప్పుడప్పుడూ మాట్లాడే సమానత్వం ఇదన్న మాట!"

"ఆఁ, పోవయ్యా! అందరికీ సమానత్వం అని ఎవడంటాడు? నాగరీకులూ, విద్యావంతులూ, సంపద ఉన్న వాళ్ళూ, తెలివిగల వాళ్ళూ - అలాంటి వాళ్ళ మధ్య సమానత్వం గానీ, కుక్కలతో సమానత్వం అని ఎవడంటున్నాడు?"

"ఫ్రాన్సులో లాగ, ఆ కుక్కలే దెబ్బతీసే కాలం వస్తుందని గ్రహించుకో."★

"అందుకేగా వాళ్ళని కాలి కింద నొక్కి పెట్టి ఉంచేదీ?"

★ ఫ్రాన్సులో లాగ - అంటే 1789 - 94 మధ్యన జరిగిన బూర్జువా విప్లవాన్ని గురించి ప్రస్తావిస్తున్నాడు. ఆ విప్లవం, ఫ్యూడల్ ప్రభువులకు వ్యతిరేకంగా జరిగింది. ★

" శాంటో డొమింగో లో లాగ వాళ్ళు లేచి న్నాడు ఎగిరి ఎక్కడ పడతావో చూసుకో"★

" ఆ భయం మాకు లేదు. వాళ్ళెప్పుడూ పైకి రాలేరు."

" పాత్ర కింద మంట పెడుతూనే ఉండు! పైన మూత గట్టిగా బిగించి దాని మీద కూచో! ఎక్కడ ఉంటావో తెలుస్తుంది."

" మూత మీద కూర్చోడానికి నాకేం భయం లేదు. బాయిలర్ గట్టిగా ఉంచుకున్నంత కాలం ఏం ఫర్వాలేదు."

"ఫ్రెంచి విప్లవంలో ప్రభువులు నీ లాగే అనుకున్నారు. అలాగే అనుకుంటూ ఉండు! ఒక శుభ ముహూర్తాన మీ బాయిలర్లు బద్దలై మూత మీద విశ్రమించిన వాళ్ళంతా గాలిలో కలుసు కుంటారు."

ఆల్ఫ్రెడ్ నిర్లక్ష్యంగా నవ్వాడు - " ఈ నిగ్గర్ గాళ్ళు అంత తిరగబాటు చేసే నాటికి వెయ్యేళ్ళవు తుందిలే."

"నేను చెప్తున్నాను చూడు, వాళ్ళు మన కాలం లోనే తిరుగుబాటు చేస్తారు! మీరు నొక్కి పెట్టి ఉంచే కింద వర్గం నేడో రేపో పైకి లేవడానికి సిద్ధంగా ఉంది."

" ఆ పీచు జుట్టు గాళ్ళు లేచేప్పటికి...."

"పీచు జుట్టుగాళ్ళో, మెత్తని జుట్టుగాళ్ళో, రేపు వాళ్ళే నిన్ను పాలించేది. వాళ్ళ పట్ల నువ్వెంత క్రూరంగా ప్రవర్తిస్తే నీ పట్ల వాళ్ళంత క్రూరంగా ప్రవర్తిస్తారు. ఫ్రెంచి కులీన వర్గం, గోచీగుడ్డ గాళ్ళనే తమ పాలకులుగా అంగీకరించి జోహారు చేసింది. హైతీలో ప్రజలు ...."

" అపవయ్యా నీ తిరుగుబాటు గోలా. మా కలాంటి ప్రమాదమేమీ లేదు. ఈ కుక్కల్ని ఎలా అదుపులో పెట్టాలో మాకు బాగానే తెలుసు."

అలాంటి సంభాషణలు ఆ అన్నదమ్ము లిద్దరి మధ్యా అనేక వందల సార్లు జరిగాయి.

ఎవరి మార్గం వాళ్ళదే.

ఎవ్వరూ ఎవ్వర్నీ వీసమెత్తు కూడా ప్రభావితం చెయ్యలేదు.

పిల్లలిద్దరూ షికారు నించి వచ్చారు.★

గుర్రాలు వాకిట్లో ఆగాయి.

ఇవా ఆయాస పడుతూ నడిచి వచ్చి సోఫాలో కూర్చుంది.

" బాగా అలసి పోయావా అమ్మా! ఎక్కువ వేగంగా వెళ్ళినట్టున్నారే!" అన్నాడు అగస్టీన్.

" దూరం వెళ్తున్నామని మరిచిపోయాను నాన్నా! అలా వెళుతూ వెళుతూ ఉంటే చాలా సంతోషంగా ఉంది నాన్నా!"

ఇవా సోఫాలో పడుకుంది. హెన్రిక్ ఇవా పక్కన కూర్చుని చెప్తున్నాడు - " నేను నీ దగ్గిర ఉంటే మంచిగా ఉంటానికి ప్రయత్నించే వాణ్ణి ఇవా! డాడోని చెడ్డగా చూస్తాననుకోకు. వాడికి డబ్బులిస్తాను. బట్టలిస్తాను" అని ఇవాకి నచ్చ చెప్పాలని చూస్తున్నాడు.

" డాడోని నువ్వు ప్రేమించాలి హెన్రిక్."

" డాడోని ప్రేమించడమా? నిగ్గర్‌ని ప్రేమి స్తారా ఎవరైనా?"

" నేను ప్రేమిస్తాను. బైబిల్ చెప్పలేదూ అందర్నీ ప్రేమించాలని?"

" బైబిలా? బైబిల్ సరేలే ...... అలాగే చెపు తుంది. బైబిల్ చెప్పిందంతా ఎవ్వరూ చెయ్యరు."

ఇవా ఇంకేమీ మాట్లాడలేదు.

డాడోని కొట్టడం చూసినప్పటి నించీ ఇవా మానసికంగా, శారీరకంగా చాలా కృంగిపోయింది. జబ్బుపడి పోయింది.

★ ఫ్రాన్స్‌లో విప్లవం జరుగుతున్న కాలంలో ఫ్రాన్స్‌కి సమీపంలో ఉన్న హైతీ అనే దీవిలో 1791 ఆగస్టు 23న బానిసలు తిరుగుబాటు చేసి బానిసత్వాన్ని సమర్థించే యజమానులందర్నీ చంపేశారు. ఆ తిరగబాటు ప్రభావం, శాంటో డొమింగో దీవికి కూడా వ్యాపించింది. తెల్లవాళ్ళందరూ ఆ దీవి నించి పారిపొయ్యారు. కొన్ని సంవత్సరాల పాటు ఆ బానిస తిరుగుబాటు గాథలు వారిని భయభ్రాంతుల్ని చేశాయి. ★

★ హెన్రిక్, బానిస కుర్రాణ్ణి క్రూరంగా కొట్టాడు కాబట్టి, ఇవా, అతనితో షికారుకి రానని చెప్పినట్టూ, ఆ షికారు ఆగిపోయినట్టూ, ఇక్కడ రచయిత్రి రాసి వుండవలసింది. ఇవాకి విచారంగా వున్నప్పుడు, షికారుకి వెళ్ళదు. గతంలో ఒక చోట అలా జరిగింది. ఇక్కడ తప్పకుండా అలాగే జరగవలసింది. ★

ఇవాని పూర్తిగా డాక్టరు చేతిలో పెట్టాల్సి వచ్చింది.

కూతురు పరిస్థితి ఎలా అవుతున్నా మేరీ ఏమీ పట్టించుకోలేదు. ఆమె ఎప్పుడూ తన జబ్బుల్లో కొత్త రకాల గురించే ఆలోచిస్తూ ఉంటుంది గానీ, ఎవరైనా జబ్బుపడ్డారని వింటే ఆమెకు నమ్మకం కలగదు. వాళ్ళేదో బద్ధకంతో, సోమరిపోతు తనంతో, మంచం మీంచి లేవటం లేదను కుంటుంది.

పిల్లకి బాగా లేదనే ఆందోళన ఆమెకింకా ప్రారంభం కాలేదు.

"దానికేం? బాగానే ఉందే! బాగానే తిరుగు తోందే!"

"ఇవాకి బాగా దగ్గు వస్తోంది వదినా!"

"దగ్గా? నాకు చిన్నప్పుడెప్పుడూ దగ్గు జబ్బేగా? దగ్గుతోనే చచ్చిపోతా ననుకునే వాళ్ళు నన్ను. మామీ ఎన్ని రాత్రులు నా దగ్గిర కూర్చునేదో!"

"ఇవాకి రాత్రుళ్ళు ఒళ్ళంతా చెమటలు పోస్తు న్నాయి. మళ్ళీ పగలు బాగానే ఉంటుంది."

"నాకూ అంతేగా వొదినా చిన్నప్పుడూ? కుండ లతో నీళ్ళు దిమ్మరించినట్టే, దుప్పట్లన్నీ తడిసి పోయేవి. మామీ నన్ను ఇంకో పక్క మీదికి మార్చి దుప్పట్లు ఆరవేసేది."

ఇవాకి సీరియస్ వైద్యం ప్రారంభమైన తర్వాతే మేరీ ధోరణి కొంచెం మారింది. తనకు తల్లిగా సుఖపడే రాత లేదనీ, తనకా సంగతి ఎప్పట్నించో తెలుసనీ వాపోవడం మొదలుపెట్టింది.

"ఇవా చాలా బలహీనంగా ఉన్న మాట నిజమే. అయినా డాక్టరు చూస్తున్నాడు. ఆశలన్నీ వొదులుకున్నట్టు మాట్లాడతా వేమిటి?" అన్నాడు అగస్టీన్ భార్యని మందలిస్తూ.

"నీకేం తెలుసు తల్లి హృదయం?" అని పోట్లాడింది మేరీ. తన చుట్టూ దుఖ్ఖం అలుముకు న్నట్టూ, తను ఒక్కతే దుఖ్ఖంతో అలమటిస్తున్నట్టూ దుఖ్ఖించింది.

ఇవా, రెండు వారాల్లో కొంత బాగైంది.

మళ్ళీ వరండాల్లో తిరగడం, నవ్వడం, ఆడడం ప్రారంభించింది.

ఒక రోజున టామ్‌తో అంది - "టామ్ మామా! జీసస్ ప్రభువు మన కోసం ఎందుకు చచ్చిపోవా లనుకున్నాడో నాకు తెలిసింది."

"ఎలా తెలిసిందమ్మా?"

"నేను కూడా అలాగే అనుకున్నాను మామా!"

"నా కర్థం కాలేదు ఇవా తల్లీ!"

"అర్థం కాలేదా? అప్పుడు చూడు, మనం పడవ మీద ప్రయాణం చేసి వచ్చామే, అప్పుడు ఎంత మంది ఏడ్చారు! ..... పిల్లాణ్ణి తీసుకుపోతే ఒకమ్మాయి ఏడ్చింది ..... ఇంకా ఎంతో మంది ఏడ్చారు .... మామా! నే నొక్క దాన్నీ చచ్చిపోతే అందరి దుఃఖాలూ పోతాయంటే నేను తప్పకుండా చచ్చిపోతాను మామా! సంతోషంగా చచ్చిపోతాను మామా!"

ఇవా మాటలకు టామ్ బాగా భయపడి పోయాడు. ఇవాని వారించాలని కూడా అతనికి తోచలేదు.

ఒక సారి ఇవాని ఒళ్ళో కూర్చోబెట్టుకుని అగ స్టీన్ ఆప్యాయంగా మాట్లాడుతూ, "ఇప్పుడు నీకు బాగుంది కదమ్మా?" అని అడిగాడు.

"నాన్నా! నీకు నేను .... ఒక మాట చెపుతాను నాన్నా!" అంది ఇవా కంఠంలో నిశ్చయంతో. "నేను చచ్చిపోయే సమయం వచ్చింది నాన్నా!"

"ఏవిటమ్మా ఆ మాటలు? నీకు నరాల జబ్బు ఉందమ్మా, మంచి డాక్టరు గారు చూస్తు న్నారు కదా, చక్కగా నయమై పోతుంది .... నీ కెంత మంచి బొమ్మ కొన్నానో చూడమ్మా" తండ్రి చూపించిన బొమ్మ మీద ఇవా ఏమీ ఆసక్తి చూపలేదు.

"నాకు జబ్బు లేదు నాన్నా! కానీ నేను చచ్చి పోతాను నాన్నా! నువ్వూ, నా స్నేహితులూ లేకపోతే నే నింకా సంతోషంగా చచ్చి పోయే దాన్ని నాన్నా!"

"అయ్యో! పిచ్చి తల్లీ! ఎందుకమ్మా, నీ కంత బాధ కలిగించే విషయం ఏమిటమ్మా?"

"నాన్నా! ఈ దీనులందరూ స్వేచ్ఛగా అయి పోతే ఎంత సంతోషం నాన్నా!"

"మనింట్లో అందరూ సంతోషంగా ఉన్నారు కదా తల్లీ?"

"అమ్మ నీ లాంటిది కాదు నాన్నా! పెద నాన్న నీ లాంటి వాడు కాడు. ఇంకా అందరిళ్ళల్లో ఎలా ఉన్నారో చూడు. నాన్నా! బానిసలందరికీ స్వేచ్ఛ ఇచ్చెయ్య కూడదా నాన్నా?"

"ఎంత కష్టమైన ప్రశ్న అడిగావు తల్లీ! చాలా మంది ఈ విషయం గురించి ఆలోచిస్తున్నారమ్మా! నేను కూడా ఆలోచిస్తున్నానమ్మా! ఏం చెయ్యాలో తోచడం లేదు నాకు."

"నాన్నా! నువ్వెంత మంచి వాడివి! నువ్వెంత దయగల వాడివి! నువ్వు అందరి దగ్గరికీ వెళ్ళు నాన్నా! నువ్వు చెప్తే నీ మాటలు అందరూ వింటారు. బానిసల్ని బాధపెట్టకూడదని చెప్పు నాన్నా! .... కేకుల మామ్మ పిల్ల చచ్చిపోతే ఎంత ఏడ్చిందో నాన్నా! నువ్వు పెద్ద వాడివి కదూ నాన్నా? నువ్వేమైనా చెయ్యి నాన్నా! మామీకి ఎంత ఇష్టం అనుకున్నావు పిల్లలంటే! టామ్ మామకి కూడా ఎంత ఇష్టమో నాన్నా వాళ్ళ పిల్లలంటే! అందరి కోసం నువ్వేమైనా చెయ్యి నాన్నా! కొంచెం ఏదన్నా చెయ్యి నాన్నా!"

అగస్టీన్ కళ్ళు ధారాపాతంగా వర్షిస్తున్నాయి. ఎంత ప్రయత్నించినా దుఃఖం ఆపుకోలేకపోతు న్నాడు.

"నేను చచ్చిపోయిం తర్వాత చేస్తావా నాన్నా?"

"అలా అనకు తల్లీ! నువ్వు లేకపోతే నేను ఉంటానా అమ్మా?" అంటూ కూతురి తలని మృదువుగా గుండెకి అదుముకున్నాడు.

"నాన్నా!"

"ఏం తల్లీ?"

"టామ్ మామకి స్వేచ్ఛ ఇయ్యి నాన్నా! పాపం టామ్ మామకి ...."

"అలాగేనమ్మా! తప్పకుండానమ్మా! నీ కోసం నేను చెయ్యగలిగిందంతా చేస్తానమ్మా!"

"మనం ఇద్దరం కలిసి వెళ్ళిపోదామా నాన్నా?"

"ఎక్కడికమ్మా?"

"ప్రభువు మందిరానికి నాన్నా! అక్కడ ఎంత శాంతి! ఎంత సౌందర్యం! ఎంత ఆనందం! అక్కడికి వెళ్ళాలని లేదా నాన్నా?"

అగస్టీన్ ఇవాని కౌగలించుకుని, తన కౌగిట్లో ఆమెని రక్షించాలన్నట్టు మౌనంగా ఉండి పోయాడు.

అగస్టీన్‌కి ఎక్కడెక్కడి జ్ఞాపకాలో వచ్చాయి. తల్లి ప్రార్థనా గీతాలు పాడడం, తను కొంత కాలం అజ్ఞానంతో కొట్టుమిట్టాడడం, ఇవా జననం, ఆమె మీద అవధులు లేనంత ప్రేమ రావడం .... ఒక్క క్షణంలో సర్వమూ ఆలోచించాడతను.

ఒళ్ళో నిద్రపోయిన కూతుర్ని నెమ్మదిగా తీసుకు వెళ్ళి ఆమె పడక గదిలో పడుకో బెట్టి దగ్గిర కూర్చున్నాడు.

★ ★ ★

టాప్సీ మళ్ళీ ఒక దుండగం చేసింది. ఒఫీలియా చర్చికి వెళ్ళినప్పుడు ఆమె గదిలో బీరువా తాళం సంపాదించి, బీరువా తెరిచి తలకు చుట్టుకునే రుమాలు తీసి దాన్ని ముక్క ముక్కలుగా బొమ్మల జాకెట్ల కోసం కత్తిరించి వాటితో ఆడుతూ కూర్చుంది.

ఒఫీలియా చర్చి నించి రాగానే గదిలో గందరగోళం చూసి కోపం పట్టలేక టాప్సీని బర బరా ఈడుస్తూ అగస్టీన్ దగ్గిరికి తీసుకు వచ్చి సంగతంతా చెప్పింది - "ఇక నా వశం కాదురా అగస్టీన్! ఈ పిల్లని నేను పెంచలేను. ఎంత చేశాను! ఎంత చేశాను! ఎన్ని విధాల చెప్పాను! తిట్టాను, కొట్టాను, బుజ్జగించాను, నయాన్న చెప్పాను, భయాన్న చెప్పాను. లాభం లేదు. ఇక నా వల్ల కాదు నాయనా దీన్ని పెంచడం!" అని టాప్సీని అగస్టీన్‌కి అప్పజెప్పేసింది.

మేరీ ఉత్సాహంగా లేచి వచ్చింది - "నేనెప్పుడో చెప్పానుగా వొదినా? ఇలాంటి ముండని కొరడాలతో బాదించడం ఒక్కటే మంచిదనీ! నా ఇష్ట ప్రకారం సాగితేనా దీన్ని తక్షణం కెలాబూస్‌కి పంపేదాన్ని."

"నువ్వంత పనీ చేస్తావని నాకు తెలుసులే" అని అగస్టీన్ టాప్సీని దగ్గరకు పిలిచాడు - "ఎందుకే కోతీ, అలాంటి పని చేశావు?" అని అడిగాడు శాంతంగా.

"నా చెడ్డ బుద్ధి అలా చేయించింది అయ్య గారూ!" అంటూ గుడ్లు తమాషాగా తిప్పింది టాప్సీ.

దాన్ని చూస్తే అగస్టీన్‌కి నవ్వు తప్పితే కోపం రాలేదు.

"ఒఫీలియా అమ్మ గారు నిన్ను బాగా పెంచ డానికి ఎన్ని చెయ్యాలో అన్నీ చేశానని చెప్పింది చూశావా? మరి నువ్వు ఇలాగే ఉన్నావు."

"నే నిలాగే ఉంటానం డయ్యా గారూ! మా పాత యజమానురాలు కూడా నన్ను బాగా పెంచుతాననే దండయ్యా! మాది పాపిష్టి నిగ్గర్ల జాతి. నిగ్గర్లంతా పాపులండయ్యా! నిగ్గర్ల పుటక అంతే నండయ్యా! నన్ను మంచిగా ఎవరూ చెయ్యొద్దయ్యా! చెయ్యలేరయ్యా!"

"దీని పీడ నా కొద్దురా అగస్టీన్" అని బెదిరి పోయింది ఒఫీలియా.

"నీ పవిత్ర గ్రంథంతో ఒక్క పిల్లని మార్చలేక పోయావా అక్కా?"

ఇవా, టాప్సీకి సైగ చేసి తనతో రమ్మని తండ్రి చదువుకునే గది లోకి తీసుకు వెళ్ళింది.

ఇద్దరూ నేల మీద కూర్చున్నారు.

చాలా సేపు నిశ్శబ్దంగా కూర్చున్నారు.

టాప్సీ నిర్లక్ష్యంగా దిక్కులు చూస్తోంటే, ఇవా తదేకంగా టాప్సీనే చూస్తోంది.

"టాప్సీ! నువ్వు మంచిగా ఉండడానికి ప్రయ త్నించావా ఎప్పుడైనా?"

"మంచేటో నాకు తెలవదమ్మా!"

"నువ్వెవర్నయినా ప్రేమిస్తావా?"

"ప్రేమేంటో నాకు తెలవదమ్మా, మేం నిగ్గర్లం."

"మీ అమ్మనీ, నాన్ననీ ప్రేమించవూ?"

"మొదటే చెప్పాగా? నాకు అమ్మా నాన్నా లేరు."

"అక్కా, అన్నా, చెల్లీ ..."

"నా కెవ్వరూ లేరు."

"మరి నీ కెవ రున్నారు?"

"చెప్పానుగా, నా కెవ్వరూ లేరు."

"మరి నువ్వు మంచిగా ఉండవా టాప్సీ?"

"ఈ నల్ల తోలుకి మంచేంటమ్మా? ఈ చర్మం వొదిలేసి తెల్ల చర్మం కుడితే అప్పుడేవన్నా మంచి దాన్నవుతానేమో! నిగ్గర్ల బుద్ధి అంతేనమ్మా! అది పోదండమ్మా!"

"నిగ్గర్లు కూడా మంచి వాళ్ళే టాప్సీ."

"నిగ్గర్లని ఎవ్వరూ ప్రేమించ లేరమ్మా!"

"అలా అనకు. నిన్ను నేను ప్రేమిస్తున్నాను. నీ మీద నాకు కోపం రాదు. నీకు ఎవ్వరూ లేరని నాకు ఎంతో విచారం కలుగుతుంది. నేను కొంచెం కాలమే నీతో ఉంటాను. నా కోసం నువ్వు మంచిగా ఉండవా టాప్సీ?"

టాప్సీ ఇవాని వింతగా చూస్తోంది. ఇవా లాలనకి లోబడి పోయినట్లు చూస్తోంది. ఆమె కళ్ళు గబ గబా నిండాయి. ఆమె మనసు లోకి ఏదో కొత్త విషయం ప్రవేశించినట్టయింది. మోకాళ్ళ మీద తల పెట్టుకుని ఏడవడం మొదలు పెట్టింది.

ఇవా, టాప్సీ భుజం మీద చెయ్యి పెట్టి - "టాప్సీ! నువ్వు మంచి దానివే సుమా! నువ్వు నా స్నేహితురాలివి" అంది ఆప్యాయంగా.

"అమ్మా! ఇంత వరకూ నేను మంచి దాన్ననుకో లేదు. మంచిగా ఉండాలని ప్రయ త్నించలేదు. ఇప్పుడు నీ మాట వింటానమ్మా! మంచి దాన్నవుతానేమో చూస్తానమ్మా!" అంది టాప్సీ ఏడుస్తూ.

పిల్లలిద్దర్నీ కిటికీలో నించి చూస్తున్న అగస్టీన్, ఒఫీలియా, టాప్సీ మాటలకు ఆశ్చర్యపడ్డారు.

టాప్సీని పెంచడంలో తను చేసిన లోప మేమిటో ఒఫీలియాకి బోధ పడింది. నీతులూ, క్రమశిక్షణ సూత్రాలూ బోధించింది తప్ప, తన హృదయంలో టాప్సీకి స్థానం ఇవ్వలేక పోయింది. తన ప్రేమతో ఆ పిల్లని ఆకట్టుకో లేకపోయింది.

టాప్సీ, తన కన్నా ఎంతో చిన్న ఇవా మాటలకి నిజమైన పశ్చాత్తాపంతో లొంగి పోయింది.

★ ★ ★

ఒక రోజు ఇవాకి, గదిలో పడుకుని ఉన్న ప్పుడు, టాప్సీ మీద తల్లి పెద్ద పెద్ద కేక లెయ్యడం వినిపించింది.

"పాడు ముండా! ఎందుకే ఆ పువ్వులన్నీ కోస్తున్నావు?"

"ఇవా అమ్మ గారి కోసం అమ్మా!"

"దొంగ ముండా! ఇవా గది నిండా పువ్వులున్నాయి. నువ్విచ్చే పువ్వులే కావాలా దానికి?"

ఇవా, గది లోంచి లేచి వచ్చింది - "టాప్సీ ఆ పువ్వులు నా కియ్యి" అని టాప్సీ చేతిలో గుత్తి లాగ తయారు చేసిన పువ్వులు తీసుకుంది - "రంగులన్నీ ఎంత అందంగా సర్దావు టాప్సీ! ఎంత బాగా చేశావు!" అని ఆ పూలని చూసి ఆనందపడి, ఇవా టాప్సీని తన గది లోకి తీసుకు పోయింది.

★ ★ ★

ఇవా జబ్బు తగ్గు ముఖం పట్టలేదు. ఆమె మీద డాక్టర్లు ఆశలు వదిలేశారు.

టామ్ మామ రాత్రింబవళ్ళూ ఇవా గది దగ్గరే ఉంటున్నాడు. ఒఫీలియా, మామీ, అగస్టీన్, టాప్సీ - ఇవాకి సపర్యలు చేస్తూ ప్రతీ క్షణం కనిపెట్టుకుని ఉంటున్నారు.

ఇవాకి ఆఖరి క్షణాలు సమీపించాయి!

స్పృహ లేకుండా పడి ఉన్న ఆమె చాలా బలహీనంగా కళ్ళు తెరిచింది.

అగస్టీన్ దుఖ్ఖాన్ని ఆపుకుంటూ ఇవా ప్రక్కన కూర్చొని, "నే నెవర్నో గుర్తేనా అమ్మా?" అని నెమ్మదిగా అడిగాడు.

ఇవా కొంచెం చిరునవ్వుతో, "నాన్నవి కదూ నాన్నా?" అని చేతులెత్తబోయి ఎత్తలేక కింద పడేసింది.

అందరూ నిశ్శబ్దంగా ఏడుస్తున్నారు.

ఇవా, గాలి పీల్చడానికి సతమత మవుతోంది. ఆమె చాలా బాధపడుతున్నట్టు చూసే వాళ్ళందరికీ తెలుస్తోంది.

అగస్టీన్ దుఖ్ఖంతో టామ్ చేతులు పట్టుకుని, "టామ్! టామ్! నా గుండె చీల్చుకు పోతోంది! బద్దలై పోతోంది! టామ్, నే నిది భరించ లేను" అంటూ రోదించాడు.

టామ్ యజమాని చేతులు గట్టిగా పట్టుకుని నిశ్శబ్దంగా కన్నీళ్ళతో తడిపేశాడు. ఇవా ఆత్మ శాంతి కోసం తనలో తను ప్రార్థన చేస్తూ నిలబడ్డాడు.

"అయిపోయింది! అయిపోయింది! అయ్యగారూ!" అని అందరూ గొల్లుమన్నారు.

ఇవా మెత్తని దిళ్ళ మధ్య నిశ్చలంగా పడి ఉంది. ఊపిరి కోసం పెనుగులాటలూ, పోరాటాలూ, ఆగిపోయాయి. ఇవా, బాధలకు దూరం అయింది. నిద్ర పోతున్నట్టు పడుకుని ఉంది.

"అమ్మా! ఇవా! ఇవా!" అని తండ్రి దుఖ్ఖంతో బిడ్డని మృదువుగా తాకుతూ పిలిచాడు.

"ఏం చూస్తున్నావు తల్లీ? ఎక్కడికి వెళ్ళావు? ఎక్కడున్నావు? మా కందరికీ చెప్పు!"

ఇవా ముఖం మీద ఒక కాంతివంతమైన చిరునవ్వు మెరిసినట్టు తోచింది అగస్టీన్‌కి. అతను దుఃఖంతో తల్లడిల్లి పోయాడు. ఏడ్చి ఏడ్చి నిశ్శబ్దం లోకి వారిగాడు.

"నా బిడ్డా! నా అనురాగ హృదయమా! నా తల్లీ! నీకు వీడ్కోలు! మేము నిన్నెన్నటికీ చూడలేము. నిన్ను శాశ్వతంగా పోగొట్టుకున్నాము. నా తల్లీ! నీకు వీడ్కోలు!"

★ ★ ★

ఇవా పోయిం తర్వాత, అగస్టీన్ కుటుంబం వాళ్ళంతా వేసవి భవనం నుంచి ఇంటికి వచ్చేశారు.

అగస్టీన్, కూతురు గురించి గోలు గోలున ఏడవడం లేదనీ, పది మందికీ చెప్పుకోడం లేదనీ, అతనికి అసలు ఎన్నడూ పిల్ల మీద మమకారం లేదనీ, అతనిది హృదయం కాదనీ, తన కర్మ కాలిపోయిందనీ, మేరీ భర్త మీద నిష్టూరాలు వేస్తోంది.

"నిశ్చలంగా ఉన్నట్టు పైకి కనపడే నది, వేగంగా ప్రవహిస్తూనే ఉంటుంది" అంది ఒఫీలియా.

"నీకు తెలీదు వదినా! అతను ఎప్పుడూ అంతే. బిడ్డ పోయి దుఃఖంతో ఉన్నానా, నా మీదే వన్నా జాలి పడతాడేమో చూడు. అసలు అతని మనసులో ఏవీ లేదమ్మా!"

అగస్టీన్‌లో పూర్వపు ఉత్సాహం అంతా పోయింది. చాలా తక్కువ మాట్లాడుతున్నాడు. టామ్‌తో ఎక్కువ గడుపుతూ ఉంటాడు. టామ్‌తో

మాట్లాడుతోంటే ఇవాతో మాట్లాడినట్టుగా తృప్తి పడుతున్నాడు.

అగస్టీన్ విచారంగా కూర్చున్నప్పుడు, టామ్ వచ్చి అతని పాదాల దగ్గిర కూర్చున్నాడు. అగస్టీన్ కొంత సేపటికి కళ్ళు తెరిచి టామ్‌ని చూసి అతని భుజం మీద చెయ్యి వేస్తూ, " టామ్! లోకం శూన్యమై పోయింది" అని పసి బిడ్డ లాగా అతని భుజం మీదకి తల వాల్చాడు.

"అయ్య గారూ! ఇవా తల్లి స్వర్గానికి వెళ్ళిం దని తెలిస్తే మీరీ మాట అనరు" అన్నాడు టామ్.

అగస్టీన్ నిరాశగా నిట్టూర్చాడు - " టామ్! స్వర్గం నీ వంటి అమాయకులకు మాత్రమే కని పిస్తుంది."

టామ్ భక్తి పారవశ్యంతో ఒక ప్రార్థనా గీతం పాడాడు.

అంతా విని అగస్టీన్, " నేను నమ్మలేను టామ్! ప్రయోజనం లేదు. నేనూ అనుకుంటాను. నేను దైవాన్ని నమ్మగలిగితే బాగుండు నను కుంటాను. కానీ ఆ పని నా వల్ల కాదు."

" దానికి కూడా ప్రార్థన చెయ్యండి అయ్య గారూ! 'ప్రభువా! నీలో నాకు నమ్మకం కలిగించు' అని ప్రార్థించండి అయ్య గారూ!"

" టామ్! మానవ జీవితం ఎంత అల్పమైనది! చిన్న శ్వాసతో అంతా అంతమై పోతుంది."

టామ్ మోకరిల్లి, " అలా అనకండి అయ్య గారూ! మరణంతో జీవితం అంతం కాదు. ప్రభువు సమక్షంలో ఇంకా ఎంతో జీవితం ఉంది. దయ చేసి నమ్మండి అయ్య గారూ!" అని ప్రార్థించాడు.

" ప్రభువుని నువ్వు ఎన్నడూ చూడలేదే! ప్రభువు ఉన్నాడని నీ కెలా తెలుసు?"

టామ్ కన్ను మూసి తన్మయత్వంతో, " నా ఆత్మకు తెలుసు. ప్రభువు ఉన్నాడు. మీరు కూడా తప్పకుండా తెలుసుకోగలరు ... నాకు సర్వస్వమూ పోయిన నాడు నా ప్రభువు నా సరసన నిలిచి, 'టామ్! భయపడకు. నేను ఉన్నాను' అన్నాడు. దీనుల ఆత్మల్లో శాంతినీ, కాంతినీ, ఆనందాన్నీ నింపుతాడు ప్రభువు. అందుకే నే నెంతో సంతో షంగా ఉన్నాను. నే నందర్నీ ప్రేమించ గలుగు తాను. ప్రభువు ఇచ్ఛ ఎలాగైతే అలా జరగనిస్తాను" టామ్ గద్గదికమైన కంఠంతో మాట్లాడుతున్నాడు.

అగస్టీన్ ప్రేమతో టామ్ చెయ్యి పట్టుకున్నాడు " టామ్! నువ్వు నన్ను నిజంగా ప్రేమిస్తున్నావు. ఇంత స్వచ్ఛమైన ప్రేమకు నేను అర్హుడిని కాను."

" అయ్య గారూ! అలా అనకండి. మీ కోసం నేను ప్రార్థిస్తాను" అని టామ్ మోకరిల్లి ప్రార్థన చేశాడు.

ఆ క్షణాలతో ఆ ప్రార్థన, అగస్టీన్‌కి, ఇవాకి దగ్గిరైనట్టు సంతృప్తి కలిగించింది.

★ ★ ★

మేరీ ప్రతీ క్షణం తన దుఃఖం గురించి చెప్పు కుంటూ ఇంట్లో అందర్నీ విసిగించి చంపేస్తోంది.

ఇవా ఉంటే మేరీ క్రూరత్వం నించి పరిచార కులు ఎన్ని సార్లో బయట పడుతూ ఉండే వాళ్ళు. ఇప్పుడా ఆశ లేదు ఎవరికీ.

మామీకి జీవితం దుర్భరం అయిపోయింది. ఇవా పోయిన తర్వాత మామీ ఏడవని క్షణం లేదు. మేరీ కోసం పనులు చెయ్యాలంటే ఆమెకి అసా ధ్యమై పోతోంది.

ఒఫీలియా, ఇవా మరణం తర్వాత టాప్సీ విష యంలో మరింత ప్రేమ చూపించగలుగుతోంది.

రోజా ఒక రోజు, టాప్సీని దొంగతనం చేసిం దని కేకలేస్తూ లాక్కు వచ్చింది. అందరూ అక్కడ చేరారు.

అగస్టీన్ కూడా అక్కడికి వచ్చాడు.

"నేనేం చెయ్యలేదు. నేనేం చెయ్య లేదు" అంటూ టాప్సీ గౌనులో ఏదో దాచడానికి ప్రయత్ని స్తోంది.

"అదేమిటో చూపించు" అని ఒఫీలియా అడి గితే టాప్సీ భయం భయంగా ఆ పేకెట్టు బయట పెట్టింది.

అగస్టీన్ దాన్ని తెరిచి చూశాడు.

ఇవా టాప్సీకి ఇచ్చిన ప్రార్థనా గీతాల పుస్తకం అది. అందులో ఒక చోట ఇవా కత్తిరించి ఇచ్చిన మెత్తని ఉంగ్రాల జుట్టు ఉంది. ఇవా తన జుట్టులో ఉంగ్రాలు చాలా మందికి కత్తిరించి ఇచ్చిందని అందరికీ తెలుసు.

"అయ్య గారూ! తీసేసుకోండి. చిన్నమ్మ గారే నాకు ఇచ్చారు. అయ్య గారూ! నేను దొంగతనం చెయ్యలేదు" అంటూ ఏడ్చింది టాప్సీ.

అగస్టీన్ కన్నీళ్ళు జల జలా రాలాయి. "తీసుకోను టాప్సీ! నువ్వే ఉంచుకో అమ్మా! నీకు ఇవా ఇచ్చిందని నాకు తెలుసు. నువ్వు ఉంచుకో" అని వాటిని టాప్సీకి ఇచ్చేశాడు.

తర్వాత అతను ఒఫీలియాతో అన్నాడు - "ఎవరి హృదయంలో నిజమైన దుఃఖం ఉంటుందో వాళ్ళు మానవత్వంతో జీవిస్తారు. టాప్సీ మంచి ప్రవర్తన నేర్చుకుంటోంది అక్కా! నువ్వు శ్రద్ధగా ప్రయత్నం చెయ్యి!"

"అవును అగస్టీన్, టాప్సీ పూర్వం లాగ లేదు. చాలా మారింది. పూర్తిగా మారుతుందని నాకు నమ్మకం కలుగుతోంది ... అయితే అగస్టీన్, టాప్సీ నాదే కదా?"

"ఏం, సందేహ మెందుకూ? నీదే. నీ కోసమే తెచ్చాను."

"కానీ, నువ్వు నాకు దాన్ని చట్టబద్ధంగా ఇవ్వ లేదు. కాయితాల మీద రాసి పూర్తిగా లీగల్‌గా ఇచ్చెయ్యాలి అగస్టీన్!"

"లీగల్ గానా? ఒక బానిసని నీ కింద లీగల్‌గా ఉంచుకుని బానిస యజమానురాలి వవుతావా అక్కా?"

"టాప్సీని నా హక్కుగా ఉత్తరాదికి తీసుకుపోయి అక్కడ స్వేచ్ఛ ఇచ్చేస్తాను. నువ్వు నాకు లీగల్‌గా ఇవ్వకపోతే తర్వాత పరిస్థితులెలా మారతాయో ఎవరికి తెలుసు? నువ్వు ఇవ్వలేని పరిస్థితి రావొచ్చు. లేకపోతే నీ మనసు మారిపోవచ్చు. నేనిప్పుడే ఖరారు చేసుకోవాలి" అంటూ ఒఫీలియా కాయితం కలం తెచ్చి అగస్టీన్ ముందు పెట్టింది.

అగస్టీన్ టాప్సీని ఒఫీలియా కిస్తున్నట్టు రాసి ఇచ్చేశాడు.

ఆ కాయితం పట్టుకుని ఒఫీలియా మేరీ దగ్గిరికి వెళ్ళి విషయం చెప్పి సంతకం పెట్టమంది.

"ఆ పిల్ల ముండ నీకు కావాలంటే అలాగే తీసుకో వొదినా! దానికేం భాగ్యం?" అంటూ మేరీ గొప్ప దాతృత్వంతో ఇస్తున్నట్టు సంతకం పెట్టింది.

"దాని శరీరం, ఆత్మా అన్నీ నీవే, తీసుకో" అని కాయితం తిరిగి ఇచ్చింది.

బానిసలందరికీ స్వేచ్ఛ ఇచ్చేస్తూ లీగల్ ఏర్పాట్లు చెయ్యాలని అగస్టీన్ చాలాసార్లు అనుకున్నాడు గానీ ఆ విషయంలో అంత శ్రద్ధ పట్ట లేదు.

ఒక సారి టామ్‌తో అన్నాడు - "టామ్! నీకు స్వేచ్ఛ ఇచ్చేస్తున్నాను. నీ సామానంతా సర్దుకో, ఇంటికి వెళ్ళిపోదువు గాని."

తన చెవుల్ని తను నమ్మలేకపోయాడు టామ్. ఆనంద పారవశ్యంతో స్తంభించి పోయాడు ఒక్క క్షణం. వెంటనే చేతులు రెండూ పైకెత్తి, "ప్రభువు కృప" అన్నాడు కృతజ్ఞతా భారంతో.

టామ్ తనని విడిచి వెళ్ళిపోవడానికి అంత ఆతృత చూపడం అంటే అగస్టీన్‌కి విచారం కలిగించింది - "టామ్! స్వేచ్ఛగా ఉండడం కంటే ఎక్కువ సుఖంగా లేవూ ఇక్కడ?"

టామ్ చాలా నిర్మొహమాటంగా చెప్పాడు - "లేను అయ్య గారూ, లేను. ఇక్కడ నాకు మంచి బట్టలూ, మంచి భోజనం, ఉన్నాయి. కానీ ఇవి నావి కావు. నావి కాని సిరులు నన్నానంద పరచలేవు. పేద తిండీ, పేద బట్టలూ, పేద ఇల్లూ, అంతా పేదదే అయినా, అది నా సొంత బతుకు అయ్య గారూ!"

"......................."

"అయ్య గారూ! మీరు విచారంలో ఉండగా మిమ్మల్ని విడిచి నేను వెళ్ళను. ఎంత కాలం ఉండమంటే అంత కాలం ఉండి వెళతాను. మీరు సంతోషంగా ఉన్నప్పుడు వెళతాను."

"నేను సంతోషంగా ఉన్నప్పుడా? అదెప్పుడు జరుగుతుంది?"

"అయ్యగారు మంచి క్రైస్తవుడు అయినప్పుడు! అప్పుడు మీరు దుఃఖం మరచిపోగలరు."

"మంచి క్రైస్తవుడు అని ఎవర్ని అనగలవు టామ్? మంచి క్రైస్తవులని నువ్వెవర్ని అంటావో వాళ్ళు తమ కళ్ళ ముందు జరిగే అన్యాయాల్నీ, అక్రమాల్నీ పట్టించుకోరని తెలియదా నీకు?"

"ఆ విషయంలో నువ్వు మాత్రం ఏం చేస్తున్నావు?" అంది ఒఫీలియా అగస్టీన్‌తో.

"అవును. నేనూ అంతే. సోఫాలో పడుకుని చర్చినీ మతాధికారుల్నీ తిడుతూ, త్యాగాలు చెయ్యాలని చెప్పడంతో సరిపెడుతున్నాను" అని సిగ్గు పడ్డాడు అగస్టీన్.

"సరే! ఇప్పటికైనా ఏమైనా చెయ్యదల్చుకున్నావా?"

"చెప్పలేను. కానీ, గతంలో కన్నా ధైర్యంగా ఉన్నాను ఇప్పుడు. నేను చేసేదేమిటో నా సేవకులకు చెయ్యడం తోటే ప్రారంభిస్తాను. టామ్! నువ్వు సంతోషంగా ఇంటికి వెళ్ళు! నా కోసం ఆగవద్దు! నా దుఃఖం నాకు ఎప్పుడూ ఉంటుంది. నా సంతోషం అంతా నా బిడ్డ తోనే పోయింది. అది ఇక తిరిగి ఎప్పటికీ రాదు. నీ కోసం కాయితాలు సిద్ధం చేసి ఇస్తాను" అన్నాడు.

టామ్ ఏమీ అనలేక ఊరుకున్నాడు.

వెన్నెల పిండార బోసినట్టు ఉంది. ఇంటి చుట్టూ ఆవరణ అంతా ప్రశాంతతలో మునిగిపోయి ఉంది.

★ ★ ★

టామ్, యజమాని కోసం ఎదురు చూస్తూ వరండాలో కూర్చొని ఉన్నాడు. అతను తన స్వేచ్ఛా జీవితం గురించీ, తన తిరుగు ప్రయాణం గురించీ కలలు కంటున్నాడు.

గేటు దగ్గిరికి పెద్ద గల్లంతుగా జనం వచ్చారు.

జనం గుంపు, ఎవరినో లోపలికి మోసుకు వస్తున్నారు.

అగస్టీన్‌కి పెద్ద కత్తి దెబ్బ తగిలింది. హోటల్‌లో ఇద్దరు తాగుబోతుల పోట్లాట మధ్యకి పోతే ఆ ప్రమాదం జరిగింది.

ఇల్లంతా ఏడుపులతో నిండిపోయింది.

కన్ను మూసి తెరిచేంతలో ఆ ఇంటి వాతావరణం మారిపోయింది!

డాక్టర్ వచ్చాడు. చాలా నిరుత్సాహ పడ్డాడు. అతను చెయ్యగలిగింది చేశాడు.

అగస్టీన్, స్పృహలోకి రాగానే టామ్‌ని పిలిచాడు - "టామ్! చచ్చి పోతున్నాను, ప్రార్థన చెయ్యి!" అన్నాడు.

టామ్ దుఃఖంతో మోకరిల్లి ప్రార్థన చేశాడు.

అగస్టీన్, టామ్ చేతిని గట్టిగా పట్టుకున్నాడు. నెమ్మదిగా ఆ చేతిని విడిచేశాడు.

మరణ శయ్య మీద చివరి ప్రార్థనతో ఒక ఆత్మ శాశ్వతత్వం లోకి చేరిందని టామ్ సంతృప్తి పడ్డాడు గానీ, యజమాని తనకు స్వేచ్ఛా పత్రాలు ఇవ్వలేదనీ, తను శాశ్వతమైన బానిసత్వంలో కూరుకు పోయాననీ, ఊహగా కూడా తలుచుకోలేదా క్షణాలలో!

★ ★ ★

అగస్టీన్ పోయిన తర్వాత పదిహేను రోజులలో పరిస్థితులు చాలా మారాయి. ఆ ఇంటి బానిసలకు క్షణ మొక యుగం అయిపోయింది.

ఒక రోజు, రోజా గోలు గోలున ఏడుస్తూ ఒఫీలియా కళ్ళ దగ్గిర కొచ్చి పడింది - "అమ్మ గారూ! రక్షించండి, రక్షించండి!" అని గోల పెట్టింది.

రోజా చేతిలో ఒక కాయితం ఉంది. అందులో - "ఈ చీటీ తెచ్చే పిల్లని 15 కొరడా దెబ్బలు కొట్టండి" అని రాసి ఉంది. మేరీ సంతకం చేసింది.

రోజాని కెలాబూస్‌కి పంపుతోంది మేరీ.

"ఏం చేశావు?" అంది ఒఫీలియా.

"అమ్మ గారి బట్టలు సర్దుతున్నా నండమ్మా, ఏదో పొరపాటు వచ్చిందని అమ్మ గారు లెంప కాయ కొట్టింది. వెంటనే కోపం ఆపుకోలేక ఏదో అన్నాను. వెంటనే కెలాబూస్‌కి పంపించేస్తానని ఉత్తరం రాసిందమ్మ గారూ. అమ్మా, కొరడాతో కొడితే నాకు విచారం లేదు. మీరు కొట్టండి. మేరీ అమ్మ గార్ని కొట్టమనండి. బయటికి పంపి మొగోడితో కొట్టిస్తారా నన్ను? మొగోడి చేతిలో దెబ్బలు తినడం ఎంత సిగ్గుచేటమ్మా! మీరే మీ కిష్టమైనన్ని దెబ్బలు కొట్టండి" అని ఏడుస్తూ కూర్చుంది రోజా.

స్త్రీలనీ, పిల్లల్నీ కొరడాలతో కొట్టించడం మరింత నీచాతి నీచమైన విషయమని ఒఫీలియా ఎప్పుడూ బాధపడుతుంది.

"నువ్విక్కడే ఉండు, మీ అమ్మ గారితో మాట్లాడి వస్తాను" అని ఒఫీలియా, 'ఎంత నీచం!

ఎంత క్రూరం! ఎంత రాక్షసం!' అని మేరీని తిట్టు కుంటూ వెళ్ళింది.

మేరీ, దిళ్ళ మధ్య విశ్రాంతిగా కూర్చుని ఉంది. మామీ, మేరీకి తల దువ్వుతోంది. జేన్, మేరీ పాదాలు ఒత్తుతూ ఉంది.

"ఎలా ఉంది ఇవ్వాళ నీ ఒంట్లో?" అంది ఒఫీలియా వెళ్ళగానే.

"ఎలా ఉందని చెప్పనమ్మా! అలాగే ఉంది" అని నిట్టూర్చింది మేరీ.

" వదినా! ... రోజా గురించి ... కొంచెం మాట్లాడదామనీ ..."

" ఏం? ఏవైంది దానికీ?"

" చాలా తప్పు చేశానని బాధపడుతోంది. తొందరపడి ... నిన్ను ...."

"నీకేం తెలుసు వొదినా? దాని కెంత పొగ రనుకున్నావూ? చూస్తాను దాని సంగతేమిటో."

"శిక్షించ వొద్దని కాదు. నీ ఇష్టం. నీ కిష్టమైన శిక్ష వెయ్యి! కానీ అక్కడికి పంపించకుండా చెయ్యి వొదినా! అది నిజంగా చాలా సిగ్గుపడి ఏడు స్తోంది."

" దాన్ని నలుగుర్లో నవ్వుల పాలు చెయ్యాలి. అది ఏం మిట మిట లాడుతోందనుకున్నావూ? ఎవరికీ లేని సుతారం తనకే ఉన్నట్టు, రాజ కుమార్తె లాగ పెరుగుతోందిలే. బానిస ముండననే సంగతే మరచి పోయింది."

" వదినా! పాపం అది చాలా సిగ్గుపడి పోతోంది. ఈ శిక్ష మాత్రం తప్పించు వదినా!"

"సిగ్గా? దానికా? సిగ్గు మాలిన ముండ! దాని సుతారం అంతా వొదల గొట్టాలిలే."

ఒఫీలియా ఇక సహనంగా ఉండలేక పోయింది -" నువ్వింత క్రూరంగా ప్రవర్తిస్తే రేపు ప్రభువు ముందు జవాబు చెప్పుకోవాలి, తెలుసా?" అది.

"కౄరంగా ఎవరు ప్రవర్తిస్తున్నారమ్మా? పది హేను దెబ్బలేగా కొట్టమన్నది? ... ఆ మాత్రం జాగ్రత్త లేకపోతే వీళ్ళందర్నీ దారిలో కెలా తేవా లంటావు? నీకు తెలీదులే వొదినా! ఉత్తరాది మనిషివి నువ్వు. రేపు నీ దారిన నువ్వు పోతే నేను వీళ్ళతో బాధలు పడొద్దూ?"

జేన్ తల వొంచుకుని యజమానురాలు తన గురించే వెటకారంగా హెచ్చరికలు చేస్తోందని గ్రహించుకుంది.

ఒఫీలియా ఇంకా చాలా పోట్లాడాలనుకుంది గానీ, ఏమీ లాభం లేదనీ కోపంగా వెళ్ళి పోయింది.

రోజా దగ్గిరికి వెళ్ళి, " నే నేమీ చెయ్యలేక పోయానే" అని చెప్పడం దుర్భర మనిపించింది. కానీ చెప్పక తప్పలేదు.

రోజా, మొహం కప్పుకుని ఏడ్చింది.

అంతలో మేరీ దగ్గిర్నించి ఒక మనిషి వచ్చి, " అమ్మ గారు రోజాని తొందరగా కెలాబూస్‌కి తీసి కెళ్ళ మంటున్నారు" అని తొందర పెట్టాడు.

రోజా ఏడుస్తూ అతని వెనకాల బయల్దేరింది!

★ ★ ★

ఒఫీలియా టాప్సీని తీసుకుని తన ఊరు వెళ్ళి పోయే ప్రయత్నాలు చేసుకుంటోంది.

మేరీ కూడా ఆస్తులన్నీ అమ్మేసి పుట్టింటికి వెళ్ళిపోయే ప్రయత్నాల్లో ఉంది.

అడాల్ఫ్ చెప్పాడు టామ్‌కి - అమ్మ గారు సేవకులందర్నీ అమ్మేసే ప్రయత్నాలు చేస్తోందని.

టామ్ నిర్ఘాంత పడి పోయాడు - " ఎలా తెలుసు నీకు?" అన్నాడు.

" అమ్మ గారు లాయర్‌తో మాట్లాడుతూంటే విన్నాను. తను పుట్టింటి నించి తెచ్చుకున్న వాళ్ళని తనతో తీసుకు పోతుందట. మనల్నందర్నీ అమ్మే స్తుందట. ఈ యజమానురాలి దగ్గిర ఉండడం కన్నా అమ్ముడు పోవడమే నాకు ఇష్టం" అన్నాడు అడాల్ఫ్.

టామ్ నిశ్చలంగా ఉండడానికి ప్రయత్నిస్తూ - " ప్రభువు ఇచ్ఛ ఎలా ఉంటే అలా జరుగుతుంది" అన్నాడు. అలా అన్నాడే గానీ అతని హృదయం దుఃఖంతో నిండి పోయింది. సముద్రంలో నావ విరిగి పోయిన నావికుడికి, కను చూపు మేరలో తీరంలో తన గ్రామం, దేవాలయం కనిపిస్తూ ఉండగానే ఆ నావ తీరం చేరలేక సముద్రంలో మునిగిపోతోంటే ఎలా ఉంటుందో అలా తోచింది

టామ్‌కి తన పరిస్థితి. స్వేచ్ఛ దొరికిందనే ఆనందమూ, తన వాళ్ళని కలుసుకుంటాననే ఆశా, అతని దరిదాపులకు వచ్చి దూరమై పోయాయి. ఉబుకుతోన్న కన్నీటిని ఆపడానికి ప్రయత్నించాడు. మోకరిల్లి ప్రార్థన చేశాడు. 'నీ ఇచ్ఛ ప్రకారం జరుగుతుంది ప్రభూ!' అన్నాడు. ఆ మాటలు చాలా బాధతో, అశాంతితో, దుఃఖంతో అన్నాడు.

ప్రార్థన నించి లేచి ఒఫీలియా దగ్గిరికి వెళ్ళాడు - "అమ్మ గారూ! ... అయ్య గారు నాకు స్వేచ్ఛ ఇస్తానని చెప్పారు. కాయితాలు సిద్ధం చేస్తానన్నారు. మేరీ అమ్మ గారికి చెప్పి ..." అని దుఃఖంతో ఆగాడు.

" అలాగే టామ్! నేను తప్పకుండా మాట్లాడతాను. కానీ .... నువ్వు ఎక్కువ ఆశ పెట్టుకోవద్దు. ఇప్పుడే వెళ్ళి మాట్లాడతాను" అని మేరీ దగ్గిరికి బయల్దేరింది ఒఫీలియా. తను చాలా నేర్పుగా, శాంతంగా మాట్లాడి టామ్ పని చేయించాలని పట్టుదలగా వెళ్ళింది.

మేరీ, దిళ్ళకు చేరబడి కూర్చుని ఉంది. ఎప్పటి లాగే ఆమె దగ్గిర పరిచారికలు ఉన్నారు.

జేన్, బజారు నుంచి తెచ్చిన సామాన్లేవో చూపిస్తోంది - "డెర్బన్నా గారు పోయిం తర్వాత ఆయన భార్యా ఇలాంటి బట్టలే వాడిందమ్మా" అని చెపుతోంది జేన్.

వాటి అంద చందాలు పరిశీలిస్తోంది మేరీ. ఒఫీలియాని చూడ గానే "ఈ బట్టలెలా గున్నాయి వాదినా?" అని సలహా అడిగింది.

" ఈ నల్ల బట్టలు వాడాలన్నది ఒక ఆచారం. అది పాటించాలనేమీ లేదు. అయినా ఈ సంగతులు నా కన్నా నీకే బాగా తెలుసు."

" అయినా నే నిక ఏ గుడ్డలు కట్టుకుంటే ఏవిట్లే" అని నిట్టూర్చింది మేరీ.

" వదినా! నువ్వు ఆస్తులు అమ్మేసే ప్రయత్నాలు చేస్తున్నావు కదా? నీకో మాట చెప్పాలి. అగస్టీన్, టామ్‌కి స్వేచ్ఛ ఇస్తానని వాగ్దానం చేశాడు. కాయితాలు కూడా రాస్తానన్నాడు."

" టామ్‌కి స్వేచ్ఛ ఇస్తానన్నాడా? ఏం, వాడికిప్పుడేం లోటొచ్చిందీ? వాడికిప్పుడు స్వేచ్ఛేం దుకూ?" అని ఆశ్చర్యపడింది మేరీ.

" యజమాని వాగ్దానం చేశాడు కదా అని అతను చాలా ఆశపడుతున్నాడు."

" వాళ్ళాశ పడ్డాని కేవిలే. వాళ్ళకెన్ని ఇచ్చినా ఇంకా కావాలి. అన్నీ కావాలి. కుదరదులే వాదినా! నే నెవళ్ళనీ వదలను. నిగ్గర్ గాణ్ణి యజమాని కింద ఉంచితేనే వాడు వాళ్ళు దగ్గిర పెట్టుకుని పని చేస్తాడు. స్వేచ్ఛ ఇచ్చి వొదిలిపెట్టు. సోమరిపోతై పోతాడు. స్వేచ్ఛలు పొందిన నిగ్గర్లని చాలా మందిని చూశానమ్మా."

" టామ్ ఎంత మంచివాడు వాదినా! ఎంత కష్టపడి పని చేస్తాడు! ఎంత పవిత్రంగా ఉంటాడు!"

" అందుకే వాడు ఎక్కువ ఖరీదు చేస్తాడు. అలాంటి వాణ్ణి వొదులుకోమంటావా?"

" టామ్‌ని అమ్మేస్తావనుకో. చెడ్డ యజమాని దొరికితే?"

" నీ పిచ్చి గానీ యజమానుల్లో చెడ్డవాళ్ళెవరుంటారమ్మా? చిన్నతనం నుంచీ నే నెంత మందినో చూస్తున్నాను. నిగ్గర్ గాళ్ళలో చెడ్డ వెధవల్ని చూశాను గానీ, యజమానుల్లో చెడ్డవాళ్ళని చూళ్ళేదు సుమా!"

ఒఫీలియా కొంచెం కోపంగా గట్టిగా అంది - "అసలు టామ్‌కి స్వేచ్ఛ ఇవ్వమని ఇవా, వాళ్ళ నాన్న నడిగింది. అగస్టీన్ కూడా టామ్‌కి చెప్పేశాడు. ఆ సంగతులేమీ పట్టించుకోవా నువ్వు?"

మేరీ 'తలపోటు'తో వెనక్కి వాలింది. వాసన భరిణె తెరిచి వాసన చూసింది. కళ్ళనీళ్ళు పెట్టుకుని ముక్కు తుడుచుకుంది - "అందరూ నన్నే అంటారమ్మా. నా మాట మీద విలువెవరికుందీ? నా బతుకు బండలై పోయింది. బంగారం లాంటి బిడ్డ పోయింది. మహారాజు లాంటి పెనిమిటి పోయాడు. నా మీద జాలెవరికుందమ్మా? ఒసే మామీ! తలపోటు చంపేస్తోందే! నూనె రాయవే" అంటూ ఏడుస్తూ, మూలుగుతూ పడుకుంది.

ఒఫీలియా ఇక నిలబడి లాభం లేదని అక్కడి నించి వెళ్ళిపోయింది.

వెంటనే కెంటకీ రాష్ట్రంలో షెల్బీ భార్యకి ఉత్తరం రాసింది - "టామ్‌ని అమ్మేసే ప్రయ

త్నాల్లో ఉన్నారు. మీరు ఎలాగైనా టామ్ కోసం డబ్బు పంపించండి! టామ్‌ని తీసుకు వెళ్ళే ప్రయత్నం చెయ్యండి!" అని రాసి టామ్‌కి చూపించి ఉత్తరం పోస్టుకి పంపించింది.

★ ★ ★

మర్నాడే - టామ్‌నీ, అడాల్ఫ్‌నీ, ఇంకో ఆరు గుర్నీ, ఒక వేలం పాట దుకాణానికి తీసుకు వెళ్ళారు.

అది రాత్రి వేళ. మర్నాడు అమ్ముడు కావలసిన వాళ్ళంతా అక్కడ ఉన్నారు. అన్ని రంగుల వాళ్ళూ, అన్ని వయస్సుల వాళ్ళూ, నెలల వయస్సు ఉన్న పిల్లల నించీ వృద్ధుల వరకూ, అన్ని వయస్సుల వాళ్ళూ ఉన్నారక్కడ. తల్లుల్ని విడిచి పిల్లలూ, భర్తల్ని విడిచి భార్యలూ, ఎవరి వాళ్ళని విడిచి వాళ్ళు అమ్ముడు పోవడానికి సిద్ధంగా ఉన్నారు.

దుఖంతో, మాటలతో, వెక్కిళ్ళతో నిండిపోయి ఉంది వాతావరణం.

టామ్, తన పెట్టిని దగ్గిర పెట్టుకుని ఒక మూల కూర్చుని ఉన్నాడు.

జనంలో ఎక్కడైనా ఏడుపులు ఎక్కువై గొడవ జరిగితే, కొరడాలు పట్టుకుని తిరుగుతూన్న వాళ్ళు అటు వేపు వెళ్ళి ఒక చోట మూగిన వాళ్ళని బాది చెదరగొడుతున్నారు.

ఒక మూల, పది సంవత్సరాల బాలిక, కిందటి రోజంతా ఏడ్చి ఏడ్చి ఇప్పుడు మౌనంగా కూర్చుని ఉంది. క్రితం రాత్రి వాళ్ళ అమ్మని అమ్మేశారు! రేపు ఆమెని అమ్మబోతున్నారు!

ఆమెకు దగ్గిరలోనే ఇద్దరు తల్లీ కూతుళ్ళు కూర్చుని ఉన్నారు. వాళ్ళని బానిస స్త్రీలంటే నమ్మ డానికి వీల్లేనంత నాగరీకంగా, సంస్కారవంతంగా ఉన్నారు. ఇద్దరూ మంచి కుటుంబంలో పెరిగిన బానిసలు. కాన్వెంట్‌లో చదువుకున్న వాళ్ళు. తల్లి పేరు సుజాన్. కూతురు పేరు ఎమిలీన్. వాళ్ళని యజమానురాలు చాలా దయగా చూసేది. ఆమె కొడుకు దుర్వ్యసనాలకు లోనై ఆస్తి అంతా పాడు చేసి అప్పుల పాలయ్యాడు. ఇంటి బానిసలందర్నీ అమ్మేశాడు.

"అమ్మా! నా ఒళ్ళో తలపెట్టుకుని పడుకో. కొంచెం సేపు నిద్రపో" అంది కూతురు తల్లితో.

"నిద్రపోనా? .... ఈ ఆఖరి రాత్రి...."

"ఎందుకలా అంటావు? మనం కలిసే ఉంటామేమో ...."

"ఎంత భ్రమ!" అని గొణుక్కుంది తల్లి. కూతుర్ని పరీక్షలు చెయ్యడం, "ఈ సరుకు బాగుంది" అనడం, రేపు అలాగే జరుగుతుందని ఆమెకు తెలుసు.

"అమ్మా! మనం సంతోషంగా ఉత్సాహంగా ఉన్నట్టు కనపడదాం. పెద్ద కుటుంబం వాళ్ళు కొంటారు. పెద్ద వాళ్ళయితే ఇద్దర్నీ కొనగలరు. రేపు నేను తల అందంగా దువ్వుకుంటాను."

"ఆ నొక్కులన్నీ కనపడకుండా నున్నగా అణిచి దువ్వుకో."

"ఇలాగే బాగా ఉంటుందిగా అమ్మా?"

"వద్దమ్మా, ఫేషన్లు లేకుండా నిరాడంబరంగా ఉండే వాళ్ళనే పెద్ద కుటుంబాల వాళ్ళు కొంటారు. తల నున్నగా దువ్వుకో."

"అలాగేనమ్మా! చీకట్నే దువ్వుకుంటాను."

"మనం విడిపోతే మళ్ళీ నీకు నేను చెప్పడం కుదరదు. ప్రభువు నెన్నడూ మరిచిపోకు. ఏ ఆపదలో నైనా ప్రభువు కాపాడతాడు."

"అలాగే అమ్మా!"

వాళ్ళిద్దరూ వొణికే కంఠాలతో, భూమి మీద ఉన్న దుఖాన్ని పాడుతున్నారా అన్నట్టు ఒక ప్రార్థనా గీతం పాడారు.

తెల్లవారింది.

వేలం పాట దుకాణాదారుడు స్కెగ్స్ హడా వుడిగా ఆవరణంతా తిరుగుతున్నాడు. ఎమిలీన్ దగ్గిరికి వచ్చి ఆ పిల్ల జుట్టు నున్నగా ఉండడం చూసి, "నీ వంకీలేమైనాయే!" అని అరిచాడు.

ఎమిలీన్ తల్లి వేపు చూసింది.

సుజాన్ వినయంగా చెప్పింది - "అలా దువ్వుకోమని నేనే చెప్పానండయ్యా!"

"కుదరదు. దాని జుట్టుని ఎప్పట్లాగా చెయ్యి. ఫో, తొందరగా తీసుకురా! వంకీలు లేకపోతే వంద డాలర్లు తేడా వస్తుంది, తెలుసా?" అని అరిచాడు స్కెగ్స్.

టామ్, అడాల్ఫ్, అందరూ ఆవరణ మధ్య నిలబడి ఉన్నారు. బేరగాళ్ళు, బానిసల చుట్టూ తిరుగుతూ, ‘ అది బాగుంది, వీడు బాగున్నాడు, దాని పళ్ళు బాగున్నాయి, వాడి పిక్కలు బాగున్నాయి, అది ఏడ్చినట్టుంది, లాభం లేదు’ అని ఎంపిక చెయ్యడంలో మంచి చెడ్డలు చెప్పుకుంటున్నారు.

“ అగస్టీన్ కుటుంబం వాళ్ళని అమ్ముతున్నారటగా? చూద్దామని వచ్చాను.”

“ ఆయన కుటుంబం వాళ్ళయితే ఏం లాభం లేదు. పనీ పాటా రాదు వాళ్ళకి.”

“ ఆ మాట చెప్పకులే. నాలుగు సార్లు కెలాబూస్‌కి పంపితే వాడే దారి కొస్తాడు. నే నొకణ్ణి కొందామనుకుంటున్నాను” అని అడాల్ఫ్ వేపు చూపించాడా బేరగాడు.

అక్కడ తన కొత్త యజమాని ఎవరా అని చూస్తున్నాడు టామ్.

కీకారణ్యం లోకి ఏదో జంతువు, క్రూర మృగం ప్రవేశించినట్టు ఒక దృఢకాయుడైన బేరగాడు హడావిడిగా వచ్చాడు. మోటు శరీరం. చేతుల నిండా మట్టి పేరుకు పోయిన జుట్టు, పొడుగాటి గోళ్ళు. గోళ్ళ నిండా మట్టి. పీచు లాంటి కను బొమ్మలు. అట్టకట్టుకు పోయిన జుట్టు. పొగాకుతో గారపట్టి పోయిన నోరు. నాగరికత లేని బట్టలు. ఆ బేరగాణ్ణి చూడగానే ఎన్నడూ ఎరగనంత అసహ్యం, భయం వేశాయి, టామ్‌కి.

ఆ మృగం, టామ్ చెయ్యి పట్టుకుని బయటికి లాగి నోరు తెరిచి పళ్ళు చూశాడు. చొక్కా ఎత్తి భుజాలు చూశాడు.

“ ఊఁ, ఎక్కడ పెరిగావ్ రా?”

“ కెంటకీలో అయ్యా!”

“ ఏం పనులు చేశావ్?”

“ పొలం పనులయ్యా!”

వాడు, టామ్‌ని వొదిలేసి, అడాల్ఫ్ వేపు పోయాడు. తర్వాత ఎమిలీన్‌ని దగ్గిరికి లాగి, ఆ భయంకరమైన మురికి చేతిని ఆ పిల్ల రొమ్ముల మీద వేసి, భుజాలు పట్టి చూసి, ఆ పిల్లని వెనక్కి గెంటేశాడు.

ఆ పిల్ల, తల్లిని చుట్టేసుకుని బావురుమని ఏడ్చింది.

“ ఆగవే. నోర్మూయ్! ఏడుపులూ, గీడుపులూ ఇక్కడ కుదరవ్ నోర్మూసుకో” అని వేలం పాట మనిషి ఖయ్యిమన్నాడు.

అమ్మకాలు ప్రారంభించారు.

అడాల్ఫ్‌ని - ‘ నాలుగు సార్లు కేలాబూస్‌కి పంపితే సరి’ అన్న వాడు కొన్నాడు.

టామ్‌ని - ఆ బండ మృగం కొన్నాడు. వాడి పేరు లెగ్రీ. వాడు టామ్‌ని బయటికి లాగి, “ ఇక్కడ నించోరా” అని ఆజ్ఞాపించి ఇంకో బేరానికి వెళ్ళాడు.

సుజాన్‌ని - ఒక సంస్కార వంతుడిగా కనిపించే పెద్ద మనిషి కొన్నాడు.

“ అయ్యా గారూ! నా కూతుర్ని కూడా కొనండయ్యా” అని కొత్త యజమానిని ప్రాధేయ పడిందామె.

ఆ యజమాని ఆ పిల్లని కూడా కొనాలనుకున్నాడు గానీ వేలంపాట చాలా ఎత్తుకి పోయింది. అతను అంత ధర పెట్టలేక పోయాడు.

టామ్‌ని కొన్న జంతువే ఎమిలీన్‌ని కొన్నాడు.

అమ్మకాలై పోయింతర్వాత ఆ ఆవరణంతా పెద్ద పెద్ద శోకాలతో మార్మోగి పోయింది.

కొత్త యజమానులు, కొత్త బానిసల్ని తొందర తొందరగా లాక్కుపోతున్నారు!

“ పడవకి టైమై పోయింది, తొందరగా పోవాలి” అని యజమానులు తొందర పడుతున్నారు.

ఎమిలీన్, తల్లిని విడిచి ఏడుస్తూ, టామ్‌తోనూ, ఇంకా కొందరి తోనూ కలిసి బండ మృగం వెంట బయల్దేరింది.

లెగ్రీ తను కొన్న వాళ్ళందరికీ ఇద్దరిద్దరికి కలిపి సంకెళ్ళు వేసి పడవ ఎక్కించాడు.

టామ్, కాళ్ళకీ చేతులకీ సంకెళ్ళతో, సంకెళ్ళ భారాన్ని మించిన దుఃఖ భారంతో, మౌనంగా కూర్చుని ఉన్నాడు. కెంటకీలో భార్యాపిల్లలూ, అక్కడి దయ గల యజమానులూ, అగస్టీన్ కుటుంబంలో తన ప్రవేశం, ఇవా తల్లితో స్నేహం,

ఆమె మరణం, యజమాని మరణం, తనకు యజమాని చేసిన వాగ్దానం - అంతా కల లాగ కరిగి పోయింది.

ఇక కాలమంతా భయంకరమైన చాకిరీ!

లెగ్రీ, పాత గుడ్డలూ, పాత చెప్పులూ తీసుకుని టామ్ దగ్గరికి వచ్చాడు - "ఒరేయ్! ఇవి తీసుకుని నీ బట్టలూ, నీ బూట్లూ ఇలాగియ్యి" అని ఎదురుగా నించుని టామ్ వేసుకున్న మంచి బట్టలూ, మంచి బూట్లూ విప్పించేశాడు.

టామ్, బట్టలు మార్చుకునే కంగారులో కూడా బైబిల్ సంగతి మరిచిపోలేదు. తన బట్టల్లోంచి బైబిల్ తీసి పాత బట్టల్లో పెట్టేసుకున్నాడు. ప్రార్థనా గీతాల పుస్తకం తీసుకోడానికి వీలు లేకపోయింది. సిల్కు రుమాలూ, ఇవాని ఆడించే చిన్న చిన్న బొమ్మలూ కూడా తీసుకోలేకపోయాడు.

లెగ్రీ, టామ్ బట్టలు తనిఖీ చేస్తూ ప్రార్థనా గీతాల పుస్తకం చూసి, "ఏంట్రోయ్ .... చర్చి మనిషివా నువ్వు? దేవుడు పాటలు పాడతావా?" అన్నాడు.

"అవునండయ్యా!"

"సరేలే, నీ దేవుడు పిచ్చి వాదల గొడతాలే. ఇక నేనే నీ చర్చిని" అని బానిసల్నించి ఊడ లాక్కున్న వస్తువులన్నీ తీసుకుని వెళ్ళిపోయాడు వాడు.

తర్వాత రేవులో పడవ ఆగినప్పుడు, ఆ వస్తువులన్నిటినీ అమ్మేశాడు లెగ్రీ. టామ్ పెట్లో వస్తువుల్నీ, బట్టల్నీ, చివరికి పెట్టెనీ కూడా అమ్మేశాడు.

టామ్‌కి, ఒంటి మీద మురికి పేలికలు తప్ప ఏమీ మిగల్లేదు.

"ఒరే, నువ్వు మొయ్యటానికి బరువు లేకుండా చేశాన్రా. ఈ గుడ్డలే జాగర్తగా పెట్టుకో. సంవత్సరానికొక్క జత గుడ్డలిస్తానంతే" అని లెగ్రీ, ఎమిలీన్ దగ్గిరికి పోయి - "ఒసే పిల్లా! ఉషారుగుండవే. నవ్వుతూ ఉండు. ఏడిచావంటే కుదరదు నా దగ్గిర" అని, ఇంకో మనిషి దగ్గరికి పోయి ఒక బల్ల మీద కూర్చున్నాడు. అక్కడ ఎవరికో చెపుతున్నాడు. తను బిజినెస్ ఎంత నేర్పుగా చేస్తున్నాడో, నిగ్గర్ గాళ్ళ నెంత చాకచక్యంగా లొంగదీసెయ్యగలడో వర్ణిస్తున్నాడు.

"బానిసలు ఎంత కాలం పని చెయ్యగలరు?" అని అడిగారొకరు.

"కాస్త సరైన వాడైతే ఆరేళ్ళొస్తాడు. మరీ పనికి మాల్నోడైతే రెండు మూడేళ్ళ కన్నా లాబం లేదు. మొదట్లో ఆళ్ళకి బాగా వైద్యాలూ అవీ చేయించే వాణ్ణిలెండి. బట్టలివ్వటం, దుప్పట్లివ్వటం, మందులివ్వటం .... చేశాను గానీ దాని వల్ల లాబం కనపళ్ళేదు. ఇప్పుడేం చేస్తున్నానంటే, ఎవడి కన్నా జబ్బు చేస్తే పట్టించుకోను. ఒకడు చస్తే, ఇంకోణ్ణి కొంటాను. వాడి వైద్యానికీ మందులకీ తగలబెట్టే కంటే ఇదే లాబసాటిగా ఉంది నాకు."

లెగ్రీతో మాట్లాడుతోన్న మనిషి అక్కణ్ణించి లేచి వెళ్ళిపోయాడు - "ఇంత నీచుణ్ణి నే నెన్నడూ చూడలేదు" అని చీదరించుకున్నాడతను.

"అంత నీచుడి అధికారం లోనే మానవుల్ని అప్పగించి, కనీసపు రక్షణ అయినా లేకుండా ఊరుకుంటున్నాయి కదా చట్టాలు?" అన్నాడు ఇంకో మనిషి. వాళ్ళిద్దరూ బానిసత్వం గురించి చర్చించుకోవడంలో పడ్డారు.

ఎమిలీన్, తనతో పాటు సంకెళ్ళలో ఉన్న ఇంకో స్త్రీని వివరాలడిగింది.

ఆమె పేరు లూసీ. భర్తా బిడ్డలూ ఉన్నారు. యజమానికి జబ్బు చేసినప్పుడు సేవ చెయ్యడంలో లోపం జరిగిందని కోపంతో ఈమెని అమ్మేశాడు. "నీ పని ఇలా కాదే, నిన్ను నానా తిప్పలూ పెట్టే వాడికి అమ్ముతాను చూడు" అనే వాడా యజమాని! చివరికి అలాగే చేశాడు.

ఆమెని ఓదార్చాలనుకుంది ఎమిలీన్. ఏం మాట్లాడాలో తోచలేదు.

పడవ ఒక చిన్న టౌన్ రేవులో ఆగింది. లెగ్రీ తన బానిసలతో పడవ దిగాడు. అక్కడికి పదిమైళ్ళ దూరంలో ఉన్నాయి, అతని పత్తి పొలాలు.

ఒక బండిలో లెగ్రీ ఆడ వాళ్ళతో ఎక్కి కూర్చున్నాడు. మొగ బానిసలందరూ బండి వెనక నడక సాగించారు.

ఆ ప్రాంతం అంతా అడవి ప్రాంతంలా ఉంది. నిర్మానుష్యంగా ఉంది. ఎటు చూసినా రక రకాల

చెట్లూ, గడ్డి దుబ్బులూ, రాళ్ళూ రప్పలూ, ముళ్ళ పొదలూ. బురద బురదగా ఉంది, ఎంత దూరం నడిచినా.

"ఏదన్నా పాడండ్రా" అంటూ లెగ్రీ బ్రాందీ సీసా తీసుకొని తాగటం ప్రారంభించాడు.

టామ్ ప్రార్థనా గీతం ఎత్తుకున్నాడు.

"ఆరేయ్ నోరుముయ్! ఉషారుగుండే పాట పాడండ్రా" అని అరిచాడు లెగ్రీ.

టామ్ ప్రక్కన నడిచే వ్యక్తి, రౌడీ పాట లాంటి పాట ప్రారంభించాడు.

లెగ్రీ, ఎమిలీన్ భుజం మీద చేతులేసి, "నీకేం భయంలేదే పిల్లా! నా ఉంపుడు కత్తెలాగుందువు గాని, చెవులకి జూకాలు ఇస్తాను. నీకు ఎక్కువ పని చెప్పను" అని ఆ పిల్లని విసిగిస్తున్నాడు.

ఎమిలీన్ భయపడి పోయి లూసీని కావలించుకుని కూర్చుంది.

★ ★ ★

సుదీర్ఘమైన నడక నడిచి చేరవలసిన చోటుకి చేరారు.

బండి ఆగేసరికి సింహాల్లా ఉన్న నాలుగైదు కుక్కలు బండి వెనుక ఉన్న వాళ్ళ మీదకి దూక బోయాయి. వాటి కన్నా బలిష్టంగా మృగాల్లాగా ఉన్న వాళ్ళు కొందరు వాటి మీద పడి పట్టుకుంటే అవి వెనక్కి మళ్ళాయి.

"మీరు పారిపోడానికి ప్రయత్నాలు చేస్తే ఏం జరుగుతుందో తెలుసా?" అని బండి దిగాడు లెగ్రీ.

"శాంబో!" అని తన కన్నా జంతువు లాగ ఉన్న పనివాణ్ణి పిలిచాడు. "నీ కో ఆడదాన్ని తెస్తానన్నా గదరా? దీన్ని తీసుకోరా" అని లూసీని శాంబో వైపు గెంటాడు.

లూసీ నిర్ఘాంతపోయి, "అయ్యా గారూ! నాకు పెనిమిటి ఉన్నాడయ్యా గారూ" అని అరిచింది.

"అయితే ఏంటే, నోర్మూసుకో. ఈడితో ఉంటే నీకేం?" అని కొరడా తీసి, ఒక సారి ఝూడించి పక్క వాడికి దాన్ని అప్పజెప్పి, ఎమిలీన్ జబ్బ పట్టుకొని ఇంట్లోకి లాక్కుపోయాడు.

లోపల్నించి ఒక ఆడ కంఠం ఏదో అనటం, లెగ్రీ గట్టిగా "నోర్మూసుకో, నా కిష్టమైనట్టు నేను చేస్తాను" అనటం అందరికీ వినిపించింది.

శాంబో, కొత్త బానిస లందర్నీ బసల వేపు తోలుకు పోయాడు.

పత్తి పొలాల మధ్య ఆ రేకు షెడ్లని చూస్తే టామ్‌కి గుండెల్లోంచి వొణుకు లాంటి భయం వచ్చింది.

ఒక చీకటి కొట్టు చూపించారు టామ్‌కి. అక్కడ ఉన్న పాత బానిస లెవ్వరికీ కొత్త వాళ్ళని తలలెత్తి చూసే ఉత్సాహం లేదు. పాత వాళ్ళని చూస్తే అక్కడి జీవితం ఎంత దుర్భరంగా ఉంటుందో కొంచెం అర్థమైంది టామ్‌కి.

అతనికి భరించలేనంత ఆకలిగా ఉంది. స్పృహ తప్పి పడిపోయే పరిస్థితిలో ఉన్నాడతను.

కొత్త వాళ్ళందరికీ కొంచెం కొంచెం జొన్నలు ఇచ్చారు. "వారం రోజుల వరకూ ఇదే బత్తెం మీకు. తెలిసిందా? జాగర్తగా పెట్టుకోండి" అని చెప్పారు.

ఆ షెడ్ల దగ్గిరే ఒక చోట చేత్తో తిప్పుకునే పిండి మిల్లు ఉంది. అక్కడ ఎవరి జొన్నలు వాళ్ళు పిండి చేసుకోవాలి. తర్వాత రొట్టెలు చేసుకోవాలి.

జనం ఒకళ్ళ మీద ఒకళ్ళు పడి మిల్లులో పిండి చేసుకోడానికి సిద్ధపడుతున్నారు.

టామ్, మిల్లు దగ్గిర కూర్చుని బైబిలు తీసుకొని చదువుకున్నాడు, తనకు ఖాళీ వచ్చేవరకూ.

పక్కన చేరిన వాళ్ళెవరో అన్నారు - "కొంచెం చదువు."

టామ్ చదివాడు - "శ్రమ పడే మీరందరూ నా వద్దకు రండి! నేను మీకు విశ్రాంతి నిస్తాను!"

"ఎంత చల్లని మాటలు! ఎవరన్నా రా మాటలు?"

"ప్రభువు."

"ఆయనెక్కడ ఉంటాడు?"

"ప్రతీ చోటా ఉంటాడు!"

"ఇక్కడ మాత్రం లేడు. ఇక్కడ మాత్రం ప్రభువు లేడు."

టామ్ పిండి ఆడించుకుని రొట్టె చేసుకు తిని నిద్రపోయాడు.

★ ★ ★

టామ్ చాలా నిజాయితీగా కష్టపడి పని చేస్తు న్నాడనే సంగతి లెగ్రీ గ్రహించాడు. అయినా టామ్ అంటే లెగ్రీకి చాలా అయిష్టంగా ఉంది. ఒక మంచి మనిషిని చూస్తే ఒక చెడ్డ మనిషికి సహ జంగా కలిగే అయిష్టం అది.

తన యజమాని నీచుడనీ, క్రూరుడనీ టామ్ గ్రహించాడనే సంగతి కూడా లెగ్రీ గ్రహించాడు.

టామ్ తన తోటి వాళ్ళతో చాలా దయగా, ప్రేమగా ప్రవర్తించడం చూస్తే, లెగ్రీకి చాలా అసూయగా ద్వేషంగా ఉంది టామ్ మీద.

అసలు టామ్‌ని పని వాళ్ళందరి మీదా అజ మాయిషీ చేసే వాడి లాగా ఉంచాలనుకున్నాడు. టామ్‌ని క్రూరంగా తయారు చెయ్యాలను కున్నాడు.

టామ్ అలా తయారయ్యే రకంగా లేడు.

టామ్ పక్కన పొలంలో ఎవరైనా పత్తి తొంద రగా ఏరలేకపోతే వాళ్ళ పని తనే చేస్తాడు.

లెగ్రీ, ఎమిలీన్‌ని తెచ్చుకొనే వరకూ తన ఉంపుడు గత్తెగా ఉంచుకున్న క్యాసీని ఇప్పుడు పొలం పని లోకి పంపించేశాడు.

ఆమె, లెగ్రీ దగ్గిరికి రాక ముందు చాలా మంచి కుటుంబంలో పెరిగిన బానిస.

పత్తి ఏరడంలో ఆమె వెనక పడిందని టామ్ తన బుట్టలో పత్తి తీసి క్యాసీ బుట్టలో పడేశాడు. ఆ సంగతి శాంబో చూశాడు. వాడు కొరడా ఈడ్చు కుంటూ వచ్చి టామ్‌నీ క్యాసీని కూడా భయంక రంగా కొట్టాడు.

దెబ్బలకు టామ్ తాళగలిగాడు గానీ క్యాసీ స్పృహ తప్పి పడిపోయింది. శాంబో తన కోటు పిన్ను తీసి ఆమె తలలో గుచ్చి బాధ పెట్టాడు.

క్యాసీ బాధతో అరుస్తూ లేచింది.

"పని చెయ్యవే, దొంగ ముండా!"

ఆమె లేచి మూలుగుతూ పని ప్రారంభిం చింది.

టామ్ భరించలేక తన బుట్టలో పత్తి ఆమె బుట్టలో మళ్ళీ వేశాడు.

"వద్దు, వద్దు. నిన్ను వాళ్ళు చంపేస్తారు" అని ఆమె వారించినా టామ్ వినలేదు. తగినంత పత్తి ఏరకపోతే ఆమెని కొడతారని టామ్‌కి తెలుసు.

సాయంత్రానికి ఎవరి బుట్టలు వాళ్ళు తీసు కుని పత్తి తూయించుకోడానికి వెళ్ళారు.

అక్కడ లెగ్రీ టామ్‌తో అన్నాడు - "ఒరే టామ్, నిన్ను మామూలు పనుల్లో పెట్టడానికి కాదురా కొన్నది. నువ్విక అజమాయిషీ చేసే పని ప్రారంభిం చాలి. ఎలా చేస్తావో చూస్తాను. క్యాసీని కొట్టు! ఎలా కొడతావో చూస్తాను."

టామ్ వినయంగా చెప్పుకున్నాడు - "అయ్య గారూ! నాతో ఎంత పనైనా చేయించుకోండి, చేస్తాను. ఒకర్ని కొట్టే పని మాత్రం నే నెప్పుడూ చెయ్యను" - టామ్ చాలా వినయం గానే మాట్లా డినా చాలా దృఢంగా మాట్లాడాడు.

లెగ్రీ తన ఇనుప పిడికిలితో టామ్ మొహం మీద కొన్ని దెబ్బలు కొట్టాడు.

టామ్, రక్త ధారలతో నిండిపోయిన మొహంతో లెగ్రీ చెప్పిన పని చెయ్యనని మళ్ళీ తిరస్కరించాడు.

"'పాపం' అంటావు, 'పుణ్యం' అంటావు, యజమాని చెప్పిన పనులు సేవకుడు చెయ్యాలని బైబిల్లో లేదురా? నేను నీ యజమానిని కానురా? నీ ఆత్మా, శరీరం నావి కావురా?" అని టామ్‌ని కాలితో తన్నాడు.

టామ్ మొహం నించి కన్నీరూ, రక్తమూ కలిసి ప్రవహిస్తున్నాయి. "నా ఆత్మ నీది కాదు. నా శరీ రాన్ని కొన్నావు గానీ నా ఆత్మని కొనలేవు. నా ఆత్మ ఎన్నటికీ నీది కాదు" అని అరిచాడు టామ్.

"వీడి పని చూడండి" అని లెగ్రీ ఉగ్రుడై పోతూ టామ్‌ని శాంబోకీ, క్వింబోకీ అప్పగించాడు.

వాళ్ళు, టామ్‌ని, కొట్టడానికి లాక్కుపోయారు.

★ ★ ★

టామ్ ఒంటి నిండా దెబ్బలతో, గాయాలతో రక్తాలు కారుతూ చెత్తాచెదారం పడేసే కొట్టులో మూలపడి ఉన్నాడు.

"ప్రభువా! ప్రభువా!" అని మూలుగుతూ జపిస్తున్నాడు.

క్యాసీ లాంతరు తీసుకుని ఆ కొట్లోకి వచ్చింది.

"ఎవరు? నాకు కొంచెం మంచి నీళ్ళిస్తారా?" అని అడిగాడు టామ్.

క్యాసీ, టామ్ నోట్లో తాగినన్ని నీళ్ళు పోసింది. టామ్ గాయాల్ని నీటితో తుడిచి, బట్టలు సరిచేసి, వేరే చోట గుడ్డ పరిచి, టామ్ లేవటానికి సహాయం చేసి పక్క మీద పడుకో బెట్టింది. అట్టలు కట్టిన పత్తి తీసి టామ్ తల కింద ఒత్తు పెట్టింది.

"కృతజ్ఞుణ్ణి అమ్మ గారూ!" అన్నాడు టామ్ బలహీనంగా.

"అమ్మ గారూ అనకు నాయనా! నేనూ నీ వంటి బానిసనే" అని క్యాసీ తన కష్ట గాథ చెప్పు కుంటూ టామ్ పక్కన కూర్చుంది.

ఆమె చిన్నతనంలో దయ గల యజమానుల దగ్గిర సుఖంగా పెరిగింది. ఆమె తల్లి - బానిస. తండ్రి - బానిస యజమాని. అతను క్యాసీకి స్వేచ్ఛ ఇస్తాననే వాడు. అతను హఠాత్తుగా కలరా వచ్చి పోయాడు. ఆస్తి అంతా అప్పుల పాలైంది. క్యాసీని ఒక ధనిక యువకుడు కొన్నాడు. కొంత కాలం అతను క్యాసీని పువ్వుల్లో పెట్టి చూశాడు. ఇద్దరు పిల్లలు పుట్టారు. తనను పెళ్ళి చేసుకోమని అతన్ని కోరేది క్యాసీ. "ఒకరి మీద ఒకరికి విశ్వాసమే పెళ్ళి. వేరే పెళ్ళెందుకు?" అనే వాడతను. క్రమంగా అతను వ్యసనాల పాలయ్యాడు. అప్పుల పాలయ్యాడు. ఒక రోజు ఊరు వెళ్ళి వస్తానని వెళ్ళాడు. వెళ్ళేటప్పుడు చాలా ప్రేమగా మాట్లాడి పిల్లల్ని ముద్దులు పెట్టుకొని వెళ్ళాడు. అతను వెళ్ళే తీరు చూస్తే అతను తిరిగి రాడనే సంగతి క్యాసీకి తెలిసి పోయినట్టయింది. అతను ఎక్కిన గుర్రం కంటికి కనపడకుండా వెళ్ళి పోయే వరకూ చూసి స్పృహ తప్పి పడిపోయిందామె.

క్యాసీ భయం నిజం అయింది. అతను తిరిగి రాలేదు. ఒక బేరగాడు కాయితాలు తీసుకుని వచ్చాడు. క్యాసీని తనకు ఉంపుడు కత్తెగా ఉండ మన్నాడు. లేకపోతే పిల్లల్ని అమ్మేస్తానన్నాడు. క్యాసీ ఒప్పుకుంది. అయినా కూడా వాడు క్యాసీకి తెలీ కుండా ఒక రోజు పిల్లల్ని అమ్మేశాడు. క్యాసీ వాడిని ద్వేషంతో తిట్టిపోస్తోంటే, క్యాసీ తిన్నగా ప్రవర్తిస్తే పిల్లల్ని తిరిగి కొంటాననీ, ఎప్పుడు కావాలంటే అప్పుడు చూపిస్తాననీ చెప్పి క్యాసీ నోరు మూశాడు. స్త్రీకి పిల్లలు ఉన్నారంటే, ఇక ఆ స్త్రీని ఏ రకంగా నైనా లొంగదీసెయ్యవచ్చు.

క్యాసీ ఒక రోజు బయటికి వెళ్ళి వస్తుంటే, కెలాబూస్ దగ్గిర పెద్ద పెద్ద కేకలతో ఆమె కొడుకు ఏడుపు వినిపించింది. ఆమె పరుగు పరుగున లోపలికి వెళ్ళింది. దెబ్బలు తినే పిల్లవాడు, "అమ్మా! అమ్మా!" అంటూ పరుగున వచ్చి తల్లిని కావలించుకున్నాడు. అతన్ని మళ్ళీ లాక్కు పోయారు. వాడు పొగరుమోతుగా ఉన్నాడనీ, యజమానికి వినయం చూపడం లేదనీ, చెప్పారు. క్యాసీ, ఇంటికి పరిగెత్తుకు వచ్చి తన యజమానికి విషయం అంతా చెప్పి, కొడుకుని రక్షించమని ప్రార్థించింది. అతను లక్ష్యపెట్టలేదు.

తర్వాత కూడా క్యాసీకి ఒక బిడ్డ పుట్టాడు. ఆ బిడ్డని పెంచి పెద్దచేసి కొరడాలకు అప్పగించడం ఆమెకు దుర్భరంగా తోచింది. రెండు వారాల వయసున్న ఆ బిడ్డని ఒళ్ళో పడుకో బెట్టుకుని చచ్చి పోయే మందు తాగించింది. అతను చచ్చిపోయే వరకూ తల్లి దుఃఖంతో బిడ్డని ముద్దులు పెట్టు కుంటూనే ఉంది!

తర్వాత ఆమె మరి కొందరు యజమానుల చేతులు మారింది. ప్రస్తుతం లెగ్రీ దగ్గిర ఉంది. వాడి ప్రవర్తన టామ్‌కి తెలిసిందే.

"ఈ లెగ్రీని నా చేతుల్తో నేనే ఎప్పుడో చంపే స్తాను" అంది క్యాసీ భయంకరమైన కోపంతో.

"అంతా ప్రభువు కృప" అన్నాడు టామ్ హృదయం లోనూ, శరీరం లోనూ బాధలతో.

"ప్రభువు లేడు. ఉన్నా, వాడు మన పక్షం కాదు" అంది క్యాసీ కోపంతో.

ఆ నాస్తిక వచనాలు టామ్‌కి కష్టం కలిగిం చాయి.

ఎమిలీన్, పారిపోయే ఉపాయం చెప్పమని క్యాసీని అడిగింది. "నాకు పాములంటే భయం గానీ ఇప్పుడు నా ప్రక్కన ఈ లెగ్రీ ఉండడం కన్నా పాము ఉండటమే సంతోషం" అంది ఎమిలీన్ ఏడుస్తూ.

పారిపోయే ప్రయత్నాలు చేసిన వాళ్ళకి లెగ్రీ చేతిలో ఎలాంటి బాధలు సంభవించాయో క్యాసీ

ఎమిలీన్‌కి చెప్పింది. అలాంటి ప్రయత్నాలు మానెయ్యమని కూడా చెప్పింది.

దెబ్బలతో పడివున్న టామ్ దగ్గరికి లెగ్రీ వచ్చాడు. రాగానే ఒక తన్ను తన్ని "లేరా, ఇంకె ప్పుడూ తప్పు చెయ్యనని చెప్పు" అని అరిచాడు.

టామ్ నిస్సత్తువతో దృఢంగా, "నాకు మంచి దని తోచిన పని నేను చేశాను, మళ్ళీ అయినా అలాగే చేస్తాను" అని సమాధానం చెప్పాడు.

లెగ్రీ టామ్‌ని కొరడాతో బాదాడు.

"చెట్టుకు కట్టేసి తగలబెట్టిస్తాను" అని అరిచాడు.

"లెగ్రీ అయ్య గారూ! నా శరీరాన్ని మీరేమైనా చేసుకోండి. పస్తులు పెట్టండి. నిలువునా కాల్చి చంపండి. ఏమైనా చెయ్యండి. మీ ప్రయత్నాలన్నీ నన్ను ప్రభువు దగ్గిరికి తొందరగా పంపుతాయి."

టామ్ దృఢత్వానికి లెగ్రీ జంకాడు - "నీ సంగ తేమిటో తర్వాత తేల్చుకుంటారా. ఇప్పుడు కాదు. నిన్ను వొదుల్తాననుకోకు. తొందరగా లేచి పని లోకి రా" అని అరిచి వెళ్ళాడు.

★ ★ ★

"కెనడాకి ఇక ఇరవై నాలుగ్గంటల దూరంలో ఉన్నాం" అన్నాడు హారిస్, భార్యతో.

కెనడాకి పారిపోతున్న వాళ్ళ ప్రయాణం ఒక్క రోజు దూరం లోకి వచ్చేసింది! ఈ రోజు గడు స్తుందా, పట్టుబడకుండా తప్పుకోగలమా అని అందరూ దిగాలు పడుతూ క్షణాలు గడుపు తున్నారు.

వాళ్ళని పట్టుకోవాలని వెంటాడిన లోకర్ గాణ్ణి తుపాకీ గుండుతో కొట్టి, కొండల మీద నించి కింద పడ్డ వాణ్ణి బండిలో తీసుకు పోయి వైద్యం చేయించి రక్షించిన తర్వాత - ఆ లోకరే, హారిస్ వాళ్ళకి తప్పించుకోడానికి మార్గం చెప్పాడు. - ఫలానా రేవులో ఎక్కే బోటులో తన మనుషులు ఎలిజాని పట్టుకోడానికి రోజూ వెతుకుతూ ఉంటా రనీ, అందరూ వేషాలు మార్చి తప్పించుకోమనీ, సలహా ఇచ్చాడు.

లోకర్ నిజంగా తమకు సాయపడాలనే చెపు తున్నాడని నమ్మకం కుదరక పోయినా, వేషాలు మార్చుకోడానికే నిర్ణయించుకున్నారు పారిపోతున్న వాళ్ళంతా.

ఎలిజా మొగ వేషం వేసుకుంది. పిల్లాడికి ఆడ పిల్ల వేషం వేశారు. పారిపోయే బానిసలకు సహాయపడే స్మిత్ అనే ఆవిడ ఆడ పిల్ల వేషం వేసుకున్న పిల్లాణ్ణి తన దగ్గిర పెట్టుకుని తను వేరుగా ప్రయాణం చేసే ప్రయాణీకురాలి లాగా ఎలిజా వాళ్ళతో సంబంధం లేకుండా బోటు దగ్గి రికి వెళ్ళి ఎక్కింది.

హారిస్, ఎలిజా ఇద్దరూ స్నేహితుల్లాగా ప్రవ ర్తిస్తూ బోటు ఎక్కారు.

జిమ్ కూడా ముసలి తల్లిని తీసుకుని వేరుగా వచ్చాడు.

వాళ్ళంతా బోటు ఎక్కి ఎవరికి వాళ్ళు దూర దూరంగా కూర్చున్న తర్వాత, ఎవరో ఇద్దరు మను షులు బోటులో అందరి మొహాలూ పరిశీలించి చూస్తూ చాలా సేపు బోటులో తిరిగారు.

పారిపోయే బానిసలు కెనడా చేరడానికి అది ఆఖరి ప్రయాణం. ఆ బోటు ప్రయాణంలో పట్టు బడకుండా తప్పించుకోగలిగితే, ఒక్క రాత్రి గడిస్తే వాళ్ళు జీవితాంతపు బానిసత్వం నించి విముక్తులై పోతారు!

బోటు, కదలడానికి కూత వేసింది.

బోటులో మనిషి మనిషినీ పరిశీలిస్తోన్న ఆ మనుషులిద్దరూ కేబిన్ దగ్గిర నించున్న హారిస్ ముందు నించి నడుస్తూ, "వాళ్ళీ బోటులో ఎక్క లేదు" అనుకుంటూ నించున్నారు.

బోటు మళ్ళీ కూత వేసింది.

ఆ మనుషులిద్దరూ దిగిపోయారు.

బోటు కదిలింది.

ఎలిజా వాళ్ళంతా ఆనందంతో మూగ వాళ్ళయి పోయారు. బోటు కెనడా దరిదాపులకు చేరే వరకూ వాళ్ళు నోట మాట లేకుండా కూర్చు న్నారు.

సాయంత్రం వేళకి బోటు కెనడాలో అమ్‌హర్ట్ బర్గ్ రేవులో ఆగింది. ప్రయాణీకుల్ని దిగమని పెద్ద కూతవేసింది బోటు.

కెనడా భూమి మీద కాలు పెట్టీ పెట్టగానే విముక్తి చెందిన బానిసలంతా నేల మీద పడి మోక రించి, 'ప్రభువా! ప్రభువా!' అంటూ ప్రార్ధనలు చేశారు.

స్మిత్, వాళ్ళందర్నీ ఒక క్రైస్తవ మత ప్రచారకుడి దగ్గిరికి తీసుకు వెళ్ళింది.

ఆ రాత్రి వాళ్ళకెవ్వరికీ నిద్రలు పట్టలేదు .... సంతోషంతో!

★ ★ ★

టామ్‌ని ప్రతీ క్షణం పీడిస్తూ చాలా నీచంగా క్రూరంగా ప్రవర్తిస్తున్నాడు లెగ్రీ.

టామ్‌కి ఇప్పుడు బైబిల్ చదువడానికి కూడా ఖాళీ ఉండడం లేదు. ఆదివారాలు కూడా విశ్రాంతి దొరకడం లేదు.

రోజూ రాత్రి పొద్దు పోయే వరకూ పొలం పని చేసి అప్పుడు బసకి వచ్చి ఆ జొన్న రొట్టె ముక్క కాల్చుకోడానికి పొయ్యి అంటించినప్పుడు ఆ వెలుగులో నాలుగు వాక్యాలు చదవాలని పుస్తకం తెరుస్తాడు.

రెండు మాటలు చదువుతాడో లేదో కళ్ళు కూరుకు పోతాయి. అలసటతో తల వాలిపోతుంది. పుస్తకం పట్టుకోవడమే దుస్సాధ్యమై పోతుంది.

అంత అలసటతో, అంత నిస్సత్తువలో కూడా అతను క్షణ మాత్రం ఆలోచిస్తాడు.

ఆత్మలు అణచబడుతున్నాయి!

దుష్టులు విజయం పొందుతున్నారు!

ప్రభువు నిశ్శబ్దంగా ఉన్నాడు!

అతను దుఃఖపడుతూ ఆలోచిస్తాడు.

వారాలు .... నెలలు .... అతను ఆత్మలో గొడవ పడ్డాడు.

మినుకు మినుకుమనే ఒక చిన్ని ఆశాకిరణం అతని హృదయంలో! - ఒఫీలియా అమ్మగారు కెంటకీకి రాసిన ఉత్తరం ఎమిలీ అమ్మ గారికి అందుతుంది. తన కోసం ఎవరో వస్తారు. హఠాత్తుగా ఎవరో వచ్చి తన నీ నరకం నించి విముక్తి చేస్తారు. తప్పక తన కోసం ఎవరో వస్తారు!

అతను రోజూ కొత్త వాళ్ళ రాక కోసం చూస్తాడు!

నిన్నటి దినం లాగే రోజు ముగిసి పోయినప్పుడు అతని హృదయం విచారంతో కుంగి పోతుంది.

రాను రాను అతని విచారం అతన్ని నిలబడ లేని స్థితికి తెచ్చింది.

అతనికి ఎన్నడూ లేని శంక ప్రారంభమయ్యింది - 'ప్రభువు' మీద! ప్రభువు లేడా? ప్రభువుని ఆరాధించే దంతా వ్యర్ధమేనా? ప్రయోజనం శూన్యమేనా? - అనే శంకలు అతన్ని సతమతం చేస్తున్నాయి.

ఒక రాత్రి - అతని జొన్న రొట్టె కాలుతోంది. ఎప్పటి లాగే అతను పొయ్యి వెలుగులో బైబిల్ చదవడానికి పుస్తకం జేబు లోంచి తీశాడు.

అతని కెంతో ప్రీతిపాత్రమైన వాక్యాలు, ఒక సారి చదవ గానే తన్మయత్వంలో పడవేసే వాక్యాలు - వాటి కింద పెన్సిల్ ముక్కతో ఎప్పుడో గుర్తులు పెట్టి ఉంచుకున్నాడు - వాటిని ఒక సారి చదవబోతే .... ఆ పదాలకు ఆనందాన్నిచ్చే శక్తి పోయిందో, అతని హృదయం ఉత్తేజాన్ని పొంద లేక పోయిందో - అతను నిరాసక్తిగా బైబిల్ మూసి జేబులో పెట్టుకున్నాడు.

"ఆ పుస్తకం ఇంకా జేబులో ఎందుకురా? పొయ్యిలో పడెయ్" అని అతని ముందు బండ నవ్వుతో నించున్న లెగ్రీ వెటకారంగా అరిచాడు.

"నేను చెప్పినట్టు ఇనరా అంటే ఇనవు కదా? నా మాటింటే ఎంత సుకంగా బతుకుతావో ఆలోచించుకో. నిన్నెక్కడికి కావాలంటే అక్కడికి తిరగ నిస్తాను. అప్పుడప్పుడూ తాగడానికి పోస్తాను."

"ప్రభువు క్షమించు గాక!" అని ఊరుకున్నాడు టామ్.

"ప్రభువు నిన్ను నాకే వొదలేశాడ్రా! నన్ను నమ్ముకో. నిన్ను వొదిలేసిన ప్రభువుని కొలిస్తే నీకేం లాబం?"

"లేదయ్య గారూ! ప్రభువు నన్ను వొదిలినా నేను ప్రభువుని వొదలను."

"తెలివి తక్కువ వెదవా!" అని టామ్ మీద ఉమ్మువూసి వెళ్ళిపోయాడు లెగ్రీ.

టామ్ పొయ్యి ముందు అలాగే కూర్చున్నాడు. ఒంటరిగా మౌనంగా నిశ్శబ్దంగా ... అలాగే కూర్చున్నాడు!

అతని చెవులకు ఏదో అద్భుత స్వరం విని పించినట్టయింది .... "ఎవడైతే దుఃఖాన్ని జయిస్తాడో వాడు నా సరసన సింహాసనంపై కూర్చుంటాడు!"

ఆ అద్భుత స్వరంతో పాటు ఒక అద్భుత దృశ్యం .... తను ఎప్పుడూ హృదయంలో నిల్పుకునే ప్రభువు రూపం! కాంతి పుంజాలతో నిండి పోయిన ముఖారవిందం!

టామ్ కళ్ళారా చూశాడా దృశ్యాన్ని! ఆ క్షణాలలో అతని హృదయం కొత్త శక్తితో కొత్త తేజస్సుతో నిండిపోయింది! ఆకలీ, నిద్రా, దుఖ్ఖం, నిరాశా, బాధా, మటు మాయమయ్యాయి. అతనికి ఎన్నడూ లేనంత విశ్వాసం కలిగింది - ప్రభువులో!

మర్నాడు టామ్‌ని చూస్తే ఎన్నడూ చింత అనేది ఎరగని వాడి లాగా, సంతోషంతో, శాంతితో నిండిపోయిన వాడి లాగా కనిపించాడు అందరికీ.

"ఏంటి ఈడి యవ్వారం? సంతోషంతో పొంగుతున్నట్టున్నాడే!" అన్నాడు లెగ్రీ తన మనుషులతో.

"పారిపోవాలని చూస్తున్నాడేమోనయ్యా! పారి పోగలను లెమ్మని సంతోషంగా ఉన్నాడేమో" అన్నారు వాళ్ళు.

"అడొకసారి పారిపోతే బలే సరదాగా ఉంటదిలే. ఆడి ఎనకాల మనం పట్టం, మన కుక్కలు అణ్ణి తరుముకు రాటం .... ఆడు ఆ రాళ్ళలో, రప్పల్లో, బురద గుంటల్లో కిందా మీదా పడతా లేస్తా దొల్లుతా ... బలే బాగుంటదిలే. కుక్కలు అణ్ణి పట్టుకుని పీకుతుంటే...." - టామ్ పారి పోవడం తల్చుకుని చాలాసేపు ఆనందించాడు లెగ్రీ.

ఒక వెన్నెల రాత్రి! లెగ్రీ, బానిసల షెడ్ల వేపు తిరిగి అంతా సరిగా ఉందని నిర్ధారించుకుని ఇంటి వేపు పోతున్నాడు.

అంతా నిశ్శబ్దంగా ఉంది.

ఎవరో కంఠం ఎత్తి పాడుతున్నారు.

"ఆకాశం కింద ఉన్న ఈ భూమి మీద నా కేమీ దుఃఖం లేదు. నా కేమీ చింత లేదు" అని ఆనందంతో పాడుతున్నారు!

"ఒరే, నోర్మూస్కో!" అని లెగ్రీ గావుకేక పెట్టి అరిచాడు.

తన చేతుల్లో ఉండి కూడా టామ్ అంత నిర్వి చారంగా గడపడం లెగ్రీకి కంపరం పుట్టిస్తోంది! అతని ద్వేషాన్ని క్షణ క్షణం పెంచుతోంది!

★ ★ ★

క్యాసీ ఒక రోజు అర్ధరాత్రి టామ్ దగ్గరికి కంగారుగా వచ్చింది - "టామ్ పెద్దయ్యా! తొందరగా చెప్పు! స్వేచ్ఛ కావాలా నీకు? స్వేచ్ఛ ఇష్టమేనా నీకు?" అని తొందర పెట్టింది.

"ప్రభువు దయ అమ్మా!"

"ఈ రాత్రే నీకు స్వేచ్ఛ దొరుకుతుంది. వాడు బాగా తాగివున్నాడు. బ్రాందీలో మత్తు మందు కలిపాను. తెల్లవారే దాకా లేవడు. నువ్వు తప్పించుకునే మార్గాలన్నీ చెపుతాను. తొందరగా రా! నాతో రా...."

టామ్ చాలా వ్యతిరేకత చూపాడు - "పది వేల లోకాలు దొరికినా నే నలాంటి తప్పుడు పని చెయ్యలేను" అన్నాడు.

"ఏమిటి టామ్ పెద్దయ్యా! ఇంత నికృష్టమైన జీవితాన్ని వొదిలిపెట్టి పోవా? అది తప్పుడు పనా?"

"పారిపోవడం అబద్ధం పని అమ్మా! అబద్ధం లోంచి మంచి జీవితం ఎన్నడూ రాదు. నే నలాంటి పని చేశానంటే నా చేతుల్ని నేనే నరుక్కుంటాను."

"అయితే ఈ అవకాశాన్ని నేను ఉపయోగించుకుంటాను. నేను పారిపోతాను."

"నీ ఆత్మని హీనపరుస్తావా అమ్మా? ప్రభువు ఆజ్ఞ అయ్యే వరకూ ఆగాలి."

"ఇంకా ఆగాలా? ఆగలేదూ ఇంత కాలం? ఈ నీచుడు ఎంత మందిని ఎంతెంత బాధలు పెట్టాడో తెలుసా? ఈ రాత్రే వీణ్ణి చంపేసి నేను పారిపోతాను."

"ప్రభువు తన రక్తాన్ని చిందించాడే గానీ, ఎన్నడూ ఇతరుల రక్తాన్ని తీసుకోలేదు. శత్రువుల్ని ప్రేమించడానికి కూడా ప్రభువు సహాయ పడ తాడు."

"శత్రువుల్ని ప్రేమిస్తావా? ప్రేమించగలవా?"

"అందర్నీ ప్రేమించాలి!"

"నా బిడ్డల్ని అమ్మేశాక నేను ప్రార్థన చెయ్యడం మానేశాను. ప్రార్థించాలని ప్రయత్నిం చినా ప్రార్థించలేను."

"అలాగా అమ్మా? నీ కోసం నేను ప్రార్థిస్తాను. అతన్ని చంపే పని చెయ్యవద్దు! నువ్వు వెళ్ళిపో దలిస్తే ఎమిలీన్‌ని కూడా తీసుకు వెళ్ళు! ప్రభువు ఉన్నాడు మీ వెనక. నేను మీ కోసం ప్రార్థిస్తాను. వెళ్ళండి!"

గతంలో కూడా ఇలాగే చాలా సార్లు క్యాసీ పారిపోవాలని ప్రయత్నించి ధైర్యం చెయ్యలేక పోయింది.

ఆ రాత్రి క్యాసీ ఎమిలీన్‌ని తీసుకుని ఆ ఇంటి నించి మాయమైంది. కానీ వాళ్ళు ఎక్కడికో పోలేదు. ఆ ఇంటి లోనే మేడ మీద పాడుపడి పోయిన గదిలో దాక్కున్నారు.

ఆ గదిలోకి లెగ్రీ రాడనే సంగతి క్యాసీకి బాగా తెలుసు. అంతకు ముందు రోజుల్లో ఆ గదిలో రాత్రులు రక రకాల చప్పుళ్ళు చేసి ఆ గదిలో దయ్యాలున్నాయనే భయాన్ని లెగ్రీకి బాగా పుట్టిం చింది క్యాసీ.

లెగ్రీ సహజంగా భయస్తుడు. ఒంటరిగా కూర్చున్నప్పుడు ఆకు అల్లాడితే ఒణికి పోతాడు. రాత్రులు మేడ మీద పాడుబడ్డ గది లోంచి వచ్చే రక రకాల చప్పుళ్ళు విని ఆ గదిలో దెయ్యాలు చేరాయని అతను పూర్తిగా నమ్మేశాడు.

ఆ గదిలో ఒకటి రెండు రోజులు ఉండి తర్వాత తప్పించుకు పోవాలని క్యాసీ అభిప్రాయం.

టామ్‌తో మాట్లాడి వెళ్ళిన రాత్రి ఎమిలీన్‌ని తీసుకుని దెయ్యాల గదిలోకి పోయి తలుపులు బిగించుకుని కూర్చుంది.

తెల్లారి ఇద్దరు మనుషులు మాయమయ్యే సరికి లెగ్రీ పిచ్చికోపంతో గంతు లేశాడు.

క్యాసీ ఎక్కువగా టామ్‌తో మాట్లాడుతుందని అతనికి తెలుసు. వెంటనే టామ్‌ని పిలిపించాడు. క్యాసీ గురించి చెప్పమన్నాడు.

"చెప్పడానికి నా దగ్గరేమీ సమాచారం లేదు" అన్నాడు టామ్.

"నువ్వు నిజం చెప్పటం లేదు. నీ రక్తం బొట్టు బొట్టుగా పీల్చేస్తాను" అని అరిచాడు లెగ్రీ.

"నా రక్తమే నీకు కావాలంటే, నీ ఆనందానికి నా రక్తం ధార పోస్తాను" అన్నాడు టామ్.

"ఈడి అంతు చూడండి" అని టామ్‌ని శాంబోకీ, క్వింబోకీ అప్పగించాడు లెగ్రీ.

★ ★ ★

రెండు రోజుల తర్వాత ఒక బండిలో ఒక యువకుడు లెగ్రీ ఇంటికి వచ్చాడు. అతను జార్జి! షెల్బీ కొడుకు! టామ్‌ని తీసుకు వెళ్ళాలని వచ్చాడు.

ఒఫీలియా రాసిన ఉత్తరం ఎమిలీకి రెండు నెలలు ఆలశ్యంగా అందింది. పోస్టులో జరిగిన ఆలశ్యాల వల్ల.

ఆ ఉత్తరం అందేటప్పటికి షెల్బీకి జబ్బు చేసి ఆఖరి క్షణాలలో ఉన్నాడు. తర్వాత అతను చాలా తక్కువ కాలం లోనే చచ్చిపోయాడు. తర్వాత ఎమిలీ కొన్ని ఆస్తులు అమ్మేసి అప్పులు తీర్చి కొంత డబ్బు టామ్ కోసం సిద్ధం చేసింది. ఆ లోగా ఒఫీలియా ఇచ్చిన అడ్రస్ ప్రకారం టామ్‌ని ఏ లాయర్ ద్వారా వేలానికి పంపించారో ఆ లాయ ర్‌కి ఉత్తరం రాసింది ఎమిలీ.

టామ్‌ని ఎవరికి అమ్మారో తనకు వివరాలు తెలీవని లాయరు జవాబు రాశాడు.

అయినప్పటికీ జార్జి ఆర్నెల్ల పాటు అనేక మంది ద్వారా వాకబులు చేసి చివరికి లెగ్రీ అడ్రస్ పట్టుకోగలిగాడు.

జార్జి, బండి దిగగానే లెగ్రీని కలుసుకుని - "ఐదారు నెలల కిందట టామ్ అనే అతన్ని మీరు కొన్నారని తెలిసింది. అతను మొదటి నించీ మా దగ్గరే ఉండేవాడు. అతన్ని కొందామని వచ్చాను" అన్నాడు.

"అడా? అణ్ణి బాగా తన్ని పడేశాం. ఇద్దరమ్మా యిల్ని, ఎయ్యేసి రూపాయలు ఖరీదు చేసే వాళ్ళని, పారిపోనిచ్చాడు. దెబ్బలు తిని చచ్చే లాగ ఉన్నాడు" అన్నాడు లెగ్రీ.

"టామ్ ఎక్కడ ఉన్నాడిప్పుడు?" అని జార్జి ఆతృతగా అడిగాడు.

లెగ్రీ బానిస కుర్రాడొకడు, జార్జి బండి దగ్గిరి కొచ్చి నించున్న వాడు జార్జి అడిగిన ప్రశ్నకి తొంద రగా "షెడ్లో ఉన్నాడండీ" అని చెప్పాడు.

"నిన్నెవడు చెప్పమన్నాడ్రా?" అని లెగ్రీ ఆ కుర్రాణ్ణి మొహం మీద కొట్టి, "పొలంకాడ షెడ్లో ఉన్నాడు, ఎల్లండి" అని చెప్పాడు జార్జితో.

జార్జి దారి తెలుసుకుని అటు వేపు పరుగు లాంటి నడకతో వెళ్ళాడు.

జార్జి అడుగుపెట్టిన ఆ కొట్టు చీకటి పాతాళం లాగ ఉంది. ఆ చీకట్లో ఏమీ కనపడలేదతనికి.

మూలుగు! ఒకటే మూలుగు.

టామ్ శరీరంలో దాదాపు గాయపడని భాగం లేదు!

జార్జి హృదయం బద్దలయి నట్టయి పోయింది. "టామ్ మామ ఇలాంటి చోట ఉన్నాడా? ఇలాంటి చోట! .... ఇలాంటి చోట!...." అని అతను తల తిరిగి స్పృహ తప్పి పోతున్నట్టు టామ్ పక్కన కూలబడి పోయాడు - "మామా! మామా! టామ్ మామా! నేను వచ్చాను! నన్ను చూడు!" అంటూ జార్జి దుఃఖం ఆపుకోడానికి ప్రయ త్నిస్తూ టామ్‌ని చాలా సార్లు పిలిచాడు.

టామ్ కళ్ళు తెరిచి జార్జిని చూశాడు.

తొందరగానే జార్జిని పోల్చాడు.

"జార్జి అయ్య గారా! జార్జి అయ్య గారా!" అని టామ్ ఆనందంతో ఆశ్చర్యంతో వెర్రి చూపులు చూశాడు.

"మామా! నేనే! జార్జిని! నీ చిన్నయ్య నంటావే! నిన్నమ్మేస్తారని రాసిన ఉత్తరం ఆల స్యంగా అందింది. నీ గురించి సరైన సమాచారం దొరకలేదు. నువ్విక్కడున్నావని తెలియగానే నేను వచ్చేశాను."

"మీరు నన్ను మరిచిపోలేదా అయ్యా? ప్రభువా! నన్ను కరుణించావు. నీ కరుణ నాకు తెలిసింది. నా ఆత్మ ఆనందంతో నిండి పోయింది. ఇప్పుడు సంతృప్తిగా చచ్చిపోతాను!" అని భారంగా మాట్లాడాడు టామ్.

"అలా అనకు మామా! నువ్వు చచ్చిపోకూడదు. నిన్ను మన ఇంటికి తీసుకు వెళ్ళాలని వచ్చాను. నిన్ను కొంటాను మామా! నిన్ను నాతో తీసుకు వెళ్ళిపోతాను."

"జార్జి అయ్యా! ప్రభువు కొన్నాడు నన్ను! ప్రభువు ఇంటికి తీసుకు పోతున్నాడు నన్ను. చిన్నయ్యా! కెంటకీ కంటే నాకు ప్రభువు ఇల్లే కోర దగ్గ చోటు. నేను ప్రభువు ఇంటికి వెళ్తున్నాను."

టామ్ విపరీతంగా బాధపడుతున్నాడు. అతి కష్టం మీద మాట్లాడుతున్నాడు.

జార్జికి దుఃఖం ఆగడం లేదు - "టామ్ మామా! నువ్వు చచ్చిపోవద్దు! నేను భరించలేను. నువ్వు లేకుండా నేను తిరిగి వెళ్ళను. నాతో నిన్ను తీసుకు పోతాను. ఇంత కాలం నువ్వు ఇన్ని బాధలు పడుతున్నావని అనుకోలేదు. అయ్యో! ఎంత దురదృష్టవంతుడవై పోయావు మామా! ఎన్ని బాధలు పడ్డావు!"

"నేను దురదృష్టవంతుణ్ణి కానయ్యా! ప్రభువు నాకు వరం ఇచ్చాడు. నన్ను మించిన అదృష్ట వంతుడు లేడు" - టామ్ ఆ మాటలు ఎంతో బల హీనంగా అన్నా దృఢంగా అన్నాడు.

"క్లో అత్తకి ఈ సంగతులు అన్నీ చెప్పకు చిన్నయ్యా! నేను సంతోషంగా కాంతి లోకానికి వెళ్ళుతూ ఉండగా చూశానని చెప్పు. ప్రభువు నన్ను ప్రతీ కష్టంలోనూ ఆదుకున్నాడని చెప్పు! నా పిచ్చి బిడ్డల్ని చూడాలనీ, నా చిన్ని బిడ్డని చూడాలనీ, నే నెంత పరితపించానో చెప్పు! అయ్య గారికీ .... అమ్మ గారికీ .... నా ప్రేమ చెప్పు! నే నందర్నీ .... ప్రేమించానని చెప్పు!...."

టామ్ బాధని చూస్తూంటే జార్జి లెగ్రీ మీద కోపాన్ని ఆపుకోలేక, "ఈ నీచుడు నిన్నెంత బాధ పెట్టాడు!" అని లెగ్రీని తిట్టిపోశాడు.

"ఆయన నా కేమీ హాని చెయ్యలేదు. నాకు స్వర్గ ద్వారాలు తెరిచాడు" అన్నాడు టామ్. తన హృదయంలో ఎటువంటి క్రోధమూ లేకుండా.

కాంతి తగ్గిపోయిన దీపం లాగా నెమ్మది నెమ్మ దిగా జీవం తగ్గిపోతూ స్పృహ తప్పి పోయాడు టామ్.

చివరగా అతను, "ప్రభువు దయ నించి ... ఎవరు .... వేరు చేయగలరు?" అంటూ నిర్జీవమైన కళ్ళని శాశ్వతంగా మూసుకున్నాడు.

జార్జి, దుఃఖంతో తల్లడిల్లి ఏమీ చెయ్యలేక లేచి లెగ్రీ దగ్గిరికి వెళ్ళాడు.

" టామ్ శరీరం నాకు కావాలి. అంత్య క్రియలు చేసి వెళతాను. ఎంత ఖరీదో చెప్పు" అన్నాడు.

"చచ్చిన నిగ్గర్లని అమ్మే వాణ్ణి కాను, కావా లంటే అణ్ణి తీసుకు పోయి ఎక్కడ కావాలంటే అక్కడ పాతిపెట్టుకో!" అన్నాడు లెగ్రీ నిర్లక్ష్యంగా.

జార్జి అక్కడ జేరిన బానిసల్ని చూస్తూ, "ఎవరైనా ఇద్దరు నాకు సహాయం రండయ్యా!" అని పిలిచాడు.

టామ్ షెడ్డు దగ్గిరికి బండి తెచ్చారు. జార్జి తన కోటు విప్పి బండిలో పరిచాడు.

టామ్ శరీరాన్ని దాని మీద పడుకో బెట్టారు.

బండి కదలబోయే ముందు జార్జి లెగ్రీ ముందుకు వెళ్ళి కోపంతో మండిపడిపోతూ, "నీ క్రూరత్వానికి నే నేమీ చెయ్యకుండా ఊరుకుంటా ననుకోకు. నువ్వు టామ్‌ని హత్య చేశావని నీ మీద కేసు పెడతాను. నీ సంగతి కోర్టులో చూస్తాను" అని కేక లేశాడు.

లెగ్రీ వెటకారంగా నవ్వాడు - "సరే చెయ్యి! నీకు సాక్ష్యం ఎవరున్నారు?"

జార్జి అక్కడ ఉన్న వాళ్ళందర్నీ చూశాడు. అందరూ నీగ్రోలే. తెల్ల వాడొక్కడూ లేడు.

దక్షిణాది కోర్టుల్లో నల్ల వాళ్ళ సాక్ష్యానికి విలువ ఉండదు.

లెగ్రీ నిర్లక్ష్యంగా నవ్వుతూ అంటున్నాడు - "ఒక నిగ్గరు గాడు సస్తే దాన్ని పెద్ద కత సేస్తావేం, కత?"

జార్జి ఒక్క విసురుతో లెగ్రీ మీదికి దూకి లెగ్రీని ఫెడీమని తన్నాడు. తర్వాత వెళ్ళి బండి ఎక్కి కూర్చున్నాడు.

జార్జి తన్నుతో కింద పడ్డ లెగ్రీ లేచి బట్టలు దులుపుకుని ఊరుకున్నాడు.

కొందర్ని తన్నితే దారికి వస్తారు. వాళ్ళకి, తన్నిన వాళ్ళ మీద గౌరవం కూడా కలుగుతుంది! అలాంటి నీచుడు లెగ్రీ!

బండి పొలాలకు దూరంగా పోయి ఆగింది. చెట్ల గుబురులో ఒక ప్రదేశం బాగున్నట్టు తోచింది జార్జికి.

బండి వెంట వచ్చిన మనుషులు జార్జి చెప్పిన చోట గొయ్యి తవ్వారు. ఆ గోతిలో జార్జి కోటు పరిచారు. దాని మీద టామ్‌ని పడుకో బెట్టారు. గొయ్యిని కప్పేశారు.

జార్జి ఆ మనుషులకు డబ్బు ఇచ్చి ఇక వెళ్ళి పొమన్నాడు.

వాళ్ళు చాలా వినయంగా దుఃఖంగా జార్జిని ప్రార్థించారు - "అయ్యా! మీరు మమ్మల్ని కొని తీసుకు వెళితే చాలా నమ్మకంగా మసులు కుంటాం అయ్యా!"

"..............................."

"అయ్య గారూ! ఇక్కడ చెప్పలేని బాధలు పడుతున్నాం. మీకు విశ్వాసంగా పని చేస్తాం అయ్య గారూ!" అంటూ ఆశగా జార్జిని చూశారు.

జార్జి చాలా విచార పడ్డాడు. దుఖ్ఖపడుతూ చెప్పాడు - "నేను కొనలేను. నాకు సాధ్యం కాదు. నా దగ్గిర అంత డబ్బు లేదు. నేను మీ కేమీ సహాయం చెయ్యలేను" అన్నాడు.

వాళ్ళిద్దరూ చాలా నిరుత్సాహంతో కొంతసేపు నిలబడి, చివరికి వెళతామని చెప్పి మౌనంగా నడుస్తూ వెళ్ళారు.

టామ్ సమాధి దగ్గిర జార్జి చాలా సేపు కూర్చు న్నాడు.

అక్కణ్ణించి లేచే క్షణాలలో అనుకున్నాడతను - "ఈ నిముషం నించీ బానిసత్వాన్ని తీసి వెయ్యడానికి ఒక మనిషి ఏం చెయ్యగలడో అదంతా నేనూ చేస్తాను!"

★ ★ ★

క్యాసీ, ఎమిలీన్ మాయమై పోయిం తర్వాత ఆ చుట్టు పట్ల ప్రాంతాలన్నీ వెతికించాడు లెగ్రీ. "క్యాసీని తుపాకీతో కాల్చేయండి! ఎమిలీన్‌ని కాల్చొద్దు" అని వెతికే వాళ్ళకి హెచ్చరికలు చేశాడు.

పారిపోయిన వాళ్ళ కోసం ఎంత తీవ్రంగా గాలించినా లాభం లేదని తేలిపోయింది. రాత్రులు తమని వెతికే పని మానేశారని తెలిసిన తర్వాత ఒక రాత్రి క్యాసీ, ఎమిలీన్, ఇంటి నించి బయట పడ్డారు.

క్యాసీ యజమానురాలిగా, ఎమిలీన్ ఆమె పరి చారకురాలి లాగా వేషాలు మార్చుకున్నారు. మేడ మీద దాక్కునే ముందే లెగ్రీ పెట్లోంచి కొంత డబ్బు తీసుకు వచ్చింది క్యాసీ.

"మనం దొంగతనం చెయ్యవచ్చునా?" అని ఎమిలీన్ సందేహపడితే, క్యాసీ కోపంగా జవాబు చెప్పింది - "దొంగతనమా ఇది? మన ఆత్మల్నీ, దేహాల్నీ వాళ్ళు దొంగిలించడం లేదూ? మనం కష్టించి సంపాయించిన డబ్బుని వాళ్ళు దొంగి లించడం లేదూ?"

క్యాసీ డబ్బు తీసుకు రావడం వల్ల వాళ్ళు మంచి బట్టలు కొని క్యాసీ వేషం మార్చుకోడానికి వీలైంది.

రేవులో బోటు కోసం కూర్చున్న చోట క్యాసీ, ఎమిలీన్, జార్జిని చూశారు. జార్జి మంచి యజ మాని అనీ, టామ్ కోసం వచ్చి వెళుతున్నాడనీ, తమ పరిస్థితి అతనికి చెప్పడం వల్ల నష్టం లేదు సరికదా అతను తమకు సహాయంగా ఉంటాడనీ భావించి, తమ సంగతంతా అతనికి చెప్పేసింది క్యాసీ.

బోటులో, వాళ్ళకు డీతోక్స్ అనే ఆవిడ కలి సింది. ఆవిడ జార్జితో మాట్లాడుతూ, జార్జి కెంటకీ వాడని తెలిసి - "హారిస్ అనీ ములాటో బానిస కుర్రాడొకడు ఉండేవాడు. మీ కేమైనా తెలు సునా?" అని అడిగింది.

"హారిస్ తెలియక పోవడమేమిటి? ఎలిజా అని మా ఇంట్లో ఉండే బానిస అమ్మాయినే అతను పెళ్ళి చేసుకున్నాడు. వాళ్ళిద్దరూ కెనడా పారిపోయారు."

"కెనడా పారిపోయారా? నిజంగానా?" అంది డీతోక్స్. ఆనందంతో ఉక్కిరి బిక్కిరయింది. "వాడు నా తమ్ముడే, నా తమ్ముడే" అని బావురు మని ఏడ్చేసింది. "వాడు చిన్న పిల్లాడిగా ఉన్న ప్పుడు నన్ను అమ్మేశారు. వెస్టిండీస్‌లో ఒకాయన నన్ను కొని, స్వేచ్ఛ ఇచ్చి, పెళ్ళి చేసుకున్నాడు. ఆయన నన్ను చాలా ప్రేమగా చూశాడు. ఈ మధ్యనే ఆయన చచ్చిపోయాడు. తన ఆస్తినంతా నా పేర రాశాడు. నేను హారిస్ కోసం కెంటకీ వెళ్ళి చూద్దామని బయల్దేరాను. అయితే వాళ్ళు కెనడా పారిపోయారన్న మాట!" అని ఆనందపడిందావిడ.

"పెళ్ళి కూడా చేసుకున్నా డన్నారు కదూ? ఎలాంటి అమ్మాయో తెలుసా?" అని అడిగింది.

"చాలా మంచి మనిషి. చదువు నేర్చుకుంది. మా అమ్మే ఆ అమ్మాయిని పెంచింది. చక్కగా పాడుతుంది."

"ఆ అమ్మాయి మీ ఇంట్లోనే పుట్టిందా?"

"లేదు. నాన్న న్యూ ఆర్లియన్స్‌లో ఏడెనిమిది నెలల పిల్లగా ఉన్నప్పుడు కొని తెచ్చి అమ్మకు ఇచ్చాడట."

వాళ్ళ సంభాషణ వింటూ ఉన్న క్యాసీ ఆతృ తగా, "న్యూ ఆర్లియన్స్‌లోనా? ఏ సంవత్సరంలో? ఎవరి దగ్గిర కొన్నారు?" అని అడిగింది.

"సంవత్సరం గుర్తు లేదు. మొన్న మా నాన్న పోయిం తర్వాత పాత బిల్లులూ అవీ చూస్తోంటే ఎలిజాని కొన్న బిల్లు కూడా కనపడింది. సిమ్మన్స్ దగ్గిర కొన్నట్టుగా ఉంది."

క్యాసీకి ఏదో షాక్ తగిలినట్టు పడిపోయింది. ఆమె తేరుకున్న తర్వాత ఎలిజా తన కూతురేనని చెప్పింది.

డీతోక్స్, క్యాసీనీ, ఎమిలీన్‌ని కూడా తీసుకుని తన ప్రయాణం కెనడాకి మార్చుకుంది.

వాళ్ళు తేలిగ్గానే కెనడా చేరారు. క్రైస్తవ మతాధి కారి సాయంతో హారిస్ అడ్రస్ సంపాయించగలి గారు.

★ ★ ★

ఒక సాయంత్రం పూట,

ఎలిజా వంట పని చేస్తూ ఉంది.

పిల్లాడు చదువుకుంటున్నాడు.

హారిస్, తను కట్టబోయే పరీక్షల కోసం చదువుకుంటున్నాడు.

కెనడా వచ్చిన తర్వాత పుట్టిన చిన్న పిల్ల ఆడు కుంటోంది.

వాళ్ళకు తెలిసిన మతాధికారి ఇద్దరు స్త్రీలని తీసుకొని ఇంట్లో ప్రవేశించాడు.

ఇంట్లో వాళ్ళంతా ఆనందంగా వారిని ఆహ్వానించారు.

అసలు సంగతి హారిస్‌కీ, ఎలిజాకీ ఎలా చెప్పాలో మతాధికారి అంతకు ముందే ఒక ప్లాను వేసి ఆ ప్రకారమే ప్రవర్తించాలన్నాడు.

హారిస్‌ని చూడగానే అతని అక్క ఆ ప్లాన్ అంతా తల్లకిందులు చేసి ఒక్క సారిగా హారిస్‌ని కావలించుకుని, " నేను నీ అక్కనిరా! నీ అక్కనిరా!" అని ఆనందంతో అరిచింది.

క్యాసీ కూడా ఎలిజాని కౌగలించుకుని ఆనందంతో ఏడ్చేసింది.

వాళ్ళంతా ఎంతో ఆనందంగా మాట్లాడుకున్నారు.

హారిస్ అక్క హారిస్‌తో అంది - " నా భర్త చాలా ఆస్తి ఇచ్చాడు నాకు. అదంతా నీకే ఇవ్వాలనుకుంటున్నాను."

" నాకు పెద్ద చదువులు చదవాలని ఉంది. నా చదువుకి సహాయం చెయ్యి! ఇంకేమీ అక్కర్లేదు నాకు" అన్నాడు హారిస్.

★ ★ ★

టామ్‌ని తీసుకు వస్తానని వెళ్ళిన జార్జి, ఇంటికి ఒక ఉత్తరం రాశాడు - ఫలానా రోజుకి ఇంటికి వస్తున్నానని మాత్రమే రాశాడు.

" మా ముసిలోణ్ణి గురించి ఏమీ రాయలేదా అమ్మా?" అని ష్లో ఆతృతగా అడిగింది యజమానురాలిని.

" లేదు ష్లో!" అని ఊరుకుంది ఎమిలీ. ఆ ఉత్తరంలో ఏమీ లేక పోయినా ఎందుకో సందేహం కలిగింది ఎమిలీకి. జార్జి, ఆ ఉత్తరం ఉత్సాహంగా రాసినట్టు లేదు.

" చిన్నయ్య ఎప్పుడూ అంతే. అన్నీ తనే స్వయంగా చెప్పాలంటాడు" అని సంతోషపడి ఊరుకుంది ష్లో.

ష్లో అప్పటి వరకూ కేకుల ఫ్యాక్టరీలో పని చేసి కొంత డబ్బు సంపాయించి తెచ్చింది. ఆ ఫ్యాక్టరీ యజమాని ష్లోని ఇంకా వెళ్ళవద్దనే అన్నాడు గానీ, ష్లో ఇక ఉండలేనంది - " మా ముసిలోడు వస్తున్నాడయ్యా! నేను లేకపోతే అమ్మగారు కూడా ఉండలేరు" అని శెలవు తీసుకుని ఫ్యాక్టరీ నించి వచ్చేసింది.

తెచ్చిన డబ్బు యజమానురాలి చేతిలో పెట్టింది. అప్పట్నుంచీ వాళ్ళందరూ ప్రతీ క్షణం టామ్ కోసం ఎదురు చూస్తూనే ఉన్నారు.

ఆ రోజు జార్జి వస్తానన్న రోజు! అందరూ వాకిట్లోనే మకాం పెట్టారు.

వాళ్ళు ఎదురు చూస్తున్న క్షణాలు రానే వచ్చాయి.

వాకిట్లో గుర్రబ్బండి ఆగీ ఆగగానే అందరూ దాని చుట్టూ మూగారు.

జార్జి బండి లోంచి దిగాడు. బండిలో టామ్ లేడు! అందరూ తెల్లబోతూ నించున్నారు.

ష్లో, బండిలోకి చూసి, ఇంకెవ్వరూ లేకపోవడం చూసి నిర్ఘాంతపడి నించుంది.

బండి దిగిన జార్జి, ష్లో దగ్గరికి పోయి ష్లో చేతులు పట్టుకుని, " అత్తా! టామ్ మామ ఇంకో లోకానికి వెళ్ళిపోయాడు. లేకపోతే నా సర్వస్వమూ ఇచ్చి మామని తీసుకొచ్చే వాడినే" అని చెపుతూ ఏడ్చాడు.

అందరూ ఘొల్లుమన్నారు.

జార్జి, ష్లో అత్త దగ్గిర కూర్చుని సంగతులన్నీ పూస గుచ్చినట్టు చెప్పాడు.

★ ★ ★

ఒక నెలరోజుల తర్వాత,

జార్జి తన బానిసలందర్నీ పిలిచాడు. అతని దగ్గిర పెద్ద కాయితాల కట్ట ఉంది.

" అందరూ వినండి! నేను మీ కందరికీ స్వేచ్ఛ ఇచ్చేస్తున్నాను. చట్టబద్ధంగా రాసి ఇచ్చేస్తున్నాను" అని వరసగా అందరి పేర్లూ చదివాడు.

బానిసలంతా ఘొల్లున ఏడవడం మొదలు పెట్టారు. " మేం వెళ్ళం చిన్నయ్యా! మిమ్మల్ని వొదిలి పెట్టి మేం వెళ్ళం!" అని కేకలు పెట్టారు.

జార్జి వాళ్ళకి కాయితాలు ఇస్తోంటే వాళ్ళంతా వాటిని తెచ్చి జార్జి బల్ల మీద పడేశారు.

" నేను చెప్పేది వినండి! మీరు ఎక్కడికీ వెళ్ళొద్దు. మీరందరూ ఇక్కడే ఉంటారు. ఎప్పటి

లాగే పని చేస్తారు. మీకు నేను జీతాలిస్తాను. ఇక మీరు ఎవ్వరికీ బానిసలు కారు. మిమ్మల్ని ఎవ్వరూ అమ్మలేరూ, కొనలేరూ. ఇప్పుడు మీరు స్వేచ్ఛా జీవులు!" అని నచ్చచెప్పాడు జార్జి.

అందరూ ఏడుపులు ఆపి ఊరుకున్నారు.

ఒక ముసలి బానిస నేలమీద మోకరిల్లి ప్రార్థన గీతం ఎత్తుకున్నాడు. అందరూ కలిసి పాడారు.

జార్జి మళ్ళీ చెప్పాడు.

"మీకందరికీ స్వేచ్ఛ ఇస్తానని నేను టామ్ మామ సమాధి దగ్గిర ప్రతిజ్ఞ చేశాను. మీకు స్వేచ్ఛ దొరకడానికి కారణం టామ్ మామే. మీరందరూ టామ్ మామ ఇంటిని స్మృతి చిహ్నంగా భావించు కోండి! టామ్ మామ ఇంటిని చూసినప్పుడల్లా మీకు స్వేచ్ఛ ఎలా దొరికిందో గుర్తుచేసుకోండి!"

[పరిచయం సమాప్తం]

★

చివరి మాట

ఈ నవలలో ముఖ్య పాత్రలన్నీ, చివరికి 'మంచి క్రైస్తవులు'గా, 'ప్రభువుని విశ్వసించే భక్తులు'గా, మారతాయి.

మొదట నించీ 'ప్రభువు'ని నమ్మని హారిస్, చివరికి భక్తుడవుతాడు.

ఇవా తండ్రి అగస్టీన్ కూడా మరణ శయ్య మీద ప్రార్థన చేయించుకుంటాడు.

టామ్‌ని పీడించిన శాంబో, క్వింబోలు కూడా టామ్ బోధనలకు పశ్చాత్తాపం చెంది 'ప్రభువు'ని క్షమాపణలు కోరతారు.

"నిజమైన క్రైస్తవులు దుర్మార్గాలు చెయ్య లేరు" అని ఈ నవల ఒక వేపు నొక్కి చెప్పినా, పీడనలకు గురి అయ్యే వారి సమస్యల్ని ప్రభువే పరిష్కరిస్తాడనో, పోరాటాన్ని వొదిలేసి ప్రభువునే నమ్మమనో, చెప్పలేదు. పీడితుల తిరగబాట్లే వారి సమస్యల్ని పరిష్కరిస్తాయనీ, బానిస యజ మానుల శాసనాలకు బానిసలు కట్టుబడక ధిక్క రించాలనీ, చెప్పడం చేత, ఈ రచనలో ఎంత భక్తి బోధ ఉన్నా, అది ఈ రచనని అభివృద్ధి నిరోధక రచనగా చెయ్యదు. రచయిత్రి, భక్తిని బోధించినా, ప్రధాన పాత్రలన్నీ భక్తిని ఆచరించినా, బానిసత్వం ఉండకూడదని ఎన్నో విధాలుగా చెప్పడం వల్ల ఈ రచన, గొప్ప అభివృద్ధి కరమైన రచనే!

ఈ నవల రచనా కాలం 1851.

అమెరికా లోని నీగ్రో బానిసత్వాన్ని ప్రపంచం దృష్టికి తెచ్చిన మొట్టమొదటి పుస్తకం ఇది. ఈ పుస్తకానికి ముందే నీగ్రో బానిసత్వాన్ని గురించి రెండు మూడు పుస్తకాలు వచ్చినప్పటికీ, అవి అమె రికా లోనూ, ఇంగ్లండు లోనూ ప్రచారం అయ్యాయి గానీ ప్రపంచమంతటినీ ఆకర్షించ లేదు. ఈ నవల ప్రతీ దేశం లోనూ, బానిసత్వాన్ని వ్యతిరేకించే విధంగా ప్రజల్ని ప్రభావితం చెయ్య డంలో గొప్ప పాత్ర నిర్వహించింది.

అమెరికాలో ఉత్తరాదిన చాలా సౌఖ్యవంత మైన జీవితాలు గడిపే కుటుంబీకులు, బానిస జీవితాలెంత దుర్భరంగా ఉన్నాయో ఈ నవల వల్ల వివరంగా తెలుసుకున్నారు.

ఈ నవలకు ముందే బానిసత్వాన్ని రద్దు చెయ్యాలని కోరే బృందాలూ, సంఘాలూ, చాలా ఉండేవి. ఆ 'రద్దు వాద' సంఘాల నాయకు లందరూ కలిసి చెయ్యగలిగిన దాని కన్నా ఈ నవల ప్రజల్ని అనేక రెట్లు అధికంగా ప్రభావితం చేసింది.

రచయిత్రి ఈ నవలకు రాసిన ముందు మాట వల్ల తెలిసే కొన్ని అంశాలు ఇవి:

ఈ నవల చదివి ప్రజలు "రద్దు వాద" సంఘాల్లో పెద్ద సంఖ్యలో మెంబర్లుగా చేరడం ప్రారంభించారు.

ఈ నవలకు ముందు కాలంలో దక్షిణాదిన బానిస యజమానులు, రద్దు వాదులకు చాలా ఇబ్బందులు కలిగించి, బాధలు పెట్టేవారు.

దక్షిణాది నించి పారిపోయి ఉత్తరాదికి వచ్చే బానిసల్ని వేటాడుతూ బానిస యజమానులు ఉత్తరాదికి వచ్చే వారు. అక్కడ బానిసల్ని పట్టుకుని శిక్షించడం, కౄరంగా హింసించడం, ఉత్తరాది ప్రజలు కూడా అప్పుడప్పుడూ చూస్తూ ఉండేవారు.

స్టోవే అన్న భార్య ఒకసారి స్టోవేకి, " నీ లాగ నాకు రాయగలిగే శక్తి ఉంటే, ఈ బానిసత్వం ఎంత నీచమైందో, ఎంత కౄరమైందో ప్రపంచానికి చెప్పి కళ్ళు తెరిపించే పుస్తకం ఒకటి రాసే దాన్ని" అని ఒక ఉత్తరం రాసింది.

ఆ ఉత్తరం చదివినప్పుడు స్టోవే, ఆ పని చెయ్యాలని దృఢంగా అనుకుంది. " నేను చచ్చిపోయే లోగా బానిసత్వం నిర్మూలన కోసం ఒక పుస్తకం తప్పకుండా రాస్తాను" అని నిశ్చయించుకుంది.

ఆమె మొట్టమొదట - టామ్ అనే ఒక బానిస, తన చిన్నతనం నించీ పెరిగిన గ్రామానికీ, తన వాళ్ళకీ దూరమై, వందలాది మైళ్ళ దూరాన ఒక దుర్మార్గుడైన యజమాని దగ్గిర భయంకరమైన హింసల పాలై ఒక చీకటి కొట్లో దుర్భరంగా బాధపడుతూ చచ్చిపోయిన ఘట్టాన్ని రాసింది.

ఆ ఘట్టాన్ని చదివిన ఆమె భర్త (ఆయన రద్దువాది) రచనని మొదటి నించీ రాయమని కోరాడు. తర్వాత స్టోవే, ఈ రచన అంతా పూర్తి చేసింది.

ఆ నవల " నేషనల్ ఇరా" అనే పేపర్‌లో సీరియల్‌గా వచ్చింది.

అది పుస్తకంగా ప్రింటయినప్పుడు ఒక నెలలో లక్ష కాపీలు అమ్ముడయ్యాయి. అమెరికన్ పుస్తకాల చరిత్ర లోనే అది గొప్ప వింత. మొదటి సంవత్సరం ఆఖరుకి 3 లక్షల కాపీలు అమ్ముడయ్యాయి. దాదాపు ప్రతీ ఇంటిలోనూ ఒక పుస్తకం కొన్నారు. ఏ ఇద్దరు వ్యక్తులు కలుసుకున్నా, " అంకుల్ టామ్స్ కేబిన్ - చదివావా?" అన్నదే మొదటి విషయంగా మాట్లాడుకునే వారు.

అమెరికా నించి ఒక కాపీ ఇంగ్లాండ్‌కి దొంగ రవాణాలో చేరగానే ఇంగ్లాండ్‌లో 40 మంది ప్రచురణ కర్తలు ఆ నవలని ప్రింటు చేసి, ఇంగ్లండులోనూ, దాని వలస దేశాల్లోనూ, అమ్మారు. ఒక సంవత్సరంలో 15 లక్షల కాపీలు అమ్ముడయ్యాయి. (ఒక్క ప్రచురణ కర్త మాత్రమే రచయిత్రికి రాయల్టీ ఇచ్చాడు!)

ఫ్రాన్సు, జర్మనీ, ఇటలీ, హాలెండ్, బెల్జియం, స్వీడన్, డెన్మార్క్, పోలెండ్, రష్యా, హంగరీ - ఈ దేశ భాషల్లో " కేబిన్"కి అనువాదాలు కూడా జరిగాయి.

బైబిల్ తప్ప ఏ పుస్తకమూ అన్ని కోట్ల మందిని ఆకర్షించి అంత ప్రపంచ వ్యాప్తంగా అమ్ముడు పోలేదు.

స్వేచ్ఛా స్వాతంత్ర్యాల కోసం ప్రపంచ ప్రజలంతా ఆరాటపడుతున్న సమయంలో ఈ నవల బయటికి వచ్చి అణగారే ప్రజలందరి తరపునా నిలబడింది.

అమెరికా లోని నీగ్రో బానిసత్వానికి మాత్రమే సంబంధించినదిగా గాకుండా, ఏ జాతి ప్రజలైనా, ఏ రంగు ప్రజలైనా, వలస దేశాలలో అణచబడే ప్రజలందరి మనోభావననూ ఈ నవల ప్రతిబింబించింది.

'సాహిత్య పరంగా, కళాత్మకంగా ఇది గొప్ప రచన కాద'ని విమర్శించే విమర్శకులు కూడా, 'మానవ చరిత్రలో - బంధనాల నించీ, కౄరత్వం నించీ, అజ్ఞానం నించీ బయటపడడం కోసం మానవుడు సాగించిన పోరాట చరిత్రలో ఈ రచనకు గొప్ప స్థానం ఉంద'ని అంగీకరిస్తారు.

ఈ నవలలో అనేక సంఘటనలు పాఠ్యాంశాలుగా, చిన్న చిన్న కథలుగా, డ్రామాలుగా ఇంకా అనేక రకాలుగా వచ్చాయి.

ఈ రచనకి దేశ దేశాల్లో ఇంత ఆదరణ లభించడం అమెరికా లోని దక్షిణాది బానిస యజమానులకు కంపరం పుట్టించింది. బానిసత్వాన్ని సమర్థించే పత్రికలు, " అంకుల్ టామ్స్ కేబిన్"ని పరమ నీచమైన రచన అనీ, అబద్ధాల పుట్ట అనీ, ఆ రచయిత్రిని పిచ్చి రచయిత్రి అనీ, కౄరమైన వ్యక్తి అనీ (ఫెనటిక్ అండ్ వికెడ్), అనేక రకాలుగా హేళన చేస్తూ ఖండనలు గుప్పించాయి.

" అంకుల్ టామ్స్ కేబిన్"లో చెప్పినట్టుగా బానిసలెవ్వరూ బాధలు పడడం లేదనీ, ప్రతీ బానిసా చెప్పలేనంత సుఖ సంతోషాలతో ఓలలాడుతూ ఉంటాడనీ, బానిసలకూ యజమాను

లకూ ఉండే సంబంధం పవిత్రమైందనీ, బానిసత్వం భగవంతుడు ఇచ్చిన వరం అనీ; అది బానిసలకు కూడా వరమేననీ, చెప్పే కొత్త కథతో "తన ఇంట్లో టామ్ మామ" (అంకుల్ టామ్ ఎట్ హోమ్) అనే పుస్తకం ఒకటి వెలువరించారు. బానిసత్వాన్ని సమర్థించే ఇంకా అనేక రకాల వ్యాసాలు వెలువడ్డాయి.

దక్షిణాది యజమాని కుటుంబాల స్త్రీలు, స్తోవేని గౌరవ మర్యాదలు లేని స్త్రీగా భావించే వారు. "సభ్య సమాజం ఆమెని గౌరవింప గలదా?" అని ఆశ్చర్యపడే వారు.

స్తోవే పట్ల తమ క్రోధాన్ని వెల్లడించడానికి బానిస యజమానులు స్తోవేకి ఒక బానిస చెవిని పాకెట్‌లో పెట్టి 'బహుమతి' గా పంపించారు!

దానికి విరుద్ధంగా, 'అంకుల్ టామ్స్ కేబిన్' రచయిత్రికి వేలాది అభినందన ఉత్తరాలూ, బహుమతులూ, అందేవి. రద్దు వాదుల సంఘాలు రెండు, స్తోవేని తమ ఖర్చు మీద బ్రిటిష్ దీవుల్లో పర్యటించమని ఆహ్వానించాయి.

అమెరికన్ ప్రభుత్వంలో ఉన్న బానిస యజమాని పక్షం సెనేటర్లు, "అంకుల్ టామ్ కేబిన్"కి దేశ విదేశాలలో దొరికే ఆదరణకి చాలా అసంతృప్తి ప్రకటించారు.

"స్తోవే నవలలో అతిశయాలూ అబద్ధాలూ ఎక్కువ" అనే వాదం ఒకటి బయల్దేరింది. స్తోవే తన రచన నూటికి నూరు పాళ్ళూ వాస్తవమైనదని రుజువు చెయ్యడానికి అవసరమైన ఆధారాల్ని సేకరించడం ప్రారంభించింది. బానిస యజమానుల ఉత్తరాల్నీ, పత్రికా ప్రకటనల్నీ, వాస్తవ వ్యక్తుల చరిత్రల్నీ, వాస్తవ సంఘటనల్నీ, చట్టబద్ధమైన పత్రాల్నీ, బానిసత్వంలో బాధనీ - క్రౌర్యాన్నీ రుజువు చేసే విషయాలన్నీ సేకరించి "ఎ 'కీ' టు అంకుల్ టామ్స్ కేబిన్" (అంకుల్ టామ్స్ కేబిన్ కి ఆధారం) అనే పుస్తకం ఒకటి 1853లో రాసింది స్తోవే. ఆ పుస్తకం ఒక్క నెలలో 90 వేల కాపీలు అమ్ముడు పోయింది.

స్తోవే, తన రచన తర్వాత - చార్లెస్ డికెన్స్, గ్లాడ్‌స్టన్, బ్రౌనింగ్స్, రస్కిన్, జార్జి ఎలియట్, హతార్న్ - వంటి ప్రఖ్యాతి గాంచిన తన సమకాలీన రచయిత లందర్నీ కలుసుకుంది.

1859లో, ఉత్తరాదికీ, దక్షిణాదికీ, బానిసత్వం సమస్య మీద అంతర్యుద్ధం ప్రారంభమయింది.

స్తోవే కొడుకు కూడా అంతర్యుద్ధంలో పాల్గొని తలలో గాయం తగిలి చాలా కాలం బాధపడి మరణించాడు.

అబ్రహం లింకన్ బానిసత్వ నిర్మూలన విషయంలో తగినంత ఆసక్తిగా, చురుగ్గా లేడని చాలా మంది లాగే లింకన్‌ని శంకించిన స్తోవే, 1862లో లింకన్‌ని కలిసి మాట్లాడిన తర్వాత లింకన్ పట్ల తన అభిప్రాయం మార్చుకుంది.

స్తోవే, లింకన్‌ని కలుసుకోడానికి వెళ్ళేటప్పటికి లింకన్, స్తోవే రాసిన పుస్తకం లైబ్రరీ నించి తెప్పించుకుని నెల రోజుల నించీ తన దగ్గిర ఉంచుకుని చదివాడు.

స్తోవేని ఒక సెనేటర్, లింకన్‌కి పరిచయం చెయ్యగానే లింకన్ నవ్వుతూ, "ఈ చిన్న స్త్రీ యేనా ఇంత పెద్ద యుద్ధాన్ని సృష్టించింది!" అని అభినందిస్తూ ఆహ్వానించాడు.

తమ పక్షాన్న నిలిచే "అంకుల్ టామ్స్ కేబిన్" నవలని ఇష్టపడే నీగ్రోలు, ఆ నవల లోని 'టామ్' పాత్రని చాలా వ్యతిరేకిస్తారు. టామ్, దౌర్జన్యాన్ని ప్రతిఘటించడనీ, యజమానులకు లొంగి ఉండడమే నీతిగా న్యాయంగా భావిస్తాడనీ, అసహ్యపడతారు. 'టామ్!' అని తమని ఎవరైనా పిలిస్తే చాలా అవమానం చేసినట్టుగా భావిస్తారు.

1963లో ఒక స్త్రీ, తనని "అంకుల్ టామ్" అని పిలిచిన వ్యక్తి మీద పరువు నష్టం దావా వేసి నెగ్గింది.

1867లో, 'అంకుల్ టామ్స్ కేబిన్' చదివిన ఒక రాచ కుటుంబపు స్త్రీ (సియాం లో) తన 130 మంది బానిసలకు స్వేచ్ఛ ఇచ్చేసింది. "నేను ఎన్నడూ మానవ శరీరాల్ని కొనకుండా ఉండాలి!" అని ప్రతిజ్ఞ చేసింది.

బానిస యజమానుల హృదయ పరివర్తనకీ, శాసనాల పరివర్తనకీ కూడా అంకుల్ టామ్స్ కేబిన్ నవల ఎనలేని సేవ చేసింది.

స్తోవే, 85 వ యేట, తన జీవితం వ్యర్థం కాలేదనే సంతృప్తితో మరణిం చింది. ★

"టామ్ మామ ఇల్లు" నవలకు ఆధారాలు

(ది కీ టు అంకుల్ టామ్స్ కేబిన్)

"అంకుల్ టామ్స్ కేబిన్" నవలలో స్టోవే రాసిన విషయాలన్నీ నిజమైనవేనా అని అడుగుతూ ఉత్తరాది ప్రజలు ఆమెకు ఎక్కువగా ఉత్తరాలు రాయడం ప్రారంభించారు. అది అలా ఉండగా ఇంకో వేపు దక్షిణాది రచయితలు, స్టోవే రాసినవన్నీ అబద్ధాలనీ, అతిశయాలనీ, ప్రచారం ప్రారంభించారు.

అటువంటి పరిస్థితుల్లో స్టోవే, తన నవలలో విషయాలు ఎంత వాస్తవాలో రుజువు చేస్తూ దక్షిణాది పత్రికల నించి అసంఖ్యాకమైన అడ్వర్టయిజ్‌మెంట్లూ, బానిస వ్యాపారానికి సంబంధించిన సాక్ష్యాలూ, చట్టబద్ధంగా నడిచిన కేసులూ, విచారణలూ, వర్తకుల ఉత్తరాలూ వంటి వెన్నో సేకరించి ఈ 'కీ'ని ప్రచురించింది - 1853లో.

తన నవలలోని పాత్రలకు ఏ యే వ్యక్తులు ఆధారంగా ఉన్నారో వివరంగా తెల్పుతూ, బానిస వ్యాపారానికి సంబంధించిన అనేక వాస్తవాల్ని ఆ పుస్తకంలో వెల్లడించింది. వాటి నించి కొన్ని విషయాలు మాత్రమే ఇక్కడ ఇస్తున్నాను.

★ **బోస్టన్ నగరంలో 1851 లో నడిచిన ఒక కేసులో ఒక పోలీసు కానిస్టేబుల్ చెప్పిన జవాబులు ఇలా ఉన్నాయి:**

"రాత్రిళ్ళు ఫలానా టైము దాటిన తర్వాత వీధుల్లోనికి వచ్చే బానిసల్ని పట్టుకోవడం కూడా నీ డ్యూటీయా?"

"అవునండీ."

"వాళ్ళ నేం చేస్తారు?"

"ఆ రాత్రికి లాకప్‌లో పడేసి, మర్నాడు కోర్టుకి తెస్తాం. కోర్టు శిక్షించమని చెప్పిం తర్వాత శిక్షిస్తాం."

"ఎలాంటి శిక్షలుంటాయి వాళ్ళకి?"

"39 వరకూ కొరడా దెబ్బలు కొడతాం."

"ఎవరు కొడతారు?"

"పోలీసోళ్ళెవరైనా కొడతారండీ. నేను కూడా చాలా సార్లు కొట్టాను."

"అలా కొట్టినందుకు నీ కేం ఇస్తారు?"

"తలకి 50 సెంట్లు. (పైసలు అనుకోవచ్చు.) ఇది వరకు 62 సెంట్లిచ్చే వారు. ఇప్పుడు యాభయ్యే ఇస్తున్నారండి. ఒక నీగ్రోని అరెస్టు చేస్తే 50 సెంట్లు, దెబ్బలు కొడితే ఇంకో 50 సెంట్లు."

"మొగాళ్ళనే కొడతారా?"

"మొగా, ఆడా, పిల్లా జెల్లా, ముసలీ ముతకా తేడా లేదండీ. రాత్రుళ్ళు ఎవళ్ళు బయట దొరికితే వాళ్ళని పట్టుకుంటాం."

"బానిసలు రాత్రిళ్ళు బయట తిరిగినందుకే కొడతారా? యజమానులు కొట్టమన్నప్పుడు కూడా కొడతారా?"

"ఎప్పుడు కొట్టమంటే అప్పుడు కొడతావండీ. నన్ను పిల్చినప్పుడల్లా వెళ్ళి కొడతాను."

"వాళ్ళని నువ్వెక్కడ కొడతావు? నీ దగ్గిరికి పంపుతారా వాళ్ళని? కొట్టడానికి ఎక్కడన్నా స్థలం ఉందా?"

"యజమానుల ఇళ్ళకి నేనే వెళతానండీ."

"అలా వెళ్ళడం కూడా నీ ఉద్యోగంలో పనేనా?"

"కాదండీ."

"యజమానులు పిల్చి వాళ్ళ బానిసల్ని కొట్టమన్నప్పుడు, ఆ బానిసలు చేసిన తప్పేమిటో, నువ్వు ఎందుకు వాళ్ళని కొడుతున్నావో - అలాంటి విషయాలు నువ్వేమన్నా తెలుసుకుంటావా?"

"అదంతా నా కెందుకండీ? నన్ను కొట్టమని పిలుస్తారు. ఎన్ని దెబ్బలు కొట్టమంటే అన్ని దెబ్బలు కొట్టి, నాకు రావలసింది నేను తీసుకుని వచ్చేస్తాను. మిగతా సంగతులు నా కెందుకండీ?"

"ఆడ వాళ్ళని కూడా కొడతావా?"

"ఆడవాళ్ళనీ, ఆడ పిల్లల్నీ అందర్నీ."

"ఎన్నాళ్ళ నించీ ఈ వ్యాపారంలో ఉన్నావు?"

"పదిహేనేళ్ళవుద్దండీ."

" ఇప్పటికి ఎంత మందిని కొట్టి ఉంటావు?"

" ఎంత మందినో ... ఏం జ్ఞాపకం ఉంటదండీ?"

" పారిపోయిన బానిసల్ని పట్టుకునే పనుల్లో కూడా తిరుగుతూంటావా?"

" నాలుగు రాళ్ళొచ్చేదైతే ఏ పనన్నా చేస్తానండీ."

" నువ్వు మంచిదనుకునే పని, చెడ్డ పని అయితే?"

" చెడ్డ పనెందు కవుద్ది లెండి."

" నువ్వు బానిసల్ని పట్టుకుని తెస్తావు. కోర్టు, వాళ్ళని విడుదల చేసేస్తుందా? అలా ఎప్పుడైనా జరిగిందా?"

" నాకు తెలిసినంత వరకూ ఎప్పుడూ అలా గవలేదండీ. సాధారణంగా ఎప్పుడూ అలాగవదండీ."

★ ★ ★

500 డాలర్ల బహుమానం

ఒక మొలాటో కుర్రవాడు మే 25న తప్పించుకు పారిపోయాడు. పేరు - వాష్. 20, 22 ఏళ్ళ వయస్సు. చాలా అందంగా తెల్లవాడిలా ఉంటాడు. సరిగా చూడకపోతే తెల్లవాడే అనుకుంటాం. ఇసక రంగు జుట్టు, నీలం కళ్ళు, చక్కని పళ్ళు, తాపీ పని అత్యద్భుతంగా చేస్తాడు. కానీ, తన నెవరైనా కనిపెడతారేమోనని ప్రస్తుతం ఆ పని చేస్తూ ఉండకపోవచ్చు. హోటళ్ళలో పని చెయ్యడానికి బాగా పనికి వస్తాడు. నీగ్రోలు పాడే సరదా అయిన పాటలు పాడతాడు. హాస్యంగా మాట్లాడతాడు. సన్నగా, పొడుగ్గా ఉంటాడు. మాట్లాడేప్పుడు నేల చూపులు చూస్తూ ఉంటాడు. ఇంటి పనులు చాలా బాగా చేస్తాడు. వీడిని ఎవరో తీసుకు పోయారని నా అభిప్రాయం. ఇద్దర్నీ పట్టి ఇస్తే పైన ప్రకటించిన బహుమతి ఇస్తాను.

కుర్రాణ్ణి ఒక్కణ్ణే తెస్తే 200 డాలర్లు, ఏదో ఒక జైలులో ఉంచి, నాకు తెలియజేస్తే 100 డాలర్లు ఇస్తాను.

జార్జి రాగ్ లాండ్, జూన్ 12-1852

★ ★ ★

100 డాలర్ల బహుమతి

ఆల్‌ఫ్రెడ్ అనే నా నీగ్రోని పట్టిచ్చినా, లేదా చచ్చిపోయినట్టు సంతృప్తికరమైన రుజువులు చూపించినా, 100 డాలర్లు ఇస్తాను.

వాడి చేతి మీద గాయాల మచ్చలు ఉంటాయి. వాణ్ణి నేను ఒక సారి తుపాకీతో కాల్చాను. ఆ మచ్చలు ఉంటాయి.

ఆన్‌స్లో కంపెనీ, మే 16-1838

★ ★ ★

బహుమతి

రిచర్డు అనే నా నీగ్రో పారిపోయాడు. వాడు బతికినా, చచ్చినా, పట్టి ఇచ్చిన వారికి 25 డాలర్లు ఇస్తాను. వాడు అలబామాకి బైల్దేరినప్పుడు తన భార్య ఎలిజాతో పారిపోయి ఉండాలి.

డ్యూరెంట్ రోడ్స్, మే 16-1838

★ ★ ★

మిసిసిపీలో ఒక నావికుడు ఇలా చెప్పాడు:

మిసిసిపీకి లోతట్టు ప్రాంతంలో బానిసలు ఎప్పుడూ అర్ధాకలితో ఉంటారు. రేవులోకి పడవలు రాగానే బానిసలందరూ పడవల్ని చుట్టుముట్టి తినడానికేమైనా పెట్టమని అడుక్కుంటారు. వాళ్ళ యజమానులు వాళ్ళకి కడుపు నిండా తిండి పెట్టరు.

★ ★ ★

దివ్యజ్ఞాన సమాజానికి సంబంధించిన ఒక విద్యార్థి ఇలా చెప్పాడు:

దాదాపు ప్రతీ ప్లాంటేషన్ లోనూ పని చేసే నీగ్రోలందరూ కొన్ని సీజన్లలో ఆకలి బాధ అనుభవిస్తూనే ఉంటారు. చాలా ప్లాంటేషన్లలో, ముఖ్యంగా లూసియానాలో, సంవత్సరంలో ఎక్కువ భాగం ఘోరమైన ఆకలితో ఉంటారు.

★ ★ ★

ఇతర వ్యాపార విషయాలలో తిరిగే వ్యక్తి చెప్పిన సమాచారం

బానిసలకు వారాని కొకసారి కొంచెం జొన్నలు ఇస్తారు. వాటి ఖరీదు 12 సెంట్లు ఉంటుంది. ఒక్కొక్క బానిసకి వారానికి 12 సెంట్ల జొన్నలన్న మాట. నా కొక్కడికీ రోజుకి 1 డాలరు ఖర్చవుతుంది. అంటే రోజుకి నేను తినే ఖర్చుతో 46 గురు బానిసలు తినవచ్చు.

★ ★ ★

నీగ్రో కుక్కలు

నగర వాసులందరికీ, ఈ క్రింద సంతకం చేసిన వ్యక్తి విన్నవించుకొనే దేమనగా - నేను మన్రో రోడ్డులో తూర్పున రెండున్నర మైళ్ళ దూరాన నివసిస్తున్నాను. నా దగ్గిర నీగ్రోల్ని పట్టుకోడానికి చాలా మంచి కుక్కలు ఉన్నాయి. పారిపోయిన నీగ్రోల్ని పట్టుకోవాలని కోరే వ్యక్తులు నాకు ఒక్క పిలుపు ఇస్తే చాలు. నేను వేట కెళ్ళినప్పుడు తప్ప మిగతా సమయాలలో నా నివాసంలోనే ఉంటాను. నేను లేకపోయినా నా నివాసం దగ్గర నా సమాచారం మీకు అందుతుంది.

నీగ్రోని పట్టుకో గలిగితే కుక్క కోసం - 25 డాలర్లు. నీగ్రోని పట్టుకో లేకపోతే 5 డాలర్లు మాత్రమే.

గాఫ్, ఫిబ్రవరి, 17-1852

★ ★ ★

ఆస్తి అమ్మకం

స్వర్గీయ శామ్యూల్ మూర్ గారి ఇంట్లో డిసెంబరు 15న కొంత ఆస్తి అమ్మబడుతుంది.

ఆస్తి వివరాలు:

కొంత పత్తి, గుర్రాలు, మిషన్లు, పారలు, పలుగులు, వంటింటి సామాను, 35 మంది నీగ్రోలు.

శామ్యూల్ మూర్గారి ప్రతినిధి

★ ★ ★

లెవిన్ కంపెనీ వారు నిర్వహించు నీగ్రోల వేలం

వచ్చే జనవరి 13వ తారీకున సోమవారం ఉదయం 10 గంటలకు - కోర్టు హౌస్ దగ్గిర అనుకూలమైన 22 మంది నీగ్రోలు అమ్మబడుదురు. వాళ్ళలో చిన్న వయస్సుల వాళ్ళూ, మీరు మెచ్చే వాళ్ళూ ఉన్నారు. పొలం పనులు చేసే వాళ్ళూ, బళ్ళు తోలే వాళ్ళూ, ఇంటి పనులు చేసే వాళ్ళూ ఈ క్రింది వయస్సుల వాళ్ళు ఉన్నారు.

		సం॥లు
రాబిన్సన్	-	40
యాంకి	-	13
ఆనీకె	-	8
కాండీ	-	3
థామస్	-	35
యామే	-	18
చార్లెస్	-	6
బాకెట్	-	50
బెట్టీ	-	16
తిల్లా	-	9
రాబెల్	-	4
ఎల్సే	-	34
సైలా	-	11
రాబిన్సన్	-	6
ఇన్ఫాంట్	-	9
డై	-	38
ఎల్డ్రిడ్జి	-	13
సారాహ్	-	60
మేరీ	-	18
గై	-	12
లెడియా	-	24
సిపియో	-	2

షరతులు: బాకీగా కొనవచ్చును. 3 సం॥ల లోపల బాకీ చెల్లించవచ్చును. బ్యాంక్ నోట్లలో చెల్లించాలి. కాయితాలు రాసుకోవాలి. ఖర్చులు మీరే భరించాలి. ఇద్దరు ముగ్గురు హామీదార్లు ఉండాలి. కొనుక్కున్న రోజు నించీ అప్పుపై వడ్డీ చెల్లించాలి.

లెవిన్, డిసెంబరు 8 - 1843

★ ★ ★

నీగ్రోల గొప్ప అమ్మకం

కొలంబియాలో కోర్టు హౌస్ దగ్గిర డిసెంబరు 30 గురువారం నాడు ఉదయం 11 గం॥లకు గొప్ప అమ్మకం!

100 మంది విలువైన నీగ్రోలు!

45 సం॥లు దాటిన వాళ్ళు 4 గురు మాత్రమే ఉన్నారు. 50 దాటిన వాళ్ళు ఒకళ్ళు కూడా లేరు.

16 సం॥లకూ, 20 సం॥లకూ మధ్య వయస్కులు 25 మంది.

40 మంది చక్కని యువతులు!

ఇంకా ఎందరో చిన్న పిల్లలు!

ఇంత మంచి అవకాశం ఎప్పుడో గాని రాదు. సద్వినియోగపర్చుకోండి!

లెవిన్, డిసెంబరు 18-1852

★ ★ ★

ప్రకటన

నేను పోర్క్స్ రోడ్డులో కొన్నేళ్ళ పాటు ఒక షాపుని అద్దెకు తీసుకున్నాను. ఇక్కడ సంవత్సరం అంతా నీగ్రోల అమ్మకం జరుగుతుంది. ఈ నగరంలో ఇంకెక్కడ గానీ, న్యూ ఆర్లియన్స్‌లో గానీ దొరకనంత చవకగా నీగ్రోలు మీకు మా దగ్గిర దొరుకుతారు. నేను వర్జీనియా నించి ఇప్పుడే చాలా మంది నీగ్రోలను తీసుకు వచ్చాను. పొలం పనులు, ఇంటి పనులు, వడ్రంగం పనులు, కమ్మరం పనులు, ఇంకా అన్ని రకాల పనులూ చేసే ఆడా మొగా ఉన్నారు.

కొన్ని గుర్రాలు కూడా అమ్మకానికి ఉన్నాయి.

థామస్ జేమ్స్, సెప్టెంబరు 28-1852

★ ★ ★

బానిసలు! బానిసలు! బానిసలు!

పోర్క్స్ రోడ్డులో కొన్నేళ్ళుగా స్థిరపడి ఉన్నాం. బాగా ఎన్నిక చేసిన నీగ్రోల అమ్మకం యాడాది పొడుగునా మా దగ్గిర జరుగుతుంది. పొలం పనులు చేసే వాళ్ళు, ఇంటి పనులు చేసే వాళ్ళు, మెకానిక్‌లు, వంటకత్తెలు, బట్టలుతికి ఇస్త్రీ చేసే వాళ్ళు, అన్ని రకాల వాళ్ళు ఇక్కడ దొరుకుతారు. ఈ ఊళ్ళో మరెక్కడా గానీ, న్యూ ఆర్లియన్స్‌లో గానీ దొరకనంత చవగ్గా బానిసలు మా దగ్గిర మీకు దొరుకుతారు.

కొనదల్చుకున్న వారు ఇతర చోట్ల చూసే ముందు దయచేసి ఒక్కసారి మా షాపుకి దయచేసి మా సరుకుని చూడండి!

మా సరుకు ఎప్పటికప్పుడు కొత్తగా వచ్చి ఉంటుంది. మా షరతులు సరసంగా ఉంటాయి.

గ్రిఫెన్ & పూలమ్, అక్టోబరు 15-1852

★ ★ ★

నీగ్రోలు కావాలి

10 సం॥లకూ 30 సం॥లకూ మధ్య వయస్కులైన నీగ్రోల్ని (ఏ పనులు చేసే వాళ్ళు అయినా) నగదుతో ఎక్కువ ధరలకు కొనడానికి సిద్ధంగా ఉన్నాను.

నా ఆఫీసు లించ్ వీధిలో కొత్తగా కట్టిన ఇటుకల భవనంలో బ్యాంకు పక్కన ఉంది.

లించ్ బర్డ్‌కి అమ్మడానికి తీసుకు వెళ్ళే ముందు మీ నీగ్రోలను ఉంచుకోడానికి నా భవనంలో సదుపాయాలు ఉన్నాయి. దాని కోసమే ఈ భవనం నిర్మించాను. ప్రభుత్వం వారి జైలు కంటే కూడా నా భవనం ఎక్కువ భద్రత గల స్థలం! సరసమైన రేట్లు!

సేత్ పుర్రోఫ్, ఆగస్టు 26-1853

★ ★ ★

కావాలి

నాకు 15 మంది నీగ్రోలు అర్జంటుగా కావాలి. ఆడా, మొగా ఎవరైనా సరే. 15 - 25 సం॥ల మధ్య వాళ్ళు మాత్రమే కావాలి. వెంటనే ఎక్కువ ధరలతో కొంటాను.

మెక్లీన్, జనరల్ ఏజెంట్, నవంబరు 9 - 1852

★ ★ ★

ఒక పేపరు వార్త

గారిసన్ గారికి చెందిన ఒక ఆడ బానిస తన నలుగురు పిల్లల్నీ ఈ నెల 2 వ తారీకున గురు వారం రాత్రి పిల్లలు నిద్ర పోతూ ఉండగా, గొంతులు కోసి చంపేసి, తను కూడా గొంతు కోసు కుని చచ్చి పోయింది.

అది ఇంత ఘోరం ఎందుకు చేసిందో యజ మానులకు తెలియదు.

యజమాని తననీ, ఇద్దరు పిల్లల్నీ అమ్మి, ఇద్దరు పిల్లల్ని తను ఉంచుకుంటాడనే విషయం దానికి తెలిసి ఉంటే తప్ప ఇంత ఘోరం చేసి ఉండదు.

★ ★ ★

ప్రకటన

కేంబ్డెన్ వీధిలో 13 వ నెంబరు షాపులో ఎక్కువ ధరలతో నీగ్రోలను కొంటాను. రైల్లో గానీ, పడవలో గానీ బానిసల్ని తెచ్చుకొనే వారు నా షాపు దగ్గిర ఉన్న నా జైల్లో బానిసల్ని దాచుకోవచ్చు. రైలు స్టేషన్‌కీ, పడవల రేవుకీ నా జైలు చాలా దగ్గర్లో అనుకొని ఉంది. బానిసల్ని భద్రంగా దాచిపెట్టే పూచీ నాది.

జె.ఎస్.డోనవన్, నవంబరు 23-1852.

★ ★ ★

5 వేల మంది నీగ్రోలు కావాలి

ఒంటరి వాళ్ళు గానీ, కుటుంబాలతో కలిసి గానీ 5 వేల మంది నీగ్రోలను కొంటాను. బానిసల్ని అమ్మే వాళ్ళు నన్ను కలవవచ్చు. ఎప్పుడూ డబ్బుతో సిద్ధంగా ఉంటాను. మంచి కమీషన్లు ఇస్తాను.

నా అడ్రస్ .... మా ఇంటి ముందు చెట్లు ఉన్నాయి.

జాన్ డెన్నింగ్, నవంబరు 25 - 1852

★ ★ ★

నీగ్రోలు కావలెను

బానిస యజమానులకు తెలియజేయున దేమనగా - నేను మళ్ళీ నీగ్రో వ్యాపారానికి దిగాను. బానిస యజమానులు నన్ను కలవడం వారికి చాలా లాభదాయకం. దక్షిణాది మార్కెట్లో పలికే ధరల కంటే ఎక్కువ ధరలు నేను ఇస్తాను. వచ్చే నెల ఫస్టు వరకూ ఈస్టన్‌లో ఉన్న హాల్సు హోటల్‌లో ఉంటాను. నాకు రాయాలంటే ఈస్టన్‌కి రాయవచ్చును. లేదా, కేంబ్రిడ్జిలో ఉన్న నా ఏజెం టుకి రాయవచ్చును. ఎక్కడికి రాసినా వెంటనే జవాబు ఇవ్వబడుతుంది.

హార్నర్, డిసెంబర్ 8 - 1852

★ ★ ★

సరుకు అమ్మకానికి సిద్ధంగా వుంది

10-18 సం॥ల మధ్య వయస్సు గల చాలా మంది ఆడ పిల్లలు ఉన్నారు. 24 సం॥ల ఆడది ఒకతె. ముగ్గురు మంచి పిల్లలున్న విలువైన పాతి కేళ్ళ ఆడది ఒకతె.

విలియమ్స్ & గ్లోవర్, అక్టోబర్ 16-1852

★ ★ ★

కావాలి

18-25 మధ్య వయస్సులు గల ఆడా, మొగా నీగ్రోలను పాతిక మందిని కొంటాను. నగదు రూపంలో ఎక్కువ ధరలు ఇస్తాను.

ఎ.ఎ.మెక్లీన్, అక్టోబరు 20-1852

★ ★ ★

నీగ్రోలు

నగర వాసులకు గౌరవ ప్రదంగా విన్నవించున దేమనగా - నా దగ్గిర ఇప్పుడు రెడీగా 45 మంది నీగ్రోలు అమ్మకానికి ఉన్నారు. ఈ రోజే వర్జీనియా నించి సరాసరి దిగుమతి అయిన వాళ్ళు పాతిక మంది ఉన్నారు. వంట వాళ్ళూ, బళ్ళు నడిపే వాళ్ళూ, ఇతర పనుల వాళ్ళూ ఉన్నారు.

నే నీ సరుకుని తక్కువ లాభానికే అమ్మదల్చు కున్నాను. వీళ్ళని తొందరగా అమ్మి కొత్త సరుకు

కోసం మళ్ళీ వర్జీనియా వెళతాను. వెంటనే వచ్చి సరుకుని చూడండి! త్వరపడండి!

థామస్ జేమ్స్, 1852

★ ★ ★

'వర్జీనియా టైమ్స్' పత్రిక వార్త

1836లో ఒక్క వర్జీనియా రాష్ట్రం లోనే 40 వేల మంది బానిసల్ని 2 కోట్ల 40 లక్షల డాలర్ల విలువతో ఎగుమతి చేశారు. సగటున 1 బానిస ధర 600 డాలర్లు. బానిస వ్యాపారం జరిగే రాష్ట్రాల నించీ ఒక్క సంవత్సరంలో 80 వేల మందిని ఎగుమతి చేశారు.

బానిస వ్యాపారం ఎక్కువగా జరిగే రాష్ట్రాల క్రమం ఇలా వుంది: వర్జీనియా, మేరీలాండ్, ఉత్తర కరోలినా, కెంటకీ, తెనెస్సే.

★ ★ ★

'బల్టిమోర్' అనే పత్రిక 1837లో ఇలా రాసింది:

1833 నించీ అలబామా రాష్ట్రానికి దిగుమతి అయిన నీగ్రోల విలువ సంవత్సరానికి 1 కోటి డాలర్లు.

★ ★ ★

' బాల్టిమోర్ రిజిష్టర్' అనే పత్రిక 1829 లో ఇలా రాసింది:

ఈ బానిసల్ని అమ్మడం కొనడం పెద్ద వ్యాపారం అయిపోయింది. మేరీలాండ్ రాష్ట్రం లోనూ, వర్జీనియా రాష్ట్రం లోనూ, అనేక ప్రాంతాలలో బానిస వ్యాపార సంస్థలు పెద్ద ఎత్తున వెలిశాయి. బానిసల్ని పశువుల్ని అమ్మినట్టు అమ్ముతున్నారు.

ఈ వ్యాపార సంస్థల్లో బానిసల్ని ఉంచడానికి దుర్భేద్యమైన జైళ్ళు కడుతున్నారు. వాటిల్లో కొరడాలూ, చెయిన్లూ, తోలు బెల్టులూ, స్క్రూలూ, చిత్ర హింసలు చేసే ఇతర పరికరాలూ ఏర్పరుస్తున్నారు.

★ ★ ★

1841 లో బ్రిటన్‌కీ, ఇతర దేశాలకూ సంబంధించిన "బానిస వ్యతిరేక సంస్థ" వారు, అమెరికాలోని బానిస వ్యాపారం గురించి సమాచారం సేకరించి ఒక రిపోర్టు ప్రకటించారు. దానిలో కొన్ని విషయాలు ఇలా వున్నాయి:

"ఈ బానిస వ్యాపారం బానిసలకు దుర్భరమైన కష్టాలు తెచ్చి పెట్టింది. బానిసలు నిరంతరం తమని అమ్మేస్తారనే భయాందోళనలతో గడుపుతూ ఉంటారు. ఆ భయం వారికి మృత్యుభయం కన్నా దుర్భరంగా ఉంటుంది. బానిసలు పుట్టినప్పట్నించీ చచ్చిపోయే వరకూ అనునిత్యం, పగలూ, రాత్రీ, భయంతో దుఃఖంతో కాలం వెళ్ళదీస్తూ ఉంటారు. ఎప్పుడేం ప్రమాదం పిడుగు లాగ మీద విరుచుకు పడుతుందోనని హడలుతూ ఉంటారు. ప్రతి రోజూ ఎవరో ఒక బానిసని దూరంగా తీసుకు పోతూ వుంటే, తర్వాత వంతు తనదే నేమోనని ఆందోళన పడుతూ ఉంటారు. ఏ క్షణంలో తన వాళ్ళకి తను దూరమై పోతానో అని ప్రతీ బానిసకీ అశాంతే. యజమాని ఇంటికి ఎవరైనా తెల్ల వాడు వస్తే, తనని కొంటానికే వచ్చేడేమోనని భయపడి పోతాడు ప్రతీ బానిసా."

★ ★ ★

ఒక పడవ కెప్టెన్, రచయిత్రికి చెప్పిన సమాచారం

"1820లో బోస్టన్ నించీ న్యూ ఆర్లియన్స్ వెలుతున్న పడవ లోకి నలుగురు బానిసల్ని సంకెళ్ళతో తెచ్చారు. వాళ్ళ వెనకే ఒక ముసలి నీగ్రో స్త్రీ 'నా కొడుకో, నా కొడుకో' అని ఏడుస్తూ, అరుస్తూ, వెంటబడి వచ్చింది. పడవ కదిలి పోయి ఒక మైలు దూరం పోయిన తర్వాత కూడా ఒడ్డు మీద నించి ఆ ముసలి తల్లి కేకలు వినపడుతూనే ఉన్నాయి.

న్యూ ఆర్లియన్స్‌కి తీసుకు పోయిన ఆ బానిసల్లో కొందరు తర్వాత ఆత్మహత్యలు చేసుకున్నారు."

రచయిత్రికి, ఒక బానిస స్త్రీ చెప్పిన విషయం

ఈ సమాచారం చెప్పిన స్త్రీ కుటుంబానికి, యజమాని స్వేచ్ఛ ఇచ్చి వొదిలేశాడు. తర్వాత, యజమాని చచ్చిపోయాడు. యజమాని ఆస్తికి వారసులు కోర్టులో కేసు వేశారు. ఆ యజమానికి పిచ్చి ఎత్తి మనస్తిమితం లేక ఆ పిచ్చిలో బానిసలకు స్వేచ్ఛ ఇచ్చాడనీ, అది చెల్లకూడదనీ, ఆ బానిసలు తమకే దక్కాలనీ, కేసు పెట్టారు. కానీ ఆ కేసుని నడిపిన మేజిస్ట్రేటుకి అసలు నిజం తెలుసు. ఆ యజమానికి ఆరోగ్యం సరిగానే ఉందనీ, పిచ్చి పట్టలేదనీ, ఆయన ఇష్ట ప్రకారమే బానిసలకు స్వేచ్ఛ ఇచ్చాడు కాబట్టి అది చెల్లుతుందనీ, మేజిస్ట్రేటు కేసు కొట్టేశాడు.

కొంత కాలానికి ఆ మేజిస్ట్రేటు చచ్చిపోయాడు.

యజమాని వారసులు మళ్ళీ అదే కేసుపెట్టి, ఈ సారి నెగ్గారు! ఎంతో కాలం కిందట స్వేచ్ఛ పొందిన ఆ బానిసల్ని మళ్ళీ బానిసత్వం లోకి ఈడ్చి వాళ్ళని అమ్మి డబ్బు చేసుకున్నారు!

★ ★ ★

స్వేచ్ఛ పొందిన ఒక బానిస స్త్రీ రచయిత్రికి తెల్పిన సమాచారం

ఆ బానిస స్త్రీ పేరు నాన్సీ. ఆమె కూతుర్ని చాలా కాలం కిందట అమ్మేశారు. ఆ కూతురు కొంత కాలానికి తల్లికి ఉత్తరం రాసింది. తను ఫలానా చోట ఉన్నాననీ, డబ్బు పెట్టి తనని కొనుక్కోమనీ.

ఆ తల్లి స్వేచ్ఛ పొందినప్పటికీ కడు పేదరాలు. కూతుర్ని ఎలాగైనా కొనాలని, కూతురి యజమానికి ఉత్తరం రాసింది - ఆ పిల్లని ఎంతకి అమ్ముతారో తెల్పమని.

కూతురి యజమాని, నాన్సీకి జవాబు రాశాడు - "నీ కూతురు 1800 డాలర్లు. ఈ మధ్య పత్తి ధర చాలా పెరిగింది. అందుచేత నీగ్రోల ధర పెరిగింది. నీకు కావాలంటే తొందరగా డబ్బు పంపి నీ కూతుర్ని కొనుక్కో!" అని.

తల్లి, కూతుర్ని కొనలేకపోయింది!

కొంత కాలానికి కూతురు చచ్చిపోయిందనే వార్త తల్లికి తెలిసింది. తల్లి ఆనందానికి అవధుల్లేవు. "ప్రభువా! నా కూతుర్ని చంపి ఎంత దయ చూపించావు!" అని ప్రభువు దయకు ఆ తల్లి పొంగిపోయింది!

★ ★ ★

పారిపోయిన బానిస

ఒక నీగ్రోని పట్టుకున్నాము. బేరన్ జిల్లా జెయిల్లో ఉంచాము. తన పేరు హెన్రీ అని చెపుతున్నాడు. అలబామా నించి పారిపోయానంటున్నాడు. జాన్ కెలావై అనే యజమానికి చెందిన వాడి నంటున్నాడు. 22 సం॥ల వయస్సు ఉంటుంది. 5 అ॥ 8 అం. ఎత్తు. కొంచెం నలుపు, మరీ నలుపు కాదు. సూదిగా ఉండే ముక్కు. కొరడా దెబ్బల మచ్చలేమీ లేవు. కొంచెం లావు. 3 నెలల కిందట పారిపోయానంటున్నాడు. వీడి యజమాని వెంటనే దరఖాస్తు పంపి, బహుమానమూ, ఖర్చులూ చెల్లించి వీడిని తీసుకు వెళ్ళవచ్చును. లేకపోతే చట్టప్రకారం వీడి మీద చర్య తీసుకుంటాము.

శ్యామూల్, జైలర్, ఆగస్టు 25-1852

★ ★ ★

జైలరు ప్రకటన

పేరు నాన్సీ అని చెపుతోంది. కౌంటీ జెయిల్లో మొన్న 30న పెట్టాము. చాలా అందంగా ఉంది. 20 సం॥లు ఉండవచ్చు. బరువు 140 పౌండ్లు. ఎత్తు 5 అ. కొరడా దెబ్బల మచ్చలు లేవు. మెంఫెస్ నగరం లోని జాన్‌ఫిట్‌మన్ తన యజమాని అని చెపుతోంది. డబ్బు చెల్లించి యజమాని దీన్ని తీసుకు పోవచ్చును.

ఏన్స్, జైలరు, నవంబరు 10, 1852.

★ ★ ★

25 డాలర్ల బహుమానం

అక్టోబరు 17న బానిస ఒకడు పారిపోయాడు. పేరు యాలెన్. వయస్సు 23 సం॥లు. ఎత్తు 6 అడుగులు. రంగు ములాటో. కుక్క పీకిన మచ్చ లుంటాయి. లావెల్ పాంటూ, కాటన్ షార్టూ ఒంటి మీద ఉన్నాయి. బాగా చదవలేడు. చిన్న చిన్న పదాలు రాస్తాడు. చిన్న చిన్న లెక్కలు చేస్తాడు. మాట్లాడేటప్పుడు నవ్వుతూ ఉంటాడు. తొందర తొందరగా మాట్లాడుతాడు. జైల్లో పెట్టి నాకు తెల్పండి.

చీతమ్, నవంబరు 6-1852

★ ★ ★

లాటరీ

పురప్రముఖ లందరికీ విన్నవించు కొనున దేమనగా:

నా దగ్గిర 5 సం॥ల వయస్సు గల చక్కని గుర్రం ఒకటి ఉంది. పాతిక సం॥ల ముల్లాటో బానిస పిల్ల ఒకతె ఉంది. ఇంటి పనులన్నీ చేస్తుంది. వెల 900 డాలర్లు. గ్యారంటీ ఉంది. ఫిబ్రవరి 1న సాయంత్రం నాలుగు గంటలకు ఏదో ఒక హోటల్లో (లాటరీలో పాల్గొను వారు కోరిన హోటల్లో) లాటరీ వేస్తాము. టిక్కెట్టు వెల - 1 డాలరు. ఒక్క డాలరుతో 1500 డాలర్లు గెల్చుకో గలరు. గుర్రాన్నీ బానిస పిల్లనీ కూడా కామన్ స్ట్రీటులో, క్యాంపు తర్వాత రెండో షాపులో, ఉదయం 9 గం॥ల నించీ చూడవచ్చును. గెలు పొందిన వారు 20 డాలర్లు చెల్లిస్తే కాఫీ టిఫెన్లు ఇవ్వబడతాయి.

జెన్నింగ్స్, జనవరి 9 - 1853

★ ★ ★

1851లో 'నేషనల్ ఇరా' పత్రిక వార్త

నగర వాసులూ, జిల్లా ప్రముఖులూ ఈ రోజు 8 గంటలకు కోర్టు హౌస్‌లో సమావేశమైనారు. మహారాజశ్రీ పార్సన్ గారు సమావేశానికి అధ్యక్షత వహించగా, శ్రీయుత పిల్చర్ గారు కార్యదర్శిగా వ్యవహరించారు.

అధ్యక్షుల వారు సమావేశ ఉద్దేశ్యాన్ని ఈ క్రింది విధంగా వెల్లడించారు: " న్యూ హేవెన్ నుండి వచ్చిన వాట్సన్ అనే వ్యక్తి, మన మధ్య ఉంటూ, మన పౌర జీవితాన్ని గందరగోళ పరుస్తు న్నాడు. ఈ వాట్సన్ అనే వాడు బానిసత్వాన్ని రద్దు చెయ్యాలని బహిరంగం గానూ, రహస్యం గానూ, ప్రచారం చేస్తున్నాడు. ఇతని భావాలన్నీ కూడా మన సంస్థలకు హానికరమైనవి. బానిసల్ని ఉంచు కునే మనము భరించకూడనివి. వాట్సన్, నీగ్రోల ఇళ్ళకు రహస్యంగా వెళుతున్నాడని కూడా తెలియ వస్తున్నది. నీగ్రోలను మనకు లొంగి ఉండవద్దనీ, సాయుధంగా తిరగబడమనీ రెచ్చగొడుతున్నాడని తెలుస్తున్నది"

ఆ సమావేశాధ్యక్షులు ఒక తీర్మానాన్ని ప్రతిపా దించగా దానిని సభికులు చర్చించిన మీదట ఏకగ్రీవంగా ఆమోదించారు.

తీర్మాన సారాంశం ఇది: " 3, 4 వారాల నించీ మన ఊళ్ళో ఉంటూ ఉన్న రద్దువాది అయిన వాట్సన్‌ని వెంటనే బహిష్కరించాలి. దానికి సంబం ధించిన ఏర్పాట్లని చూడడానికి 10 మంది సభ్యు లతో కూడిన కమిటీని అధ్యక్షుల వారేర్పరిచారు. ఈ రోజే 12 గం.లకు బయల్దేరే జార్జియా రైలులో వాట్సన్‌ని తీసుకు పోయి అతని ఊరికి పోయే పడవలో ఎక్కించి రావాలని సభ తీర్మానించడ మైనది."

★ ★ ★

'రిచ్‌మాండ్ టైమ్స్' పత్రిక వార్త

గ్రేస్టన్ జిల్లాలో ఉన్న రద్దువాదుల్ని వ్యతిరే కించే కమిటీ, 13 వ తారీఖున జాన్ కార్నెట్ అనే రద్దు వాదిని అరెస్టు చేసింది. విచారణ జరిపి తన రద్దు వాద భావాల్ని విడనాడ వలసిందిగా, కమిటీ, కార్నెట్‌ని అడిగింది. కార్నెట్ దానికి అంగీకరించ లేదు. అప్పుడు రద్దు వాదిని బట్టలు ఊడదీసి, చెట్టుకి కట్టేసి కొరడా దెబ్బలు కొట్టడం జరిగింది.

★

స్వేచ్ఛా పథం

ముందు మాట

అమెరికాలో బానిసత్వ నిర్మూలన కోసం జరిగిన

అంతర్యుద్ధం - వివరాలు

ఈ నవలలో వాతావరణం తెలియాలంటే, 'అంతర్యుద్ధం' గురించి తెలిసి ఉండాలి.

1776 లో ఉత్తర అమెరికా ప్రజలు, బ్రిటిష్ వలస వాదుల మీద (సామ్రాజ్యవాదుల మీద), తిరుగుబాటు యుద్ధం చేస్తూ తమ దేశాన్ని 'స్వతంత్ర దేశం'గా ప్రకటించుకున్నారు.

ఈ స్వాతంత్ర్య వాదులు, ఇలా వాదించారు: "సృష్టికర్త, మానవులందరికీ సమానమైన హక్కులు ప్రసాదించాడు. ఒకరి ప్రాణాలనూ సుఖ స్వాతంత్ర్యాలనూ లాగుకొనే హక్కు వేరొకరికి లేదు" - ఈ విధంగా తమ స్వాతంత్ర్య ప్రకటనలో రాసుకుని, తమని అణిచి ఉంచే హక్కు బ్రిటిష్ సామ్రాజ్య వాదులకు లేదని వాదించిన ఈ అమెరికా స్వాతంత్ర్య వాదులు, తమ దేశంలో బానిసలకు మాత్రం 'స్వతంత్రం' ఇవ్వలేదు! తమ చట్టాల్లో నీగ్రోల్నీ, రెడ్ ఇండియన్లనీ, 'మానవులు'గా గుర్తించలేదు.

('టామ్ మామ ఇల్లు' నవలకు ఇచ్చిన 'ముందు మాట' ఒక సారి చూడడం పాఠకులకు ఉపయోగకరంగా ఉంటుంది.)

ఉత్తర అమెరికా దేశం, 34 రాష్ట్రాలతో కలిసి, "అమెరికా సంయుక్త రాష్ట్రాలు" అనే పేరుతో ఉండేది.

అమెరికా 'స్వతంత్ర ప్రకటన'లో, నీగ్రో బానిసత్వాన్ని రద్దు చెయ్యడానికి కూడా, మొదట ఒక ప్రయత్నం జరిగింది. దాన్ని దక్షిణాది రాష్ట్రాలు వ్యతిరేకించాయి. బానిసత్వాన్ని రద్దు చేసేటట్ట యితే తాము ఉత్తరాది రాష్ట్రాలలో కలిసి ఉండము - అని అవి వ్యతిరేకించాయి. అప్పటికా బానిసత్వ సమస్యని రాష్ట్రాల స్వంత ఇష్టాయిష్టాలకు వొదిలేశారు.

'ఉత్తర అమెరికా'లో - ఉత్తర ప్రాంతానికీ, దక్షిణ ప్రాంతానికీ వేరు వేరు ప్రకృతి పరిస్థితుల వల్లా, కొన్ని చారిత్రక కారణాల వల్లా, ఉత్తర రాష్ట్రాలలో పరిశ్రమలూ, దక్షిణ రాష్ట్రాలలో వ్యవసాయమూ, అభివృద్ధి చెంది ఉన్నాయి. ఉత్తర ప్రాంతాలలో 'బానిసత్వం' మీద చాలా వ్యతిరేకత ప్రబలి, ఉత్తర రాష్ట్రాలన్నీ తమ ఇష్టానుసారమే బానిసత్వాన్ని రద్దు చేశాయి. దక్షిణ రాష్ట్రాలు బానిసత్వాన్ని బలపరిచాయి.

స్వేచ్ఛ లేని బానిసలు, స్వేచ్ఛ గల కూలీల లాగా స్వంత చొరవతో పని చెయ్యలేరు. తమకేమీ ప్రతిఫలం ముట్టకుండా (జీతం లెక్కలు లేకుండా) పని చేసే బానిసల కన్నా, కొంత కూలి తీసుకుని పని చేసే కూలీలు, ఎక్కువ ఉత్సాహంతో పని చేస్తారు. బానిసత్వాన్ని కొనసాగించడం అంటే, దేశంలో ఉత్పత్తి శక్తుల్ని సంకుచిత పరుచుకోవడమే. దక్షిణాదిలో బానిసత్వం ఉండడం వల్ల, దక్షిణాదిన పరిశ్రమలు తలెత్తడానికి వీలు లేని పరిస్తితిగా ఉంది. ఉత్తరాదికి తగినంత ఎక్కువ

సంఖ్యలో కూలీలు దొరకని పరిస్థితిగా కూడా ఉంది. బానిసత్వాన్ని రద్దు చేసి, దాని వల్ల లాభ పడాలనే చైతన్యం అప్పటికే పారిశ్రామిక సంబంధాలలో ఉన్న ఉత్తరాది వారికి ఉన్నట్టుగా, దక్షిణాది వారికి లేదు. అమెరికా సంయుక్త రాష్ట్రాలు ఇతర పెట్టుబడిదారీ దేశాలతో పోటీగా నిలబడాలీ అంటే, దేశంలో బానిస విధానాన్ని రద్దు చేసి ఉత్పత్తి శక్తుల్ని పెంచుకోవడం తప్పనిసరి అవసరంగా ఉత్తరాది వారికి కనపడింది.

'ఆర్థిక మూలానికి' సంబంధించిన ఈ సమస్య ప్రభావం, రాజకీయ సాహితీ సాంస్కృతిక జీవితాలలో బానిసత్వాన్ని వ్యతిరేకించే రూపంతో ప్రతిబింబించడం ప్రారంభమైంది.

'బానిసత్వాన్ని రద్దు చెయ్యాల'ని వాదించే రద్దు వాద సంఘాలు, పెద్ద ఎత్తున వెలుస్తున్నాయి. బానిసత్వాన్ని దుర్మార్గంగా భావించే రచనలు ప్రారంభమవుతున్నాయి. 1851 లో వచ్చిన "అంకుల్ టామ్స్ కేబిన్" నవల దేశాన్ని చర్చలతో, వాగ్వివాదాలతో ముంచేసింది. సాహసవంతులైన నల్ల, తెల్ల వ్యక్తులు కొందరు, చిన్న చిన్న గ్రూపులుగా ఏర్పడి, బానిస యజమానులతో ఘర్షణలకు దిగుతున్నారు. సానుభూతి సంఘాలు, బానిసల్ని దక్షిణాది నించి తప్పించి ఉత్తరాది రాష్ట్రాలకూ, కెనడాకీ తీసుకు పోవడానికి రహస్యంగా కార్యకలాపాలు చేస్తున్నాయి.

దక్షిణ రాష్ట్రమైన వర్జీనియాలో, జాన్‌బ్రౌన్ అనే తెల్ల దొర, బానిసలు పడే బాధలు చూసి చలించిపోయి బానిసత్వాన్ని రద్దు చెయ్యాలనే పట్టుదలతో 22 మంది నల్ల, తెల్ల అనుచరులతో ఒక రాత్రి యజమానుల తోటల మీదకు దాడులు చేసి, బానిసల్ని విడిపించడం ప్రారంభించాడు. తెల్లారే పాటికి పోలీసులు, ఆ తిరగబాటుదారుల్ని అణిచివేశారు. ఒంటి నిండా గాయాలతో ఉన్న జాన్ బ్రౌన్ ని స్ట్రెచర్ మీద కోర్టుకి తీసుకు వెళ్ళి విచారణ జరిపి మరణ శిక్ష విధించి వెంటనే ఉరికంబానికి ఎక్కించారు. ఈ సంఘటన నీగ్రోలు వెల్లువలుగా తిరగబాట్లు చెయ్యడానికి దారితీసింది. 'బానిసత్వం' గురించి ఏమీ ఆలోచించకుండా ఉన్న వాళ్ళు కూడా, ఏదో ఒకటి ఆలోచించి తేల్చుకోవలసినంత తీవ్రంగా పరిస్థితులు ప్రభావితం చేస్తున్నాయి.

ఆ విధంగా బానిసత్వం సమస్య మీద దేశం అంతా రెండు పక్షాలుగా విడిపోయి ఉన్న కాలంలో, 1860 లో, శాసన సభలకు ఎన్నికలు వచ్చాయి. దేశంలో మొత్తంగా బానిసత్వం నిర్మూలన కావాలా లేదా - అన్నదే ప్రధాన విషయంగా ఎన్నికలు జరిగి, నవంబరులో పూర్తి అయ్యాయి. బానిసత్వాన్ని పూర్తిగా రద్దు చెయ్యాలి - అన్న రిపబ్లికన్ పార్టీకే మెజారిటీ వచ్చింది.

రిపబ్లికన్ పార్టీ ప్రధానంగా, పారిశ్రామిక బూర్జువాలకు ప్రాతినిధ్యం వహించే పార్టీ. అది బానిసత్వాన్ని పూర్తిగా రద్దు చెయ్యాలనే లక్ష్యంతో ఉంది. ఈ పార్టీకి సంబంధించిన రాజకీయ వేత్తలలో, అబ్రహం లింకన్ ప్రముఖ వ్యక్తిగా ఉన్నాడు.

లింకన్, దక్షిణ రాష్ట్రం అయిన కెంటకీలో పేద రైతు కుటుంబంలో పుట్టి పెరిగిన తెల్ల వాడు. చిన్నతనం నించీ బానిసల కష్టాలు చూసి బానిసత్వాన్ని అసహ్యించుకునే వాడు. లింకన్ యువకుడిగా ఉన్నప్పుడు, కొన్ని పేద ఉద్యోగాలు చేస్తూ, లా చదివి లాయరుగా పని చేశాడు. బానిసత్వం గురించి వ్యతిరేకంగా ప్రచారం చేస్తూ ఉండే లింకన్, రిపబ్లికన్ పార్టీ రాజకీయాలలో ప్రముఖుడయ్యాడు.

1860 నవంబరులో పూర్తయిన ఎన్నికల్లో లింకన్ కూడా రిపబ్లికన్ పార్టీ అభ్యర్థిగా ఎన్నికయ్యాడు. మెజారిటీ సంపాయించిన రిపబ్లికన్ పార్టీ లింకన్‌నే అధ్యక్ష పదవికి నిలబెట్టడానికి నిశ్చయించుకుంది.

రిపబ్లికన్ పార్టీ అధికారం లోకి రావడమూ, లింకన్ అధ్యక్షుడు కాబోవడమూ - ఈ సంఘటనలతో దక్షిణ రాష్ట్రాలు క్రోధంతో ఉడికి పోయాయి.

1860 డిసెంబరు 20 న, దక్షిణ కరోలినా రాష్ట్రం, తమ సంయుక్త ప్రభుత్వం నించి (యూనియన్ ప్రభుత్వం నించీ) విడిపోతున్నాననీ, తన

లాగే విడి పోదల్చుకున్న వాళ్ళు కేంద్రం నించి విడి పోయి తనతో చేరవచ్చుననీ, ప్రకటించింది. అంతే గాక, ఆ రాష్ట్ర గవర్నరు, కొందరు అధికారుల్ని సంయుక్త రాజధాని అయిన వాషింగ్టన్‌కి పంపి, తమ రాష్ట్రంలో అప్పటి వరకూ కేంద్ర ప్రభుత్వం ఆధీనంలో ఉన్న సైనిక కోటల్నీ, ఇతర ఆస్తుల్నీ తామే స్వాధీనం చేసుకుంటున్నామనీ, అవి ఇక తమకే చెందుతాయనీ, చెప్పించాడు. అటు వాషిం గ్టన్‌కి అధికారుల్ని పంపి, ఇటు చార్లెస్టన్ పట్టణం లోని సమ్‌స్టర్ కోట మీద తుపాకులు పేల్చి దాన్ని స్వాధీనం చేసుకునే చర్యలు ప్రారంభించాడు.

కేంద్ర ప్రభుత్వం సమ్‌స్టర్ కోటలో ఉన్న కేంద్ర సైనికుల కోసం ఓడలో ఆహార పదార్థాలు పంపితే, చార్లెస్టన్ పట్టణం లోని రాష్ట్ర ప్రభుత్వాధికారులు ఆ ఓడని రేవు లోకి దిగనివ్వకుండా కాల్పులు జరిపి దాన్ని తిరగ్గొట్టేశారు.

పరిస్థితులు ఇలా ఉండగా, దక్షిణ రాష్ట్రాలలో ఒకటైన వర్జీనియా రాష్ట్రం, ఒక శాంతి సమావేశాన్ని ఏర్పాటు చేసి, కేంద్రానికీ, దక్షిణ రాష్ట్రాలకూ మధ్య కొన్ని సర్దుబాట్లు జరగాలని సంప్రదింపులు జరి పింది. లింకనూ, ఇతర రిపబ్లికన్ నాయకులూ దక్షి ణాది వారి కోర్కెల్ని అంగీకరించ లేదు. సంప్ర దింపులు విఫల మయ్యాయి.

ఆ తర్వాత మరో 6 దక్షిణ రాష్ట్రాలు కేంద్రం నించి విడిపోయి, కరోలినాతో చేరాయి. వేరుగా చేరిన 7 రాష్ట్రాలూ, కేంద్రంతో సంబంధం లేకుండా తమకు వేరుగా స్వంత ప్రభుత్వాన్ని ఏర్పాటు చేసుకున్నాయి. అంతకు పూర్వం కూడా ఆ రాష్ట్ర ప్రభుత్వాలకు అన్ని హంగులూ ఉన్నాయి కాబట్టీ, ప్రతీ రాష్ట్రానికీ రాష్ట్ర ప్రభుత్వం ఉంది కాబట్టీ, కేంద్రం నించి విడి పోవడం అనేది, కష్ట సాధ్యమైన విషయం కాలేదు.

దక్షిణాది నూతన ప్రభుత్వానికి రాజధాని - రిచ్‌మండ్. అధ్యక్షుడు - జెఫర్సన్ డేవిస్.

ఈ కొత్త ప్రభుత్వం, "బానిసత్వమే మా కొత్త ప్రభుత్వానికి పునాది" అని గర్వంగా ప్రకటించింది. ఆ కొత్త ప్రభుత్వం, తమ 7 రాష్ట్రాల ఉమ్మడి పరి పాలన కోసం కావలసిన శాఖలన్నిటినీ ఏర్పాటు చేసుకుంది.

విడి పోయిన దక్షిణాది రాష్ట్రాల జనాభా, ఉత్త రాది రాష్ట్రాల జనాభాలో సగం కన్నా తక్కువ.

చార్లెస్టన్ పట్టణంలో సమ్‌స్టర్ కోటలో ఉన్న కేంద్ర సైన్యాలకు ఆహార ధాన్యాలు, ఏప్రిల్ వరకే సరిపోయే విధంగా ఉన్నాయి. ఆ లోగా ఆ కోట మీద ఎగిరే యూనియన్ జెండాని, దక్షిణాది సైన్యాలు కాల్చాయి.

అప్పటి నించీ ఆ కోటని రక్షించుకోవడానికి యూనియన్ (కేంద్రం) సిద్ధ పడింది.

యుద్ధం తీవ్రంగా ప్రారంభమైంది.

యుద్ధం ప్రారంభమయ్యే నాటికి 23 రాష్ట్రాలు ఉత్తరాదినా, 11 రాష్ట్రాలు దక్షిణాదినా, చేరాయి.

ఉత్తరాదిన 2 కోట్ల, 20 లక్షల మంది తెల్ల వాళ్ళుంటే, దక్షిణాదిన 55 లక్షల మంది తెల్ల వాళ్ళున్నారు.

అబ్రహాం లింకన్, యూనియన్ అధ్యక్ష పదవిని స్వీకరించడం, దక్షిణాదిన కొత్త ప్రభుత్వం ఏర్పడిన తర్వాతే, జరిగింది.

ఉత్తరాదికీ, దక్షిణాదికీ ప్రారంభమైన అంత ర్యుద్ధం - 1861 జూలై నించీ 1865 ఏప్రిల్ వరకూ జరిగింది.

యుద్ధం జరుగుతూ ఉండగానే 1863 జనవరి 1 న ప్రెసిడెంట్ లింకన్ బానిసత్వాన్ని రద్దు చేస్తూ ఒక ప్రకటన చేశాడు - "ఇంత కాలం బానిసలుగా కట్టి వేయబడిన వారందరూ ఈ రోజు నించీ స్వేచ్ఛా జీవులని నేను ప్రకటిస్తున్నాను. కేంద్ర ప్రభు త్వానికీ, మిలటరీకీ, నావికా దళానికీ చెందిన అధి కారు లందరూ బానిసల స్వేచ్ఛని గుర్తించి వారితో సహకరిస్తారు. విముక్తి చెందిన బానిసలలో తగిన వారికి, సైన్యం లోనూ నావికా దళం లోనూ ఉద్యో గాలు ఇస్తాము. స్వేచ్ఛ పొందిన బానిసల్ని నేను కోరే దేమిటంటే, 'వారు ఆత్మరక్షణ చేసుకోవల సిన సందర్భాల్లో తప్ప, ఎప్పుడూ హింసాత్మక చర్యలకు పాల్పడవద్దనీ, హేతుబద్ధమైన వేతనాలు తీసుకుని విశ్వాస పాత్రంగా పని చెయ్యమనీ."

ఆ ప్రకటన వెలువడి నంత మాత్రాన దక్షిణా దిన యజమానులు బానిసలకు స్వేచ్ఛ ఇవ్వలేదు. పారిపోయిన బానిసలు కొందరు, కేంద్ర సైన్యంలో చేరగలిగారు. ఆ సైన్యంలో కూడా బానిసలకు తెల్ల వాళ్ళతో సమాన హక్కులు రాలేదు.

1865 మార్చి 29 న, యూనియన్ ప్రభుత్వ సేనలు, కొత్త ప్రభుత్వ రాజధానిని ముట్టడించి స్వాధీనం చేసుకున్నాయి.

కొత్త ప్రభుత్వం లొంగి పోయింది.

యుద్ధం పూర్తి అయింది.

యుద్ధంలో మొత్తం 40 లక్షల మంది పాల్గొన్నారు. ఉత్తరాది వారిలో - 3 లక్షల 59 వేల మందీ, దక్షిణాది వారిలో - 2 లక్షల 58 వేల మందీ మరణించారు. ఉత్తరాది వారిలో- 2 లక్షల, 75 వేల మందీ; దక్షిణాది వారిలో - 1 లక్ష మందీ గాయపడ్డారు.

యుద్ధం తర్వాత దక్షిణ రాష్ట్రాలన్నీ పూర్వం లాగే, సంయుక్త ప్రభుత్వం కిందకి వచ్చాయి.

1865 జనవరి 31న, సంయుక్త ప్రభుత్వం - "ఇప్పటి నించీ అమెరికా సంయుక్త రాష్ట్రాలలో గానీ, దాని వలసలలో గానీ, బానిసత్వం చెల్ల నేరదు" అని చట్టం చేసింది.

ఆ చట్టం అమలు జరగకుండా దక్షిణాది రాష్ట్ర ప్రభుత్వాలు, అనేక ఆటంకాలు కల్పించాయి. నీగ్రోలు ఆయుధాలు ధరించకూడదనీ, కేసుల్లో సాక్ష్యాలు ఇవ్వకూడదనీ, నీగ్రోలు స్వంత భూములు కలిగి ఉండరాదనీ, ఉన్నా చాలా తక్కువ భూమే ఉండాలనీ, ఐదుగురు నీగ్రోలు ఒక దగ్గర కూడరాదనీ, 18 సం॥లు దాటని నీగ్రోలు పాత యజమానుల దగ్గిరే పని చెయ్యాలనీ, అప్పులు తీర్చ లేని నీగ్రోలు కూడా నిర్బంధ చాకిరీ చెయ్యాలనీ - ఈ రకంగా దక్షిణ రాష్ట్రాలు తమ ఇష్టానుసారం నీగ్రోల్ని పాత పరిస్థితుల్లోనే ఉంచ డానికి వీలైన అనేక రకాల చట్టాలు చేసుకున్నాయి.

1865 ఏప్రిల్ 14 న, అబ్రహం లింకన్ వాషింగ్టన్‌లో ఒక నాటకం చూస్తూ ఉండగా, ఆ నాటకంలో నటించే ఒక నటుడు, రంగస్థలానికి దగ్గర్లో కూర్చుని వున్న లింకన్ మీద తుపాకీ పేల్చాడు.

లింకన్ మరణించాడు.

తర్వాత ఉపాధ్యక్షుడైన ఆండ్రూ జాన్సన్ అధ్యక్షుడయ్యాడు. (ఈయన కూడా రిపబ్లికన్ పార్టీ వాడే.)

1865 మే 29 న, కొత్త అధ్యక్షుడు జాన్సన్ ఒక ప్రకటన చేశాడు. దక్షిణాది ప్రభుత్వాలు, గతంలో కేంద్రం నించి విడిపోవాలని చేసుకొన్న చట్టాల్ని రద్దు చేసుకోవాలనీ, తమ రాష్ట్రాలలో బానిసత్వ నిర్మూలన కోసం చట్టాలు చెయ్యాలనీ - ఈ షరతులకు అంగీకరిస్తే, గతంలో కేంద్రానికి ఎదురు తిరిగినందుకు శిక్షకు బదులు క్షమాభిక్ష దొరుకుతుందనీ.

శిక్షల్ని తప్పించుకోడానికి దక్షిణ రాష్ట్రాలన్నీ బలవంతంగా బానిసత్వాన్ని నిర్మూలిస్తున్నామంటూ చట్టాలు చేశాయి. కానీ బానిసల స్వేచ్ఛని కుంచించటానికి ఎన్ని విధాలున్నాయో అన్ని విధాల "నల్ల చట్టం" (బ్లాక్ కోడ్) అనే పేరుతో వేరే చట్టాలు కూడా చేశాయి. నీగ్రోల మీద దౌర్జన్యాలూ, చిత్ర హింసలూ, ఎప్పటి లాగే సాగుతున్నాయి.

నీగ్రోల స్వేచ్ఛని కాపాడడం కోసం కేంద్ర ప్రభుత్వం, ఒక సంస్థని స్థాపించింది. బానిసలకు బంజరు భూములివ్వడం, నీగ్రో కార్మికులకూ తెల్ల యజమానులకూ జరిగే ఒప్పందాలు సక్రమంగా ఉన్నాయో లేదో చూడడం, వివాదాల్లో నీగ్రోల పక్షాన నిలవడం - ఈ సంస్థ పనులు.

కానీ, ఆ సంస్థ నీగ్రోలకు తగినంత రక్షణ ఇవ్వలేక పోయింది.

ఆ సంస్థ వల్ల కూడా తగినంత మంచి ఫలితాలు రాకపోయే సరికి 1867 మార్చి 2 న కేంద్ర ప్రభుత్వం 'పునర్నిర్మాణ చట్టం' పేరుతో దక్షిణాదినంతటినీ 5 భాగాలుగా విభజించి ఒక్కొక్క భాగానికి ఒక్కొక్క సైనిక జనరల్ ఉండేటట్టూ, ఆ జనరల్ తన భాగం లోని నీగ్రో వ్యవహారాలు చూసుకునేటట్టూ ఏర్పాటు చేసింది. జనరల్ కింద కొంత సైన్యం కూడా దక్షిణాదిన ఉంటుంది.

పునర్నిర్మాణ చట్టం వచ్చే నాటికి ఉన్న రాష్ట్ర ప్రభుత్వాల్ని, ఆ చట్టం, సంపూర్ణంగా రద్దు చేసింది. ఆ రాష్ట్రాల్ని సైనిక పరిపాలన కింద ఉంచి, నీగ్రో లకు కూడా ఓటు హక్కు ఇచ్చి, కొత్త ప్రభుత్వాల కోసం, కొత్తగా ఎన్నికలు జరపాలని ఆ చట్టం ఆదే శించింది.

బానిసత్వానికి అనుకూలంగా, 'అంత ర్యుద్ధం'లో పాల్గొన్న దక్షిణాది తెల్ల అధికారులకు, ఓటు హక్కు తీసేశారు.

1868 లో జరిగిన ఎన్నికల్లో, రిపబ్లికన్ పార్టీ అభ్యర్థి గ్రాంటు అధ్యక్షుడిగా ఎన్నికయ్యాడు. దక్షి ణాదిన కేంద్ర సైన్యాలు ఇంకా ఉంటూనే ఉన్నాయి.

1872 ఎన్నికల్లో, మళ్ళీ గ్రాంటే అధ్యక్షుడు.

1876 ఎన్నికల్లో రిపబ్లికన్ పార్టీ తరుపునే హేస్ అధ్యక్షుడిగా వచ్చాడు. ఈ హేస్, తను అధ్యక్షు డిగా ఎన్నికవడం కోసం, దక్షిణాది వర్తక వర్గం తోటీ, తోటల యజమానుల తోటీ, కుమ్మక్క య్యాడు. తను నెగ్గితే, దక్షిణాది నించీ సైన్యాన్ని ఉపసంహరిస్తాననీ, దక్షిణాది వాళ్ళకి రైల్వే కాంట్రా క్టులు ఇస్తాననీ, యజమానుల పార్టీ అయిన డెమాక్రటిక్ పార్టీ అభ్యర్థికి మంత్రి పదవి ఇస్తాననీ, రాష్ట్రాల పరిపాలనలలో ఎక్కువ జోక్యం కలుగ జేసుకోననీ - వాగ్దానాలు చేసి, దక్షిణాది వాళ్ళ మద్దతుతో గెల్చి అధ్యక్షుడయ్యాడు.

తర్వాత హేసూ, అతని అనుచర వర్గమూ దక్షిణాది వాళ్ళని ఆనంద పెట్టడానికి తన వాగ్దానా లన్నీ నెరవేర్చారు.

దక్షిణాదిలో నీగ్రో రక్షణ వ్యవహారాల కోసం ఉంచిన సైన్యాన్ని హేస్ ఉపసంహరించాడు.

దానితో దక్షిణాది వాళ్ళు నిర్భయంగా నీగ్రోల మీద విజృంభించారు.

దక్షిణాది రాష్ట్రాల్లో, నీగ్రోల్ని రాజకీయాల్లోకి రాకుండా చెయ్యడానికి, "ప్రతీ ఓటరుకీ విద్యా, ఆస్తీ ఉండాలి" అని కొత్త చట్టాలు చేశారు. నీగ్రో లకు ఆస్తీ ఉండదు, విద్యా ఉండదు. ఆ రకంగా, నీగ్రోలు ఓటు వెయ్యడానికి వీలు లేకుండా చేశారు. ఆస్తీ, విద్యా లేని తెల్ల వారికి మాత్రం వారి తండ్రులు గొప్ప వారనో, వంశం గొప్పదనో, ఓటు హక్కు ఇచ్చారు. దక్షిణాది తెల్ల వాళ్ళు, రహస్య సంఘాల ద్వారా నీగ్రోల మీద మూక ఉమ్మడి హత్యలు సాగిస్తూనే ఉన్నారు.

అంతర్యుద్ధం - నీగ్రోల్ని, బానిస జీవితం నించి కూలి డబ్బు తీసుకుని పని చేసే కూలీ జీవితానికి మార్చింది! అంత కన్నా నీగ్రోలకు ఆచరణలో ఎక్కువ హక్కులు ఇవ్వలేక పోయింది. అయినప్పటికీ, బానిస జీవితం నించి, కూలీ జీవి తానికి మారడం, అభివృద్ధి కరమైన విషయమే. ఈ రకంగా అంతర్యుద్ధం నీగ్రోలకు చాలా మేలు చేసింది.

అమెరికాలో నీగ్రోలకు, తెల్ల వాళ్ళతో సమా నంగా, ఆ నాటికీ ఈ నాటికీ కూడా హక్కులు లేవు. నీగ్రోలపై దౌర్జన్యాలు చెయ్యడం, చిత్ర హింసలు పెట్టి చంపడం, మామూలే.

హోవర్డ్ ఫాస్ట్ రాసిన ఈ "స్వేచ్ఛా పథం" (ఫ్రీడమ్ రోడ్) నవల, 1867 నించీ, నీగ్రోలకు ఓటు హక్కు రావడంతో ప్రారంభమవుతుంది. 1876 లో హేస్ అధ్యక్షుడిగా రావడం, నీగ్రోలకు ద్రోహం చెయ్యడం, నీగ్రోల పరిస్థితులు దుర్భరమై పోవ డంతో ముగుస్తుంది.

ఈ నవలలో 'యాంకీ సైనికులు' అనే మాట వస్తూ ఉంటుంది. యాంకీ సైనికులు అంటే బాని సత్వానికి వ్యతిరేకంగా ఉత్తరాది పక్షాన పోరాడిన తెల్ల సైనికులు.

హోవర్డు ఫాస్ట్, "స్పార్టకస్" నవల రాసిన రచ యితే. ఈ 'స్వేచ్ఛా పథం' నవలని, **అశ్వనీ కుమార దత్తు,** తెలుగు లోకి అనువాదం చేశారు. దాన్ని విజయవాడ "ఆదర్శ గ్రంథ మండలి" వారు దాదాపు పాతికేళ్ళ క్రితం ప్రచు రించారు. ఆ అనువాదాన్ని ఆధారం చేసుకునే నేను ఈ "పరిచయం" రాశాను. ★

స్వేచ్ఛా పథం

(కథా ప్రారంభం)

కొర్వెల్లు - దక్షిణ కరోలినా రాష్ట్రంలో ఇరవై రెండు వేల ఎకరాల వైశాల్యం కలిగిన ఒక జమీ (ఎస్టేటు). దానిలో పత్తీ, ధాన్యం, పొగాకూ పండే పొలాలూ, పశువుల మేతకు పచ్చిక బీళ్ళూ, తుమ్మ బీళ్ళూ, ఊబి ప్రాంతాలూ వున్నాయి.

డడ్లీ కార్వెల్ అనే జమీందారు, ఆ జమీకి యజమాని. అతని ఆధీనంలో కొన్ని వందల మంది బానిసలు వున్నారు.

'అంతర్యుద్ధ' కాలంలో, కార్వెల్ జమీ నించి ఆ జమీందారు, కుటుంబంతో సహా పారి పోయాడు. తర్వాత కొంత కాలానికి జమీందారు మళ్ళీ జమీకి వచ్చి భవనానికి తాళాలు వేయించి ఇంటి నౌకర్లని తనతో తీసుకుని వెళ్ళి పోయాడు. ఆ జమీ వ్యవహారాలు చూసే ఆఖరి ఓవర్‌సీర్ కూడా తర్వాత జమీని వొదిలి వెళ్ళి పోయాడు. ఆ నాటి నించీ మళ్ళీ యజమానులు గానీ, ఓవర్‌సీర్లు గానీ, జమీ వైపు తొంగి చూడ లేదు. ఆ రోజుల్లో చాలా జమీలకు పట్టిన గతే కార్వెల్ జమీకి కూడా పట్టింది. సంవత్సరాల తర బడీ పన్నులు కట్టక పోవడం వల్ల, ఆ జమీ, ప్రభుత్వపరమై బీడుపడి పోయింది. దాని ఆలనా పాలనా ఎవ్వరూ పట్టించు కోవడం లేదు. ఆ జమీనంతా పాత బానిసలకు పంచి పెడతారని ఒక వదంతి బయల్దేరింది. వాస్త వంగా ఏం జరుగుతుందో ఎవ్వరికీ అంతుపట్టడం లేదు. అప్పుడప్పుడూ కొలంబియా నించి తెల్ల యజమానులు వచ్చి ఆ జమీని నాలుగు వేపులా పారజూచి పోతున్నారు.

ఆ జమీలో జమీందారు నివసించింది - ఇరవై నాలుగు గదులు గల నాలుగంతస్తుల భవనం. గ్రీకు దేవాలయం లాగు, పెద్ద ద్వార మండపంతో ఎత్తయిన కొండ మీద ఉందా భవనం. దాని చుట్టూ వోకు చెట్లు మట్టి గోడ లాగ పెరిగి వున్నాయి. ఆ భవనానికి అర మైలు దూరంలో బానిసల గుడిసెలు వున్నాయి. నీగ్రోల పిల్లలు కొండ మీదకు పోయి ఆటలాడుతూ జమీందారు భవనం చుట్టూ తిరిగి కిటికీల్లోంచి లోపలికి చూసి కేక లేస్తూ నవ్వులతో పక పక లాడుతూ వుంటారు.

అంతర్యుద్ధ కాలంలో ఆ జమీలో బానిసలు కొందరు సైన్యంలో చేరారు. కొందరు ఆ ప్రాంతం లోనే వుండి కొంత కొంత భూమిని సాగు చేసి ధాన్యాలూ, కూరగాయలూ, పండించుకుంటు న్నారు. పందుల్నీ, కోళ్ళనీ పెంచుకుంటున్నారు. యజమాని లేని స్వతంత్ర జీవితం గడుపు తున్నారు.

యజమానుల తరఫున యుద్ధం చేసే సైన్యాలు, ఆ ప్రాంతం మీద నించి పోతూ నాలుగు పర్యాయాలు బానిసల పంటల్ని తుడిచి పెట్టే శాయి. కొంత మంది బానిసల్ని చంపేశారు కూడా. ఇతర నీగ్రో గూడేలలో జరిగిన ఘోరాలతో పోలిస్తే, ఈ కార్వెల్ గూడెంలో జరిగిన ఘోరం ఏమంత పెద్దది కాదు.

యుద్ధం ముగిసిన తర్వాత, కార్వెల్ నించి యుద్ధం లోకి పోయిన నీగ్రోలు, పోయిన వాళ్ళు పోగా మిగిలిన వాళ్ళంతా పట్ట లేని సంతోషంతో తేలిపోతూ తుపాకులు భుజాల్న వేసుకొని ఇళ్ళ కొచ్చారు.

నాలుగు సంవత్సరాలకి యుద్ధం ముగిసింది. నలభై లక్షల మంది బానిసలు స్వతంత్రులయ్యా రని సంయుక్త ప్రభుత్వం ప్రకటించింది.

ఆ స్వతంత్రాన్ని నీగ్రోలు కొద్దో గొప్పో చవి చూస్తున్నారు.

రెండేళ్ళ తర్వాత:

శాసన సభలకు ఎన్నికలు జరుగుతాయనీ, ఇరవయ్యొక్క సంవత్సరాలు నిండి ఓటు హక్కు పొందిన నీగ్రోలందరూ ఓటు ఇవ్వడానికి పట్టణాలకు రావాలనీ, ప్రభుత్వం ప్రకటించింది.

కార్వెల్లు లోని నీగ్రో గూడెంలో పీటరన్న ఒక్కడే కొంత చదువు వచ్చిన వాడు. అతను, మిగిలిన మొగ వాళ్ళనందర్నీ సమావేశ పరిచి, వాళ్ళ వయస్సుల గురించి తర్జన భర్జనలు చేసి చివరికి ఎలాగైతేనేం ఓట్లు వెయ్యడానికి పనికొచ్చే వాళ్ళని ఒక పక్కకి ఏరాడు.

వాళ్ళందరూ చార్లెస్టను పట్టణానికి కాలి నడకన పోయి కొన్నాళ్ళకి తిరిగి వచ్చారు. ఆ రోజు కొండల మీద ఆడుకుంటూన్న పిల్లలు దూరంగా వచ్చే గుంపుని చూసి కేకల్తో పరుగులతో కొండలు దిగి గూడెం లోకి పోయి ఆ వార్త అందరికీ అందించేశారు.

గూడెంలో పిల్లా మేకా, ఆడా మొగా అందరూ, ఓట్ల వాళ్ళకి ఎదురెళ్ళి ఆశ్చర్యంతో, ఆనందంతో, ప్రశ్నల వర్షం కురిపించారు.

"ఓట్లు ఎలాగున్నాయి?"

"ఓట్లు మాకూ తెచ్చారా?"

"తెల్ల దొరలు కూడా ఓటింగులా?"

"ఓటింగు వాళ్ళు ఎలాగుంటారూ?" అంటూ వచ్చిన వాళ్ళ చుట్టూ జేరి ఉక్కిరి బిక్కిరి చేశారు.

ఓట్లు వేసి వచ్చిన వాళ్ళకే ఓట్లంటే ఏమిటో అర్థం కాలేదు. అసలు ఓట్లంటే - వాళ్ళు, భూమినీ, గుర్రాల్నీ, పంచుతారనుకున్నారు. కొందరైతే డబ్బు పంచుతారేమో ననుకున్నారు. తీరా జూస్తే ఓట్ల కెళ్ళినా ఏమీ రాకపోయే సరికి చాలా మంది నిర్ఘాంత పోయారు. చాలా మందికి చెప్పలేనంత కోపం కూడా వచ్చింది. నెమ్మదిగా శాంత పడి, ఓట్లంటే ఏమిటో తెలిసీ తెలీకుండానే ఇళ్ళకు తిరిగి వచ్చారు.

ఓట్ల విశేషాలు ఎవళ్ళకు తోచినట్టు వాళ్ళు మిగతా వాళ్ళందరికీ చెప్పారు. పట్టణంలో చూసిందంతా చెప్పారు.

వీళ్ళంతా పట్టణం వెళ్ళేసరికి, నీగ్రోలూ, తెల్ల వాళ్ళూ, తండోప తండాలుగా వస్తూ కనపడ్డారు. ప్రపంచంలో ఉన్న ప్రజలందరూ అక్కడికే వచ్చారేమోనని ఆశ్చర్య పడ్డారు వీళ్ళు. సంయుక్త ప్రభుత్వ సైనికులు, పట్టణంలో చాలా చోట్ల కనపడ్డారు. ఎన్నికలు క్షేమంగా జరిగేలా చూడడం కోసం సైనికులు వున్నారని అక్కడి వాళ్ళు చెప్పుకుంటున్నారు.

నీగ్రోలూ, తెల్ల వాళ్ళూ కూడా, ఒక్కొక్కరూ ఓట్లు వెయ్యవలసిన భవనం లోకి వెళ్ళి ఓట్లు వేశారు.

పెళ్ళ లూడి పోయిన కోర్టు భవనపు లోపలి భాగంలో, పెద్ద పెద్ద పుస్తకాలు ముందుపెట్టుక్కూర్చున్న రిజిష్టార్లూ, వారి వెనక పెద్ద నక్షత్రంతో, చారల గుర్తులున్న జెండాలూ, కాపలా కాస్తున్న రక్షక భటులూ, రహస్యపు ఓటింగు కోసం కట్టిన చిన్న చిన్న గదులూ, ఆ గదుల్లో ఓట్ల పెట్టెలూ - వాటినన్నిటినీ చూశామని అన్నీ వర్ణించి వర్ణించి చెప్పారు.

"వొక తెల్లాయన మా కేదో సెప్పాడు. ఆడ ఐదొందలకు పైగా నీగ్రో వోళ్ళం సేరాం గందా? ఆయన ఏమేమి సెప్పాడో తెలిసి సత్తేగందా? అంతా వొట్టి మూరుకులం. బుర్ర ల్లేనోళ్ళం. ఎంత సిగ్గు! వొక పెతినిదిని ఎన్నుకోండని సెప్పినాడాయన. మాకు మళ్ళీ కాగితాలిచ్చాడు. ఓ నీగ్రో వోడు లేసి మాట్టాడాడు. ఆడి తర్వాత ఇంకోడు లేశాడు. ఆ పైన ఓ తెల్లాయన మాటలు సెప్పాడు. మన పీటరన్న లేసి నిబ్బరంగా మాటలు సెప్పి, "ప్రెతినిదిని ఎన్నుకోమన్నారు గందా, మా గిడియనే తగిన వోడు" అనేశాడు.

జమీకి తిరిగి వచ్చాక ఆ సంగతులన్నీ చెపుతూ పీటరన్న, "చార్లెస్టను పట్నంలో జరగబోయే శాసన సభ సమావేశాలలో పాల్గొనటానికి కార్వెల్ జిల్లా ప్రతినిధిగా మన గిడియన్ వెళతాడు" అని జనాలందరికీ వివరంగా చెప్పాడు.

తమ గూడెం నించి ఒక 'నీగ్రోవోడు' పట్నం సభకు వెళతాడంటే అక్కడ అందరికీ ఎన్నడూ ఎరగని ఆనందం కలిగింది.

ఓటింగు అంటే - తమ అభిప్రాయాన్ని కూడా చెప్పుకునే హక్కు ఉండడమే - అని కొంచెంగా అర్థమైంది.

కార్వెల్ గూడెంలో ఉన్న నీగ్రోల్లో కొంత మంది, అక్కడ పుట్టి పెరిగిన వాళ్ళే. గిడియన్ కూడా అక్కడ పుట్టిన వాడే. గిడియన్‌కి ముప్ఫ య్యారేళ్ళుంటాడు పీటరన్న.

గిడియన్ పుట్టడం పీటరన్నకి బాగా జ్ఞాపకం. గిడియన్ పుట్టేటప్పుడు వాళ్ళమ్మకి చాలా ప్రమాద మైంది. గిడియన్ తండ్రి - పీటరన్నని ఓవర్సీరు దగ్గిరికి పంపించాడు, వైద్యం ఏమన్నా చేయిస్తా డేమో అడిగి రమ్మని. పీటరన్న ఓవర్సీరుతో సంగతి చెప్పి - "మూడు రోజుల్నుంచీ బాధతో కొట్టుకుం టంది దొరా!" అన్నాడు.

"డాక్టర్ లేకపోయినా నిగ్గర్ ఆడది పిల్లల్ని కనక మానదు లేరా" అని తిట్టి పొమ్మన్నాడు ఓవ ర్సీరు.

గిడియన్‌ని కని, ఆ తల్లి ఆ పూటే చచ్చి పోయింది.

సంగతి కార్వెల్ దొర దాకా పోయినప్పుడు, తను ఓవర్సీరుకి చెప్పినా ఓవర్సీరు తిట్టి పొమ్మన్నా డని పీటరన్న పెద్ద దొరతో చెప్పాడు. పీటరు మాట నిజం కాదనీ, వాడు తనకు చెప్పలేదనీ, ఓవర్సీరు పీటరన్నని కొరడాలతో కొట్టించాడు. - అందుకే గిడియన్ పుటక పీటరన్నకి బాగా జ్ఞాపకం. గిడి యన్ వయస్సెంతో ఎప్పటికప్పుడు పీటరన్న చెపు తూనే వుంటాడు.

శాసన సభ ప్రతినిధిగా ఎన్నిక కావడం, గిడి యన్‌కి సుతరామూ ఇష్టం లేదు - "పొట్ట సింపితే అచ్చరం ముక్క లేని మూరుకుణ్ణి, నేనేం సెయ్య గలనన్నా?" అని వాదన మొదలుపెట్టాడు పీట రన్నతో - "నిగ్గరోణ్ణి. సదువు రాదు. అట్టాంటి పశువుని సార్లెస్టను సబకి పొమ్మంటావు. నాకు దారీ తెన్నూ తెలుత్తాదా?" అని గోల పెట్టాడు.

"ఇద్దానికి పోయినప్పుడు యాంకీ సైనికుల్తో కలిసి, నీలం గుడ్డ లేసుకుని, జై జైలు కొట్టు కుంటూ భయ్యం లేకండా ఎల్ల లేదా మీరందరూ? అల్లాగే అనుకో ఇది. భయ్యం అక్కర్లేదు. మన ప్రెభుత్వ చట్టం మన కెంతో దయిర్య మిచ్చింది - 'ఓ నీగ్రో వోడా! నీకు స్వేచ్ఛ వొచ్చిందిరో! నువ్వు సొతంతురిడి వయ్యావురో' అని చెప్పింది గందా? ఇంకేం భయ్యం మనకి? - సదువు మాటంటావా? నీకు నాలుగక్షరం ముక్క లొచ్చులే. ఇంకా శ్రద్ధగా నేర్చుకున్నావంటే సదువంతా నీకే వస్తది. అందరూ పుడతానే సదువులు సదివి పుడతారా? సదువుకో వాలని ఆశ పడ్డ నీగ్రోలకి మూడేసి వందల కొరడా దెబ్బలు కొట్టేవోరు కదా? ఇప్పుడా శిక్ష లేదు. ఎవడికి కావలసినంత ఆడు చదువుకోవచ్చు. నా కొచ్చిన నాలుగు ముక్కలూ నీకు నేర్పుతాను. ఇప్పుడే మొదలు పెడదాం పట్టు. మనకు సాలా మంచి రోజు లొచ్చాయిరో గిడియన్! ప్రెపంచకం అంతా మారిపోయిందనుకో. నిగ్గరోడి బతుకు మారిపోయింది" అని ఉత్సాహంగా మాట్లాడాడు పీటరన్న.

"ఆ పట్నంలో సట్టాలు సేత్తారంట. అయ్యెల్లా సెయ్యాలో నా కెల్లా తెలుత్తాదే?" అని భయపడ్డాడు గిడియన్.

"అదే తెలుస్తాదిలే. నీగ్రో వోళ్ళకి సదువు లేదు గందా? తెల్లోళ్ళలో బీదోళ్ళకి కూడా సదువుల్లేవు గందా? అందరికీ సదువు లుండాలని మొదలెట్టు. దానికో చట్టం సెయ్యాలను. ఇక్కడ కార్వెల్లు జమీ దిక్కూ మొక్కూ లేకండా పడి వుంది. ఇక్కడ సొంత భూమి లేకండా వందల మంది నీగ్రో వోళ్ళం ఏడుస్తున్నాం. నీగ్రో వోళ్ళందరికీ కాస్తో కూస్తో సొంత భూమి కావాలను. దానికో చట్టం చెయ్యమను. ఇంకేటి? చట్టాలు సెయ్యడవంటే ఇల్లాగే" అన్నాడు పీటరన్న.

చట్టాలు చెయ్యడమంటే అల్లాగేనని గిడి యన్‌కి నమ్మకం కలగలేదు. "అన్నీ తెలిసి నోడివి నువ్వే పెతినిధిగా పోరాదా పీటరన్నా?" అన్నాడు గిడియన్.

"ప్రెజలు నిన్నెన్నుకున్నారా, నన్నెన్నుకు న్నారా? రేపో మాపో చచ్చే ముసిలోణ్ణి నేనేం చెయ్య గల్నురా?"

పీటరన్న ఎంత చెప్పినా గిడియన్‌కి భయం వదలడం లేదు.

నీగ్రోలందరికీ, "మీరు సొతంతురులు" అని అబ్రహం తాత (అబ్రహం లింకన్) చెప్పాడని ఆలోచిస్తే గిడియన్‌కి చెప్పలేనంత ఆనందంగా వుంది గాని 'పెతినిదిగా ఎల్లడం' అంటే ధైర్యం చాలడం లేదు.

రోజులు గడుస్తున్నాయి. శాసన సభకు ఎన్ను కున్న ప్రతినిధులందరికీ నిర్ధారణ పత్రాలు పంపు తామని చెప్పారు గానీ, రెండు వారాలు దాటినా పత్రాలు రాలేదు. తనని ఎన్నుకోలేదేమో తీసేశా రేమోనని, గిడియన్, మనసులో కొంచెం నిరుత్సాహ పడ్డాడు. కొన్నాళ్ళకి ఆ ఎన్నికల సంగతే మరిచి పోయారందరూ.

వ్యవసాయపు పని పాటలు ప్రారంభమ య్యాయి. వంట కట్టెల కోసం చెట్లు కొట్టుకుంటు న్నారు నీగ్రోలు. చెట్ల మొదళ్ళు అలాగే వొది లేద్దామన్నారు కొందరు. మొదళ్ళు తీసేసి భూమిని చదును చెయ్యాలన్నారు కొందరు. "ఈ భూమి సంగతి మనకెందుక"న్నారు మొదటి వాళ్ళు.

"ఇది మనకే వస్తదేమో" అన్నాడు గిడియన్.

"వత్తే అప్పుడు సూసుకుందాం" అన్నారు మొదటి వాళ్ళు.

గిడియన్‌కి ఒక ఉపాయం తట్టింది. వోట్లు తీసుకుందామన్నాడు.

చెట్ల మొదళ్ళు కూడా తీసెయ్యాలా, వద్దా - అనే దానికి అవునో కాదో ఒక్క మాటతో చెప్ప మన్నాడు అందర్నీ.

మొదళ్ళు కూడా తీసెయ్యాలనే దానికే ఎక్కువ మంది ఒప్పుకున్నారు. వోట్లు అంటే ఏమిటో అందరికీ బాగా అర్థమైంది.

కట్టెలు కొట్టుకోడం గురించి - అందరూ కలిసి కొట్టుకుని పంచుకోవాలా, ఎవరికి వాళ్ళు కొట్టు కోవాలా - అన్న దాని మీద ఒక పూటంతా వాదోప వాదాలు జరిగాయి. గొంతులు బొంగుర్లు పోయే టట్టు అరుచుకున్నారు. అంతకు పూర్వం అయితే వాళ్ళ కలాంటి సమస్యలు రాలేదు. అప్పుడు హోవర్సీర్ల కొరడాల కింద, యజమాని దొర కోసం పనులు చేసే వాళ్ళు. ఆ వోవర్సీర్లే తలా కాసిని కట్టెలు పడేసే వాళ్ళు. ఇప్పుడీ సమస్యని వీళ్ళే స్వతంత్రంగా వాదించుకుని, పోట్లాడుకుని, తేల్చు కున్నారు. అందరూ కలిసి పని చేసి కట్టెలు కొట్టి పంచుకోవాలని తేల్చారు.

ఆ కొట్లాటలకి గిడియన్ చాలా నిరుత్సాహ పడుతోంటే పీటరన్న ధైర్యం చెప్పాడు - "అళ్ళింకా సిన్న పిల్లల్లే గిడియన్. సొతంత్రం రాంగానే గ్నేనవంతులై పోయామా? మెల్లగా అళ్ళే నేర్చు కుంటారు" అన్నాడు.

గిడియన్‌కి ఆ మాటలు నచ్చాయి. ధైర్యం కలిగింది.

★ ★ ★

గిడియన్ ప్రతి రోజూ పీటరన్న రాసి ఇచ్చే అక్షరాలన్నీ దిద్దేసి కొత్త అక్షరాలు రాయించు కుంటున్నాడు. మాటలు నేర్చుకుంటున్నాడు.

ఒక రోజు మధ్యాన్నం వేళ గుర్రపు బగ్గీ మీద ఒక ముసలి పోస్టు మేస్టరు కార్వెల్ గూడేనికి వచ్చాడు. ఆఖరి వోవర్సీరు వెళ్ళి పోయిన తర్వాత ఆ జమీకి పోస్టుమేస్టరు రావడం అదే మొదటి సారి.

ఈ పోస్టు మేస్టరుకి నీగ్రోల విముక్తి ఇష్టం లేదు. నూతన రాజ్యాంగం మీద గౌరవం లేదు. బానిస యజమానులంటేనే అతనికి గురి. లేచింది మొదలు పడుకోబోయే దాకా కొత్త ప్రభుత్వాన్ని తిట్టి పోస్తూనే వుంటాడు.

బండిలో కూర్చున్న పోస్టు మేస్టరు, "ఏయ్ నిగ్గరు ముండా కొడుకుల్లారా!" అని కేక పెట్టాడు.

పిల్లలు బిల బిల్లాడుతూ వొచ్చి పడ్డారు. తర్వాత పెద్ద వాళ్ళందరూ జేరారు బండి చుట్టూ.

"దొంగ వెధవల్లారా! గిడియన్ ఎవడురా?" - ఉరిమి చూస్తూ సంచి లోంచి పెద్ద కవరు తీశాడు పోస్టు మేస్టరు.

గిడియన్ ముందుకొచ్చాడు.

పోస్టు మేస్టరు గిడియన్‌ని ఎగా దిగా చూసి కోపంగా, "నువ్వేనా గిడియన్ జాక్సన్? సంతకం పెట్టేడుస్తావా? రాయగలవా, వేలు ముద్ర గాడి

వేనా?" అని కాయితమూ పెన్సిలూ విసురుగా అందించాడు.

"సిత్తం, రాయగలనయ్యా!" అని గిడియన్ పెన్సిల్ తీసుకుని కాయితం మీద వొణుకుతూ వొణుకుతూ సంతకం చేశాడు. గిడియన్, కాయితం మీద రాస్తూంటే చుట్టూ మూగిన పిల్లలూ పెద్దలూ వింత చూస్తున్నట్టు చూశారు.

పోస్టు మేస్టరు, గిడియన్ సంతకం చేసిన కాయితం చూసుకుని ఒక సారి మొహం చిట్లించి, విస విసా బండి మీద వెళ్ళి పోయాడు.

చేతిలో కవరుని గిడియన్ ఇటూ అటూ తిప్పి చూశాడు. దాని మీద ఇలా వుంది:

శ్రీయుత గిడియన్ జాక్సన్,

ఎన్క్వైర్ కార్వెల్ జమీ.

కార్వెల్ ఎన్.సి; ఎమ్.డి.

ఆ మాటలన్నీ పీటరన్నతో సహా ఎవరూ చదవలేక పోయారు. గిడియనూ, ట్రూపరూ, వాషింగ్టనూ, ఇంకా కొందరు, యుద్ధంలో వున్నప్పుడు నాలుగక్షరం ముక్కలు నేర్చుకున్నారు గానీ, వాళ్ళ చదువు ఈ చిరునామాని అర్థం చేసుకోడానికి సరిపోలా.

గిడియన్, కవరు చింపాడు. దాన్నిండా కాయితాలున్నాయి. వాటిని ఇటూ అటూ తిప్పి చూశారు అందరూ.

ఒక కాయితంలో ఇలా వుంది:

"1868 జనవరి 14 వ తేదీ నాడు చార్లెస్టన్ నందు సమావేశం కాబోవు రాజ్యాంగ పరిషత్తునకు దక్షిణ కరోలినా రాష్ట్రం లోని కార్వెల్ సింకర్టన్ జిల్లా ప్రతినిధిగా మీరు ఎన్నుకోబడినట్టుగా ఇందు మూలంగా తెలియజేయుచున్నాము. అధికార పత్రాలూ, ప్రవర్తనా విధులను అచ్చు వేసిన కాయితాలూ, ఇందులో జతపరచబడినవి. చార్లెస్టనులో ఉన్న మేజరు జేమ్స్ గారికి, మీ ఎన్నికను గూర్చియూ, మీ అంగీకారాన్ని గూర్చియూ, తెలియజేయడమైనది. వారి వద్ద మీ అధికార పత్రాలను దాఖలు చేయవలయును. మీరు మీ విధులనూ, బాధ్యతలనూ - గౌరవనీయము గానూ, అంతఃకరణ శుద్ధి తోనూ, నిర్వర్తిస్తారని సంయుక్త రాష్ట్ర ప్రభుత్వం విశ్వసిస్తున్నది. దక్షిణ కరోలినా రాష్ట్ర పునర్నిర్మాణ కార్యకలాపాలలో మీ పాత్రను బహు విశ్వసనీయముగా నిర్వహించాలని సంయుక్త రాష్ట్ర కాంగ్రెస్ కోరుచున్నది.

ఇట్లు

జనరల్ ఇ.ఆర్.ఎన్.కాన్బీ.

ఆ ఉత్తరంలో నాలుగైదు వాక్యాలైనా అందరికీ బోధ పడ్డానికి కొన్ని గంటలు పట్టింది.

అదంతా పెద్ద వింతలా వుంది గిడియన్‌కి.

నీగ్రోలకు స్వతంత్రం వచ్చేసిందని అందరూ చెప్పింతర్వాత కూడా కొరడా దెబ్బలు తింటూ వున్నట్టు చాలా రాత్రులు కలలు వచ్చి ఇటూ అటూ పరుగులెత్తాడు. అలాంటి నిగ్గర్‌కి స్వేచ్ఛా, ఉత్తరాలూ, శాసన సభలకు పోవటం!

బాగా పొద్దు పోయే దాకా పీటరన్నా, ఇంకా ఒకరిద్దరూ, ఆ ఉత్తరాన్ని అర్థం చేసుకోడానికి తంటాలు పడుతూనే వున్నారు. చుట్టూ జేరిన పిల్లలందరూ, తమ పెద్ద వాళ్ళందర్నీ తికమక పెట్టే ఆ కాయితాల్ని చూసి వాటి మహత్యానికి ఆశ్చర్య పడిపోతూ కూర్చున్నారు.

మొత్తమ్మీద ఎల్లాగో వాళ్ళు అసలు విషయం కాస్త అర్థం చేసుకోగలిగారు. జనవరి 14 నాటికి గిడియన్ చార్లెస్టను పట్నం వెళ్ళాలి. అక్కడ శాసన సభలో పాల్గొనాలి.

ఆ రోజు తారీకేమిటని మళ్ళీ పెద్ద సందేహం వచ్చింది. ఎవ్వరూ చెప్పలేక పోయారు.

పీటరన్న ఆ కవరు కాస్సేపు ఇటూ అటూ తిప్పి, "ఇదుగో! ఇక్కడ జనవరి 2 అని ముద్ర రేశారు. ఇంకా శానా రోజులుంది" అని ధైర్యం చెప్పాడు.

"శానా రోజులుంటే మాత్తరం? పట్నం నడిచి పోవాలి గందా? రేపే బైదెల్లాలి" అన్నారు కొందరు.

"నా నల్ల కోటుంది చూశావా, అది కొంచెం బిగుతుగా వున్నా బాగానే వుంటది. అది తీసుకెళ్ళు" అన్నాడు పీటరన్న.

"ఫెర్డినాండ్ దగ్గిర ఒక జత మంచి బట్టలున్నయ్యి" అన్నారొకరు.

"ట్రూపరు దగ్గిర టోపీ వుంది" అన్నారింకొకరు.

"నీ చొక్కా వుతికి ఆరేసి సిరుగులన్నీ కుట్టేత్తాలే" అంది గిడియన్ భార్య రాకేల్.

"మనం ఇద్దానికి పోయినప్పుడు యాంకీ దొర నాకో గడియారం ఇచ్చినాడు గందా? దాన్ని నీ కాడుంచుకో. నా కెందుకులే" అన్నాడు వాషింగ్టన్.

తనని గురించి అందరూ అల్లా మాట్లాడుతూంటే గిడియన్‌కి కళ్ళలో నీళ్ళు తిరిగాయి.

"ఒక జేబు రుమాలు కూడా వుండాలి నీకు. నా దగ్గిర రెండు కాలికో ముక్కలున్నాయి, రాకేల్ కుడుతుందిలే" అన్నాడు పీటరన్న.

ఆ విధంగా ప్రయాణ ప్రయత్నాలన్నీ పూర్తి అయ్యాయి.

మర్నాడే గిడియన్ చార్లెస్టన్‌కి కాలి నడకన బైల్దేరాడు. బైల్దేరే ముందు, గిడియన్, తుపాకీ తీసికెళ్ళాలా వద్దా - అనే సందేహం వచ్చింది అందరికీ.

"శాసన సభకి తుపాకీ ఎందుకు? శాంతి ప్రేమలతో నిండిన హృదయం తోటీ, ఖాళీ చేతుల తోటీ వెళ్ళాలి" అని తేల్చాడు పీటరన్న.

అందరూ అదే మంచిదన్నారు.

"అక్కడ సభలో ప్రతినిధులికి రోజుకో డాలరు ఇస్తారని అప్పుడెప్పుడో ఒక యాంకీ సైనికుడు చెప్పాడు గందా? ఆ రొక్కం అందగానే ఒక గ్రంథం కొనెయ్యి" అన్నాడు పీటరన్న గిడియన్‌తో.

"ఏ గ్రంథం కొనుక్కోను?"

"మొదట వాచకం కొనెయ్యి. అటెనక లెక్కల పొస్తకం కొనెయ్యి."

ఆ మర్నాడే గిడియన్ ఉత్సాహంగా బయలుదేరాడు. అందరూ అతన్ని కొంత దూరం వరకూ సాగనంపి, 'జాగర్తరో' అని హెచ్చరికలు చేసి వెనక్కి తిరిగారు.

★ ★ ★

చార్లెస్టన్‌కి పోవాలంటే వంద మైళ్ళ దూరం నడవాలి!

గిడియన్, యుద్ధం రోజుల్లో పాడిన పాటలు పాడుకుంటూ నడవడం మొదలు పెట్టాడు. గిడియన్, ఎప్పుడైనా సరే బాట మీద నడిచాడంటే, ఏదో ఒక పాట ఎత్తుకుంటాడు. దక్షిణ కరోలినా రోడ్ల మీద ఒక నీగ్రో స్వేచ్ఛా గీతాలు పాడుకుంటూ నడవటం అంటే ... అంత కన్నా జీవిత పరమార్థం ఏముంటుంది - అనుకుంటాడు గిడియన్ ఎప్పుడూ.

గిడియన్‌కి ఇప్పుడు కొంచెం ధైర్యం గానే వుంది. మంచికో చెడ్డకో తన వాళ్ళందరూ తనని ఎన్నుకుని శాసన సభకు పంపిస్తున్నారు. తను, జంకకూడదు. ధైర్యంగా అంతా చక్కజేసుకు రావాలి. - గిడియన్, మానసికంగా తను చెయ్యవలసిన దానికి సంసిద్ధుడయ్యాడు.

అతని జేబులో అధికార ముద్రలు గల కాయితాలున్నాయి. వాటి మీద, "ప్రభుత్వ వ్యవహారము" అని రాసి వుంది. అది కొండంత బలంగా వుంది గిడియన్‌కి.

అనేక రకాల ఆలోచనలతో, ఆశ నిరాశలతో, భయ ధైర్యాలతో, పాటలు పాడుకుంటూ నడుస్తున్నాడు గిడియన్.

కొంత దూరం పోయిన తర్వాత, లైటు దొర, పెరట్లో దడి దగ్గిర పారతో మట్టి పని చేసుకుంటూ కనపడ్డాడు. లైటు దొర, పేద రైతు. కార్వెల్ జమీందారు దగ్గిరే కొంత పొలం కౌలుకు తీసుకుని చేసుకునే వాడు. లైటు దొరకి జమీందారులంటే కోపమే గానీ, బానిసలన్నా కోపమే. నీగ్రోల మీద కోపం వల్లనే అంతర్యుద్ధంలో బానిస యజమానుల పక్షాన వుండి కొన్నాళ్ళు యుద్ధంలో పని చేశాడు. కొంత కాలం యాంకీల జైల్లో వున్నాడు. యుద్ధం తర్వాత జైలు నించి బయటపడి తన వూరు తను వచ్చాడు. కార్వెల్ దొర పారిపోవడం వల్ల ఇప్పుడు కౌలు చెల్లించే బాధ తప్పింది లైటు దొరకి. ఆ పొలం స్వంతంగా చేసుకుంటూ, పందుల్నీ కోళ్ళనీ పెంచుకుంటూ నిశ్చింతగా కాలం గడుపుతున్నాడు.

పాట పాడుకుంటూ పోతోన్న గిడియన్, పాట ఆపి, లైటు గారి దడి దగ్గరికి వచ్చి, "బాగున్నారా లైటు దొరగారూ?" అని పలకరించాడు.

"ఏంట్రా పాడుతున్నావ్?" అన్నాడు దొర కోపంగా.

"ఇద్ధంలో నేర్చుకున్నానండి. దారెంట నడిశానంటే నా నోరు ఈ పాటలెప్పుడూ పాడాల్సిందే" అన్నాడు గిడియన్ నవ్వు మొహంతో.

"ఏంటి కతా, కోతి లాగ వేషం వేశావ్?" అని రుస రుస లాడాడు దొర.

"శార్లెస్టన్ శాసన సభకి ఎల్తన్నానండీ."

"ఏంటీ? శాసన సభకా? నువ్వా? హోరి భగవంతుడా! చూడండయ్యా ఈ విడ్డూరం!" అని అరిచాడు దొర.

గిడియన్‌కి వినోదంగా అనిపించింది - "నన్నెన్నుకున్నారు గదండీ?" అన్నాడు.

"ఆఁ, ఎన్నుకుంటా రెన్నుకుంటారు. ఒళ్ళు భద్రంరో. నోరు మెదిపావంటే అక్కడ దొరలు ప్రాణాల్తో కప్పెట్టేస్తారు" అన్నాడు కోపంగా దొర.

"నా జేబులో గవర్నమెంటోరి కాయితా లున్నాయండి" అని నవ్వి, "మీరు ఓటింగు కొచ్చారా దొర గారూ?" అని అడిగాడు గిడియన్ ఉత్సాహంగా.

"వస్తే? నీ లాంటి వెధవని ఎన్నుకుంటాననుకున్నావా?" అని ఎగిరి పడ్డాడు దొర.

గిడియన్ నవ్వుతూ, "ఎల్తానండి" అని దడి దగ్గిర్నించి రోడ్డు మీదకి గంతేసి మళ్ళీ పాట ఎత్తుకున్నాడు.

లైటు దొర అటే చూస్తూ నించున్నాడు చాలా సేపు - "ఒక నిగ్గర్ గాడు శాసన సభలో కూర్చుంటాడా! ఏం వింత! ఏం వింత!" అని గొణుక్కుంటూ పార చేతిలోకి తీసుకున్నాడు.

గిడియన్ మధ్యాన్నం దాకా నడిచి, కాస్సేపు చెట్ల నీడన కూర్చున్నాడు. మూట గట్టి తెచ్చుకున్న జొన్న రొట్టె, పంది మాంసం, కడుపు నిండా తిన్నాడు. పక్కనే వాగులో నీళ్ళు తాగి మళ్ళీ నడక సాగించాడు.

బాగా చీకటి పడేటప్పటికి దాదాపు ముప్పై మైళ్ళు నడిచాడు. ఆ రాత్రి ఏదన్నా చెట్టు కింద పడుకుందా మనుకున్నాడు గానీ నాలుగు పక్కలా చూస్తే దూరంగా ఒక పూరిల్లు కనపడింది. దారి పక్క చేల మీద నించి అడ్డం పడి నడిచి అటు వెళ్ళాడు.

ముందు గదిలో ముగ్గురు పిల్లలు ఆడుకుంటున్నారు. గృహ యజమాని గిడియన్‌ని చూడగానే, "దయ చెయ్యండి" అని ఆప్యాయంగా ఆహ్వానించాడు. అతను కూడా నీగ్రోయే. డెబ్బై సంవత్సరాల వృద్ధుడు. పేరు అలెన్బీ.

గిడియన్ తన సంగతంతా చెప్పి, ఆ రాత్రి అక్కడ వుండవచ్చునా అని అడిగాడు.

అలెన్బీ చిరునవ్వుతో, "ఎవ్వరైనా మా ఆతిధ్యం తీసుకోవచ్చును. వివరాలు చెప్పనవసరం లేదు" అన్నాడు.

అలెన్బీ కూడా యుద్ధంలో పని చేశాడు. అతను యువకుడిగా వున్నప్పుడు చాలా శ్రద్ధగా చదువు నేర్చుకున్నాడు. అతను తన విద్యని ఇతర నీగ్రోలకు నేర్పే దశకు వచ్చేసరికి అతని యజమాని కళ్ళు తెరిచి అతన్ని నిర్బంధంలో పెట్టాడు. అలెన్బీ చాలా సార్లు అమ్ముడు పోయాడు. మూడు చోట్ల ముగ్గురు భార్యల్నీ బిడ్డల్నీ వొదిలాడు. అంతర్యుద్ధం తర్వాత అలెన్బీ ఈ ప్రాంతంలో ఖాళీగా వున్న ఈ పాకలో నివాసం పెట్టాడు. ఆ పాక ఎవరిదో అతనికి తెలీదు. ఎవ్వరూ అతన్ని అక్కడి నించి పొమ్మన లేదు. ఆ ప్రాంతంలో కొంత భూమి సాగుచేసుకుంటూ తనకు కావలసిన ధాన్యమూ కూరగాయలూ పండించుకుంటున్నాడు. యుద్ధ కాలం లోనే దిక్కు లేకుండా దొరికిన నలుగురు నీగ్రో పిల్లల్ని చేరదీసి తన దగ్గిరే వుంచుకుని పెంచుతున్నాడు. వాళ్ళల్లో ఎల్లెస్ అనే పిల్ల పది హేనేళ్ళది. కళ్ళు లేవు. యుద్ధం రోజుల్లో ఆ పిల్ల తండ్రిని ఎదటి పక్షం సైనికులు హింసించి కళ్ళు పీకేశారు. తర్వాత ఆ పిల్లని కూడా బాధలు పెట్టి కళ్ళు పోగొట్టారు. కొంత కాలం, ఎల్లెస్, మతి చెదిరిపోయి పిచ్చిదై చెట్ల వెంటా, పుట్ల వెంటా తిరిగింది. అలాంటి రోజుల్లో అలెన్బీ ఆమెని దగ్గిరికి తీసి ఆదరించాడు. ఇప్పుడు ఆమెకి ఆరోగ్యం బాగుపడింది గానీ కంటి చూపు రాలేదు.

ఆ సంగతులన్నీ విన్నాడు గిడియన్. కొంచెం సందేహిస్తూ, "మీరు పెద్దోరై పోయారు. మీ తర్వాత ఈ పిల్లోళ్ళ గతేంటయ్యా?" అన్నాడు.

"అదే ఆలోచిస్తుంటాను" అన్నాడు వృద్ధుడు.

"అయ్యా! నే నొక దారి సెపుతాను. మా కార్వెల్లు గూడెం రాండి పిల్లల్ని తీసుకొని. అక్కడ మే వందరం సదువుల్లేక మూరుకుల్లాగున్నాం. మా గూడెంలో సిన్నోళ్ళకీ, పెద్దోళ్ళకీ మీరు సదువు సెప్పండి. మీ మంచి సెద్దలన్నీ మేం సూత్తాం. మీకో కొంప కట్టిపెడతాం. నేను ఇటు పట్నం పోత న్నాను. మీరు తొందరగా మా గూడేనికి ఎల్లండి. గిడియన్‌తో మాట్లాడానని పీటరన్నకి సెప్పండి. మీకు కావలసిందంతా సూత్తారు. ఈ దారెంట బైదెల్లి కార్వెల్లెక్కడని వాకబు సేసుకుంటా ఎల్లండి ... నా మాట ఇనండయ్యా! లేకపోతే ఏ రాత్రేళో తవరు గుటుక్కుమంటే ఈ పిల్ల కూనలు లబో దిబో మంటారు. ఈ గుడ్డి పిల్ల గతేటవ్వుద్ది?" అని చాలా సేపు మాట్లాడాడు గిడియన్.

అంతా విన్న తర్వాత అలెన్బీ, కార్వెల్‌కి వెళ్తా నని వొప్పుకున్నాడు.

మర్నాడు మళ్ళీ ప్రయాణం సాగించాడు గిడి యన్. దారిలో ఒక ముసలమ్మ కలిస్తే, ఆమె అమ్మకం కోడి గుడ్ల బుట్ట తనే మోసి పిచ్చాపాటీ మాట్లాడుకుంటూ నడిచాడు. కొన్ని చోట్ల బళ్ళు ఎక్కాడు. మధ్యాన్నం వేళ ఒక దొరసాని ఇంట్లో కట్టెలు కొట్టి కొంచెం అన్నం తిన్నాడు.

మళ్ళీ నడక సాగిస్తూ పొలాల్లో ఒక చోట కొందరు నీగ్రోలు మురుగు కాలవ పని చెయ్యడం చూసి రోడ్డు మీద నిలబడి గట్టిగా, "వోయ్! కూలికే పని చేస్తన్నారా? కూలి డబ్బు లిస్తన్నారా మీ కిప్పుడూ?" అని కేక లెట్టాడు.

పని చేసే వాళ్ళు జవాబివ్వలేదు.

"నీ దారిని నువు పోరా ఎదవా" అని అక్కడ వున్న ఓవర్సీరు అరిచాడు.

గిడియన్ నవ్వుకుంటూ ముందుకు సాగాడు. తర్వాత రెండు రోజులూ చెప్పుకోదగ్గ విశేషాలు జరగ లేదు. నాలుగో నాడు చార్లెస్టన్ చేరాడు.

★ ★ ★

పట్టణం వీధుల్లో నడుస్తోంటే మళ్ళీ భయం ప్రారంభమైంది గిడియన్‌కి. తెల్ల వాళ్ళేం అవ మానాలు చేస్తారోనని అతని మనసులో బితుకు బితుకు మనడం మొదలైంది.

చిన్నప్పుడు జరిగిన ఒక విషయం, ఎప్పుడూ గుర్తొస్తూ వుంటుంది గిడియన్‌కి. విషయం చిన్నదే. ఎందుకో అస్తమానూ గుర్తొస్తుంది. తనకి ఆరేళ్ళ ప్పుడు! ఒక సారి కార్వెల్లు భవనం వరండా మీద ఒక దొరసానమ్మ కుర్చీలో కూర్చుని వుంటే తను తెల్లని గుడ్డతో దొరసానమ్మ బూట్ల మీద దుమ్ము తుడుస్తున్నాడు. దొర, ఒక నాణెం తన వేపు విసి రాడు. అది దొర్లుతూ పోతూంటే తను దాని వెన కాల పరుగెత్తుతున్నాడు. అక్కడ ఉన్న దొరలూ, దొరసానులూ విరగబడి నవ్వుతూ ఆనందించారు. తను సిగ్గుతో బాధతో ముడుచుకు పోయాడు.

చార్లెస్టన్ వీధుల్లో తెల్ల దొరల భవనాల ముందు నించి నడుస్తోంటే గిడియన్‌కి అధైర్యం ఎక్కువైంది. పీటరన్న మాటలు విని ఇక్కడి కెందుకు వచ్చానా - అని పశ్చాత్తాప పడడం ప్రారం భించాడు.

పట్నంలో ఇళ్ళు చూసుకుంటూ నడుస్తు న్నాడు. పెద్ద పెద్ద ఆవరణలతో, పూల పందిళ్ళతో, చెప్పలేనన్ని అలంకారాలతో శోభిస్తున్నాయి దొరల ఇళ్ళు. ఆ ఇళ్ళల్లో మనుషులెవరూ వరండాల్లో గానీ, బయట ఆవరణల్లో గానీ, కనిపించడం లేదు. చాలా వింతగా అనిపించింది గిడియన్‌కి.

ఆకలితో కాళ్ళు తేలిపోతున్నాయి. చేతిలో చిల్లిగవ్వ లేదు. ఎక్కడికి పోవాలో ఎవర్నడగాలో తోచడం లేదు. జేబులో కాయితాలే కొంచెం ధైర్యా న్నిస్తున్నాయి.

ఎలాగో వాకబు చేసి శాసన సభ భవనం దగ్గి రికి చేరుకున్నాడు. అక్కడే సమావేశాలు జరుగుతా యని తెలుసుకున్నాడు. అక్కడ కొందరు యాంకీ సైనికులు కాపలా కాస్తున్నారు. కొందరు నీగ్రోలూ యాంకీలూ మాట్లాడుకుంటున్నారు.

గిడియన్, రోడ్ల వెంట తిరిగి తిరిగి ఓడ రేవు వేపు వెళ్ళాడు.

యుద్ధ కాలంలో బాగా పాడుబడ్డ చార్లెస్టను ఇప్పుడిప్పుడే కోలుకుంటోంది. ఓడ రేవు బాగా అభివృద్ధి చెందుతోంది. వందల కొద్దీ ఓడలూ,

పడవలూ రేవులో కనుచూపు మేర వరకూ ఆగి వున్నాయి.

గిడియన్, రేవులో ఇటూ అటూ తిరిగి పత్తి బేళ్ళ మీద పడి ఆ రాత్రి నిద్రపోయాడు. తెల్లారి, పత్తి బేళ్ళు ఓడల్లోకి ఎక్కించే కూలీలతో పాటు పని చేశాడు. మధ్యాన్నం వేళ, తోటి కూలీలే అతనికి కాసిన్ని జొన్నరొట్టె ముక్కలు పెట్టారు. సాయంత్రానికి అర్థ డాలరు కూలి వచ్చింది. రేవు కూలీలతో కలిసి నీగ్రో పూటకూళ్ళమ్మ ఇంటికి వెళ్ళి కడుపు నిండా తిండి తిన్నాడు. తర్వాత వీధిలో తిరుగుతూ ఒక పత్రిక కొన్నాడు. పత్రిక అమ్మిన కుర్రాడే గిడియన్‌కి, కార్టర్ అనే నీగ్రో ఇంటికి వెళ్ళమని చెప్పాడు. ఎలా వెళ్ళాలో కూడా వివరాలు చెప్పాడు.

కార్టరు, యుద్ధ కాలంలో చెప్పులు కుట్టి కొంత డబ్బు సంపాయించి దానితో యుద్ధం ముగిసిన తర్వాత యజమానికి డబ్బు ఇచ్చి తన స్వేచ్ఛని తనే కొనుక్కున్నాడు. చార్లెస్టను పట్టణం బైట చిన్న ఇల్లు కట్టుకున్నాడు. "శాసన సభ ప్రతినిధులకు ఇచ్చట వసతి ఏర్పాటు చేయబడును" అని ఇంటి ముందు ఒక అట్ట వేళ్ళాడ దీశాడు.

గిడియన్ అక్కడికి వచ్చే సరికి బాగా రాత్రయింది.

కార్టరు భార్య, "ఏం కావాలి?" అని అడిగింది.

"అమ్మా! ఇదేనా కార్టరు గారిల్లు? నాకు వుంటానికి చోటు కావాలి" అని తన సంగతి చెప్పుకున్నాడు గిడియన్.

కార్టర్ దంపతులు, గిడియన్‌ని సాదరంగా ఆహ్వానించి గది చూపించారు. మెత్తని పరుపుతో ఒక మంచం, ఒక బల్లా, కిరసనాయిల్ దీపం, వున్నాయి గదిలో. గది పరిశుభ్రంగా వుంది.

"రెండు పూటలా తిండి కూడా ఇక్కడ తినవచ్చును. వారానికి 2 డాలర్లు పుచ్చుకుంటాము" అన్నాడు కార్టరు.

గిడియన్ జంకాడు - "నాకు అంత డబ్బు రాదేమో" అన్నాడు.

వారానికి పది డాలర్లు గానీ, కనీసం ఐదు డాలర్లు గానీ ఇస్తారని చెప్పాడు కార్టరు.

గిడియన్ ఒప్పుకున్నాడు.

ఇంటి యజమాని గది బయటికి వెళ్ళిపోయిం తర్వాత తలుపులు మూసి పేపరు చదవడానికి ప్రయత్నాలు ప్రారంభించాడు. అక్షరాలు కూడ బలుక్కున్నాడు. వర్ణ క్రమం గుర్తు చేసుకున్నాడు. కొన్ని కొన్ని మాటలు తేలిగ్గా చదివాడు. కొన్నిటితో తంటాలు పడ్డాడు. కొన్ని అర్థం చేసుకున్నాడు. కొన్నిట్ని ఊహించాడు. ఆ పేపరు, బానిస యజమానుల పక్షం వారు నడుపుతున్న పేపరు. దాంట్లో నీగ్రోల ఓటు హక్కుని గురించి చాలా కోపం ప్రదర్శించారు. శాసన సభని సర్కస్సు తోటీ, నీగ్రోల్ని కోతుల తోటీ పోల్చిన సంపాదకీయం రాశారు. కొంచెం బాగానే అర్థమైంది గిడియన్‌కి.

నీగ్రోలకు సంబంధించిన ఇతర విషయాలు కూడా కొన్ని వున్నాయి పేపర్లో. యజమానుల గురించి రాసిన వార్తల్లో, వాళ్ళింకా నీగ్రోల మీద ఘాతుకాలు చేస్తూ వున్నట్టే అర్థమైంది గిడియన్‌కి. చాలా ఆశ్చర్యపడ్డాడు - 'సొతంత్రం' వొచ్చినా ఇంకా ఘాతుకాలా? - అని. చాలా సేపు పేపరు చదివి అప్పుడు నిద్రపోయాడు.

మర్నాడు కార్టరుతో, పట్టణంలో విశేషాల గురించి మాట్లాడాడు. శాసన సభ జరగాలని నిర్ణయమైనప్పటి నించీ తెల్ల దొరలకు కోపా లెక్కువైనాయనీ, సభల లోకి నీగ్రోల్ని రానివ్వడం తమకు ఇష్టం లేనందున, నిరసనగా తెల్ల దొరలు 'అలక' సాగిస్తూ గృహాలలో నించి బైటకి రావడం లేదని చెప్పుకుంటున్నారనీ, పట్టణంలో ఏ నిముషాన్నయినా కలహాలు రేగవచ్చు ననుకుంటున్నారనీ, చెప్పాడు కార్టరు. "శాసన సభలో తెల్ల ప్రెతినిధుల కంటే మన నీగ్రో ప్రెతినిధులే ఎక్కువ వున్నారంట!" అని కూడా చెప్పాడు.

పట్టణంలో యాంకీ సైనికులు మకాం వేసి వుండటం ఎందుకని కార్టరు చాలా అయిష్టత ప్రకటించాడు.

"ఈ యాంకీ సోల్జర్లే లేకపోతే మన సొతంత్రం ఒక్క దినం కూడా వుంటదంటరా? ఈ శాసన సభ జరుగుద్దంటారా?" అన్నాడు గిడియన్.

కార్టరు, చర్చ పెంచకుండా వూరుకున్నాడు.

గిడియన్ బైటికెళ్తాడని కార్టరు గిడియన్ బూట్ల చిరుగులు కుట్టి రంగు వేసి ఇచ్చాడు. కార్టరు భార్య, గిడియన్ కోటు కుట్టి ఇచ్చింది. కార్టరు తనకున్న రెండు చొక్కాల్లో ఒక చొక్కా గిడియన్ని వేసుకోమని ఇచ్చాడు. జేబు రుమాలు లాగూ జేబులో పెట్టుకోమని గిడియన్కి మనసు నొవ్వ కుండా చెప్పాడు కార్టరు.

గిడియన్ కొంచెం బాగానే ముస్తాబై బయ ల్దేరాడు. సైనిక కార్యాలయానికి పోయి మేజరు జేమ్స్ దగ్గిర పత్రాలు దాఖలు చేసుకున్నాడు. ఇతర నీగ్రో ప్రతినిధులతో కలిసి వెళ్ళాడు అక్కడికి.

మేజర్ జేమ్స్కి, నీగ్రో ప్రతినిధుల్ని చూస్తూ వుంటే కంపరం పుట్టింది. తన పై అధికారి అయిన కల్నల్ దగ్గరికి పోయి, "ఈ వ్యవసాయ కూలీలు, శాసనాలు నిర్మిస్తారా? దీన్ని తెల్ల దొరలు చూస్తూ వూరుకుంటా రనుకుంటున్నారా?" అని గోల పెట్టాడు.

కల్నల్ దొర, నీగ్రో విముక్తి పట్ల పట్టుదల గల వాడు. "ఊరుకోకపోతే తిరగబడమను. అణిచి పారేస్తాం. ప్రభుత్వం ఆజ్ఞల్ని అమలు జరిపి తీరాలి అందరూ. ఎదురు తిరిగిన వాళ్ళు స్మశానానికే" అన్నాడు కల్నల్.

మేజర్ జేమ్స్ మూలుక్కుంటూ నీగ్రో ప్రతి నిధుల పత్రాల మీద సంతకాలు చేశాడు.

సైనిక కార్యాలయం నించి బయటికి వచ్చిన తర్వాత గిడియన్ని, మంచి బట్టలు ధరించి నాగరి కుడుగా వున్న నీగ్రో వ్యక్తి ఒకడు పలకరించాడు.

"తమరు శాసన సభ సభ్యులా?"

"అవునండీ."

"తమ పేరు?"

"గిడియన్ అంటారండి. ఇంటి పేరు జాక్సన్".

"నేను కూడా శాసన సభ సభ్యుడినే. నా పేరు కార్డొజో. చార్లెస్టను జిల్లా ప్రతినిధిని. మధ్యాహ్నం మూడు గంటలకు మా ఇంట్లో కొందరు ప్రతి నిధులం కలుస్తున్నాము. మీరు కూడా రాగలరా గిడియన్ గారూ?" అని అడిగాడు కార్డొజో.

"తప్పకుండా వత్తానండి" అన్నాడు గిడియన్ సంతోషంగా. ఇంటి వివరాలన్నీ కనుక్కున్నాడు. తనని "గిడియన్ గారూ!" అని ఇతరులు పిల వడం చూస్తే గిడియన్కి చెప్పలేనంత ఆశ్చర్యం వేసింది - "బానిస పుటక పుట్టాను. నిన్నటి దాకా బానిసనే. కానీ ఇప్పుడు చూడండి. ఆహా! ప్రపంచం అంతా సూర్య కాంతితో వెలుగుతోంది. ఏసు ప్రభువు భూమి మీద విహరిస్తున్నాడు" అని ఆనంద పారవశ్యంతో తేలియాడుతూ నడక ప్రారంభించాడు.

ఆ వీధిలో గిడియన్కి ఎదురుగా వస్తోన్న దొర, 'నీగ్రో వాడు' పక్కకి తప్పుకుని తనకు దారి ఇస్తా డనుకున్నాడు.

గిడియన్ ఈ లోకంలో లేడు.

నీగ్రో తప్పుకోకుండా తనని ఢీకొనేటట్టు ఎదురు పడేసరికి దొర మండిపడిపోతూ చేతిలో బెత్తంతో గిడియన్ని ఛెళ్ళున దెబ్బ కొట్టాడు.

ఏం జరిగిందో గ్రహించుకున్న గిడియన్, ఆశ్చర్యం తోటీ, అవమానం తోటీ, ప్రాన్పడి పోయాడు. కోపం పట్టలేక దొర మీదకి ఉరికి కల బడాలనుకున్నాడు గానీ, ఆ పని చెయ్యలేక పోయాడు. "కొట్టాడు!" అని కోపంగా ఆలోచిస్తూ నడిచాడు.

దారిలో మళ్ళీ ఆ రోజు పత్రిక కొన్నాడు. ఓడ రేవులో కూర్చుని మధ్యాన్నం దాకా మాటలన్నీ కూడబలుక్కుంటూ చదివాడు. తర్వాత మూడిం టికి కార్డొజో ఇంటికి బయల్దేరాడు.

★ ★ ★

గిడియన్ వెళ్ళేటప్పటికి నీగ్రో ప్రతినిధులు కొందరు వచ్చి వున్నారు. వారిలో చాలా మంది చదువుకున్న వారే. గిడియన్ వచ్చిన తర్వాత కూడా కొందరు వచ్చారు.

సమావేశం ప్రారంభమైంది.

"ఏదైనా ప్రణాళిక తయారు చేసుకుని శాసన సభలో దాని ప్రకారమే మనం ప్రవర్తించడం మంచిదనుకుంటాను" అన్నాడు ఒక ప్రతినిధి.

"నిజం చెప్పుకోవాలంటే మన ప్రతినిధుల్లో ముప్పై మంది కూడా చదువుకున్న వాళ్ళు లేరు"

అన్నాడు ఇంకో ప్రతినిధి చాలా అసంతృప్తిగా.

"అది ఏమంత ముఖ్య విషయం కాదను కుంటాను" అన్నాడు కార్డొజో.

"గిడియన్ గారూ! ఈ శాసన సభ అంటే మీ అభిప్రాయం ఏమిటి? ఇక్కడ పాల్గొని మీరేం మాట్లాడాలను కుంటున్నారు?" అని అడిగారొకరు గిడియన్‌ని.

గిడియన్ వెంటనే మాట్లాడ్డానికి సిగ్గుపడ్డాడు. కొంచెం సందేహిస్తూ అన్నాడు - "మాకు సదువు కావాలి, సదువు. సొతంత్రం కావాలి. అది ఎప్పటికీ సెక్కు చెదరకుండా ఇనప కంచె లాగుండాలి. అయ్యా! ఈధుల్లో నిగ్గర్లని కొట్టి పక్కకి లాగెయ్య కుండా వుండాలి. పతి నీగ్రో వోడికీ సొంత పొలం వుండాలి. అందులో పండే పంట ఆడి కుటుం బానికి సొంతం అవ్వాలి. అదయ్యా నా మాట.."

అందరూ నిశ్శబ్దంగా విన్నారు. ఎవ్వరూ ఏమీ మాట్లాడలేదు.

తానేమైనా తప్పు మాట్లాడానేమోనని భయ పడ్డాడు గిడియన్.

ఎవ్వరూ ఏమీ స్పష్టంగా మాట్లాడుకోకుండానే సమావేశం ముగిసింది. అందరూ లేచారు.

ఆ వ్యవహారం గిడియన్‌కి చాలా అసంతృప్తిగా అయింది.

కార్డొజో, గిడియన్‌ని ఆగమన్నాడు.

కార్డొజో భార్య ఏదో పని మీద అటు వచ్చి గిడియన్‌ని చూస్తూ, "మీ కొండ ప్రాంతంలో అందరూ మీ అంత పొడుగుంటారా?" అని పలక రించింది.

గిడియన్‌కి కొంచెం కోపం వచ్చింది. "నేను కొండ దేశం నుంచి రాలేదమ్మా! మాది మద్య దేశం" అన్నాడు.

మధ్యాన్నం గిడియన్ చదివిన పేపర్లో నీగ్రోల్ని 'అడవి మూకల'నీ, 'అడవి దండుల'నీ, అవ హేళన చేస్తూ రాశారు. చదువుకున్న నీగ్రోలు కూడా, చదువు లేని నీగ్రోలంటే చిన్న చూపుతో వున్నట్టే తోచింది గిడియన్‌కి. అందుకే, "మీ కొండ ప్రాంతంలో" అని కార్డొజో భార్య అనగానే గిడి యన్‌కి అంత కోపం వచ్చింది.

కార్డొజో సంభాషణ లోకి దిగాడు. "పరిస్థితి అంతా అయోమయంగా వుంది. యుద్ధ కాలంలో ఏర్పడ్డ సైనిక యంత్రం, తెల్ల వాళ్ళనీ, నల్ల వాళ్ళనీ కలిసి నూతన జీవితం నిర్మించమంటోంది. కొత్త రాజ్యాంగాన్ని, కొత్త చట్టాల్ని, కొత్త సమాజాన్ని, నిర్మించమంటోంది. కానీ, తెల్ల యజమాను లందరూ దీనికి వ్యతిరేకంగా పోట్లాడి తిరగబడి ఓడిపోయారు. వాళ్ళకీ నూతన సమాజం ఇష్టం లేదు. ఈ మార్పులు జరగడం ఇష్టం లేదు. వాళ్ళల్లో కొందరీ ఓటింగులో పాల్గొనడం లేదు. గిడియన్ గారూ! మీకు తెలుసునా? ఈ శాసన సభలో మన నీగ్రో ప్రతినిధులే ఎక్కువ మంది వున్నారు. 124 మంది సభ్యుల్లో 76 మంది సభ్యులం మనమే. మన వాళ్ళలో 50 మందికి పైగా కొత్తగా విముక్తి అయిన బానిసలే. దాదాపు వీళ్ళందరూ చదువు రాని వాళ్ళే. ఈ వ్యవసాయ కూలీలు, న్యాయ స్థానాల్లో గానీ, శాసన సభల్లో గానీ ఏం చేస్తారంటారు?" అన్నాడు కార్డొజో. అతను నీగ్రో ప్రతినిధుల శక్తి సామర్థ్యాల్ని చాలా సందేహిస్తున్నట్టుగా కనపడ్డాడు.

"ఏం చేత్తారా?..." అని వెంటనే అందు కున్నాడు గిడియన్ - "ఈ పత్రికల్లో రాత్తారే నిగ్గర్ గాళ్ళు అడివి మడుసులనీ, నిగ్గర్లు అట్టాంటి వోళ్ళు మాత్తరం కాదు. అళ్ళకి పెళ్ళాం బిడ్డలున్నారు. అళ్ళ మీద పేమాభిమానాలున్నాయి. పెళ్ళాం బిడ్డల్తో కాస్త సుఖంగా బతకాలంటే ఏం కావాలో అది అడుగుతారు నిగ్గర్లు. అళ్ళకేది వుపకారం సేత్తదో అదే కావాలంటారు.

సదువంటే నిగ్గర్లకి శానా ఆశ. దాని కోసం ఓటిత్తారు. బానిస బతుకులంటే ఏంటో నిగ్గర్లకి తెలుసు. మళ్ళీ అలాంటి బతుకు లొద్దంటారు. సొతంత్రం గట్టిగా వుండాలని ఓటేత్తారు.

అయ్యా! నీగ్రో వోళ్ళని ప్రేమతో ఎవరు నడిపిస్తే అళ్ళ ఎనకాల నడుత్తారు గానీ, నీగ్రోల మీదకి కొరడా ఎత్తితే జడిసే రోజులు పోయాయ్."

- చాలా ఆవేశంగా, పట్టుదలగా, తనకు స్పష్టమైన అభిప్రాయం వున్నట్టు మాట్లాడాడు గిడియన్.

కార్డొజో ఆశ్చర్యపడ్డాడు. నీగ్రో విముక్తి కోసం గిడియన్‌కి వున్న పట్టుదల తన లాంటి నాగరీక నీగ్రోలలో లేనట్టు అతని కాక్షణాలలో స్పష్టంగా తోచింది.

కార్డొజో ఎన్నడూ బానిసగా లేడు. లండన్‌లో తెల్ల దొరకీ, నీగ్రో స్త్రీకీ పుట్టాడు. గ్లాస్కో విశ్వ విద్యాలయంలో చదివాడు. తెల్ల వాళ్ళ మధ్య కూడా కీర్తి ప్రతిష్టలు సంపాయించాడు. చార్లెస్టన్‌లో స్థిర పడ్డాడు.

నీగ్రో విముక్తి పట్ల కార్డొజోకి ఆసక్తి వుంది. అయినప్పటికీ, ప్రస్తుత రాజకీయ పరిస్తితులు అతన్ని గందరగోళ పరుస్తున్నాయి. స్పష్టమైన మార్గం చూడలేక భయాందోళనలతో ఆశ నిరాశల మధ్య వూగిస లాడుతున్నాడు.

గిడియన్ వంటి ప్రతినిధులే నీగ్రో విముక్తిని సాధించగలరనిపించింది కార్డొజోకి.

గిడియన్ వెళ్ళబోతోంటే, "ఆంగ్లపద పారిజాతం", "ఆంగ్ల భాషాబోధిని" అనే పుస్తకాలు రెండు తన అలమారు లోంచి తీసి ఇచ్చాడు.

శ్రమతో కాయలు గాచిన దృఢమైన చేతులతో గిడియన్ ఆ పుస్తకాల్ని మృదువుగా పట్టుకుని, "మీ దగ్గిర షేక్సుపియరు గ్రంధం వుందా?" అని అడిగాడు. షేక్సుపియరు పేరు అతను ఎప్పుడో విన్నాడు.

ఒక్క క్షణం కార్డొజో తెల్లబోయాడు. మారు మాట్లాడకుండా అలమారు దగ్గిరికి వెళ్ళి, "ఒథెల్లో" నాటకం తీసి ఇచ్చాడు.

" సెలవు తీసుకుంటానయ్యా!" అని చెప్పి గిడియన్ సంతోషంగా వెళ్ళిపోయాడు.

కార్డొజో, భార్యని పిలిచి నవ్వుతూ, "గిడియన్ గారు షేక్స్‌పియర్ పుస్తకం అడిగాడు. ఎంత కష్టం మీద నవ్వు ఆపుకున్నానో! ఆరి భగవంతుడా! మృగాలతో సమానం మనం" అన్నాడు.

ఇంటికి వెళ్ళి, గిడియన్, కార్డొజో ఇంటి దగ్గిర జరిగినదంతా కార్టరుతో చెప్పాడు.

అంతా విని, "కార్డొజో చాలా గర్విష్టి" అన్నాడు కార్టరు.

ఆ విషయం ఎక్కువగా ఆలోచించకుండా గిడియన్ గదిలో కూర్చుని చదువుకోవడం ప్రారంభించాడు. తడుముకుంటూ తడుముకుంటూ ఆంగ్ల పద పారిజాతం చదువుతూ పేజీలు తిరగేశాడు. ఒక చోట ఇలా వుంది - "అపస్వరాలు పల్కడం, తప్పుడు పద ప్రయోగాలతో మాట్లాడడం వల్ల, వారు ఏ వర్గానికి చెందిన వారో, విద్యావంతులు అవునో కాదో కూడా, వెల్లడి అవుతుంది."

అది చదివిన తర్వాత, తన వుచ్చారణ బాగా వుండాలనీ, ఎక్కువ శ్రద్ధ పట్టి మాట్లాడడం నేర్చుకోవాలనీ, అనుకున్నాడు గిడియన్.

కొంచెం సేపు ఒథెల్లో నాటకం తిరగేశాడు. బాగా రాత్రి అయ్యాక నిద్రపోయాడు.

★ ★ ★

శాసన సభా సమావేశాలు ప్రారంభమయ్యాయి.

గిడియన్, ప్రతినిధుల మధ్య కూర్చుని వున్నాడు. అతని కా క్షణాలు నమ్మలేనంత అద్భుతంగా వున్నాయి. ముప్ఫైయ్యేరు సంవత్సరాలు బానిస జీవితం గడిపాడు. ఊహ తెలిసినప్పటి నించీ ప్రతి నిత్యం మనసు మొద్దుబారిపోయే తిట్లు తిన్నాడు. ఎన్నో వందల సార్లు కొరడా దెబ్బలు తిన్నాడు. అక్కడ కూర్చున్న నీగ్రో ప్రతినిధుల్లో చాలా ఎక్కువ మంది జంతువుల్లాగ బతికిన వాళ్ళే. వాళ్ళని బజారుల్లో అమ్మారు, కొన్నారు. తిట్టారు, కొట్టారు. గొడ్లు చేసే చాకిరీలు చేయించారు. అటువంటి దుర్భరత్వాని కంతటికీ అంతం జరుగుతోందనే ఆశతో ఆ నీగ్రోలు శాసన సభలో కూర్చుని వున్నారు.

సభా భవనం బయట యాంకీ సైనికులు కాపలా కాస్తున్నారు.

ఆ సభలో, పాలక పక్షానికీ, దాని వ్యతిరేక పక్షానికీ చెందిన ప్రతినిధులున్నారు. బానిసత్వం పోవాలనీ, వుండాలనీ పోరాడిన ప్రతినిధులున్నారు.

శాసన సభలో నీగ్రోలకు ప్రాతినిధ్యం ఇవ్వడం ఎంత మాత్రం ఇష్టం లేని తెల్లవాళ్ళూ, ఇష్టం వున్న తెల్లవాళ్ళూ ప్రేక్షక స్థానాల్లో వున్నారు.

జార్జియా, లూసియానా, అలబామా వంటి దక్షిణ రాష్ట్రాల పత్రికా విలేకరులు - ఈ సభలు ఎంత హాస్యాస్పదంగా సాగాయో, పరిహాసాస్పద మైన ఈ ప్రదర్శన ఏ విధంగా భగ్నమైందో రాయా లనీ, తమ వర్ణనలతో పట్టణ ప్రజల్ని ఆనంద పరచాలనీ కలలుగంటూ, సభా కార్యక్రమాల కోసం నిరీక్షిస్తున్నారు.

బానిస విముక్తి కి అనుకూలంగా వున్న రచ యితలూ, విలేకరులూ, ప్రపంచానికి నూతనోత్తే జాన్నీ నూతన సందేశాన్నీ ఇచ్చే ఈ సభల్ని ప్రపంచం కంటి ముందు నిల్పాలనే ఉత్సాహంతో పొంగుతున్నారు.

భయాందోళనల మధ్యా, ఉత్సాహోద్రేకాల మధ్యా, మొదటి రోజు సభా కార్యక్రమం శాంతంగా ప్రారంభమైంది.

ప్రతినిధుల్ని హాజరు పిలిచారు.

గిడియన్ తన పేరు కోసం ఎదురు చూస్తూ, "గిడియన్ జాక్సన్" అని చెవుల బడగానే, పెద్ద కంఠంతో "ఇక్కడ" అని జవాబు ఇచ్చాడు. అన్ని వందల మంది మధ్య సభలో తన కంఠం ఎత్తి పల్కటం గిడియన్ కెంతో ధైర్యాన్నిచ్చింది.

హాజరు తీసుకోవడం పూర్తి అయిన తర్వాత దక్షిణ కరోలినా రాష్ట్ర పాత గవర్నరు ఆర్ ఉపన్యసించడానికి లేచాడు. ఈయన బానిసల విముక్తికి వ్యతిరేకి. విముక్తి చెందిన బానిసలందరూ చదువు కోవాలన్నాడు. చదువుకున్నప్పటికీ నీగ్రో ప్రతి నిధులు ఆ రాష్ట్రం లోని మేధావులకూ, ధనికు లకూ, ప్రాతినిధ్యం వహించలేరన్నాడు. కొంత వయస్సు హద్దు పెట్టి ఆ వయస్సు దాట గానే ఓటు హక్కు ఇచ్చే పద్ధతి సరైంది కాదనీ, దాని వల్ల సరైన ఫలితా లుండవనీ చెప్పూ, వయోజన ఓటు హక్కు పేరుతో చదువూ సంధ్యా లేని నీగ్రోలకు ఓటు హక్కు ఇవ్వడం పట్ల తన అసంతృప్తి ప్రకటిస్తూ ఉపన్యాసం ముగించాడు.

సభలో ఏమంత ఉత్సాహంతో చప్పట్లు పడ లేదు.

ఆర్ ఉపన్యాసంలో చాలా భాగం గిడియన్‌కి అర్థమే కాలేదు. అయినా, ఆ ఉపన్యాసకుడు నీగ్రోల్ని పరిహసిస్తున్నాడనీ, కొత్త రాజ్యాంగ విధా నాన్ని ఆక్షేపిస్తున్నాడనీ మాత్రం గిడియన్ అర్థం చేసుకున్నాడు.

ఆ రోజు సభ తొందరగా వాయిదా పడింది - మర్నాటికి.

గిడియన్ బైటికి వచ్చేసరికి జనం గుంపులు గుంపులుగా నిలబడి ఆర్ ఉపన్యాసం గురించి చర్చించుకుంటున్నారు.

ఒక గుంపులో ఒక పొడుగాటి పల్లెటూరి నీగ్రో, కోపంగా మాట్లాడుతున్నాడు - "... సదువు లేదు మనకి. ఎలాగుంటదో సెప్పండి. ఈ రాష్ట్రంలో ఎన్ని జిల్లాల్లో బళ్ళున్నాయి? మా జిల్లా మొత్తానికి బడే లేదు. తెల్ల దొర తన పిల్లల కోసం పెత్యేకంగా మేష్టర్ని పెట్టి చెప్పిత్తాడు. లేక పోతే యూరప్ దేశం పంపించి చదివిత్తాడు. నీగ్రో వోళ్ళకి సదువు రమ్మంటే ఎక్కణ్నించొత్తది? సదువు లేనోళ్ళు సబలో పనికె రారని ఆర్ దొర మన మీద కారాలూ మిరియాలూ నూరాడే!" అని కేక లేస్తున్నాడా పల్లె టూరి నీగ్రో.

అక్కడికి చేరిన ఒక పేద తెల్ల దొర, నీగ్రో వుపన్యాసకుణ్ణి మందలించి, "చదువు లేనోళ్ళు ఎందుకు పని కొస్తారంటావు? మనం ఈ సభలో మాత్రం బళ్ళు సంపాయించుకోవాలి" అన్నాడు.

ధనికులైన తెల్ల దొరలు, పేద తెల్ల వాళ్ళని, పాకీ పని వంటి తక్కువ రకం పనులకు ఉప యోగిస్తూ చాలా నీచంగా చూస్తారు. పేద తెల్ల వాళ్ళకి కూడా చదువులూ, భూములూ వుండవు. పేద తెల్లవాళ్ళు నీగ్రోల మీద ఒకంత సాను భూతితో వుంటారు.

"ముందు, భూమి సంపాయించు కోవా లయ్యా! తిండి తింటానికి భూమి లేకపోతే ఈ సదువూ, గిదువూ ఎందుకంట?" అని విసుక్కు న్నాడొక నీగ్రో.

"భూమి!" అని ఆశ్చర్యపడ్డాడు పేద తెల్ల వాడు. "ఈ సభలో నీకు భూమి ఇస్తారనుకుంటు న్నావా? పిచ్చి మాట. భూమి కావాలంటే, నీ కష్టంతో నువ్వు కొనుక్కోవాలి."

"ఇన్నేళ్ళ నించీ కష్టం చెయ్యట్లేదా? భూమి కొనగలిగామా? ఇంకెలా కొంటాం ఇప్పుడు?" అన్నాడు నీగ్రో.

వినిపించుకోకుండా బయటికి పోయాడు తెల్ల వాడు.

అతని మీదే దృష్టి పెట్టుకుని నించున్న గిడియన్, గుంపులో అతని వెంటబడి, "ఏవండోయ్ అయ్యా" అంటూ అతని కోటు పట్టుకున్నాడు. "అయ్యా! మీ రిందాకా భూమి మాటేదో సెప్పారే! మా నీగ్రో వోళ్ళకి భూమి శానా అవసరం. ఈ సభ మాకు భూమి ఇవ్వదంటారా?"

"ఒక్క సెంటు కూడా ఇవ్వదు."

"మన్లాంటి పేదోళ్ళు బతికేది ఎలాగ?"

"ఎవడికి తెలుసు?" అని వెళ్ళిపోయాడా తెల్ల వాడు.

"శాసన సభలో పేదోళ్ళకి భూమి ఇత్తారా, ఇవ్వరా?" అని గిడియన్‌కి అనుమానం పట్టుకుంది అప్పట్నించీ.

మర్నాడు, సభలో ప్రతినిధులకు జీతమెంత నిర్ణయించాలనే చర్చ సాగింది.

చర్చని లాంగ్లే దొర ప్రారంభిస్తూ, "రోజుకి పన్నెండు డాలర్లు ఇస్తే శాసన సభ్యుల హోదాకు తగి వుంటుంది" అన్నాడు.

రైట్ అనే నీగ్రో, "పన్నెండు డాలర్లు అక్కర్లేదు గానీ, పది డాలర్లు ఇచ్చినా సభ్యుల గౌరవ ప్రతిష్టలకు సరిపోతుం"దన్నాడు.

ఇంకో తెల్ల ప్రతినిధి లేచి, "పదకొండు డాలర్లు ఉండా"లన్నాడు.

ఒక నీగ్రో ప్రతినిధి, "రెండు డాలర్లు సరిపోవా?" అన్నాడు. మళ్ళీ, "ప్రభుత్వం గాక వ్యక్తులు తమ స్వంత పనులు చేయించుకొని జీతం ఇవ్వాలంటే రోజుకు 11 డాలర్లు ఇస్తారా? ఇదంతా దగా వ్యవహారంగా కనపడుతోంది నాకు" అన్నాడు.

గిడియన్ చటుక్కున లేచి నిలబడి, "నీగ్రోలు దొంగలని ఇప్పటికే పేపర్లో రాత్తన్నారు. ఇద్ద కాలంలో నేను సైన్యంలో పని చేసినప్పుడు నాకేం జీత విచ్చారు? రోజుకి పావు డాలరిచ్చారు. అయినా పేణాలకు తెగించి ఇద్దం చేశాం. బైట పత్తి మూటలు మోత్తే అర్ధ డాలరిత్తారు. ఆ కూలి పని కన్నా ఈ సభలో కూకున్నోళ్ళకి ఎక్కువ జీతా లెలాగొత్తాయి? కూలి జనాని కన్నా సభలో వోళ్ళకి జీతంలో అట్టే తేడా వుండకూడదని నేను సెప్పగల్ను. రోజుకి మూడు డాలర్లు సరిపోతాయి" అని కూర్చున్నాడు.

మాట్లాడడం మొదలు పెట్టి సగం దూరం పోయాక తను ఉపన్యసిస్తున్నానని తెలిసింది గిడియన్‌కి. కంగారు పడిపోయాడు. మాటలు ఆగకుండా దూసుకొస్తున్నాయి. తన మాటలు పూర్తిగా చెప్పెయ్యాలనే పట్టుదలతో భయం పోయి ధైర్యం వచ్చింది. పూర్తిగా చెప్పేసి చటుక్కున కూర్చున్నాడు.

మరి కొంత చర్చ తర్వాత - శాసన సభ సభ్యులకు రోజుకి మూడు డాలర్ల జీతం నిర్ణయమైంది.

గిడియన్, ఆ రోజు రాత్రి చాలా సేపు కూర్చొని భార్యకి ఉత్తరం రాశాడు. ముందు రెండు మూడు సార్లు చిత్తు కాపీలు రాశాడు. పదాలలో వర్ణక్రమం బాగా వుందో లేదో తన దగ్గిర వున్న పుస్తకాల సాయంతో సరిచూసుకున్నాడు. చివరికి సాపు తయారు చేశాడు.

'ప్రియమైన భార్యకి' అని ప్రారంభించి 'రోజూ పిల్లల్నీ, నిన్నూ గుర్తు చేసుకుంటున్నాను' అని మొదట తన ప్రేమని వ్యక్తం చేశాడు.

'ఈ సభల కోసం మూడు నెలలు వూరికి దూరంగా వుండాలి అంటే చాలా విచారిస్తున్నా' నన్నాడు.

తనకు చాలా ఎక్కువ జీతం వస్తోందనీ, దాంట్లో కొంత దాస్తున్నాననీ వివరాలు చెప్పాడు. తను, సభలో మాట్లాడగలుగుతున్నానని కొంచెం సిగ్గుగా, కొంచెం గర్వంగా, చెప్పుకున్నాడు. కార్వెల్లో అందర్నీ అడిగినట్టు చెప్పమన్నాడు. తన ఉత్తరంలో కవుర్లన్నీ చెప్పమన్నాడు.

తను సభలో మాట్లాడుతున్నాడంటే, కార్వెల్లో నీగ్రోలందరూ ఏమనుకుంటారో కాస్సేపు ఊహించి ఆనందించాడు.

అర్ధ రాత్రికి ఆ ఉత్తరం పూర్తి చేసి నిద్ర పోయాడు.

★ ★ ★

గిడియన్, చార్లెస్టన్ కొచ్చి రోజులూ, వారాలూ గడిచి పోతున్నాయి. ఇప్పుడు అతనికి సభలో పాల్గొనడం అంటే అంత భయంగా వుండడం లేదు. దాని అనుపానులన్నీ బాగా అర్ధమయ్యాయి.

చదువు విషయంలో రోజు రోజుకీ అతని కృషీ, శ్రద్ధా పెరుగుతున్నాయి. అతని గదిలో బల్ల మీద చాలా పుస్తకాలు పోగుపడ్డాయి.

డీలార్జ్ అనే నీగ్రో ప్రతినిధి గిడియన్‌కి, "టామ్ మామ ఇల్లు" నవల ఇచ్చి - "ఇది చదువు" అని చెప్పాడు.

"కథల పుస్తకాలు చదవటానికి నాకు ఖాళీ లేదు" అన్నాడు గిడియన్.

"ఇది అన్ని పుస్తకాల లాంటిది కాదు. మన మందరం ఈ శాసన సభలకు హాజరవు తున్నామంటే అంత మార్పు జరగడానికి ఈ నవల ఒక కారణం" అన్నాడు డీలార్జ్.

"అలాగా? ఈ పుస్తకమా?" అని గిడియన్ దాన్ని అప్యాయంగా తీసుకున్నాడు.

"ఈ పుస్తకం రాసిన స్తోవే ని కలుసుకున్నప్పుడు అబ్రహం లింకన్, 'మన జాతినంతా యుద్ధంలో ముంచెత్తింది ఈ అర్భకురాలేనా?' అన్నాడట" అన్నాడు డీలార్జ్.

"అలాగా?" అని నవ్వాడు గిడియన్.

ఆ పుస్తకం గిడియన్ చాలా శ్రద్ధగా చదివాడు. ఎప్పటికప్పుడు ఏడుపు ఆపుకోలేక బావురుమంటూ చదివాడు. తన జీవితాన్నే ఆ పుస్తకంలో రాశారనిపించిందతనికి. తమ లాంటి వాళ్ళ మీద కథలు కూడా రాస్తారా అని ఆశ్చర్యం కలిగింది. కొత్త లోకం కనపడి నట్టయింది. దాని లోంచి కొన్ని కొన్ని భాగాలు వేరుగా కాయితాల మీద రాసుకున్నాడు. ఆ పుస్తకం మీద గిడియన్‌కి చెప్పలేని ప్రేమా, కృతజ్ఞతా, కలిగాయి.

గిడియన్‌కి ఇప్పుడు శారీరక శ్రమ లేక పోయినా, మానసిక శ్రమ బాగా చేస్తున్నాడు. డిక్షనరీ ఒకటి కొన్నాడు. కాలం ఎంత విలువైనదో అతనికిప్పుడే బోధపడుతోంది.

ఒక వారం రోజుల పాటు, కూడికలూ, తీసివేతలూ, హెచ్చవేతలూ, నేర్చుకున్నాడు.

సభలో తను విద్యపై మాట్లాడాలని నిర్ణయించుకుని కొన్ని దినాలు ప్రయత్నించి ఒక ఉపన్యాసం రాసుకున్నాడు.

సభలో 'నిర్బంధ విద్య' మీద పెద్ద చర్చ జరిగింది. విద్యని నిర్బంధంగా నేర్పనవసరం లేదనీ, ఇష్టమైన వాళ్ళే నేర్చుకుంటారనీ, లేని వాళ్ళు మానేస్తారనీ, కొందరు తెల్ల వాళ్ళు వాదించారు.

నిర్బంధ విద్యకి అనుకూలంగా గిడియన్ మాట్లాడాడు - "విద్దెని నిర్బందంగా నేర్పవలసిందే. బానిసలకు సదువు లేకండా సెయ్యాలని బానిస యజమానులు చూసేవోళ్ళు. బానిస ఎలాగో దొంగసాటుగా సదువు నేర్చుకున్నాడని తెలిస్తే, అణ్ణి అమ్మేసే వోరు. ఎందుకలాగ చేశారు? సదువొచ్చిన వాడు బానిస తనానికి ఇష్టపడ లేడని. ఇనయంగా పని సెయ్యడని. నీగ్రోల అభివృద్ధికి సదువు శానా అవసరం. విద్య లేని వాళ్ళు స్వేచ్ఛని నిలబెట్టుకో లేరు" అన్నాడు గిడియన్.

నిర్బంధ విద్య మీద చర్చ కొనసాగుతూనే వుంది.

ఒక రోజు సభ ముగిసిన తర్వాత గిడియన్‌ని కార్డొజో కలుసుకున్నాడు. "సమావేశం ముగిశాక ఏమైపోతున్నారు గిడియన్ గారూ? ఎక్కడా కనబడడం లేదు" అన్నాడు.

"ఇంటికి పోయి చదువుకుంటున్నానండీ" అన్నాడు గిడియన్.

"ఎవ్వర్నీ కలవకుండానా? అది మంచిది కాదండీ. కొందరు నల్ల వాళ్ళనీ, తెల్ల వాళ్ళనీ కూడా కలిసి వాళ్ళ అభిప్రాయాలెలా వున్నాయో తెలుసుకుంటూ వుండడం మంచిది."

"అవునండీ" అని ఒప్పుకున్నాడు గిడియన్.

"రేపు సాయంత్రం మా ఇంట్లో విందుకు రావాలి మీరు."

"విందుకా? ... వస్తాను."

"నిర్బంధ విద్య గురించి మీరు మాట్లాడింది నాకు చాలా నచ్చింది. ఈ తీర్మానం ఓడిపోతే రాజ్యాంగం అంతా వృధా అయినట్టే. వచ్చే వారంలో ఒక్కొక్క విషయం మీదా ప్రత్యేక సంఘాలు నియమిస్తారు. మీరు విద్యకు సంబంధించిన దాంట్లో వుంటారా?"

"అవసరమైతే వుంటానండి."

కార్టరు గారి భార్య ఎన్ని విధాలుగా కుట్టినా గిడియన్‌కి బట్టలు చీలికలూ, పీలికలూ అవుతున్నాయి. ఇక లాభం లేదని గిడియన్ పది డాలర్లు పెట్టి ఒక లాగూ, చొక్కా, కోటూ కొనుక్కున్నాడు. తన బట్టల కోసం అంత డబ్బు ఖర్చు చేసినందుకు గిడియన్‌కి చాలా సిగ్గు వేసింది. ఆ విషయం భార్యకి రాశాడు.

"ఈ పట్టణంలో ధరలు మండిపోతున్నాయి. ఇంత ఖర్చు చెయ్యక తప్పలేదు. అలెన్బీ గారు పిల్లల్ని తీసుకుని మన గ్రామం వచ్చేసినట్లు తెలియజేశారు. చాలా సంతోషం. ఆయన్ని జాగ్రత్తగా చూడండి.

సింకర్టనులో నలుగురు నీగ్రోలను తెల్ల దుండగులు హత్య చేశారని అలెన్బీ గారు వ్రాసిన ఉత్తరంలో చదివి చాలా విచారించాను. ఇలాంటి ఘాతుక కృత్యాలన్నీ ఈ రాజ్యాంగ శాసనం అమల్లోకి రాగానే అంతరించి పోతాయి. మన కరొలినా రాష్ట్రంలో మంచి పరిపాలన ఏర్పడి దేశం త్వరలోనే సక్రమంగా వుంటుంది. ఇక్కడ మంచి వారిని కలుసుకుంటున్నాను. ఓపికతో వుంటే మనకు మంచి రోజులు వస్తాయి. పిల్లలకు ముద్దులు. భగవంతుడు మిమ్మల్ని రక్షించు గాక!"

ఆ ఉత్తరం కవర్లో ఒక డాలరు నోటు కూడా పెట్టి పంపించాడు. ఉత్తరాలు రాసినప్పుడల్లా వాటితో పాటు నోట్లు కూడా పంపుతున్నాడు ఇంటికి.

గిడియన్‌తో పాటు మరో ఆరుగురు నీగ్రో ప్రతినిధులూ, ఇద్దరు తెల్ల ప్రతినిధులూ కలిసి, కార్డొజో ఇంటి దగ్గిర వారానికి మూడు నాలుగు సార్లు అమెరికన్ చరిత్రా, అర్ధశాస్త్రం, నేర్చుకోవడం ప్రారంభించారు.

గిడియన్, రాత్రిలో చాలా తక్కువ కాలం నిద్ర పోతున్నాడు. దాదాపు అతని కాలం అంతా చదవడానికే ఉపయోగిస్తున్నాడు. అతని మాట తీరులో చాలా ఆశ్చర్యకరమైన మార్పు కనపడుతోంది. కాయితం మీద రాసిన మాటలు చదివేటప్పుడు స్పష్టంగా చదవగలుగుతున్నాడు.

దక్షిణాది రాష్ట్రాలలో దక్షిణ కరోలినా రాష్ట్రానికి ఒక ప్రత్యేకత వుంది. ఆ రాష్ట్రంలో తెల్ల వారి కంటే నీగ్రో జనాభాయే హెచ్చు. నీగ్రో ఓటర్లే ఎక్కువగా వుండడం చేత శాసన సభకు నీగ్రో ప్రతినిధులే ఎక్కువగా ఎన్నికవుతారని తెల్ల వాళ్ళకు తెలుసు. నీగ్రోలకు ఓటు హక్కు లేకుండా చెయ్యడం తెల్ల ధనికులకు సాధ్యం కాలేదు. ఇక వాళ్ళు చెయ్యగలిగింది, ఆ ఎన్నికల్లో తాము నిలబడకుండా వుండడం మాత్రమే. తమ వంటి మేధావులూ, జ్ఞానులూ, సంస్కారులూ, శాసన సభా కార్యక్రమాలలో కలగజేసుకోకపోతే, విద్యా విహీనులూ, అజ్ఞానులూ, మూర్ఖులూ అయిన నీగ్రో జనమూ, తక్కువ రకం తెల్ల జనమూ కలిసి చేసే సభా కార్యక్రమాలు కప్పల తక్కెడగా, అస్తవ్యస్తంగా గందరగోళంగా జరిగి తీరతాయనీ, చివరికి అభాసుపాలై తల్లకిందులౌతాయనీ, తెల్ల ధనికులు కలలు గన్నారు. యాంకీ సైనికులు దట్టించి ఎక్కుపెట్టిన తుపాకుల భయానికి ధనిక తెల్ల దొరలు నోళ్ళు మెదపలేక కూర్చున్నారే గాని, శాసన సభ పతనం కోసం క్షణమొక యుగంగా ఎదురు తెన్నులు చూస్తున్నారు.

కోతుల సర్కస్‌లా మారక తప్పదని ఆశించిన శాసన సభ, ఒడిదుడుకులు లేకుండా శాంత గంభీరమైన నదీ ప్రవాహంలో ప్రయాణించే నావ లాగ, రాజ్యాంగ చట్టాల్ని గురించి సుదీర్ఘమైన చర్చలు జరుపుతూ, తీర్మానాలు చేస్తూ, అతి ప్రశాంతంగా సాగిపోతోంది!

★ ★ ★

కార్డొజో ఇంట్లో విందుకి హాజరైన అతిథులు ముగ్గురే. స్టెఫాన్ అనే తోటల యజమానీ, రండోల్ఫ్ అనే మరొక తెల్ల ధనికుడూ, గిడియనూ.

స్టెఫాన్, తోటల యజమాని అయినప్పటికీ యుద్ధ కాలంలో బానిసలకు అనుకూలంగానే వున్నాడు. అతను బానిస విముక్తికి అనుకూలుడనే అందరూ భావిస్తారు. అతను కూడా ప్రస్తుతం శాసన సభలో ఒక ప్రతినిధిగా వున్నాడు.

రండోల్ఫు ఒక డాక్టరు. స్టెఫాన్ ముందు రండోల్ఫు చాలా వినయ విధేయతలు చూపిస్తు న్నాడు.

ఇద్దరు తెల్ల ధనికులతో కలిసి విందు తీసుకో వడం అంటే గిడియన్‌కి నమ్మలేనంత ఆశ్చర్యంగా వుంది.

విందులో ముఖ్యంగా, 'నిర్బంధ విద్య' మీద చర్చ సాగింది.

"విద్య, తుపాకీ లాంటిది" అన్నాడు గిడియన్ ధైర్యంగా.

"చెప్పండి" అన్నాడు స్టెఫాన్ నవ్వుతూ.

"తుపాకీ వున్న నీగ్రోని బానిసగా పట్టుకోవా లంటే ముందా తుపాకీ లాక్కోవాలి. అలాగే నిజమైన విద్య నేర్చిన వాణ్ణి బానిసగా నిలుపుకో లేరు. అటువంటి వాడు బానిసత్వాన్ని వొదిలించు కోడానికే ప్రయత్నం చేస్తాడు."

"విద్యని తుపాకీతో పోల్చడం మనోహరంగా వుంది" అన్నాడు స్టెఫాన్ నవ్వుతూ. "అయితే బాని సత్వం రద్దయిపోయింది కదా? ఇప్పుడు విద్య లేకపోతే వచ్చే నష్టమేమిటి? మళ్ళీ బానిసత్వం అమల్లో కొస్తుందంటారా?" అని ఆసక్తిగా అడు గుతూ చూశాడు.

"వస్తే రావచ్చునండీ" అన్నాడు గిడియన్ ఆలోచిస్తూ.

విద్యపై వేసిన కమిటీలో గిడియన్ కూడా సభ్యుడిగా వున్నాడు. నిర్బంధ విద్యకు సంబంధిం చిన చట్టం చిత్తుప్రతిని శాసన సభలో ప్రవేశ పెట్టి నప్పుడు గంటల తరబడీ చర్చలు జరిగాయి.

"అందరూ విద్యావంతులైతే, పొలాల్లో పని చేసే కూలీ లెవరు?" అన్నారు నిర్బంధ విద్యకు వ్యతిరేకులు.

"విద్య లేని వాడెలా పని చేస్తాడో, విద్య గల వాడూ అలాగే పని చేస్తాడు. నల్ల, తెల్ల రంగు భేదం లేకుండా పిల్లలందరూ బడులకు వెళ్ళ వలసిందే" అన్నారు నిర్బంధ విద్యకు అనుకూలురు.

"ఇది పిచ్చి. ఇలాంటి శాసనం ఎన్నడూ దేశంలో లేదు."

"అందుకే ఇప్పుడు ప్రవేశ పెడుతున్నాం. మార్పు అనేది ఎప్పుడో అప్పుడు జరగవలసిందే కదా? బానిసత్వాన్ని నిర్మూలించింది, నీగ్రో జాతి ఇంకా అంధకారంలో పడి వుండడానికా? బానిస యజమానులు మాత్రమే విద్యలు నేర్చి అధికార పదవుల్లో కూర్చోడానికా? ఎందుకొచ్చిన చర్చలివి? ఇంక చాలించండి. కట్టిపెట్టండి. నల్లా తెల్లా తేడాలు లేకుండా అందరికీ చదువులు చెప్పండి" అని తీవ్రంగా వాదించారు అనుకూలురు.

"నల్ల తెల్ల పిల్లలు కలిసి చదవడానికి వీలు లేదు" అని రంకెలు వేశారు వ్యతిరేకులు.

"ఆ విషయంలో మేము పట్టుదల చూపదల చడం లేదు. నీగ్రో పిల్లలకు చదువు రావడం ముఖ్యం గానీ, ఎక్కడ చదువుతా రన్నది ముఖ్యం కాదు. స్కూళ్ళు వేరు వేరు గానే నిర్మించవచ్చును. తెల్ల వారి కెవరికైనా తమ పిల్లల్ని నల్ల పిల్లలతో కలిసి చదివించడం ఇష్టమైన పక్షంలో తమ పిల్లల్ని నల్ల పిల్లల స్కూళ్ళకే పంపవచ్చును" అని తన అభిప్రాయాలు వెల్లడించాడు కార్డొజో.

గిడియన్ పక్కన కూర్చున్న వృద్ధ నీగ్రో ప్రతి నిధి ఆనందంతో ముత్యాల్లాగ కన్నీళ్ళు రాలుస్తు న్నాడు.

గిడియన్‌కి ఆనందంతో బల్ల మీద మొహం ఆన్చి గట్టిగా యాడవాలనిపించింది.

నిర్బంధ విద్య తీర్మానం నెగ్గింది!

ఆ మర్నాడు "అబ్జర్వరు" పత్రిక, "నిర్లక్ష్యపు నీగ్రోల నమ్మ రాని చేష్టలు" అనే శీర్షికతో ఒక వ్యాసం రాసింది.

అది ఈ రకంగా నడిచింది:

"నిన్నటి రోజున, విచక్షణా జ్ఞానానికి తిలోదకా లిచ్చి, శాసన సభ అని పిలవబడే సర్కస్సులో, ఈ రాష్ట్రాన్ని సంపూర్ణంగా నాశనం చేసే దివాళకోరు తీర్మానాన్ని ప్రతిపాదించారు. ఒకే పాఠశాల లోకి నల్ల, తెల్ల విద్యార్థుల గుంపులను తోలి బందెల

దొడ్లో బెట్టి చదువు చెప్పిస్తారట. ఇరవై సంవత్సరాల లోపలే ఈ రాష్ట్రం లోని బాలికలు, యువతులు, అవమాన పరచబడి శీలాన్ని గోల్పోయే దుర్భర పరిస్థితులను కల్పిస్తున్నారు. న్యాయబుద్ధి గలిగిన పౌరులు, ఇట్టి అవినీతి కరమైన పాఠశాలలనూ, విద్యా విధానాన్నీ పోషించుటకు గాను, బహు భారమైన పన్నుల విధానంతో పిప్పి చేయబడి, ఆకలి జ్వాలల కెర చేయబడతారు".

నిత్యమూ అటువంటి విషపూరిత ప్రచారం ఒక ప్రక్కన సాగుతోంటే, దానికి విరుద్ధంగా బానిస విముక్తికి అనుకూలమైన పత్రికలు, నీగ్రోల ప్రాతినిధ్యంతో శాసనాలు చేస్తోన్న శాసన సభల్ని, అభినందనలతో ముంచెత్తుతున్నాయి.

న్యూయార్కు హెరాల్డు పత్రిక - "చార్లెస్ట నులో మానవ జాతి చరిత్రలో కెల్ల అపురూపమైన, అపూర్వమైన ఆశాజనకమైన ప్రయోగం జరుగు తోంది" అని రాసింది.

శాసన సభా కార్యక్రమాలు దిన దినం నిర్వి ఘ్నంగా సాగిపోతున్నాయి. మొట్ట మొదట వివాదా స్పదం గాని విషయాలపై తీర్మానాలు ప్రకటిం చారు. ద్వంద్వ యుద్ధాలు చేయడాన్ని రద్దు చేశారు. అప్పులు తీర్చని వారికి జైలు శిక్ష వేసే విధానాన్ని రద్దు చేశారు. కోర్టుల్లో న్యాయ మూర్తుల్ని "నియమించే" పద్ధతిని రద్దు చేసి, "ఎన్నుకోవాలని" తీర్మానం చేశారు. చట్టబద్ధంగా ఏ రంగం లోనూ జాతి, వర్గ భేదాలు చెల్లరాదని శాసనం చేశారు. ప్రజలందరికీ వాక్స్వాతంత్ర్యం వుంటుందని తీర్మానించారు.

స్త్రీలకు కూడా ఓటు హక్కు వుండాలనే విష యంపై తీవ్రంగా వాదోపవాదాలు జరిగాయి. కానీ ఆ తీర్మానం నెగ్గలేదు.

విడాకుల చట్టాన్ని మాత్రం గెలిపించగలిగారు. దక్షిణ కరోలినా రాష్ట్రంలో మొట్టమొదటి సారిగా విడాకుల చట్టం ఏర్పడింది. దానితో, నీగ్రోలు దేశాన్ని, అవినీతి లోకి ఈడ్చి సర్వనాశనం చేస్తున్నా రని దక్షిణాది పత్రికలు కొంత కాలం దాకా ఘోష పెట్టాయి.

పెద్ద పెద్ద భూ క్షేత్రాలను ప్రభుత్వం కొని రైతు లకు పంచాలనే విషయంపై ముసాయిదా తీర్మా నాన్ని ప్రవేశ పెట్టారు.

శాసన సభ కార్యక్రమాలు జరుగుతున్న కాలంలో గిడియన్, సంయుక్త రాష్ట్రాల రాజ్యాంగ చట్టాన్ని కంఠతా వచ్చేట్టు బట్టీ పట్టాడు. తీర్మా నాలపై జరిగే వాదోప వాదాలలో గిడియన్ తగి నంత చురుగ్గా వున్నాడు. శాసన సభలో అతనికి కొంత ప్రాముఖ్యత ఏర్పడింది.

ఒక నాడు, సభా కార్యక్రమాల తర్వాత స్టెఫాన్, గిడియన్‌ని కలిసి, "రేపు మా ఇంట్లో విందుకు రండి" అని ఆహ్వానించాడు. స్టెఫాన్ గిడి యన్‌కి కార్డొజో ఇంటి విందులో కలిసిన ధనిక దొర.

గిడియన్ ఆశ్చర్యపోతూ ఆలోచనలో ముని గాడు. కార్డొజో ఇంట్లో విందుకు వెళ్ళడానికి అర్థం వుంది. కార్డొజో కూడా నీగ్రో. అతను బానిసగా లేకపోయినా బానిసల పట్ల సానుభూతి గల వాడు. స్టెఫాన్ అలా కాదు. అపారమైన సంపద గల తోటల యజమాని. అటువంటి తెల్ల దొర, నిన్నటి వరకూ బానిసగా వున్న నీగ్రోని విందుకు పిలవడం నిజమో కాదో, హేళన జేస్తున్నాడో కూడా బోధ పర్చుకోలేక పోయాడు గిడియన్.

"సందేహించవద్దు. మీరు తప్పక రావాలి, కలిసి పని చేస్తున్న వాళ్ళం మనం" అని మళ్ళీ ఒత్తిడి చేశాడు స్టెఫాన్.

"వస్తానండి" అన్నాడు గిడియన్.

స్టెఫాన్, తనని విందుకు పిలిచాడనే సంగతి గిడియన్ కార్టరుకి చెప్పాడు. కార్టరు, దానిలో రహస్యమేమైనా వుందా - అని ఆలోచించాడు.

"స్టెఫాన్, అంతర్యుద్ధంలో బానిసల పక్షాన వున్న మాట నిజమే. అయినప్పటికీ చెప్పలేం. అతడు కూడా గతంలో బానిస యజమానే. ఈ నాటికీ ధనికుడే. అయినా నీగ్రోలతో నిజమైన స్నేహాన్నే కాంక్షిస్తున్నాడేమో! పోయిరా! ఏం జరుగు తుందో చూడవచ్చు" అన్నాడు కార్టరు.

సాధ్యమైనంత పరిశుభ్రంగా తయారై విందు వేళకు బయల్దేరాడు గిడియన్. ఆలోచిస్తూ నడుస్తు

న్నాడు. స్వతంత్రం వచ్చిందనీ, నల్ల వాళ్ళూ తెల్ల వాళ్ళూ కలిసి నూతన ప్రపంచ వ్యవస్థను సృష్టిస్తు న్నారనీ, దాస్య శృంఖలాలు తెగిపోయాయనీ - ఎన్ని విధాలుగా చెప్పుకున్నా, గిడియన్‌కి 'అదేమీ జరగలేదేమో' నన్నంత సందేహంగా ఉంది. విందుకు పోతోంటే అతని ఒంటి మీద చిర స్థాయిగా ఉన్న వాతల మచ్చలూ, కొరడా దెబ్బల చారలూ, గతాన్ని సజీవంగా కళ్ళ ముందు నిల బెడుతున్నాయి. కొంత కాలం నించీ విడిపోయిన భయం గిడియన్ గుండెల్లో మళ్ళీ మెదలినట్ట యింది. ఆలోచనలతో స్టెఫాన్ భవనం ముందుకు చేరాడు. సందేహిస్తూ నెమ్మదిగా గుమ్మం పక్కన ఉన్న కాలింగ్ బెల్ నొక్కాడు. వెంటనే ఒక ముసలి నీగ్రో పరిచారకుడు బయటకు వచ్చి గిడియన్‌ని వింతగా చూస్తూ లోపలికి తీసుకు వెళ్ళాడు. మెట్లెక్కి లోపలికి పోతూవుంటే గిడియన్ కాళ్ళు తడబడ్డాయి. కంగారు పడ్డాడు.

భవనంలో లోపలి హాలు, కళ్ళు జిగేల్మనిపించే టన్ని అలంకారాలతో వెలిగి పోతోంది. పెద్ద పెద్ద గాజు సెమ్మేల నిండా కొవ్వొత్తులు వెలుగుతు న్నాయి. తెల్లగా మంచు గడ్డల్లా ఉన్న కర్ర సామాను పొందిగ్గా సర్ది ఉంది.

గిడియన్ చిన్నతనంలో కార్వెల్ భవనంలో తిరిగాడు గానీ, అంత కన్నా ఎక్కువ ఖరీదైన అలం కరణ కనబడింది ఇక్కడ.

"చాలా సంతోషం గిడియన్" అంటూ స్టెఫాన్ ఎదురు వచ్చి మేడ పైకి తీసుకు వెళ్ళాడు. అక్కడ ఒక విశాలమైన గదిలో భోజనాల బల్ల ముందు అప్పటికే దొరలూ, దొరసానులూ, కూర్చుని ఉన్నారు. స్త్రీలు తళ తళ మెరిసే సిల్కు గౌనుల తోటీ, పురుషులు నల్ల లాగులపై తెల్లని కోట్ల తోటీ, మిల మిల మెరిసి పోతున్నారు.

స్టెఫాన్ తన అతిథులందరికీ గిడియన్‌ని పరి చయం చేశాడు.

వారిలో ఒక్కరూ లేవలేదు. గిడియన్‌తో కర చాలనం చెయ్యలేదు. కొత్త అతిథిని గుర్తించినట్టే లేదు. గిడియన్ రాక ముందు ఎలా ఉన్నారో అలాగే ఒకరితో ఒకరు మాట్లాడుకుంటూ ఉండి పోయారు.

"వారిని క్షమించు గిడియన్! కొన్ని సందర్భా లలో మన గౌరవ మర్యాదలిలా తగలబడతాయి" అని స్టెఫాన్ విసుక్కున్నాడు.

గిడియన్‌కి భోజనాల బల్ల ముందు ఒక కుర్చీ చూపించి, "మీకే పానీయం ఇష్టం?" అని అతిథి మర్యాదలు ప్రారంభించాడు.

గిడియన్ అటువంటి విందుని కలలో కూడా చూడలేదు. ఎన్ని వెండి పళ్ళాలు! ఎన్ని వంటకాలు! ఎన్ని పానీయాలు! ఎన్ని గ్లాసులు! పది మంది భోజనాల కోసం ఎంత హంగామా!

గిడియన్, బల్లకి నలువైపులా చూపులు తిప్పుతూ అక్కడి అతిథుల్లో ఒక వ్యక్తిని చూసి దాదాపు కొయ్యబారిపోయాడు.

చిన్నతనం నుంచీ గిడియన్‌కి యజమానిగా ఉండే డడ్లీ కార్వెల్ అక్కడ ఉన్నాడు!

అంతర్యుద్ధ కాలంలో కార్వెల్ జమీ నుంచి పారిపోయిన జమీందారు కార్వెల్ గారు, గిడి యన్‌కి కొంచెం దూరంలో ఉన్నాడు!

గిడియన్ సహనవంతుడూ, స్వేచ్ఛా ప్రియుడూ గనకనే, తనను తాను తమాయించుకో గలిగాడు.

దొరలు, చమత్కార సంభాషణలతో భోజ నాలు సాగిస్తున్నారు.

గిడియన్, అతి ప్రయత్నం మీద నాగరీకంగా తినడానికి ప్రయత్నిస్తున్నాడు.

స్టెఫాన్ గిడియన్‌కి మర్యాదలు చేస్తూ సంభా షణ సాగేటట్టు చూస్తున్నాడు.

దొరలు కూడా గిడియన్‌తో సంభాషణ ప్రారం భించారు.

"ఈ శాసన సభ నిర్మాణం బాగా లాభ దాయ కంగా ఉన్నట్టుందే నీకు" అన్నాడొక దొర గిడి యన్‌ని వెటకారంగా చూస్తూ.

గిడియన్ తొణకలేదు. ఆ ప్రశ్న అతనికి కొంత కోపం తెప్పించింది. "అవును, లాభదాయకం గానే ఉంది. యజమానుల తోటల్లో పత్తి కాయలు కోయడం కంటే లాభ దాయకమే. రోజుకి మూడు డాలర్లిస్తున్నారు" అన్నాడు.

" న్యాయంగా తీసుకోవలసిన కూలి కంటే అది చాలా ఎక్కువే" అన్నాడొక దొర.

వెంటనే ఇంకో దొర, " అంత డబ్బు నిగ్గర్ గాడేం చేసుకుంటాడు?" అని ఆశ్చర్యం ప్రకటించాడు.

" తిండీ తిప్పలూ కొనుక్కుంటాడు. మిగిలింది చిత్తుగా తాగేస్తాడు" అని నవ్వాడు ఇంకో దొర.

గిడియన్ శాంతంగా ఉండానికి ప్రయత్నిస్తున్నాడు.

ఒక దొర గిడియన్‌ని ఆసక్తిగా చూస్తూ, " శాసన నిర్మాణానికి విద్యా బుద్ధులు అత్యవసరం కదా? చదువూ సంధ్యా లేని నీకు ఈ పని చాలా ఇబ్బందిగా లేదూ?" అన్నాడు

" ఇబ్బందే. కానీ ఇబ్బందులు పడగలం మేము."

" నిన్న మొన్నటి దాకా కార్వెల్ బానిసవేగా నువ్వు? నీ లాంటి వాడికి అసలే కష్టం."

" ఎంత కష్టమైనా లెక్కలేదు. ప్రపంచం చాలా మారింది."

"మారటం కాదు. పూర్తిగా తగలబడింది."

"ప్రపంచం మారిందో తగలబడిందో తెలుసుకోవడం, దాన్ని చూసే వారి దృష్టిని బట్టి ఉంటుంది."

" నువ్వు చదువుకున్నావా?"

"అవును. సైన్యంలో ఉన్నప్పుడు."

" సైన్యంలో ఎప్పుడున్నావు?"

" అంతర్యుద్ధంలో యాంకీ సైన్యంలో పని చేశాను. మేము చార్లెస్టను మీద దండయాత్ర చేశాం. మా నల్ల పటాలాలు మీకు జ్ఞాపకం లేవూ? అప్పుడే మరిచి పోయారా?"

ఫిరంగి తాటికి నిప్పు ముట్టించినట్టుగా అయింది.

దొరలు కుత కుత ఉడికారు.

స్టెఫాన్ తల్లి బల్ల దగ్గిరి నించి లేచి విస విసా వెళ్ళి పోయింది.

నిగ్గర్ ని విందుకు పిలవ వద్దని ఆవిడ కొడుకుతో చాలా సేపు పోట్లాడింది. పిలిచి తీరాలన్నాడు కొడుకు. ఆ రాబోయే నిగ్గర్ వినయ విధేయతలతో పడి ఉండక పోతాడా - అని ఆమె కొంత సంతృప్తి పడింది.

కానీ దొరలందర్నీ ఒక 'నిగ్గర్ గాడు' అంత అవమానం చెయ్యడం, ఆమె సహించలేక పోయింది. కొడుకు మీద తన నిరసన ప్రకటిస్తూ విందు నించి వెళ్ళి పోయింది.

"క్షమించండి. మా తల్లికి అస్వస్థతగా ఉంది" అని స్టెఫాన్ అందర్నీ క్షమాపణ కోరాడు.

గిడియన్ కొట్టిన దెబ్బతో కూలబడి ఉండడం ఇష్టం లేని ఒక దొర మళ్ళీ తల ఎత్తి, " నీగ్రోలు యజమానుల పేర్లే తమ ఇంటి పేర్లుగా పెట్టుకుంటారట నిజమేనా?" అని అడిగాడు. అదో కాలక్షేపం ప్రశ్న. అందులో అతనికి తెలియని కొత్త విషయమేమీ లేదు.

"ఆఁ, కొందరట్లాగే చేశారు. సైన్యంలో మేజర్ అయ్యే వరకూ నాకు ఇంటి పేరు లేనే లేదు. 'గిడియన్' అని మాత్రమే అనే వాళ్ళు నన్ను. ఒక సారి మా యాంకీ కెప్టెను నన్ను పిలిచి 'నీ కేదైనా ఇంటి పేరుండాలే. నీ పాత యజమాని పేరేమిటి?' అని అడిగాడు. దానికి నేను, 'మా పాత యజమాని పేరు కార్వెల్లు' అని చెప్పాను. 'కానీ నేను నా యజమాని పేరు ఛస్తే పెట్టుకోను. ఇంకే పేరన్నా పెట్టుకుంటాను. 'జాక్సన్' అని పెట్టండి అన్నాను. నేను మాత్రం నా యజమాని పేరు పెట్టుకోలేదు."

గిడియన్ మాటలు పూర్తి కాకుండానే డడ్లీ కార్వెల్ మండిపడి పోతూ లేచాడు - "ఓరీ నల్ల పందీ! ఫో! ఇక్కణ్ణించి ఫో! ఫో! ఫో" అని రంకె లేశాడు.

గిడియన్ చిరునవ్వుతో లేచి స్టెఫాన్ దగ్గిర శెలవు తీసుకొని అత్యుత్సాహంతో మెట్ల మీద నించి దూకుతూ ఆ భవనం నించి బయట పడ్డాడు.

విందు వాతావరణం గందరగోళంగా మారగానే ఆడ వాళ్ళంతా లేచి లోపలికి వెళ్ళిపోయారు. విందు లోంచి గిడియన్ పోగానే దొరలంతా విందు ఏర్పాటు చేసిన స్టెఫాన్ మీద విరుచుకు పడ్డారు - "ఈ నిగ్గర్ పందిగాణ్ణి ఎందుకు పిలిచావు? ఏదో

రహస్యం ఉందన్నావు. తగిన కారణం ఉందన్నావు. ఏమిటా రహస్య కారణం? నువ్వెప్పుడూ ఇంతే. అడ్డమైన నీగ్రో గాడిదల కడుపులూ కాళ్ళూ పట్టుకుని శాసన సభలో సభ్యత్వం సంపాయించావు. దానికీ ఏదో రహస్యం ఉందన్నావు. నువ్వెప్పుడూ ఇంతే స్టెఫాన్! ఆ నిగ్గర్ గాడు చూడు. మనల్నందర్నీ గాడిదల్ని చేసి పోయాడు. ఏదో ఘన కార్యం జరుగుతుందన్నావు, చివరికి జరిగింది అవమానం" అంటూ అతిథులు కుత కుత ఉడుకుతూ స్టెఫాన్‌ని దుయ్యబట్టారు.

స్టెఫాన్ చెక్కు చెదరని చిరునవ్వుతో తన సమాధానం చెప్పుకొచ్చాడు - "మీరందరూ మాట్లాడారుగా? సరే, కొంతసేపు నన్ను కూడా మాట్లాడనివ్వండి. ఒక నాడు మన పాదాల కింద బానిసగా పడి ఉన్న నిగ్గర్ గాడు ఈ నాడు స్వతంత్రుడిగా, శాసన సభ సభ్యుడిగా, ఎలా ఉన్నాడో మీకు చూపించడానికే ఒక నీగ్రోని ఈ విందుకు పిలిచాను.

చూశారుగా ఈ నాటి నీగ్రోని?

వాడు అలా తయారవ్వడానికి కారణం ఎవరు? మనమే. మీలో కొందరైనా రాజకీయ రంగంలో ప్రవేశించడానికి వీలు ఉండి కూడా రాజకీయాల మీద అలక సాగిస్తూ ఆ రంగానికి దూరంగా ఉన్నారు. చదువూ సంధ్యా లేని నిగ్గర్లకి శాసన సభని అప్పగిస్తే, అది అపహాస్యం పాలై తీరుతుందనీ, ఎక్కడి కార్యక్రమాలక్కడ ఆగిపోతాయనీ, అప్పుడు మీరే దిక్కంటూ నిగ్గర్లు మన కాళ్ళ దగ్గిరికి పరిగెత్తు కొస్తారనీ, ఊహల్లో తేలిపోతూ కూర్చున్నారు.

మీ ఊహల్ని మీరైనా నిజంగా నమ్మారనుకోను. ఇన్ని లక్షల మంది ప్రాణ త్యాగాలు చేసిన తర్వాత ఏర్పాటైన రాజ్యాధికారం అంటే ఆషామాషీ అనుకుంటున్నారా? మూర్ఖులూ, అనాగరికులూ అనుకున్న నీగ్రోలూ, పేద తెల్ల వాళ్ళూ కలిసి శాసన సభ కార్యక్రమాలు ఎంత క్రమశిక్షణతో, ఎంత ఉత్సాహంతో నిర్వహిస్తున్నారో మీలో ఎవరైనా గ్రహించారా అని అడుగుతున్నాను" అని ఆగాడు స్టెఫాన్.

"నీ మాటలు నేనంగీకరించలేను స్టెఫాన్! శాసన సభ వ్యవహారాలు ఎంత కప్పల తక్కెడలా ఉన్నాయో నేను రోజూ పేపర్లు చూస్తున్నాను."

"మన పేపర్లు చెప్పేదంతా పచ్చి అబద్ధం. రోజూ సమావేశాలకు హాజరవుతున్నది నేనా, మీరా? మన వాళ్ళు, అసలు నిజాన్ని పైకి రాకుండా చెయ్యడానికి ఏవో అవాకులూ చెవాకులూ రాస్తున్నారు. అదంతా బైటి వాళ్ళ కోసం గానీ మనలో మనకి దాపరికం ఎందుకు?

మిత్రులారా! మన పేపర్లతో, ప్రపంచం కళ్ళు కప్పుదాం. కానీ, మనం కూడా కళ్ళు మూసుక్కూర్చుంటే చివరికి మనకి సర్వనాశనం తప్పదు. ఎనిమిదేళ్ళ కిందటి పరిస్థితుల్ని చూస్తే, ఆ నాడు మన మందరం వేల కొద్దీ ఎకరాల భూములకు యజమానులం. ఒక నాడు దక్షిణ రాష్ట్రాల ఆర్థిక జీవనానికి బలియమైన పునాదిగా ఉన్న మనం ఈ నాడు ఎంత దురవస్థలో కూరుకు పోయామో వేరే చెప్పుకోనక్కర లేదు. నూట ముప్ఫై సంవత్సరాల నించీ మా వంశానికి చెంది ఉన్న బ్రహ్మాండమైన జమీని నేను పోగొట్టుకున్నాను. కార్వెల్ కూడా అంతే. దాదాపు మీ రందరూ అంతే. అప్పులు తీర్చకో, పన్నులు కట్టకో, ముఖ్యంగా మన బానిసలందరూ స్వేచ్ఛా జీవులై ఎగిరి పోయో, మొత్తంగా మన భూముల్లో, సిరిసంపదల్లో, చాలా భాగం పోగొట్టుకున్నాం. దాన్ని మళ్ళీ తేలిగ్గా సంపాయించగలమా? శాసన సభ మీద శాపనార్థాలు కురిపించినంత మాత్రాన సంపాయించగలమా?

ఇవ్వాళ నేను మీకు చూపించిన నిగ్గర్ గాడు నిన్న మొన్నటి దాకా నిరక్షర కుక్షి. నాలుగేళ్ళ కిందటి వరకూ కార్వెల్లు బానిస. ఇవ్వాళ వాడు బానిస లాగా ఉన్నాడా?

రెండు వందల సంవత్సరాల నించీ, పశువుల్ని కొని అమ్మినట్టు మనం కొంటూ అమ్ముతూ ఉన్న ఈ నీగ్రోల్లో అంతర్గతమై ఉన్న శక్తి సామర్థ్యాల్ని ఈ నాడైనా మనం నమ్మాలి. వాళ్ళు ఏమీ చెయ్యలేరనే ధీమాతో ఉంటే, చూస్తూ ఉండగానే మనల్ని వాళ్ళు పాతాళానికి తొక్కేస్తారు.

ఈ శాసన సభ ఛిన్నాభిన్న మవుతుందని మీ రాశించారు. కానీ, మీ అంచనా తప్పింది. తొంభై రోజుల నించీ శాసన సభ జరుగుతోంది. రాజ్యాంగ శాసనం కూడా తయారైంది. అందరికీ విద్య ఉండాలని శాసనం చేశారు. నీగ్రోలందరూ విద్యా వంతులైతే? ఆలోచించండి!..."

"ఏడిశారు. ఎంత చదివినా నల్ల తోలు నల్ల తోలే."

"నిర్బంధ విద్యే కాదు; జాతి, వర్ణ వివక్ష పాటించరాదని కూడా శాసనం చేశారు. రేపట్నించీ న్యాయ స్థానాలలో నీగ్రోలు కూడా న్యాయాధిపతు లవుతారు. యుక్త వయస్కు లందరికీ ఓటింగు హక్కు ఇచ్చారు. అంతే కాదు, పెద్ద పెద్ద భూఖం డాల్ని చిన్న చిన్న వ్యవసాయ క్షేత్రాలుగా విభజించా లని కూడా ఒక ప్రతిపాదన ప్రవేశ పెట్టారు. అది కూడా జరిగితే మన నాశన ఘట్టం ముగుస్తుంది" - స్టెఫాన్ ఆగాడు.

దొరలు నిరాశలో కూరుకు పోయి కూర్చు న్నారు. నీగ్రో స్వేచ్ఛనీ, హక్కుల్నీ తమ అందరి కన్నా స్టెఫానే ఎక్కువ ద్వేషంతో వ్యతిరేకిస్తున్నాడని అందరికీ నమ్మకం కలిగింది.

"అయితే ఈ సారి మనం కూడా ఎన్నికల్లో నిలబడి గెలుద్దాం" అన్నాడొక దొర, కోపంతో బుసలు కొడుతూ.

"ఓటర్లలో ఎక్కువ మంది నీగ్రోలూ, పేద తెల్ల వాళ్ళే. వాళ్ళకి ఏమని వాగ్దానాలు చేస్తాం? మళ్ళీ బానిసత్వం ఇస్తామనా? చదువులు తీసేస్తా మనా? ఏం ఆశలు చూపించగలం వాళ్ళకి? మనకి ఓట్లు ఎందుకు ఇస్తారు?

మీరు ఇందాక చూసిన నీగ్రోని మాటలతో మోసగించగలమా? వాడి కళ్ళల్లో దుమ్ము కొట్ట గలమా? బుజ్జగించి, లాలించి, మళ్ళీ మనకు బానిసగా చేసుకోగలమా? ఆలోచించండి!"

"సాధ్యం కాదు. మనకు శక్తి ఉంటే వాణ్ణి ఉరి తియ్యగలం. అంతే."

"అదీ! తెలుసుకున్నారు గదా?"

ఒక దొరసాని లోపలి గది లోంచి తలుపు దగ్గిరికి వచ్చి, "ఇక తెమలరా ఏమిటి?" అని అడిగి లోపలికి వెళ్ళి పోయింది.

నీగ్రో నౌకరు వచ్చి విస్కీ సీసాలు బల్ల మీద పెట్టాడు.

"నేను పిలిస్తే గానీ నువ్వీ గది లోకి రావద్దు" అని స్టెఫాన్ నౌకర్ని మందలించాడు.

నౌకరు తలుపు మూసి వెళ్ళిపోయాడు.

"అయితే మనం ఏం చెయ్యగలం? మన అధికారం మళ్ళీ మనం తీసుకోవాలంటే మార్గం ఏమిటి?" అని అందరూ ఆతృతగా ఒకరి నొకరు ప్రశ్నించుకున్నారు.

స్టెఫాన్ చిరునవ్వుతో ముందుకు సాగాడు - "మనం చాలా ఓర్పుగా పని చేసుకొంటూ పోవాలి. మన సైనికోద్యోగులు నడిపే 'క్లాన్ సంఘం' రెండేళ్ళ నించీ కునికి పాట్లు పడుతూ పని చేస్తోంది. రాత్రుళ్ళు ముసుగు లేసుకుని, నీగ్రో గుడేల మీద పడి ఒకళ్ళనో ఇద్దర్నో చంపి, ఒక కొంపో రెండు కొంపలో తగలబెట్టి, చిన్న చిన్న అల్లర్లతో సరిపెడుతున్నారు. ప్రస్తుతం మన సంఘ కార్యక్రమాలు ఇంత బలహీనంగా జరిగితే లాభం లేదు. మీలో కూడా ఇద్దరో ముగ్గురో క్లాన్ సంఘం సభ్యులనుకుంటానే! ముఖ్యంగా మనం వేరే సంఘాలు పెట్టడం కంటే, కాస్తో కూస్తో పని చేస్తూ ఉన్న దాన్నే అభివృద్ధి పరచడం మంచిది. ఈ సంఘంలో ఎక్కువ సభ్యుల్ని చేర్పించే కార్య క్రమం ప్రారంభించాలి. పేద తెల్ల వాళ్ళ గురించి మన దృక్పథం కొంత మార్చుకొని వాళ్ళతో సామ రస్యంతో ఉండడానికి ప్రయత్నించాలి. మనం దూరం చేసుకోబట్టే వాళ్ళు నీగ్రోల పక్షంలో చేరారు. మన జాతి వాళ్ళ సహాయం మనకు ఎంతైనా అవసరం. ఇదివరకు బానిస వ్యాపారాలు చేసిన అలగా జాతి తెల్ల వాళ్ళూ, నిగ్గర్ల మీద కొరడాలతో పెత్తనాలు చేస్తూ పనులు చేయించిన తెల్ల వాళ్ళూ, అలాంటి వాళ్ళంతా ఎప్పుడూ మన పక్షమే. కానీ వాళ్ళే చాలరు. ఇప్పుడు కొంపా గోడూ లేకుండా తిరిగే వాళ్ళూ, పుల్లలు కొట్టుకుని అమ్ము కునే వాళ్ళూ, పాకీ పనులు చేసే వాళ్ళూ - వీళ్ళందరూ ఏదో బాగుపడతామనే ఆశతో ఈ కొత్త ప్రభుత్వాన్ని నమ్మి, దానికి అండదండ లిస్తున్నారు.

వాళ్ళందర్నీ మన పక్షానికి తిప్పుకో గలిగామంటే మన సంఘం అభివృద్ధి చెందినట్టే. అలగా జాతి తెల్ల వాళ్ళకి తెల్ల తోలు తప్ప వేరే సద్గుణం లేదు. ఆ తోలుకే విలువ ఇద్దాం ... ఎంతైనా మన జాతి వాళ్ళకి మన మీదే అభిమానం ఉంటుంది గానీ ఇంకో జాతి మీద ఉండదు. వాళ్ళలో అందరూ మన పక్షాన జేరకపోవచ్చు, అయినా ఫర్వాలేదు.

మన 'క్లాసు సంఘానికి' మనం బాగా డబ్బు పెట్టాలి. ఈ విషయంలో వెనకా ముందూ ఆడితే లాభం లేదు. మన భవిష్యత్తంతా మన చొరవ మీదే ఆధారపడి ఉంది.

ఈ లోగా మనలో కొందరు రాజకీయ రంగంలో ప్రవేశించాలి. ఆ రంగాన్ని మొత్తంగా నిగ్గర్లకీ, నీచ జాతి తెల్ల వాళ్ళకీ వొదిలిపెట్టి ఊరు కోకూడదు.

నీగ్రోలు గత కాలపు కక్షతో తెల్ల జాతిని సాధిస్తున్నారని ప్రచారం మొదలు పెడదాం. ఉత్తర రాష్ట్రాలలో ఉండే తెల్ల వాళ్ళకీ, మిగిలిన ప్రపంచానికీ కూడా మన మీద సానుభూతి కలిగేటట్టు చేసుకోవాలి. నీగ్రోలు గతంలో చాలా బాధలు పడ్డారు గనక ప్రపంచమంతా వాళ్ళంటే సానుభూతి చూపించింది. ఈ నాడు మనం కూడా అనేక బాధలు పడుతున్నామని ప్రపంచాన్ని నమ్మించాలి. అధికారం చేతిలోకి రాగానే నీగ్రోలు దుష్టులుగా తయారయ్యారనీ, కలహాలకు కాలు దువ్వుతున్నారనీ, తెల్ల స్త్రీలని మానభంగాలు చేస్తున్నారనీ, మన పత్రికల్లో ఎడతెరిపి లేకుండా వార్తలు ప్రచురిద్దాం.

నిజానికి ఈ నాడు తెల్ల జాతికే అన్యాయం జరుగుతోందనీ, తెల్ల వాళ్ళే వెనకబడి పోయారనీ, ఏక వరసన ప్రచారం చేస్తే ప్రపంచం తప్పకుండా నమ్ముతుంది.

ఈ రకంగా మనం అన్ని వేపుల నించీ రంగాన్ని సిద్ధం చేసుకుంటూ వచ్చామంటే, ఈ కొత్త ప్రభుత్వం, ఈ సమానత్వం, ఎంతో కాలం నిలబడలేవు. నీగ్రో, మళ్ళీ మన పాదాల దగ్గిర బానిసై తీరతాడు. అది విధి లిఖితం. నీగ్రో కూడా ప్రాణాలొడ్డి పోరాడతాడు గానీ, వాడు ఎంత పోరాడినా మన అంత క్రూరత్వానికి దిగలేడు. అవసరమైనా మనం చేసేంత దౌర్జన్యం చెయ్యలేడు.

యాంకీ సైన్యాలు మన రాష్ట్రాల నించి పోయే వరకూ మాత్రం మనం చిన్న చిన్న హత్యలతో, చిన్న చిన్న అల్లర్లతో సరిపెట్టాలి. ఈ సైన్యాన్ని ఇక్కడి నించి పంపించేసి, ఈ అడ్డు తొలిగించుకోవడమే మన ప్రధాన రాజకీయ లక్ష్యంగా ఉండాలి. ఆ పని సాధించగలిగామా మళ్ళీ భవిష్యత్తు మనదే.

ఈ లక్ష్యంతో మనం పట్టుదలగా, క్రమ శిక్షణతో పని చేసుకుంటూ పోవాలి. దౌర్జన్యంతో మన అధికారాన్ని తిరిగి సాధించడమే మన లక్ష్యం. మనం మళ్ళీ బలపడడానికి కొన్ని సంవత్సరాలు పట్టవచ్చు. నాలుగైదు సంవత్సరాల వరకూ మనం ఓపికతో కృషి చెయ్యాలి."

స్టెఫాన్ చెప్పిందంతా అందరూ శ్రద్ధగా విన్నారు. అంతకన్నా తేలికైన మార్గం గోచరించలేదు. క్లాస్ సంఘాన్ని అభివృద్ధి పరచడం గురించి చాలా సేపు చర్చించుకున్నారు.

"కాస్సేపు ఆడ వాళ్ళతో కాలక్షేపం చేద్దాం, పదండి" అంటూ స్టెఫాన్ లేచాడు.

★ ★ ★

చార్లెస్టనులో శాసన సభా కార్యక్రమాలు ముగిశాయి. చివరి రోజున మత గురువు చేసిన దైవ ప్రార్థన తర్వాత దేశ భక్తి గీతాలు పాడి కార్యక్రమాలు ముగించారు.

గిడియన్, భూముల విషయాలు చూసే ఆఫీసుకు వెళ్ళి కార్వెల్ జమీ విషయాలు తెలుసుకున్నాడు. ప్రభుత్వం త్వరలో ఆ జమీని భాగాలుగా విభజించి వేలం వెయ్యబోతున్నదనీ, కావలసిన వాళ్ళు పాడుకోవచ్చనీ చెప్పారు.

భూమి పోతే తమ గూడెంలో వాళ్ళ గతి ఏమిటా అని గిడియన్ ఆలోచనలో పడ్డాడు. వేలంలో కొంత భూమి కొనగలమా అని కూడా ఆలోచించాడు.

గిడియన్ ఇంటికి బయల్దేరుతున్న రోజు, కార్టరు దంపతులు, అతనికి చిన్న చిన్న బహుమతులు ఇచ్చి, మరి కొంత మంది మిత్రులతో

కలిపి విందు ఇచ్చి, కళ్ళ నీళ్ళతో గిడియన్‌ని సాగనంపారు.

ఈ సారి గిడియన్ దగ్గిర, రైలు ప్రయాణానికి డబ్బు వుంది. అతను రైల్లోనే బయల్దేరాడు. రైలు దిగిన తర్వాత తమ గూడెం చేరడానికి ఇరవై మైళ్ళు బండి ప్రయాణం చేశాడు. ఆ బండి తాత, చార్లెస్టన్‌లో జరిగిన శాసన సభ గురించి వినిసే లేదు. ఈ చుట్టు పట్ల జరిగిన చావులూ, పుటకలూ, తెల్ల వాళ్ళ అఘాయిత్యాలూ, అన్నీ యాకరువు పెట్టాడు.

"బట్లరు కొడుకు పట్టణానికి పోతే, అయిదు గురు తెల్ల దొరలు ఆణ్ణి పట్టుకుని కర్రల్తో చావ బాది, చెట్టుక్కట్టి ఉరి దీశేశారు."

"ఎందుకు? ఏం జరిగింది?" అని గిడియన్ ఆతృతగా అడిగాడు.

"ఏం జరుగుతదయ్యా? ఊరికే లాక్కుపోయి ఉరి తీసేశారు."

ఇంకా ఇంత అన్యాయాలు జరుగుతున్నా యేమిటని చాలా ఆశ్చర్య పోయాడు గిడియన్.

బండి తాత, ఇంకో విషయం కూడా చెప్పాడు - "ఈ ఊళ్ళ మీద నించి కొత్తగా రైలు లైను వేస్తున్నారంట. ఎంత మంది కూలీల్నయినా పని లోకి తీసుకుంటున్నారంట. రోజుకో డాలరు కూలి ఇస్తున్నారంట" - తాత ఆ వార్త చాలా ఆనందంగా చెప్పాడు. గిడియన్ కూడా చాలా సంతోషంగా విన్నాడు.

"కార్వెల్లుగూడెం సంగతులేమైనా తెలుసునా?" అని అడిగితే, తెలీదన్నాడు తాత - "ఏం ఉంటయ్‌లే. మూణ్ణెల్లకే మారిపోతదా మీ గూడెం? గుడిసెలు పోయి మేడలొస్తయ్యా? రాజ్యాలొస్తయ్యా? చూలుతో ఉన్న ఆవు ఈన్తది, కడుపుతో ఉన్న ఆడది కంటది. అంతకన్నా ఇసేసికాలేం వుంటయ్?" అన్నాడు తాత నిరుత్సాహంగా.

బండి కార్వెలు గూడెం చేరేటప్పటికి పొద్దు వాలుతోంది. కొండల మీద ఆడే పిల్లలు బండిని చూసి పరిగెత్తుకొంటూ వచ్చి బండిని చుట్టు ముట్టారు. కొందరు పిల్లలా వార్త మోసుకుని ఊళ్ళోకి పరిగెత్తారు.

గూడెంలో వాళ్ళంతా గిడియన్ చుట్టూ జేరారు. గిడియన్ చాలా మారినట్టూ, మొహం లోకి ఎంతో తెలివి వచ్చినట్టూ, కనపడింది వాళ్ళకి. అందరూ గిడియన్‌ని చూసి సంతోషిస్తూంటే, గిడియన్ అందర్నీ చూసి సంతోషించాడు.

పిల్లల్ని తీసుకుని తమ గూడెం వాళ్ళతో కలిసి జీవించడానికి వచ్చిన నీగ్రో టీచరు అలెన్బీని గిడియన్ ఆప్యాయంగా పలకరించి క్షేమ సమాచారాలు తెలుసుకున్నాడు.

గూడెంలో పిల్లలూ, పెద్దలూ అందరూ, నాలుగు అక్షరం ముక్కలు నేర్చుకుంటున్నారని విని గిడియన్ చాలా సంతోషించాడు.

మర్నాడు అందరూ ఒక చోట జేరి సభ పెట్టుకున్నారు.

పీటరన్న ప్రార్థనతో సభ ప్రారంభమైంది.

"లోకేశుడైన ఏసు ప్రభువు తన బిడ్డలను గొర్రెల కాపరి వలె అక్కున జేర్చుకుని రక్షించును" అని ప్రార్థన ముగించి, ఉపన్యాసం ప్రారంభించాడు పీటరన్న - "భగవంతుని దయ వల్ల గిడియన్ సురక్షితంగా తిరిగి వచ్చాడు. అందుకే నేనీ దినం బైబిల్ పారాయణం తొందరగా ముగించాను. దయా సింధువైన ఈశ్వరుడు మనకు స్వాతంత్ర్యాన్ని ప్రసాదించాడు. దున్నుకుని పండించుకునేందుకు చారెడు భూమిని ప్రసాదించాడు. అంతే కాదు, పరమ దయాళుడైన ఈశ్వరుడు మనకు ఓట్లు ఇచ్చాడు. మన గిడియన్‌కి తోడుగా నిలిచాడు. ఇప్పుడు గిడియన్ తన సంగతులు చెపుతాడు, విందాము" అని పీటరన్న కూర్చున్నాడు.

గిడియన్ లేచి మూడు మాసాల కిందట తను ఈ ఊరు నించి బైల్దేరడంతో మొదలు పెట్టాడు. దారి పొడుగునా తను భయపడ్డ విధం, ఓడ రేవులో సరుకులు మొయ్యడం, కార్డరు దంపతుల ఇంట్లో నివాసం, శాసన సభలో హాజరు పల్కడం, అక్కడి విషయాలూ, అక్కడ కలిసిన మిత్రులతో సంభాషణలూ, శాసన సభలో చేసిన నిర్ణయాలూ - వీలైనన్ని సంగతులు పూసగుచ్చినట్టు చెప్పాడు.

డడ్లీ కార్వెల్ దొరతో కలిసి తను విందు తీసుకోవడం, అక్కడ తను దొరలకు చెప్పిన కొరడా దెబ్బల్లాంటి జవాబులూ, అన్నీ చెప్పి అందర్నీ ఆనందంలో ముంచెత్తాడు.

"తెల్ల వాళ్ళకీ, నల్ల వాళ్ళకీ కూడా విద్య నేర్పటానికి నిర్బంధ విద్యా విధానం కోసం శాసనం చేశార"ని చెపుతూ - "శాసనమైతే చేశారు. దాన్ని అమలు జరుపటానికి పాఠశాలలు కావాలి. ఉపాధ్యాయులు కావాలి. చాలా ధనం కావాలి. అంత ధనం సమకూరితే గాని ఆ శాసనం అమలు జరగటం కష్టం. జాతి వర్ణ తేడాలు కూడా రద్దు చేశారు. 'వీడు నల్లవాడు, వాడు తెల్లవాడు' అని ప్రభుత్వ పరంగా తేడాలు చూడటానికి వీలు లేదు. అయితే ఈ శాసనం అమలు లోకి రావడానికి చాలా కాలం పట్టవచ్చు. అన్నింటి కంటే ముఖ్యమైన విషయం మన భూమి సంగతి ..." అని భూమిని వేలం పాటలో పాడుకోవడం తప్ప ఇంకో మార్గం లేదని పరిస్థితి అంతా వివరించాడు.

"ప్రభుత్వం నిగ్గర్లకు భూమి ఇవ్వదా?" అని చాలా మంది అడిగారు.

"ఇస్తే ఇవ్వవచ్చు, కాని అది చాలా ఆలశ్యం అవుతుంది. ఈ లోగా ఈ భూమిని వదులుకుంటే ఎలా జీవిస్తాం? ప్రభుత్వం భూములిస్తుందో లేదో కూడా చెప్పలేం. ఇచ్చినా, 'ఇంకెక్కడో ఇచ్చాం, అక్కడికి వెళ్ళండం'టే ఏం చేస్తాం? మనం పుట్టి పెరిగిన ఈ భూమిని ఎలా వదులుకుంటాం?"

"ఈ భూమిని కొన్న దొర, ఆయనే సాగు సేత్తాడా? ఆయనికి మాత్తరం కూలోళ్ళక్కర్లేదా? మనల్ని ఎల్లగొట్టి ఆయనెలా ఎవసాయం సేత్తాడు?" అన్నారు కొందరు.

"ఈ భూమినిప్పుడు మనం సొంత భూమి లాగా చేసుకుంటున్నాం. ధాన్యం పండించుకుంటున్నాం. రేపు తెల్ల దొర వస్తే ఈ భూమంతా పత్తి పండిస్తానంటాడు. పత్తి, యాపారప్పంట. ఆయనకు డబ్బు కావాలి. మనం తిండి గింజలకి కటకట లాడతాం. సొంత భూమి వదులుకొని కూలికి పని చెయ్యటం మంచిదంటారా?"

"అయితే ఏం చెయ్యాలంటావు?"

"ఇప్పుడు మనం దున్నుకుంటున్న భూమిని మనమే కొనుక్కోవాలి ఏలం పాటలో."

"డబ్బో?"

"కూలి పనుల కెళ్ళి సంపాయిద్దాం. రైలు రోడ్డు సంగతి మీ రందరూ విన్నదే కదా? రోజుకో డాలరు కూలి ఇస్తన్నారంట. కొంత డబ్బు మనం కూడబెడితే కొంత డబ్బు బ్యాంకులు అప్పిస్తాయి. కొంత భూమి కొనుక్కున్నామంటే, జీవితమంతా మనం ఇక్కడే పడి ఉండొచ్చు."

భూమి కొనాలంటే గూడెంలో మగాళ్ళందరూ కూలి పనికి ఊబి ప్రాంతానికి పోవాలి. ఇళ్ళ దగ్గిర వ్యవసాయం పనులు ఆడ వాళ్ళు చేసుకోవాలి. ఆ విషయం గురించి గూడెంలో వాళ్ళంతా రాత్రిం బవళ్ళూ మాట్లాడుకున్నారు. చివరికి మగాళ్ళంతా కూలి పనులకు పోడానికే నిశ్చయమైంది.

గిడియన్ పెద్ద కొడుకు జెఫ్, చదువులో చక చకా ఎక్కి వస్తున్నాడు. జెఫ్‌కి పదిహేను పదహారేళ్ళుంటాయి. వాణ్ణి కూలి పనికి తీసుకు పోవద్దనీ, ఎక్కడన్నా పట్టణంలో చదివించే ప్రయత్నం చెయ్యమనీ, నీగ్రో టీచరు గిడియన్ చెవిన ఇల్లు కట్టుకుని పోరుతున్నాడు. నిగ్గర్లని చేర్చుకునే స్కూళ్ళు ఎక్కడెక్కడున్నాయో ఆయన గిడియన్‌కి వివరాలు చెప్పాడు.

గిడియన్ కొంత ఆలోచించి కొడుకు చదువు విషయం కార్డొజోకి ఉత్తరం రాశాడు.

వెంటనే జవాబు వచ్చింది - పిల్లాణ్ణి తన దగ్గిరికి పంపితే, అక్కణ్ణించి ఎక్కడికైనా స్కూలుకి పంపే ఏర్పాటు చేస్తాననీ, యాభై డాలర్లు చాలనీ రాశాడు కార్డొజో.

తమ గూడెం కుర్రాడు పట్టణంలో చదువుకోడానికి వెళ్తాడంటే అందరూ చాలా ఆనందించారు. గర్వపడ్డారు. జెఫ్ తల్లి కొడుకుని వదలడానికి భయపడినా అందరూ ధైర్యం చెపితే తనూ ధైర్యం తెచ్చుకొంది.

జెఫ్‌కి, కన్నులు లేని ఎల్లెన్‌తో బాగా స్నేహం. ఆ పిల్లని చెట్ల వెంట తిప్పుతూ ఆకాశాన్నీ, పక్షుల్నీ, పువ్వుల్నీ, మనుషుల్నీ, వర్ణించి చెపుతూ ఉంటాడు. తన ప్రయాణం గురించి బెంగ పెట్టుకోవద్దనీ,

చదువు పూర్తి కాగానే తిరిగి వచ్చేస్తాననీ చెప్పి, ఆ పిల్లకి సంతోషం కలిగించాడు.

ఒక రోజు గిడియన్, కొడుకుతో ప్రయాణమై చార్లెస్టన్ వెళ్ళి కొడుకుని కార్డోజో ఇంట్లో దిగబెట్టి వచ్చాడు.

★ ★ ★

ఊరు నించి గిడియన్ రాగానే ఇరవై రెండు మంది మొగాళ్ళు కూలి పనులకు బయల్దేరి వెళ్ళిపోయారు. అది ఊబి ప్రాంతం. అక్కడ కూలీల్ని చేర్చుకునే యాంకీ దొర, వీళ్ళ పేర్లు రాసుకుని, పని షరతులన్నీ చెప్పాడు - "రోజుకి పద్నాలుగు గంటలు పని చెయ్యాలి. పనిముట్లు మేమే ఇస్తాం. రోజుకో డాలరు కూలి. ప్రతీ మంగళవారం బట్వాడా ఉంటుంది."

రోజుకో డాలరు కూలిస్తారంటే, పద్నాలుగు గంటలు మాత్రమే పని చాలంటే, కూలీలకి చెప్ప లేనంత సంతోషం కలిగింది. గిడియన్‌తో కలిసి అందరూ వెంటనే పని లోకి దిగారు. మోకాలి లోతు నీటిలో నిలబడి దట్టంగా పెరిగిన పొదల్నీ, చెట్లనీ పగలస్తమానమూ నరుకుతున్నారు. అక్కడ పని చేస్తోన్న నీగ్రోలలో చాలా మందికి, స్వతంత్రంగా కూలి పని చేసుకోవడం అదే మొదటి సారి.

రైలు రోడ్డు నిర్మించే యాంకీ కంపెనీ వాళ్ళు, నిగ్గర్లని పని లోకి తీసుకుంటున్నారని, ఆ గ్రామాలలో దొరలు, "నిగ్గ రోడికి వీపు మీద ఛెళ్ళు ఛెళ్ళుమని కొరడా దెబ్బలు పడకపోతే పని చేస్తాడా?" అని గేలి చేస్తూనే ఉన్నారు. నిగ్గరోడికి రోజుకి డాలరు కూలేవిటని విస్తుబోతున్నారు.

" ఈ ఊబిలో రైలు రోడ్డేవిటి! వీళ్ళ తరం కాదు" అని సంతోష పడుతున్నారు పాత యజమానులు.

తీగలూ, తుప్పలూ, చెట్లూ నరికి దారులు తెరిపి చేసింతర్వాత, యాంకీ ఇంజనీర్లు కంకర పోయించి, కర్ర బద్దలు వేయించి, రైలు బద్దీలు బిగిస్తోన్న కొద్దీ చుట్టు పట్ల గ్రామాల ప్రజలు వింతగా వొచ్చి చూసి పోతున్నారు.

కూలీలు కూడా ఉత్సాహంతో పనులు చేస్తున్నారు. వీపుల మీద కొరడాలు ఆడించినా ఏనాడూ బానిస నీగ్రోలు చెయ్యనంత పని, ఈ స్వేచ్ఛ పొందిన నీగ్రోలు, చేస్తున్నారు. గిడియన్ ముఠాతో పని చేయించే దొర, చీఫ్ ఇంజనీరుతో, " నా ముఠా లాంటి వాటిని నాలుగు ముఠాల్ని ఇస్తే, స్వర్గానికి కూడా రోడ్డు వేస్తాను" అన్నాడు ఉత్సాహంతో పొంగిపోతూ.

ఊబి ప్రాంతంలో వర్షాలు పడ్డ తర్వాత కూడా నిలబడి పనులు సాగించడం దాదాపు అసాధ్యం. కానీ, పనులు నడుస్తూనే ఉన్నాయి. వర్షాలకి దోమలు తామర తంపరగా వృద్ధి చెందుతున్నాయి. మలేరియా పెద్ద కెరటం లాగా వచ్చి పడింది! వందల మంది కూలీలు చలి జ్వరాలతో గడ గడ వణికిపోతూ గుడిసెల్లో పడి ఉన్నారు.

గిడియన్ ముఠాలో జార్జి అనే వ్యక్తి నాలుగు రోజుల జ్వరంతో కన్ను మూశాడు. వెంటనే ఆ ముఠాలో నలుగురు మనుషులు శవాన్ని తమ గూడెం తీసుకు పోయారు.

వర్షా కాలం తగ్గి ఎండలు ముదిరాయి. ఇప్పుడు రైలింజన్లు రైలు పెట్టెల్ని వేసుకుని, వాటి నిండా ఇనుప బద్దీలు నింపుకుని ఇటూ అటూ తిరుగుతున్నాయి.

★ ★ ★

కొన్ని మాసాల తర్వాత కూలి పనుల కెళ్ళిన వాళ్ళు ఇళ్ళ కొచ్చారు.

వాళ్ళు లేని కాలంలో ఒక సంగతి జరిగింది గూడెంలో. ట్రూపరు కూతురు, పద్నాలుగేళ్ళది, పొలానికి పోతూంటే ఆ దారిన బండి మీద పోతూన్న ఇద్దరు దొరలు, బండి దిగి, ఆ పిల్ల వెంటబడి పట్టుకుని గుడ్డలు చింపేసి బలాత్కారం చేశారు. తర్వాత ఆ పిల్లని వొదిలేసి పోదామా, చంపేద్దామా అని కాసేపు తర్కించుకుని వొదిలేసి పోయారు. ఆ పిల్ల, వొంటి మీద గుడ్డలు లేకుండా వెర్రి ఏడుపుతో ఇంటికి పరిగెత్తుకొచ్చింది.

ఆ సంగతంతా - కూలికెళ్ళిన మొగాళ్ళు ఇళ్ళ కొచ్చిన తర్వాత ఆడ వాళ్ళు ఏడుస్తూ చెప్పారు. ట్రూపరు అప్పటికప్పుడే కత్తి పట్టుకుని లేచాడు - ఒక్క తెల్ల వాడినైనా చంపి కక్ష తీర్చుకుంటానని కోపంతో ఊగిపోయాడు.

ట్రూపర్ని కదలడానికి వీల్లేదన్నాడు గిడియన్. “ నువ్వు ఒక్కణ్ణి చంపితే చంపగలవు. వాళ్ళు నిన్ను చిత్ర హింసలు పెట్టి ఉరి తీసేస్తారు. దాని వల్ల మనకి కలిసొచ్చేదేమిటి? మనం ఇంకా కొంత కాలం ఓపిక పట్టాలి. నిగ్గర్లని మంటల్లో కాల్చే రోజులూ, మన ఆడోళ్ళని మానభంగం చేసే రోజులూ పోతాయి. ముందు ముందు మనకు మంచి రోజులున్నాయి” అని నచ్చ చెప్పాలని చూశాడు.

మిగిలిన వాళ్ళు కూడా ట్రూపర్ని శాంత పర్చడానికే ప్రయత్నించారు. చివరికీ ట్రూపర్ కత్తి కిందపడేసి ఊరుకున్నాడు.

ప్రతి వాళ్ళ మనసు లోనూ ఎంత కోపం ఉన్నా ఏమీ చెయ్యలేక ఊరుకున్నారు.

★ ★ ★

కూలి పనులు చేసి కూడబెట్టిన డబ్బు వెయ్యి డాలర్లు అయింది. బ్యాంకు అప్పు కోసం ప్రయత్నాలు చెయ్యాలనే ఆలోచనలో ఉన్నాడు గిడియన్.

ఒక నాడు జెఫ్ దగ్గర్నించి ఉత్తరం వచ్చింది. కార్డొజో జెఫ్ని వార్సెస్టన్ పట్టణం పంపి అక్కడ స్కూల్లో చేర్పించాడు. జెఫ్ తన సమాచారాలు తెల్పుతూ అక్కడి సంగతులన్నీ రాశాడు.

“ వార్సెస్టన్ చాలా అందమైన పట్టణం. చాలా మంది ప్రజలున్నారు. దీనిని నగరం అంటారు. ప్రెస్బిటేరియనుల ఉచిత ఉన్నత విద్యా సంస్థలో పదునాలుగు మంది విద్యార్థులున్నారు. అందరూ నా వంటి నీగ్రో విద్యార్థులే. వీరిలో చాలా మంది, తల్లిదండ్రులు లేని అనాధలు. ఫాదర్ గారి ఇంటి వెనక చావడిలో మేమందరం చదువుకుంటాము, పడుకుంటాము. స్త్రీ సంఘం వారు, మాకు బట్టలు కుట్టించి ఇస్తారు. ఈ సహాయానికి బదులుగా మేము పచ్చగడ్డి కోయడం, చర్చి శుభ్రం చెయ్యడం మున్నగు పనులు చేస్తాము. వారానికి పది సెంట్ల రొఖ్ఖం కూడా మా ఖర్చులకు ఇస్తారు. నేను ఇక్కడ క్షేమం గానే ఉన్నాను. అందర్నీ అడిగానని చెప్పు. ఎల్లెన్ని అడిగానని చెప్పు.”

ఆ ఉత్తరం చూశాక గిడియన్ మనసు తేలిక పడింది. పిల్లవాణ్ణి గురించి నిశ్చింతగా ఉండొచ్చనుకున్నాడు.

భూమి కొనే ఏర్పాట్ల గురించి లైటు దొరతో కూడా ఒక సారి మాట్లాడాలనుకున్నాడు గిడియన్. లైటు దొర కూడా కార్వెల్ జమీలో కొంత భూమిని సేద్యం చేసుకుంటున్నాడు. ఆ భూమి కొనే విషయంలో ఆయన కూడా తమతో కలుస్తాడేమోనని గిడియన్ ఆలోచిస్తున్నాడు. లైటు దొర కలిస్తే మిగతా తెల్ల కుటుంబాల వాళ్ళంతా కలుస్తారు. అందరూ కలిస్తే బ్యాంకు అప్పు సంపాదించడం సులభ మవుతుందని గిడియన్ ఆలోచన.

ఒక సారి లైటు దొరని పలకరించి వద్దామని బయల్దేరాడు గిడియన్.

లైటు దొర ఇంటి ముందు దడి బయట నిలబడి, “ దొర గారున్నారాండీ?” అని కేక పెట్టాడు.

లైటు దొర భార్య వీధి గుమ్మం లోకి వాచ్చి చూసి, “ దొర, పందులకు మేత వేస్తున్నాడు, నించో” అని చెప్పి లోపలికి వెళ్ళింది.

దొర కొడుకు - ఆవరణలో ఆడుకుంటూన్న పదేళ్ళ వాడు, దడి దగ్గిరికి పరిగెత్తుకొచ్చి, “ నీ పేరేవిట్రా నిగ్గర్?” అని అడిగాడు.

“ గిడియనండి” అని చెప్పాడు గిడియన్.

“ నిన్ను ఇదివరకు చూసినట్టుందే.”

“ అవును. కిందటేడాది వాచ్చినప్పుడు చూసి ఉంటారు. ఇంకా గుర్తున్నానా? మీ కెన్నేళ్ళం డబ్బాయి గారూ?”

“ పదేళ్ళు. ఏం?”

“ ఏం చదువుకుంటున్నారు?”

“ చదువా? ఛీ! చదువెందుకూ?”

పందులకు మేత వేసే పని పూర్తి చేసి వస్తూ లైటు దొర గిడియన్ని చూసి, “ నువ్వా, బాగున్నావా?” అని మొహం ఎలాగో పెట్టి పలకరించాడు.

“ బాగున్నానండయ్యా! మీ జొన్న చేను బాగా ఎదిగింది, దార్లో వస్తా చూశాను. పత్తి కూడా ఏశారే! ధర బాగుంది లెండి, ఈ ఏడాది దొర గారికి మంచి రాబడే.”

"పత్తి కాయ ఏరిం తర్వాత కదా అనుకో వలసింది?"

"ఇంకేం ఫర్వాలేదు లెండి. కాయ బాగా అయింది. మంచి రోజు లొచ్చాయి అందరికీ."

"ఏం మంచి రోజుల్లే, వల్లకాటి మంచి రోజులు" - నిగ్గర్లకి కూడా మంచి రోజులు రావడమే లైట్ దొర అసహనానికి కారణం.

"అదేం మాట దొర గారూ? పెద్ద పెద్ద జమీందార్లకి మంచి రోజులు కావు గానీ, మన బోటి పేద రైతులకి మంచి రోజులు కాకేవండీ? ఇంత సుఖంగా మున్నెన్నడన్నా ఉన్నామా?"

కొలు భూమి యజమాని పారిపోయి భూమి స్వంతానికే దక్కినప్పటి నించీ రైతులు ఎన్నడూ లేనంత ఉత్సాహంతో రాత్రింబవళ్ళూ పొలం పనుల్లోనే మునిగి తేలుతున్నారు.

పూర్వం ఎంత కష్టపడ్డా కార్వెల్ దొరకు పోగా మిగిలింది పట్టుమని పది రోజులు తిండికి చాలేది కాదు. ఇప్పుడో? పంట పండితే ఎవడో తీసుకు పోతాడన్న భయం లేదు. ఎంత కష్టపడితే అంతా తమ కుటుంబాలకే. అలాంటి రోజులు మంచి రోజులు కావని లైటు దొర మాత్రం ఎలా అన గలడు?

"దానికేం గానీ, పత్తి కాయ కోతకి కాస్త సాయం చేసి పెడతావురా గిడియన్?" అని దొర మాట మార్చాడు.

"అదెంత భాగ్యం అయ్యా? అలాగే చేసి పెడతాను."

"ఈ మధ్య మీ నిగ్గర్లంతా రైలు రోడ్డు పనికి పోయారని విన్నానే."

"అవునయ్యా! పోయొచ్చాం."

"శాసన సభకి పోయిన వాడివి, కూలి పనికి దిగావేం? నీ బోటి వాడికి కూలి పని బాగుం టుందా?"

"అఁ, ఎందుకు బాగుండదు లెండయ్యా! పని చేసుకోకపోతే పొట్టెలా గడుస్తది? ... నన్ను కొంచెం లోపలికి రమ్మంటారా? గొంతు కెండి పోయింది. కాసిన్ని నీళ్ళు తాగుతాను."

గిడియన్‌ని చూస్తూ నించున్న పిల్లాడు నూతి దగ్గిరికి పరిగెత్తాడు.

"రా! లోపలికి రా" అంటూ లైటు దొర దడి తలుపు కట్లు విప్పాడు.

ఇద్దరూ ఆవరణలో ఒక చెట్టు నీడన నిల బడ్డారు.

పిల్లాడు రేకు డబ్బాతో గిడియన్‌కి మంచి నీళ్ళు తెచ్చిచ్చాడు.

గిడియన్ గబ గబా నీళ్ళు తాగి, "కొబ్బరి నీళ్ళలా గున్నాయండి చల్లగా" అని సంతోషిం చాడు.

"మా నూతి నీళ్ళెప్పుడూ చల్లగానే ఉంటాయి. నూతి మీదెప్పుడూ కప్పి ఉంచుతాను" అని, 'ఈ నిగ్గర్ గాడితో మాటలేమిటి నాకు?' అనుకుంటూ లోపల్లోపల విసుక్కుని, 'వీ డెప్పుడొదుల్తాడా' అన్నట్టు నిలబడ్డాడు లైటు దొర.

గిడియన్ వినయంగా ప్రారంభించాడు - "అయ్యా! ఆ యుద్ధం ధర్మమా అని యజ మానులు పారిపోయారు. ఇంత మాత్రం నేల చెక్క దొరి కింది. అడిగే వాడూ, అదిలించే వాడూ లేక, సుఖంగా పండించుకు తింటన్నాం. మీ రొక్క చేతి మీద పత్తీ, జొన్నా ఏశారంటే ఎంత కష్టపడ్డారో ... చెప్పాలంటారా? నాలుగేళ్ళ నించీ పిల్లా జెల్లా కడుపుల్నిండా నాలుగు మెతుకులు తిని బతుకుతున్నారు. ముందు ముందు రోజులెట్టా గుండాయో నండయ్యా! కార్వెల్లు దొర, ప్రభు త్వానికి పన్నులు గట్ట లేదంట. ఈ జమీనంతా అక్టోబరు మాసంలో కొలంబియాలో ఏలం ఏసే స్తారంట! ఈ భూమంతా ఎవడో పాడేసుకుంటే మన బతుకులేం గావాలయ్య గారూ?"

"ఎవడు పాడుకుంటాడ్రా? చూస్తాను. నన్నె వడు కదుపుతాడో చూస్తాను. నన్నెవడు లెమ్మం టాడో వాణ్ణి ముప్పు తిప్పలు పెట్టి మూడు చెరు వుల నీళ్ళు తాగించి పంపుతాను. యుద్ధంలో ప్రాణాలకు తెగించి పోట్లాడింది భూమి వదులుకో టానికా? అదేం కుదరదు. పన్ను కడతానను కుంటున్నావేమో, నా దగ్గిర గుడ్డి గవ్వ లేదు."

గిడియన్ ఒక నవ్వు నవ్వాడు - "అట్టా అంటే సాగదు దొరగారూ! కోర్టు అమీనా వస్తాడు. అటెనక పోలీసులొస్తారు. మన మాట చెల్లుద్దా చెప్పండి?"

"ఆ! మహా రాజు లాగా చెల్లుద్దిలే! నిగ్గర్ గాడొచ్చి నాకు ఉపాయం చెప్పక్కర లేదు."

"నిగ్గర్లంటే మీ కింకా కోపమే గానీ నిగ్గర్లు మీకు శత్రువులు గారయ్యా, ఆ మాట మర్చి పోకండి."

"ఏడిశావ్ పోరా, వెధవ నీతులూ నువ్వునూ. ఇంత బతుకూ బతికి నిగ్గర్ గాడి జత పట్టాలి ఇక. పో అవతలికి" అని ఖయ్యి మన్నాడు లైటు దొర.

గిడియన్ కదల్లేదు. లైటు దొర మాటలకి కోపం తెచ్చుకోలేదు. వచ్చిన పనెలా సాధించు కోవాలా అన్న ఆలోచన మాత్రమే అతని బుర్రలో ఉంది. "తిడితే తిట్టండి గానీ అయ్య గారూ, ఒక్క మాట వినండయ్యా! రేపొద్దున్న ఈ జమీ అంతా ఎవడో పాడేసుకుంటాడు. పోలీసుల్ని ఎంట బెట్టుకొచ్చి మనల్నందర్నీ లెగ్గొట్టి ఆక్రమించు కుంటాడు. స్వంత భూమి లేనోడు నిగ్గరైనా, తెల్ల దొరైనా, ఒకటే గదయ్యా? దమ్మిడీకి పనికి రారు. ఈ పొలం కొంటానికి కొంచెం డబ్బు కూడ బెడదామనే రైలు కట్ట పనికి పోయాం. ఇంచు మించు పదొందల డాలర్లు కూడబెట్టాం. ఏ బ్యాంకు నుంచైనా ఇంకొంత రొఖ్ఖం అప్పు చేసి ఏలం పాటలో కాస్త భూమి పాడుకో వచ్చనుకుం టున్నాం. మా వాళ్ళందరూ సరేనన్నారు. చార్లెస్టనుకి పోయి బ్యాంకు అప్పు కోసం ప్రయత్నించాలి. ఈ చారెడు చెక్కా నిలబెట్టుకోకబోతే బతుకు దెరువు లేదు. మరి తవరేం చేస్తారో నండయ్యా."

లైటు దొర ఇటూ అటూ పచార్లు చేస్తూ గిడి యన్ మాటలు కోపంగా, ఆశ్చర్యంగా, వింటు న్నాడు - "నా గోల నేను పడతాలే. నీ దార్ని నువ్వు పోరా" అనలేక పోయాడు. కాస్సేపు ఇటూ అటూ ఊగి, "నా దగ్గిర డబ్బు లేదు. ఇంట్లో ఉన్నదంతా నాలుగు డాలర్ల అరవై సెంట్లు. నేనేం పొలం కొంటాను?" అన్నాడు కోపంగా.

"డబ్బక్కరలేదు దొర గారూ! మా డబ్బే సరి పోవచ్చేమో. నేను చెప్పే ముక్కలు కాస్త చెవిని బెట్టండయ్యా. ఈ జమీలో మా నీగ్రోలం ఇర వయ్యేడు కుటుంబాల వాళ్ళం ఉన్నాం. మీ దొరలు ఏడు కుటుంబాలు. మనవంతా కలిసి ఒక్క మాట మీద ఉండి అడిగితే, బ్యాంకు అప్పు తేలిగ్గా దొరకొచ్చు. కొంత భూమి ఏలంలో పాడు కున్నామంటే ఈ నేల మీద నుంచి మనల్నెవరూ ఎల్లగొట్ట లేరు దొర గారూ! పిల్లా జెల్లా నిచ్చింతగా బతుకుతారు."

"ముందు డబ్బు కట్టకుండా పొలం మా కెందుకిస్తార్రా మీరు? ఏదో ఉంది నీ ఎత్తు. నిగ్గ రోడి ఎత్తుల్లో పడి పోయే పిచ్చి వాణ్ణనుకున్నావేం నన్ను?"

"అయ్యా! కాలం ఇంత మారిపోయింది. ఇంకా మా మీద కోపం పోలేదు మీకు. మీరూ మేమూ పేదోళ్ళమే. ఈ భూమి పోయిందంటే ఏ జాతోడైనా కుక్క బతుకు బతక వలసిందే. అందరం కలిశామంటే బ్యాంకు అప్పు తేలిగ్గా సంపాదించుకో వచ్చునని మిమ్మల్నడుగు తున్నాను."

"నేను కలిస్తే మాత్రం దొరలందరూ మీతో కలుస్తారా? ఛస్తే కలవరు."

"ఎందుకు కలవర్లెండి, మంచీ చెడ్డా తవరు బోధించాలి గానీ ..."

"నిగ్గర్ల దయా ధర్మం ఎవడిక్కావాలి? ఎవడు కలుస్తాడు మీతో?"

"దయా ధర్మం ఏముంది దొర గారూ ఇందులో? మీరు కూడా కలిస్తే బ్యాంకు అప్పు పుడద్ది, తర్వాత మీ వాటా అప్పు మీరే తీర్చు కుంటారు. మీకు నిగ్గర్లు చేసే ధర్మం ఏముం దయ్యా?"

ఆ మాటలు నచ్చాయి లైటు దొరకి. ఎవరి వాటా అప్పు వాళ్ళు తీర్చుకుంటారు. నిగ్గర్ల ధర్మం ఏముంది? - కాస్సేపు ఆలోచించాడు పచార్లు చేస్తూ.

"భూమి వేలం వేస్తారని నీ కెలా తెలిసింది?" అని అడిగాడు ఆగి.

"చార్లెస్టన్ నించి వచ్చేటప్పుడు భూముల వ్యవహారాలు చూసే ఆఫీసుకు పోయి అన్ని సంగ

తులూ కనుక్కున్నానయ్యా. అక్టోబరులో ఏలం పాటలు జరుగుతాయని చెప్పారు.”

“ పాటెవరు పాడతారు?”

“ మా వాళ్ళందరూ నా పేర్నే పాడమంటున్నారు! ఆ విషయం బాగా ఆలోచించుకోవచ్చులెండి.”

కొంత సేపు ‘అప్పు’ మాటలు జరిగాయి.

చివరికి గిడియన్ - “ దొర గారూ, మీ పేర్నే పాట పాడాలి” అన్నాడు.

“మీ రందరూ ఎలాగంటే అలాగే” అన్నాడు దొర.

గిడియన్‌కి చెప్పలేనంత ఆనందం కలిగింది. భూమి దక్కుతుందనే కాదు, తెల్ల కుటుంబాల వాళ్ళకి తమ మీద శతృత్వం తగ్గుతుందని కూడా. కాస్సేపు ఇద్దరూ మాటల్లేకుండా నించున్నారు.

“ దొర గారూ! ఈ ఒప్పందం కుదిరినందుకు సంతోషంగా కరచాలనం చేద్దాం” అన్నాడు గిడియన్ చొరవగా.

లైటు దొర ఇబ్బంది గానే గిడియన్‌తో కరచాలనం చేశాడు. దొర తన జీవితంలో మొట్ట మొదటి సారి నీగ్రోతో కరచాలనం చేశాడు.

తెల్ల దొరతో ఒప్పందం మాట విని నీగ్రోలలో కొందరు గిడియన్ మీద మండిపడ్డారు - “ భూమిలో ఆళ్ళకి వాటా లేదు. ఇవ్వటానికి వీల్లేదు” అన్నారు.

“ తెల్ల దొరలు మనతో కలవకపోతే బ్యాంకు అప్పు పుట్టే ఆశే లేదు. అప్పు రాకపోతే భూమే లేదు. పేద తెల్ల వాళ్ళు మనకు మిత్రులే గాని శత్రువులు కారు” అని వాదించి గిడియన్ అందరికీ నచ్చ చెప్పగలిగాడు.

లైటు దొర కూడా మిగతా తెల్ల వాళ్ళందర్నీ కలిసి భూమి సంగతి మాట్లాడాడు. ఒక కుటుంబం వాళ్ళు మాత్రం నిగ్గర్లతో కలిసి వ్యవహారం నడపడానికి వీల్లేదన్నారు. “ భూమి వుంటే వుంటుంది, పోతే పోతుంది గానీ నిగ్గర్ వెధవలతో పొత్తు అక్కరలే”దన్నారు. మిగతా కుటుంబాల వాళ్ళు మొదట తలలు ఝాడించినా భూమి దక్కించుకోడానికి ఇంకో మార్గం లేదని లైటు దొర నచ్చచెప్పింతర్వాత, “ నీ కిష్టమైనట్టే చెయ్యమ”ని ఒప్పుకున్నారు. లైటు దొర అందరి దగ్గిరా డబ్బులు పోగు చేసి అరవై డాలర్లు గిడియన్ చేతిలో పెట్టాడు.

నాలుగు రోజుల తర్వాత లైటు దొర తన కొడుకు లిద్దర్నీ వెంట బెట్టుకుని నిగ్గర్ల గూడేనికి వచ్చాడు - “ మీ పిల్లలకు పంతుల్ని పెట్టి చదివిస్తున్నారటగా? మా పిల్లలు కూడా మీ బళ్ళో చదువుకుంటార్లే. వాళ్ళమ్మ కూడా ఒప్పుకుంది. వీళ్ళిద్దర్నీ మీ బళ్ళో కూర్చో బెట్టుకోండి” అని పిల్లల్ని గిడియన్‌కి అప్పగించాడు.

లైటు దొర మొహంలో ఏదో ‘కాని పని’ చేస్తున్నాననే బాధ కొంచెం వున్నట్టు పసిగట్టాడు గిడియన్. “ అయ్యా! మీకు చాలా కృతజ్ఞులం దొర గారూ! నల్ల పిల్లల్తో కలిసి మీ పిల్లల్ని చదివించడానికి మొట్ట మొదట మీరు ముందుకొచ్చారు. రేపట్నించీ మిగిలిన తెల్ల దొరలు కూడా తమ పిల్లల్ని పంపించవచ్చు. మీ చలవ వల్ల పిల్లలందరూ జాతి భేదం లేకుండా మెలుగుతారు” అని లైటు దొరని కీర్తించాడు.

తను చేసిన పని ‘అంత ఉత్తమమైనది’ అనుకుంటే, లైటు దొరకి మనస్ఫూర్తిగా సంతోషం కలిగింది.

పిల్లలిద్దర్నీ బడి పాక లోకి తీసుకు పోయి కూర్చోబెట్టబోతే వాళ్ళు, “ నల్ల పిల్లల దగ్గిర కూర్చోం” అని మొరాయించి తండ్రి వెంట పడ్డారు.

“ బడి వదలక ముందు లేచి వచ్చారంటే ఒళ్ళు హూనం చేసేస్తాను. ఇంటికి వచ్చారంటే మీ అమ్మ చితక బాదేస్తుంది. తెలిసిందా? లోపల కూర్చుని సుబ్బరంగా చదువుకోండి” అంటూ లైటు దొర పిల్లల్ని లోపలికి లాక్కుపోయి కూర్చోబెట్టి మరీ వెళ్ళాడు.

★ ★ ★

కొలంబియాలో గిడియన్ కలిసిన బ్యాంకరు, “లాభం లేదు, ఇవ్వలేను” అన్నాడు నిక్కచ్చిగా. “తాడూ బొంగరం లేని నిగ్గర్‌లూ, పనికి మాలిన తెల్ల వాళ్ళూ కలిసి భూమి కొంటారా? బోడి వెయ్య

డాలర్లు తీసుకొచ్చావు. నీకు వేల కొద్దీ డాలర్లకు డ్రాఫ్టు ఇవ్వాలా? ఏం చూసీ? ఆస్తీ పాస్తీ లేని దరిద్రగొట్టు వెధవలకి బ్యాంకులు అప్పులివ్వవు. లాభం లేదు. ఇక నువ్వు వెళ్ళొచ్చు" అని తిట్టి పొమ్మన్నాడు బ్యాంకరు.

గిడియన్ కదలకుండా నించున్నాడు. "ఊరికే అప్పు ఇవ్వమనడం లేదండయ్యా! మా భూమి అంతా తనఖా పెట్టుకుని అప్పు ఇప్పించండి" అని అంతకు ముందు చెప్పిందే మళ్ళీ చెప్పాడు.

బ్యాంకు అధికారికి చాలా కోపం వచ్చింది - "స్వంత ఆస్తుల మీద అప్పులివ్వడానికే శత విధాలా ఆలోచిస్తున్నాం. మీ స్వాధీన హక్కు భుక్తాల్లో లేని భూమి మీద అప్పు ఇమ్మంటావా? మతి చెడి మాట్లాడుతున్నావా? దేశ దిమ్మరి తిరు గుళ్ళు తిరిగే నిగ్గర్ గాళ్ళకి కూడా అప్పులు పెడితే ఇక బ్యాంకులు వ్యాపారాలు చేసినట్టే."

"అయ్యా! తమరు మన్నించాలి. మేము దేశ దిమ్మర్లం కామండయ్యా! మేమందరం కార్వెల్ జమీలో పుట్టి ఆ భూమిని నమ్ముకుని బతుకు తున్న వాళ్ళమేనండి! చిన్నతనం నించీ కష్టపడి చాకిరీ చెయ్యడానికి అలవాటు పడ్డాం. మా కంద రికీ వ్యవసాయం పనులు కొట్టిన పిండేనయ్యా. ఏడాదికి మూడేసి పంటలు పండించిన సంవత్స రాలు కూడా వున్నాయి. కార్వెల్లు దొర గారు వున్న కాలంలో కూడా పంటలు పండించింది మేమే కదండయ్యా? తమరు ఒక్క పర్యాయం మా జమీకి వచ్చి నల్దిక్కులూ పారజూస్తే మా మంచి చెడ్డలు తమరికే తెలుస్తాయండి. ఆ భూమి మా సొంతమయ్యిందంటే మీ అప్పుకేమీ ఢోకా లేకుండా పువ్వుల్లో పెట్టి మీ కప్ప చెపుతా మండయ్యా!"

"నిగ్గర్ గాళ్ళకి సొంత భూములూ, సొంత సాగులూ! బాగుంది వరస. అంత బాధ్యతగా కష్టపడి బతికే వాళ్ళైతే భూమి లేకపోయినా మీ పొట్టలు గడిచి పోతాయి. ఆ భూమిని ఎవరు కొను క్కుంటారో వాళ్ళ దగ్గిర పని చేసుకు బతకండి. అంతకన్నా ఏం గావాలి? సొంత భూములూ, బ్యాంకు అప్పులూ, ఈ బాదర బందీ అంతా ఎందుకు? నిగ్గర్ గాడికి సొంత భూమి వుంటే వాడిం కెందుకైనా పని కొస్తాడా? అలాంటి పిచ్చి పిచ్చి వేషాలు నే నొప్పుకోను. ఇక నువ్వు వెళ్ళొచ్చు" అని తేల్చి చెప్పేశాడు బ్యాంకర్.

అలాగే జరగ వొచ్చునని గిడియన్ మొదటే అనుకున్నప్పటికీ, నిజంగా అలా జరిగినప్పుడు అతనికి చాలా విచారం కలిగింది. కొలంబియా నించి తిరిగి వస్తూ గిడియన్, "ఇంగ్లీషు చట్టము లపై వ్యాఖ్యలు" అనే పుస్తకం కొనుక్కు వచ్చాడు. కొలంబియా ప్రయాణంలో అదొక మంచి పని జరిగింది. ఆ పుస్తకం గిడియన్‌కి చాలా విష యాలు తెలియడానికి ఉపకరించింది.

తర్వాత గిడియన్ చార్లెస్టన్‌కి పోయి కార్డొజోని కలిశాడు. అప్పు విషయమై కొలంబియాలో జరి గిన సంగతి చెప్పాడు. కార్డొజో అంతా విని, "బహుశా ఇక్కడ కూడా అంతే జరగవచ్చు" అన్నాడు. "అసలు మనం ఈ భూమి సమస్య మీద శాసన సభలో తీవ్రంగా పట్టు పట్టవలసింది గిడియన్! చాలా పొరపాటు చేశాం. దక్షిణ రాష్ట్రా లలో వుండే ప్రధాన సమస్య ఈ భూమి సమస్యే. దీన్ని పరిష్కరించుకోవడం మీదే నీగ్రోల భవిష్య త్తంతా ఆధారపడి వుంది. ఒక సంవత్సరం కిందట కేంద్రంలో, స్టీవెన్సను అనే ఆయన భూమి సమస్య మీద ఒక బిల్లు ప్రవేశ పెట్టాడు. ఆయనే మంటాడో తెలుసా? అంతర్యుద్ధంలో కేంద్రానికి ఎదురు తిరి గిన జమీందార్ల భూముల్నీ, భూస్వాముల భూముల్నీ, నష్టపరిహారం ఇవ్వకుండా ప్రభుత్వం వశపర్చుకుని, దాన్నంతా భూమి లేని నీగ్రోలకీ, తెల్ల వాళ్ళకీ, ఉచితంగా ఇవ్వాలంటాడు. ఒక్క క్షణం వుండు! ఆయన బిల్లులో ఒక పేరా చదివి వినిపిస్తాను. ఆఁ, తన బిల్లు గురించి ఆయనే మంటాడో చూడు" అంటూ కార్డొజో ఒక పుస్తకం తెరిచి చదవడం మొదలు పెట్టాడు.

"ఈ బిల్లు, దక్షిణాదిన, సమగ్రమైన మార్పు లతో కూడిన పునర్నిర్మాణం కావిస్తుంది. దక్షిణాది దేశస్తుల భావాల్లోనూ, విశ్వాసాల్లోనూ, విప్లవకర మైన పరివర్తన కలిగించడమే ఈ బిల్లు యొక్క వుద్దేశ్యం. పేద గుండె వాళ్ళకూ, నరాల బలహీనత

గల వాళ్ళకూ, ఈ బిల్లుని జూచి గుండె లవియ వచ్చును. రాజకీయ నైతిక ప్రపంచంలో కలిగే అన్ని అభివృద్ధి కరములయిన మార్పులూ ఈ విధం గానే కొద్ది మంది భయస్తులకు సంక్షోభకరంగా కన్పిస్తాయి. దక్షిణ రాష్ట్రాలలో నిరంకుశ ప్రభు త్వాలే కాని, ప్రజా ప్రభుత్వాలు ఇంత వరకూ నెల కొని యుండలేదు. కొద్ది మంది చేతుల్లోనే భూ సంపద అంతా చిక్కుకొని వున్నప్పుడు, సర్వులకూ సమాన హక్కులు అనేవి 'ఆచరణ' సాధ్యం కాదు. ఒక వైపు - ఇరవయ్యేసి వేల ఎకరాల స్వంత భూములతో, ఆకసమునంటు భవంతులతో, సిరి సంపదలతో తుల తూగుతూ జమీందారులూ, మరి యొక వైపు - చారెడు నేల లేక కూలి పనితో పొట్ట పోసుకుని పూరి గుడిసెలలో జీవించు నిర్భాగ్యులూ - వున్న సమాజంలో, నిర్బంధ ఉచిత విద్యా శిక్షణలూ, సాంఘిక స్వేచ్ఛా సహోదర త్వాలూ ఏ విధంగా ఆచరణలో నెలకొని యుండ గలవు?"

కార్డొజో చదవడం ఆపి తలెత్తాడు -

"విన్నావా గిడియన్? అసలు విషయం అదీ! భూమి సమస్యని విడిచిపెట్టి పైపై విషయాల మీద శాసనాలు చేస్తే, అవి ఎలా అమల్లోకి వస్తాయి అని స్టీవెన్సను తన బిల్లులో నిర్మొహ మాటంగా అనేక సార్లు అడిగాడు. ఆయన, ఏ తప్పు చెయ్యకూడదన్నాడో ఆ తప్పే చేశాం మనం. 'సమానత్వం' కోసం చాలా శాసనాలు చేశాం. ఏం లాభం? సమానత్వానికి అవసరమైన పునాది విషయం మీద ధైర్యంగా పోరాడ లేకపోయాం. భూమి సమస్యే పరిష్కారం కానప్పుడు, అందరికీ విద్య నేర్పాలనడం, జాతి వివక్ష సమసి పోవా లనడం - ఇలాంటివన్నీ వట్టి బూటకమై పోతాయి. దున్నే రైతే భూమికి స్వంతదారై వుండాలి. అలాంటి పునాదిని మనం మొదట ఏర్పర్చ గలిగినప్పుడే, ఆ స్వతంత్ర ప్రాతిపదిక పైనే, మనం సమానత్వం కోసం చేసిన శాసనాలు పని చేస్తాయి గానీ, స్వంత భూముల్లేని వ్యవసాయ బానిసలతో నౌకర్లతో కూడిన పునాది మీద సమానత్వ శాసనాలెలా నిలబడ గలుగుతాయి? ఎలా ఆచరణ లోకి వస్తాయి? ఇది మనం చాలా గట్టిగా ఆలోచించ వలసిన విషయం కాదూ?"

కార్డొజో మాటలు విన్నంతనే గిడియన్‌కి ఎన్నడూ కలగనంత ఆనందం కలిగింది. అటు వంటి పునాదిని ఏర్పర్చే అవకాశం వుందా అనే విషయం మీద ఇద్దరూ చాలాసేపు చర్చించు కున్నారు.

"స్టీవెన్సను బిల్లును గురించి మనం బాగా ప్రచారం చెయ్యాలి. ఈ బిల్లుని నెగ్గించే దృక్పథం గల వాళ్ళనే మనం వచ్చే ఎన్నికల్లో కేంద్రానికి ఎన్నుకోవాలి. రాష్ట్ర శాసన సభలో కూడా ఈ భూమి పంపకం మీద శాసనం చెయ్యడానికి ప్రయత్నిం చాలి. గిడియన్! ఈ సారి నువ్వు కేంద్రం ఎన్నికల్లో నిలబడాలి" అన్నాడు కార్డొజో ఉత్సాహంగా.

"సరే, ఆ విషయం తర్వాత ఆలోచించుకో వచ్చు. ప్రస్తుతానికి ఈ సమస్య గురించి ఏం చెయ్యగలం?" అన్నాడు గిడియన్.

"పరిస్థితిని బట్టి ఏదో చేస్తాం. బాధా నివారణ ప్రయత్నాలు చెయ్యకమానం. కానీ, మొత్తం మీద చూస్తే ఫలితం అట్టే వుండదు."

తర్వాత బ్యాంకు అప్పు సంగతి ముందు కొచ్చింది.

కార్డొజో సలహా ప్రకారం గిడియన్ చార్లెస్టన్ లోనే ఇంకో ఇద్దరు బ్యాంకర్లను కలుసుకున్నాడు. పని జరగ లేదు.

"బోస్టన్‌లో నాకు తెలిసిన బ్యాంకరు ఒకా యన ఉన్నాడు. ఆయనకు ఉత్తరం రాసి ఇస్తాను. ఆయన దగ్గిర పని జరుగుతుందని నాకు బాగా నమ్మకం ఉంది. అక్కడా జరక్కపోతే ఇంకో ఆయన్ని కూడా కలుసుకుందువు గాని. మన ప్రయత్నాలు మనం చేద్దాం" అని కార్డొజో ఒక ఉత్తరం రాసి ఇచ్చాడు.

గిడియన్ బోస్టన్ పట్టణానికి బయల్దేరాడు రైలులో. దారిలో వాషింగ్టన్, జెర్సీ, న్యూయార్క్ పట్టణాలు చూశాడు. ఉత్తర దేశంలో తెల్ల వాళ్ళూ, నల్ల వాళ్ళూ ఒకరి పక్కన ఒకరు కూర్చుని బస్సు ల్లోనూ, రైళ్ళ లోనూ ప్రయాణాలు చెయ్యడం, అందరూ వార్తా పత్రికలు చదువుకుంటూ చర్చలు

చేసుకోవడం, చాలా ఎక్కువగా చూసి ఆశ్చర్య పడ్డాడు. అంతర్యుద్ధ కాలంలో ఈ ఉత్తరాది తెల్ల వారే, ఇక్కడి కార్మికులే, తమ పనులు మానుకుని, తుపాకీ పట్టడం చాతకాక పోయినా దక్షిణాదికి గుంపులు గుంపులుగా వచ్చి నీగ్రో రక్షణ కోసం యుద్ధం చేసి ప్రాణాలర్పించారు. "అంతటి త్యాగ ధనుల భూమి ఇది" అని గిడియన్ ఉత్తరాది ప్రజ లను చూసి మనసులో కృతజ్ఞత లర్పించాడు.

బోస్టన్‌లో కార్డొజో ఇచ్చిన అడ్రసు ప్రకారం తనకు కావలసిన వ్యక్తి ఇల్లు తేలిగ్గానే కనుక్కో గలిగాడు. గేటు తీసుకుని లోపలికి పోగానే ఒక పని మనిషి వచ్చి ఎవరు కావాలని అడిగి, వరండా లోకి తీసుకు వెళ్ళి కూర్చోమని చెప్పి లోపలికి వెళ్ళింది.

గిడియన్ వరండా అంతా కలియ జూచి కుర్చీ లన్నీ వొదిలి పెట్టి దూరంగా ఒక బల్ల మీద కూర్చున్నాడు. గోడల మీద ఉన్న ఫొటోలూ, అలం కారాలూ పరికిస్తూ, తను కలుసుకోబోయే ఇసాన్ వెంటు దొర గారితో మాట్లాడ వలసిన మాటలు మననం చేసుకుంటూ కూర్చున్నాడు. పని మనిషి చేసిన మర్యాద అతనికి చాలా ధైర్యాన్నిచ్చింది.

ఇసాన్‌వెంట్ దొర బయటికి వచ్చాడు. మనిషి బాగా పొట్టి, చాలా వృద్ధుడు. చిరునవ్వు నవ్వుతూ వచ్చాడు.

దొరని చూడగానే గిడియన్ లేచి నిలబడ్డాడు.

"మీ పేరేమిటి?" అని దొర గిడియన్‌ని మర్యాదగా పలకరించాడు.

"గిడియన్ అయ్యా! కార్డొజో గారు తమరి కిమ్మని ఒక ఉత్తరం ఇచ్చారయ్యా!" అని జేబులో నించి ఒక కవరు తీసి దొర చేతి కందించాడు గిడియన్ వినయంగా.

"కార్డొజో రాశాడా? అయితే మీరు దక్షిణాది నుండి వచ్చారా? కార్డొజో కులాసాగా ఉన్నాడా? కూర్చోండి. నిలబడి ఉన్నారేం?" అంటూ వెంటు దొర ఉత్తరం తీసి చదువుకున్నాడు. ఉత్తరం మడుస్తూ చిరు నవ్వుతో, "కార్డొజోకి మీ మీద చాలా మంచి అభిప్రాయం ఉంది. ... సరే, తాగ డానికేం పుచ్చుకుంటారో చెప్పండి. షెర్రీ ఇష్ట మేనా? నేను విస్కీ బాగా తాగే వాణ్ణి గానీ ఈ మధ్య మానుకున్నాను. షెర్రీ పుచ్చుకుంటారా?" అని మళ్ళీ మళ్ళీ అడిగాడు.

గిడియన్ తాగనన్నాడు.

"చుట్ట కాలుస్తారా?" అని దొర మళ్ళీ అడి గాడు.

గిడియన్ కాల్చనన్నాడు.

"సరే! నేను కాలిస్తే మీకేం అభ్యంతరం లేదుగా?" అంటూ దొర, బారెడు పొడుగు చుట్ట అంటించి గుప్పు గుప్పున పొగ బండి లాగ పొగ విడుస్తూ కూర్చున్నాడు.

"శాసన సభలో పాల్గొన్నారటగా? ఆ సంగ తులు చెప్పండి, వింటాను. మీ భూమి సంగతి కూడా చెప్పండి. సరే, భూమి సంగతి ఇప్పుడు వద్దు. భోజనాలు అయిన తర్వాత విశ్రాంతిగా మాట్లాడుకుందాం. డాక్టర్ ఎమెరీ గారు కూడా ఈ పూట వస్తారు. ఆయన కూడా వింటారులెండి. అందాకా శాసన సభ సంగతులు చెప్పండి."

వెంటు దొరగారి ధోరణి చూస్తోంటే గిడియన్‌కి చాలా ధైర్యం కలిగింది. ఉత్సాహంగా శాసన సభ సంగతులు చెప్పడం ప్రారంభించాడు. వెంటు దొర శ్రద్ధగా వింటూ మధ్య మధ్య ప్రశ్నలు వేస్తూ, వ్యాఖ్యానాలు చేస్తూ, కొన్నిటితో అంగీకరించి కొన్నిటితో విభేదిస్తూ - సమాన స్థాయి గల మనిషితో ప్రవర్తించే విధంగా ప్రవర్తించాడు గిడి యన్‌తో.

గిడియన్ - తను ఒక దొరతో మాట్లాడుతున్నా ననే సంగతి మరిచి పోయాడు అంత సేపూ.

శాసన సభలో భూమి సమస్య గురించి ఏమీ పరిష్కారం చెయ్యనందుకు వెంటు దొర చాలా విసుక్కున్నాడు - "శుద్ధ బుద్ధిహీనుల్లా ఉన్నారు మీరంతా. స్టీవెన్సను అప్పటికే కేంద్రంలో భూమి బిల్లు తయారు చేశాడే! ఆయన్ని సంప్రదించ లేదెందుకు మీరు? మీరే సర్వ స్వతంత్రతతో నిర్ణయాలు చెయ్యాలనుకున్నారేమో! చాలా బుద్ధి తక్కువ అది! గొప్ప చారిత్రాత్మకమైన అవకాశాన్ని పాడు చేశారు. ఆ జమీందార్ల జమీలన్నిటినీ కూల దొయ్యవలసిన పని కాదూ? వాటి మీద శాసనం

చెయ్యకుండా ఇంకా ఏమిటయ్యా మీరందరూ కలిసి చేసిందీ? ఆ మాత్రం ధైర్యం లేదూ మీకు? ఎబ్బెబ్బే! ఏమీ బాగుండ లేదు ఇది. గోళ్ళు గిల్లుకుంటూ కూర్చున్నారా మూడు నెల్ల పాటు సభలో?" అంటూ వెంటు దొర పెద్ద పెద్ద కేక లేశాడు. తర్వాత కొంచెం శాంతించి - "నేను బాని సత్వ నిర్మూలన పక్షం వాణ్ణి గిడియన్ గారూ! యుద్ధంలో జేరి వీరోచితంగా పోరాడ లేదు గానీ, యుద్ధానికి నేను చెయ్యగలిగిన సహాయమంతా చేశాను. సైనికుల ఖర్చులకీ, ఆయుధాల ఖర్చుకీ కొంత డబ్బు పోగుచేసి పంపించాను. బానిస వ్యాపారాన్ని దావానలం లాగ దగ్ధం చేసిన ఆ యుద్ధపు దినాలన్నీ గడిచి అప్పుడే యుగాలై పోయి నట్టుంది" - వెంటు దొర పాత జ్ఞాపకాలతో ఉత్తే జితుడౌతూ మాట్లాడాడు.

"ఈ రెండు మూడు సంవత్సరాల కాలం లోనే మాకు చాలా జ్ఞానం కలిగిందయ్యా గారూ! అంతకు మునుపు మే మెలా ఉండే వాళ్ళమో ఆలోచిస్తే మతి పోతుందండీ" అన్నాడు గిడియన్.

కొంతసేపు మాటలైన తర్వాత గిడియన్‌ని, "ఎక్కడ బస చేశార"ని అడిగాడు దొర.

"ఇంకా ఎక్కడాలే"దన్నాడు గిడియన్.

"అయితే ఇక్కడే ఉండవచ్చున"న్నాడు దొర -"కొంచెం విశ్రాంతి తీసుకోండి. భోజనాల దగ్గిర కలుద్దాం" అని చెప్పి దొర లోపలికి వెళ్ళి పోయాడు.

పని మనిషి వచ్చి గిడియన్‌ని అతిథుల గది లోకి తీసుకు వెళ్ళి కూర్చో బెట్టింది.

భోజనాల సమయం వరకూ గిడియన్ అక్కడ కూర్చుని పుస్తకాలు చూశాడు.

భోజనాల దగ్గిర, గిడియన్, డాక్టర్ ఎమెరీని కూడా కలిశాడు.

"మీ ప్రభుత్వం ఎక్కువ కాలం ఉంటుందనే అనుకుంటున్నారా గిడియన్ గారూ? అధికారం నిలబెట్టుకోడానికి మీ కున్న బలం ఏమిటి?" అని అడిగాడు డాక్టర్ ఎమెరీ గిడియన్‌ని.

తమ ప్రభుత్వం శాశ్వతంగా ఎల్లకాలమూ నిలబడుతుందని గిడియన్ ఉత్సాహంతో చెప్పాడు -" మూడు విషయాలలో బలం ఉందండీ డాక్టరు దొర గారూ మాకు. మొదటిది - ఓట్ల బలం. ఎన్ని కల్లో మేమే గెలుస్తూ ఉంటాం గానీ పాత యజ మానుల పక్షం వారెన్నటికీ గెలవ లేరు. ఎందు కంటే ఓటర్లలో ఎక్కువ భాగం నల్ల వాళ్ళూ, పేద తెల్ల వాళ్ళూనే. వాళ్ళు, పాత ప్రభుత్వాన్ని తిరిగి రానివ్వరు. రెండో దేమిటంటే - మేము అందర్నీ విద్యావంతుల్ని చేస్తాం. ఒక్క పదేళ్ళు ప్రభుత్వం మా చేతుల్లో ఉంటే చాలండి. అందరూ చదువు కున్న వాళ్ళే అవుతారు. విద్య అనే ఆయుధం మా చేతుల్లో ఉందంటే మా అధికారాన్ని ఎన్నటికీ పోగొట్టుకోము. ఇక మూడో దంటారా? - భూమి. దాన్ని మే మెలాగైనా సంపాదిస్తాం. మేము కూడా భూమికి స్వంతదారులమైతే మా అధికారా న్నెవరు తీసెయ్య గలుగుతారు డాక్టరు దొర గారూ?"

గిడియన్ ధైర్యానికి శ్రోత లిద్దరూ మెచ్చు కున్నట్టు కనపడ్డారు.

భోజనాలైన తర్వాత అసలు సంగతి కదిలింది. గిడియన్ గుండెలు దడ దడ కొట్టుకున్నాయి - బ్యాంకు అప్పు సంగతి ఏమౌతుందోనని.

వెంటు దొర హాస్య ధోరణి విడిచి పెట్టి నిర్మొహ మాటంగా మాట్లాడే ధోరణితో ప్రారంభిం చాడు - "గిడియన్ గారూ! మీ పథకం అంతా న్యాయ దృష్టితో చూస్తే సమంజసమే. కానీ బ్యాంకులు న్యాయం చూస్తాయా, వ్యాపారం చూస్తాయా? మీరు నా దగ్గిరికి ఏ విరాళం కోసమో, చందా కోసమో వచ్చారనుకోండీ. దాని సంగతి వేరు. ఎంత తోస్తే అంత సహాయం చేస్తాను. కానీ ఈ అప్పు విషయంలో దయా దాక్షిణ్యాలు చూపిస్తే లాభం లేదు. నేను జాలి గుండె కల వాడిని కాను సుమండీ! ఒక్క వెయ్యి డాలర్లు సంపాయించి, దానితో బుర్ర తిరిగి పోయే ఎస్టేట్‌ని కొనాలని పథకం వేశారు. మీ పథకం నెరవేరాలంటే మీ దగ్గిర ఉన్న సొమ్ము కన్నా కనీసం పదిహేను రెట్లు ఎక్కువ సొమ్ము వుండాలి. అంత సొమ్ముకి ఏ హామీ చూసుకుని అప్పు ఇవ్వమంటారు? అబ్బే! ఇదేం

బాగుండ లేదు గిడియన్ గారూ!" అని వెంటు బారెడు చుట్ట వెలిగించాడు.

వెంటు మాటలకి ఎమెరీ నవ్వుకున్నాడు. వెంటు స్వభావం ఎమెరీకి తెలుసు. అవసర మను కుంటే వెంటు దేనికైనా సాహసించ గలడు. గిడియన్ని బెదర గొట్టడానికే వెంటు ఆ మాట లంటున్నాడని ఎమెరీ చిరునవ్వు నవ్వాడు.

గిడియన్ కళ్ళు చీకట్లు కమ్ము కొచ్చాయి. వెంటు దొర ఎంత మంచి వాడైనా అప్పు పుట్టనివ్వడనే సందేహం పొడసూపింది. దారి ఖర్చులకు ఎంతో డబ్బు ఖర్చు చేసి ఇంత దూరం వస్తే అంతా వృధా అయిపోయినట్టే తోచింది. నీగ్రో ప్రజల అభివృద్ధికి ఈ దొర లెవ్వరూ ఉత్త మాటలే గానీ నిజమైన సహాయం చెయ్యరనుకుంటే గిడియన్‌కి ఒక పక్క విచారం, ఒక పక్క ఆగ్రహం ముంచు కొచ్చాయి. - "అయ్యా! ఈ వ్యాపార రహస్యాలు మాకు తెలవ్వు. నిగ్గర్లు ఇన్ని లావాదేవీ లెరగరు. ఒట్టి మోటు వాళ్ళం. చిన్న తనం నించి వరి పొలాల్లో, జొన్న పొలాల్లో, పత్తి పొలాల్లో, గొడ్ల లాగ చాకిరీ చెయ్యడం తప్పితే ఇంకేమీ తెలవదు మాకు. పిడికెడు ధాన్యమో, చారెడు పత్తో చూపించండి నాకు. అది ఏ రకందో, ఎక్కడ పండిందో, ఎంత నాణ్యమైందో, ఒక్క చూపుతో చెప్పేస్తాను. ఈ నాలుగేళ్ళ నించీ యజమానులు పారిపోయి ఎక్కడి కక్కడ భూములన్నీ బీళ్ళు పడి ఉన్నాయి. ఆ భూములు మా చేతుల్లోకి వస్తే బంగారం పండించి రాసులు పోస్తాము. భూమి అంతా, పండాలనే దాహంతో కుత కుత ఉడుకుతోంది. మా నీగ్రోలకు భూములిచ్చి చూడండి. ఒక్క ఏడాదిలో కరోలినా రాష్ట్రాన్నంతా ధాన్యంతో, పత్తితో, జొన్నలతో, ముంచెత్తుతాము. భూములు పండించేది మేము కాదా? యజమానులు పండించారా ఎన్నడైనా? అయ్యా! తమరు సంకోచించకుండా మమ్మల్ని నమ్మండి. మా చేతుల్లోకి చారెడు భూమి రావడానికి సహాయం చెయ్యండి. ఒక్క ఐదేళ్ళలో సెంటైనా మిగలకుండా మీ అప్పు చెల్లిస్తాము. స్వేచ్ఛ పొందిన నీగ్రో ఎంత కృషి చేస్తాడో మీ రెన్నడైనా చూశారా? అయ్యా! దయా ధర్మాల కోసం యాచిస్తున్నా ననుకోకండి. మా మీద నమ్మకం ఉంచమని అడుగుతున్నాను. మేము తప్పకుండా మా మాట నిలబెట్టుకుంటాము" - అంత వరకూ ఉద్రేకంగా మాట్లాడి, మాటలు ఆపిన తర్వాత ఆలోచిస్తే, మితిమీరి మాట్లాడానేమో ననిపించింది గిడియన్‌కి.

వెంటు దొర అంతా శ్రద్ధగా విన్నాడు. ఏమీ కోపం తెచ్చుకున్నట్టు కనబడలేదు.

"కార్వెల్లు జమీ ఎంత ఉంటుంది?"

"ఇరవై రెండు వేల యకరాలంటారయ్యా!"

"భూమి మంచిదేనా?"

"సగం భూమైనా చాలా మంచిదండీ. మిగతాది కొంత అడవీ, తుమ్మల బీడూ, ఊబి నేలా గట్రా ఉన్నాయండి."

"అక్కడ ఎకరానికి ఎంత ఖరీదు కడతారో మీకు తెలుసునా?"

"వేలంలో ఎకరానికి ఐదు డాలర్లు ఉండొచ్చంటున్నారండి. నేల చెక్కని బట్టి కొద్దిగా ఎక్కువ తక్కువ లుండొచ్చండి."

"ఒక్కొక్క కుటుంబానికి ఎంత భూమి కావాలనుకుంటున్నారు?"

"భూమి అంతా వ్యవసాయానికి లాయకీగా లేదండయ్యా! పశువుల మేతకి కొంత బీడు వొదులుకోవాలండి. మా తిండికి కాసిన్ని జొన్నలూ, కూరగాయలూ పండించుకొని, పదిహేను ఇరవై ఎకరాల్లో వ్యాపారప్పంట లేస్తేనే గానీ గిట్టుబాటు కాదండయ్యా."

"పత్తి వేస్తే ఎలా అమ్ముతారు మీరు?"

"మా ఊళ్ళ మీద నించి రైలు రోడ్డు వచ్చిందయ్యా! పది మైళ్ళ దూరంలో స్టేషన్ పెడతారండి."

"గుర్రాలున్నాయా మీకు?"

"ఇప్పుడు తక్కువేనండి. అప్పో సొప్పో చేసి కొనుక్కుంటామండి."

కాస్సేపటికి వెంటు దొర ఎమెరీ వేపు చూసి, "ఏమంటావ్ డాక్టర్?" అన్నాడు.

"మీరు ఇంత కన్నా ఎక్కువ మొత్తాలే పెట్టుబడులు పెట్టి నష్టపోవడం చూశాను నేను. వాటితో పోలిస్తే ఇదొక లెక్కా?" అన్నాడు డాక్టర్ నిర్లక్ష్యంగా.

" మూడో వంతు నువ్వు భరిస్తావా చెప్పు?" అన్నాడు వెంటు దొర.

" నేను షావుకార్ని గానయ్యా!" - డాక్టరు నవ్వాడు.

" నీకు నేను హామీ ఉంటాలే" - వెంటు దొర.

" హామీ ఉండే వాడివి నువ్వే అయితే, నేను పెట్టుబడి పెట్టడం ఎందుకు? బ్యాంకులే పెడ తాయి."

వెంటు ఒక నవ్వు నవ్వి మళ్ళీ పొగ బండి లాగ కాస్సేపు పొగలు గక్కి ఒక నిర్ధారణకి వచ్చినట్టు తన అభిప్రాయం ప్రకటించాడు - " గిడియన్ గారూ! నేను చాలా సాహసమైన అడుగు వేస్తు న్నాను. మీ చేతికి పదిహేను వేల డాలర్లకు చెక్కు ఇస్తాను. సరే, ఇక ఈ వ్యవహారం ముగిసి పోయింది. మీ స్వంత విషయాలు మాట్లాడండి. మీ కెందరు పిల్లలు? ఏమైనా చదువుతున్నారా? ఆ సంగతులు చెప్పండి" అని మళ్ళీ చుట్ట నోట్లో పెట్టాడు.

కొంత సేపు సంభాషణ గిడియన్ కుటుంబ విషయాల మీద సాగింది. గిడియన్ పెద్ద కొడుకు జెఫ్ వార్సెస్టన్ పట్టణంలో చదువుతున్నాడని విని వెంటు దొర సంతోషించాడు. ఆయన తన చిన్న నాటి సంగతులు చెపుతూ, తను పాతికేళ్ళ వయ సులో పాత ఇంగ్లండు నుంచి కొత్త ఇంగ్లండుకి (అమెరికా) రావడం, అప్పటి తన స్నేహితులం దరూ ఒక్కొక్కరే చచ్చిపోతూ ఉండడం, ఆ కాలపు స్నేహితుడు డాక్టర్ ఎమెరీ ఒక్కడే తనకు దగ్గరగా మిగలడం - ఆ సంగతులన్నీ చెపుతూ, పొడుగు చుట్టలు కాలుస్తూ, బ్రాందీ తాగుతూ కూర్చు న్నాడు.

" ఎందుకంత ఎక్కువగా తాగుతావు? అబ్బ! నీకు చెప్పడానికి కూడా చిరాకు పుడుతోంది" అని డాక్టర్ ఎమెరీ, వెంటుని విసుక్కున్నాడు.

వెంటు జవాబు చెప్పకుండా తప్పు చేసిన దొంగ లాగ ఒక వెర్రి నవ్వు నవ్వి ఊరుకున్నాడు.

" చాలా పొద్దు పోయింది వెళ్తాను, ఇక కట్టి పెట్టు" అని మళ్ళీ ఒక సారి కోప్పడి వెళ్ళిపోయాడు ఎమెరీ.

వెంటు కూడా లేస్తూ గిడియన్‌తో, " పద, నీ పక్క మేడ మీద గదిలో వేశారు. నిన్ను అక్కడ దిగ విడుస్తాను" అని గిడియన్‌ని పైకి తీసుకు వెళ్ళాడు.

" గిడియన్! ఈ గది నా కొడుకుది. నేనీ గది లోకి ఎప్పుడో గాని రాను. యుద్ధం ప్రారంభమైన రెండో నాడే మా వాడు యుద్ధానికి ప్రాణాలిచ్చాడు. వాడి గురించి తర్వాత కెప్టెన్ చాలా సంగతులు చెప్పాడు. మూడు గాయాలు తగిలినా యుద్ధ భూమిలో నిలబడి పోరాడాడట. ఆ విషయం ఆలో చిస్తే నాకు అర్థం కాదు. శరీరం తూట్లు పడి పోతున్నా యుద్ధ రంగం లోనే నిలబడి అక్కడే ఒరిగి పోయాడంటే, ఎందుకలా చేశాడో, అంత శక్తి ఎలా వచ్చిందో, నా ఊహ కందదు. గిడియన్! ఈ గదిలో పుస్తకాలూ, ఈ ఆట వస్తువులూ ఇవన్నీ, నా కొడుకువే. కావాలంటే నువ్వు తీసుకెళ్ళి ఉప యోగించుకో. మీ కందరికీ ఉపయోగ పడతా యేమో చూడు."

గిడియన్ ఆశ్చర్యపడి, "ఈ వస్తువులు మేము ఉపయోగించడం న్యాయమంటారా దొర గారూ? అబ్బాయి గారి జ్ఞాపకాల కోసం ఇవన్నీ ఇక్కడే వుండొద్దా దొర గారూ?" అన్నాడు సందేహంగా.

"అర్థం లేని మాట. నా కొడుకు నా గుండెలో హత్తుకు పోయి ఉన్నాడు. వాడి జ్ఞాపకం కోసం వేరే వస్తువులు కావాలా? పుస్తకాలూ, బొమ్మలూ కావాలా? మీ గ్రామంలో వాడుకోడానికి పనికి వస్తాయంటే ఇవన్నీ నీకు సంతోషంగా పంపిస్తాను. ఇంకా కొన్ని పలకలూ, కణికె పెట్టెలూ కూడా పంపిస్తాను. సరే! నువ్వింక విశ్రాంతి తీసుకో. నేను కిందకి వెళతాను" - కొంచెంసేపు నిలబడి వెంటు దొర వెళ్ళి పోయాడు.

గిడియన్, కిటికీ దగ్గిర చెక్క మంచం మీద పడుకున్నాడు. అతని పక్క నిండా వెన్నెల పడు తోంది. అతను వెంటు దొర గురించే, ఆ దొర మంచితనం గురించే ఆలోచిస్తూ నిద్ర పోయాడు.

★ ★ ★

మర్నాడు గిడియన్, డాక్టర్ ఎమెరీ ఆస్పత్రి చూడ్డానికి వెళ్ళాడు. పేదలు నివసించే సందు

గొందుల్లో ఉంది ఆ ఆస్పత్రి. ఆ చుట్టు పక్క లంతా కూలడానికి సిద్ధంగా ఉన్న కర్ర ఇళ్ళూ, గుడిసెలూ తప్పితే, అందమైన ఇల్లు ఒక్కటీ లేదు. ఆస్పత్రి కూడా పాత కొంపే. సున్నాల కాంతితో కాస్త కళ కళ్ళాడుతోంది. ఆస్పత్రి వరండాల నిండా పేద రోగులు కిట కిటలాడుతున్నారు.

గిడియన్‌ని ఎమెరీ, తన పక్కన, రోగుల్ని పరీక్ష చేసే చావిట్లో కూర్చోబెట్టుకున్నాడు. కట్టె లాగ ఎండిపోయి, వక్షస్థలం లోపలికి నొక్కుకు పోయిన ఎనిమిదేళ్ళ కుర్రవాడిని పరీక్ష చేస్తూ ఎమెరీ, గిడియన్‌తో అన్నాడు - "ఈ జబ్బు ఏమిటో అంతు చిక్కడం లేదు. వారానికి పది పన్నెండు కేసులు ఇలాంటివి వస్తున్నాయి. పేద వాళ్ళకే ఈ జబ్బు వస్తోంది ... అబ్బాయ్! చొక్కా తొడుక్కో. చూశారా గిడియన్ గారూ! సంఘంలో ఉండే చెడుగులు, అనేక రూపాల్లో బయటపడుతూ ఉంటాయి. ఈ సమాజం రోజు రోజుకీ కుళ్ళిపోతోంది. 'నాగరి కులం' అని డంబాలు కొట్టే మేము, ప్రజల ఆరో గ్యాలు సరిజేసే ఏర్పాట్లు చెయ్యలేక పోతున్నాం. సిరిసంపదలకు కొదవ లేని ఈ దేశంలో ప్రజ లెంతో మంది తిండి లేక, ధారాళమైన గాలి వీచే నివాసాలు లేక, రోగాల పాలై వందలూ వేలూ చచ్చిపోతున్నారు. ఐశ్వర్యవంతులు మాత్రం డబ్బు పెట్టెలకు తాళాలపై తాళాలు వేసుకుంటున్నారు." - డాక్టరు, గిడియన్‌తో మాట్లాడుతూనే రోగు లందర్నీ పరీక్ష చేసి మందులిచ్చి పంపించాడు.

"మీ పెద్దవాడు ఎక్కడో చదువుతున్నా డన్నారు. ఎక్కడ?"

"వార్సెస్టన్‌లో ప్రెస్బిటీరియన్ స్కూల్లో చదువుతున్నాడయ్యా!"

"ఆ స్కూలు సంగతి నాకు బాగా తెలుసు. అక్కడ చదవడం, రాయడం మాత్రమే నేర్పుతారు. ఎన్నాళ్ళయింది జేర్చి?"

"నాలుగు మాసాలు."

"ఆరు మాసాల వరకూ ఉంచి అక్కడ నించి మార్చడం మంచిది. ఎన్నేళ్ళతనికి?"

"పదహారుంటాయండి."

"ఇంకేం? చదువు చదువుతూ తన పొట్ట తను పోసుకోగలడు. అతనికి డాక్టర్ పని మీద ఏమైనా ఆసక్తి ఉందా?"

"చిన్న వయసు. వాడికేం తెలుసయ్యా? చదువులో చురుకైన వాడే."

"మా ఆస్పత్రికి ఒక కుర్రాడు కావాలి. లేబరేటరీ శుభ్రం చెయ్యడం, ఆపరేషన్ పరిక రాలు కడగడం లాంటి పనులు చెయ్యాలి. మీ జెఫ్ నా దగ్గిర ఉంటే, ఇప్పట్నించీ ఇలాంటి విష యాల మీద అభిరుచి కలుగుతుంది. మీ వాడు శ్రద్ధగా పని నేర్చుకున్నాడంటే, రెండేళ్ళలో ఎడిం బరోలో డాక్టర్ చదువుకి వెళ్ళే లాగ తయారు చేస్తాను."

"వాడితో మాట్లాడి చూస్తానయ్యా!" అన్నాడు గిడియన్.

★ ★ ★

తండ్రి చెప్పిన మాటలు చాలా ఆసక్తిగా శ్రద్ధగా విన్నాడు జెఫ్. ఉత్సాహంతో ఉప్పొంగి పోయాడు - "నాయనా! రెండు సంవత్సరాలు సరి పోతుంది. ప్రమాణం చేసి చెపుతున్నాను. ఆయన చెప్పిన పని ఏమైనా సరే సోష వచ్చి పడిపోయే దాకా చేస్తాను. ఆ డాక్టరు గారు నన్ను అక్కడికి రానిస్తే చాలు. పనీ, చదువూ తప్ప ఇంకో ప్రపంచం లేదని బతుకుతాను. నాయనా! నన్ను అక్కడికి పంపించు, తప్పకుండా పంపించు" అని పదే పదే అన్నాడు.

"నువ్వు వెళ్తానంటే సరే. కానీ నేను, రాగానే ఈ సంగతి గురించి మీ అధికారి స్మిత్తు గారితో మాట్లాడాను. 'రెండేళ్ళలో ఎడింబరో పరీక్షకి కూర్చోటం ఎలాగ'ని ఆయన చాలా ఆశ్చర్య పడ్డాడు. 'డాక్టరు గాకపోతే ఇంకో విధంగా ప్రజ లకు సేవ చెయ్యలేడా' అన్నాడాయన. నువ్వు మంచి మత ప్రచారకుడివి కావాలని స్మిత్తు దొర గారి అభిప్రాయం. అది కూడా సేవే కదా?" అని ఊరుకున్నాడు గిడియన్.

జెఫ్ అయిష్టంగా తల ఊపాడు. "మత బోధ విజ్ఞానం కాదు. అది జబ్బులు నయం చెయ్యదు.

స్మిత్తు దొర గారు మంచి వారే. కానీ ఆయన సలహా నాకు నచ్చలేదు. నన్ను ఆ డాక్టరు గారి దగ్గిరికే పంపు నాయనా!"

"అలాగే చేద్దాం ... ఎలా ఉంది నీకు ఇక్కడ?"

"బాగుంది నాయనా! మన దక్షిణాది కన్నా ఇక్కడ చాలా నయమే. అయినా ఇక్కడ కూడా కొందరు మనం కనపడితే 'నీగ్రో జంతువా' అని తిడతారు. నీగ్రోల్ని అసహ్యంగా చూస్తారు. మన దేశంలో ఉన్నంత అన్యాయం లేదని సంతోషించాలి."

"కాలం మారుతుంది" అన్నాడు గిడియన్ తగ్గు స్వరంతో.

శ్రద్ధగా చదవమని కొడుక్కి మరీ మరీ చెప్పి గిడియన్ తన గ్రామానికి తిరుగు ప్రయాణం కట్టాడు.

★ ★ ★

గ్రామానికి తిరిగి వచ్చి గిడియన్ రెండు ధాన్యం గాదులూ, గడ్డి మేట్లూ, చావళ్ళూ కాలి బూడిదై ఉండడం చూశాడు. గ్రామంలో వాళ్ళంతా అతని చుట్టూ చేరారు. లూసీ, తన కొడుకు తుపాకీ దెబ్బ తిని చచ్చి పోయాడని ఘొల్లున ఏడ్చింది.

అందరూ దుఃఖంతో, కోపంతో, జరిగిందంతా చెప్పుకొచ్చారు. - వారం రోజుల క్రితం - రాత్రి వేళ, చర్చిలో పీటరన్న ప్రార్థనలు ముగించాడు. అందరూ చర్చిలో నించి బయటికి వచ్చి గుంపులు గుంపులుగా నిలబడి మాట్లాడుకుంటున్నారు. అంతలో ఎవరో కొండ వేపు చూసి కెవ్వున అరిచారు. అక్కడ శిలువ ఆకారంలో మంటలు లేస్తున్నాయి. కొందరు స్త్రీలూ, పిల్లలూ ఘొల్లుమన్నారు. మొగ వాళ్ళు, ఏడ్చే వాళ్ళని కసిరి ఊరుకోబెట్టాలని చూశారు. శిలువ గుర్తు రక్తంతో గానీ, జ్వాలా కృతితో గానీ కనిపిస్తే ప్రజల కేమీ హాని జరగదని పీటరన్న శకున ఫలితం చెప్పాడు. దానితో కొందరు ధైర్యం తెచ్చుకున్నారు. కొందరికి 'క్లాన్ సంఘం' సంగతి గుర్తు వచ్చినా ఆ మాట పైకి అని మిగతా వాళ్ళని భయ పెట్టడం ఎందుకని ఊరుకున్నారు.

కొంత సేపటి వరకూ శిలువ ఆకారంతో మంటలు భగ భగ మండి, తర్వాత నెమ్మదిగా ఆరాయి.

లైటు దొర, అతనితో మరో ఇద్దరు దొరలూ, గుర్రాల మీద "ఏవిటేవిట"ని అడుగుతూ వచ్చారు.

అంతలో ట్రూపరూ, హానిబలూ తుపాకులు తీసుకుని కొండల మీదకి పరిగెత్తారు. అక్కడ మనుషులెవ్వరూ కనపడ లేదు. పనస కర్రతో చేసిన పెద్ద శిలువ కాలుతూ కాలుతూ ఉంది. కొండంతా కిరసనాయిలు వాసన గుప్పుమంటోంది. గడ్డి కుప్ప కుప్పలుగా కాలి పడి ఉంది. ఎవరో పెద్ద కర్ర శిలువకు గడ్డి చుట్టి, దాన్నిండా కిరసనాయిలు పోసి అంటించారు. ఆ శిలువని ఆ కొండ మీదే చేశారో, ఎక్కడి నించైనా తెచ్చారో!

కొండల మీదకు పోయిన వాళ్ళు ఉరుకుల్తో, పరుగుల్తో కిందకి దిగొచ్చి సంగతంతా చెప్పారు.

"ఎవరు చేసి ఉంటారీ తుంటరి పని?" అని ఎవరికి వాళ్ళు ఆలోచనలో పడ్డారు.

"రాత్రుళ్ళు గ్రామాల చుట్టూ కాపలా కాయడం మంచిద"న్నారు కొందరు.

"శాంతి భద్రతల్ని రక్షించే ప్రభుత్వ పాలనలో వుండి, ఊళ్ళ చుట్టూ కాపలాలు కాయడం తెలివి తక్కువ"న్నారు మరి కొందరు.

వాదోప వాదాలతో ఎటూ తేలక, "పోదాం పదండి" అనుకుంటూ ఎవరిళ్ళకు వాళ్ళు పోయి పడుకున్నారు. పడుకున్నారన్న మాటే గాని ఎవ్వరికీ కన్ను మూత పడలేదు. 'ఎప్పటికి తెల్లారుతుందిరా భగవంతుడా' అని బిక్కు బిక్కుమంటూ కూర్చున్నారు.

అర్ధ రాత్రి దాటి ఉంటుంది. పది పదిహేను గుర్రాలు గుడిసెల పక్క నించీ పరుగులు తీస్తున్న చప్పుళ్ళు వినపడ్డాయి. హానిబలూ, ట్రూపరూ, వాషింగ్టన్, ఫెర్డినాండ్, షెర్మనూ వాళ్ళూ మంచాల దగ్గిర పెట్టుకున్న తుపాకులు తీసుకుని గుడిసెల్లోంచి బైటికి దూసుకొచ్చారు. కొందరు తుపా

కులు లేకుండా వచ్చారు. వాళ్ళంతా బైటికి వచ్చి గ్రామం నాలుగు మూలలా చూసేటప్పటికి నాలుగైదు చోట్ల పెద్ద పెద్ద మంటల్లో గొడ్ల పాకలూ, గాదులూ, గడ్డి మేట్లూ భగ భగ మండుతున్నాయి.

ఊళ్ళో అందరూ, కేకల్తో, ఏడుపుల్తో, గోల గోలగా ఇటూ అటూ పరుగు లెత్తారు.

కొందరు గొడ్ల చావిళ్ళలో పశువుల్ని తాళ్ళు ఊడదీయడం, కొందరు మండుతున్న గాదులు ఆర్పడం, కొందరు దగ్గర్లో ఉన్న పాకల మీద కెక్కి ఆకులు పీకెయ్యడం - ఎవరికి తోచిన పని వాళ్ళు చేస్తున్నారు. ఎవరు చెయ్యగలిగిన పని వాళ్ళు చేస్తున్నారు.

అగ్ని చెయ్యగలిగిన పని అగ్ని చేసింది.

గుర్రాల మీద వచ్చిన వాళ్ళు తెల్ల ముసుగుల్తో నిర్భయంగా ఇంకా వీధుల్లో దౌడు తీస్తున్నారు.

ట్రూపరు కోపం పట్ట లేక గుర్రాల చప్పుళ్ళు వినపడే వేపుకి తుపాకీ పేల్చాడు. అటు నించి మళ్ళీ నాలుగైదు సార్లు సమాధానం వచ్చింది. ఎవరికీ ప్రాణ హాని జరగలేదు.

గుర్రాల దండు మాయమై పోయింది. లూసీ కొడుకు పధ్నాలుగేళ్ళ వాడు తుపాకీ గుండు తగిలి పడిపోయిన సంగతి తెల్లారిన తర్వాత బయట పడింది. అంత వరకూ ఎవరెక్కడున్నారో, ఎవరేం చేస్తున్నారో, ఎవరూ ఎరగరు.

తెల్లారు ఝాముకి లైటు దొర, మిగిలిన దొరలతో కార్వెల్ గూడేనికి మళ్ళీ వచ్చాడు. గొడ్ల పాకలూ, గాదులూ, గడ్డి మేట్లూ తగలబడ్డం, పిల్లాడు చచ్చిపోవడం చూసి లైటు దొర, దుండగుల్ని చాలా తిట్టాడు. "నే నిప్పుడే కొలంబియా వెళ్ళి షెరీఫ్‌కి (చట్టాలను అమలు చేసే అధికారి) రిపోర్టు చేస్తాను" అని గుర్రం మీద పట్టణం బయల్దేరాడు. అర్ధ రాత్రి తెల్ల ముసుగుల మనుషులు కొందరు గుర్రాల మీద వచ్చి కార్వెర్ గూడెంలో దుండగాలు చేశారని షెరీఫ్‌కి ఫిర్యాదు చేశాడు.

ఆ షెరీఫ్, గతంలో బానిస వ్యాపారం చేసిన వాడు. లైటు దొర ఇచ్చిన ఫిర్యాదు విని, "తెల్ల పుటక పుట్టి నిగ్గర్ గాళ్ళ తొత్తువయ్యావా?" అని లైటునే తిట్టాడు.

లైటు కోపంతో షెరీఫ్ మీద కలబడ్డాడు. అక్కడి వాళ్ళు లైటుని దూరంగా లాక్కుపోయారు.

"నీ అంతు చూస్తా" అని లైటు దొర కేక లేసి ఇంటికి తిరిగి వచ్చాడు.

తర్వాత మళ్ళీ అలెన్బీ, వాషింగ్టనూ కలిసి కొలంబియాలో పోలీసు అధికారి దగ్గిరికి వెళ్ళి జరిగిందంతా చెప్పారు.

అధికారి అంతా విని, "సరే, చర్య తీసుకుంటాను" అన్నాడు.

ఫిర్యాదు ఇచ్చిన వాళ్ళు తిరిగి వచ్చారు.

అప్పటికి గిడియన్ కూడా బ్యాంకు అప్పు కాయితాలు పట్టుకుని తిరిగి వచ్చాడు. జరిగిందంతా విని చాలా బాధ పడ్డాడు. మర్నాడే పోలీసు అధికారి దగ్గిరికి వెళ్ళి, తమ గూడెం మీద జరిగిన దుండగాల గురించి మళ్ళీ చెప్పాడు.

"తగు చర్య తీసుకుంటామని చెప్పాను కదా? సందేహ పడకండి. చర్య తీసుకుంటాను" అన్నాడు అధికారి.

"వారం రోజుల కిందటే ఆ మాట చెప్పారట. ఇంత వరకూ ఏమీ చేసినట్టు లేదు. ఏం చర్యలు తీసుకోదల్చారు?" అని గిడియన్ మళ్ళీ అడిగాడు.

"ఆ విషయాలన్నీ నీతో చర్చించా లంటావా? ఫిర్యాదు ఇచ్చావు. ఇక వెళ్ళు. మేం విచారణ చేసి చర్య తీసుకుంటాం."

"మాకు నమ్మకం కలగడం లేదు. ఈ దుండగాల్ని ఇంతటితో ఆపు చేస్తారనే మేము భావించవచ్చా?"

"నీ ఇష్టం వచ్చినట్లు భావించవచ్చు. నేను చెపుతూనే ఉన్నాను. దైవికంగా జరిగిన సంఘటన గురించి ఇంత రాద్ధాంతం చేస్తావేం?"

"దైవికంగా జరిగిందా? తెల్ల ముసుగుల దండు మా గ్రామం మీద దాడి చెయ్యడం, మా గాదులు తగల బెట్టడం, తుపాకులు పేల్చడం, దైవికంగా జరిగిందా? 'క్లాన్ సంఘం' వాళ్ళు ఎటువంటి కార్యక్రమాలు చేస్తున్నారో గమనిస్తున్నారా?"

"నా మీద ఎగరకయ్యా! నీగ్రో లంతా నా మీద బడి రక్షణ కావాలని ఎగిరితే నే నేం చెయ్య లేను."

"అయ్యా! మీతో నేను అనవసరంగా వాదిం చడం లేదు. మీరు పోలీసు అధికారి. మాకు రక్షణ ఇవ్వవలసిన బాధ్యత మీకు ఉంది. మీ చేతిలో సైనికులు వుంటారు. ఈ దేశ ప్రభుత్వం ప్రజ లందరికీ సైనిక రక్షణ కల్పించింది. ఆ రక్షణ మీరు కల్పించాలి మాకు. మీరు మాకు సైనిక రక్షణ ఇవ్వక పోతే మేమే ఆత్మ రక్షణ చర్యలు చేసుకో వలసి వస్తుందని మనవి చేస్తున్నాను. మే మంతా అంతర్యుద్ధంలో పోరాడిన వాళ్ళమే. తొమ్మిది యుద్ధాల్లోంచి రాటుదేలి బయటపడ్డాం. మమ్మల్ని మేము రక్షించుకోకుండా చేతులు ముడుచుకుని కూర్చోము."

"తెల్ల వాళ్ళయినా, నల్ల వాళ్ళయినా, దౌర్జన్య చర్యలకు దిగారంటే అణచి పారేస్తాను" అని అరిచాడు అధికారి.

"మేము చేసేది దౌర్జన్యం కాదు, మా ఆత్మ రక్షణ. దౌర్జన్యాలు చేసే వాళ్ళని తప్పకుండా అణచి పారెయ్యండి" అనేసి గిడియన్ ఇంటికి తిరిగి వచ్చాడు.

ఇంటికి రాగానే ఒక పూట నీగ్రోల్నీ తెల్ల దొరల్నీ సమావేశ పరిచి తన అభిప్రాయాలన్నీ చెప్పాడు గిడియన్. "నేను ఉత్తరాదికి పోయి బ్యాంకు పని సాధించుకు వచ్చానని మీ కందరికీ తెలుసు. ఆ విషయాలు వివరంగా చెప్పకోక ముందే దుండ గుల మీద రిపోర్టు చెయ్యడానికి కొలంబియా పోయి రావలసి వచ్చింది. బోస్టన్ బ్యాంకరు గారు మనకు పదిహేను వేలకు చెక్కు ఇచ్చారు. మనం ఈ జమీలో కొంచెం భూమి కొనుక్కోవచ్చు. భూమి కొనుక్కుంటే చాలదు. దాన్ని కాపాడుకోవాలి. ఈ ప్రాంతాల్లో బయల్దేరిన దుండగులు, మన పని సాగకుండా వ్యతిరేకిస్తారు. మన హక్కుల్నీ, మన భూమినీ, రక్షించుకుంటూ దుండగులకు బుద్ధి చెప్పడానికి మనం రక్షణ సైన్యాన్ని నిర్మించుకుని వారాని కొకసారి సైనిక కవాతు చేస్తూ ఉందాం. దుండగులు వాళ్ళ కిరాతక చర్యలు మానుకునే వరకూ మనం సైనిక కట్టుబాట్లు పాటించాలని నా అభిప్రాయం."

ఆ విషయం గురించి చాలా సేపు తర్జన భర్జన లయ్యాయి. నీగ్రో కింద డ్రిల్లు చెయ్యడం తన కిష్టం లేదని ఒక దొర తేల్చి చెప్పేశాడు. యుద్ధంలో ఆఫీసర్‌గా పని చేసిన ఫ్రెడ్ దొర డ్రిల్లు మాస్టరుగా ఉండాలని గిడియన్ సూచించాడు. ఓట్లు వేసి అందరూ దాన్ని అంగీకరించారు. ఫ్రెడ్ దొర తనకు సహాయకులుగా ఒక నీగ్రోనీ, లైటు దొరనీ ఎంచు కున్నాడు.

"ఆయుధాలు ధరించి కవాతు చెయ్యడం చట్ట విరుద్ధం కాదా?" అని ఒకరు సందేహం వెలి బుచ్చారు.

పౌరులందరూ ఆయుధాలు ధరించ వచ్చు ననీ, అందరూ ఆయుధాలు ఉంచుకున్నారు కాబట్టి ఈ కవాతు కూడా చట్ట విరుద్ధం అవదనీ, గిడియన్ వివరంగా చెప్పాడు.

అప్పటి నించీ ఆ ప్రాంతంలో నీగ్రోలూ, దొరలూ కలిసి క్రమం తప్పకుండా సైనిక కవాతు చేస్తూనే వున్నారు.

గూడెంలో సైనిక కవాతు, దుండగుల గుండెల్లో బల్లెంలా వుంటుందని గిడియన్ అన్న మాటలు నిజమని రుజువయ్యాయి. మళ్ళీ ఆ గూడెం మీద అలాంటి దుండగా లేమీ జరగలేదు.

★ ★ ★

జమీ వేలం పాట సమయం దగ్గిర పడింది. నీగ్రోలూ, దొరలూ, గిడియన్‌ని తమ తరపున వ్యవహారం నడపమని రాసి ఇచ్చారు. లైటు దొరా, గిడియనూ, పంతులు అలెన్బీ కలిసి, వేలానికి వెళ్ళాలని నిశ్చయించారు. కొలంబియాలో కొత్తగా ప్రాక్టీసు ప్రారంభించిన గ్రాస్ అనే ప్లీడరు, వేలం వేసే పొలాల ప్లాను ఒకటి సంపాయించి గిడి యన్‌కి ఇచ్చాడు. గిడియనూ, లైటు దొరా, అలెన్బీ, పీటరన్నా, ఇంకా కొందరూ, ఆ ప్లాను పట్టుకుని దాంట్లో ఉన్న ఏ భాగా లెక్కడున్నాయో జమీ అంతా తిరిగి రెండు వారాల పాటు చూశారు.

మొత్తం ఇరవై రెండు వేల ఎకరాల జమీ అది. ఏ యే ప్రాంతాల్లో భూమి ఏ రకంగా ఉందో, ఎక్కడెక్కడి చెక్కలు పాడుకుంటే అనుకూలంగా ఉంటుందో తర్జన భర్జనలు చేసుకున్నారు. ఒక ప్రాంతంలో కొండల మీద నించి ఏడడుగుల ఎత్తులో జల పాతం ఒకటి పడుతోంది. అక్కడ నీటి చక్రం పెట్టుకుంటే పిండి విసురుకో వచ్చునన్నాడు కార్సన్ దొర. సైకమూరు చెట్లు ఉన్న ప్రాంతం బహు నివాస యోగ్యంగా ఉంటుందని అందరూ ఒప్పుకున్నారు. ఏడు వందల ఎకరాల మేర ఉన్న ఊబి నేలని పొరపాటున కూడా పాడకూడదని లైటు దొర అంటే, గిడియన్ వ్యతిరేకించాడు - "బురద నేలలో చెట్లు ఏపుగా పెరుగుతాయి. వాటిని కొట్టడం కూడా చాలా తేలిక, భూమి సారవంతంగా, నల్ల మట్టితో ఎప్పుడూ చెమ్మగా వుంటుంది. వందల, వేల, సంవత్సరాల నించీ ఆకూ, అలమూ పడి, చీకి, నేలంతా మత్తెక్కి వుంది. ఏడాదికి రెండు వరి పంటలు పండించుకోవచ్చు. వరి పండే భూమి చారెడు ఉంటే చాలు, ఏ మనిషీ పస్తు పడుకోనక్కర లేదు" అని వాదించాడు.

అంతే గాక, ఆ ఊబి నేలలో ఒక చోట కొంత దూరం రాతితో వంతెన కడితే, రైలు స్టేషన్‌కి నాలుగు మైళ్ళ దూరంతో అడ్డ దారి పడుతుందని కూడా అన్నాడు. అందరూ "ఆ మాట నిజమే" నన్నారు. ఆ నల్ల భూమి ప్రాంతాన్ని వొదులుకోకూడదనుకున్నారు.

ఈ మధ్య కొత్తగా వేసిన రైలు రోడ్డు మీద రైలు బళ్ళు తిరగడం కూడా ప్రారంభమైంది. చెవులు గింగిర్లెత్తే లాగ ఈలలు వేసుకుంటూ రైళ్ళు ఇటూ, అటూ తిరుగుతున్నాయి. గిడియనూ వాళ్ళు, లేచింది మొదలూ పొద్దుపోయే వరకూ కొండలూ గుట్టలూ ఎక్కి దిగుతూ, అన్ని రకాల భూములూ తొక్కి చూస్తూ, రెండు వారాలకు పైగా ఆ జమీ అంతా తిరిగి ఏ యే భాగాలు పాడాలో ఒక నిర్ణయాని కొచ్చారు.

కొలంబియాలో వేలం జరిగే నాడు - లైటు దొరా, గిడియనూ, అలెన్బీ గుర్రబ్బండి కట్టుకొని కొలంబియా వెళ్ళారు. భూమి ప్లానులు ఇచ్చిన ప్లీడర్‌నే తమ తరఫున వేలం పాడమని అంతకు ముందే నిర్ణయించుకున్నారు.

★ ★ ★

వేలం పాట స్థలం ఇసక వేస్తే రాలనంత మంది జనంతో కిట కిట లాడిపోతోంది. బండి దిగగానే గిడియన్, ప్లీడరు కోసం పరిగెత్తాడు. ఆ కుర్ర ప్లీడరు జేబుల నిండా భూమి ప్లాను కాయితాలు కుక్కుకుని ఇలా కనపడి అలా మాయం అయిపోతున్నాడు.

వేలం వేసే జమీల వివరాలన్నీ బోర్డుల మీద సుద్దతో రాసి వేళ్ళాడ గట్టారు. జనం వాటి చుట్టూ గుమిగూడి వివరాలు చూసుకుంటున్నారు. ఆ రోజున లక్షా పది హేను వేల ఎకరాల భూమి వేలం వేస్తున్నారు. ఎంతో కాలం నించీ పన్నులు కట్టక పోవడం వల్ల జమీలలో చాలా భాగం పోగొట్టుకున్న జమీందారులు కూడా, ఎంతో కొంత భూమిని పాడుకోవాలనే ప్రయత్నాల్లో వున్నారు. టెక్సాస్, న్యూ ఆర్లియన్స్ లాంటి దూర ప్రాంతాల నించి కూడా ధనిక రైతులు వేలంలో భూమిని కొనాలని వచ్చారు. మెట్ట ప్రాంతపు తెల్ల రైతులూ, యాంకీ దళారులూ, క్రిస్టియన్ మిషనరీల ఏజెంట్లూ, ఇంకా అనేక తరహాల వాళ్ళు, వేలానికి వచ్చారు.

ఆ జనంలో గిడియన్‌కి స్టెఫాన్ కనిపించాడు. ఆయన ఇంట్లో విందూ ... దొరలు తనని హేళన చెయ్యబోతే తను వాళ్ళని ఏడిపించే జవాబులు చెప్పి బైటకి రావటం - అంతా గుర్తొచ్చింది గిడియన్‌కి.

"వేలం పాడ్డానికి వచ్చావా గిడియన్?" అని అడిగాడు స్టెఫాన్.

"ఔనండీ."

"నేనూ ఆ పని మీదే వచ్చాను. మీ కార్వెల్ జమీందారు కోసం కొంతా, నా కోసం కొంతా ..."

"కార్వెల్ జమీలో భూమే పాడతారా?"

"ఏదైనా ఫర్వాలేదు మంచిది దొరికితే. చార్లె

స్టనులో బ్యాంకు అప్పు కోసం, ప్రయత్నించా వటగా?"

"బోస్టన్‌లో దొరికింది లెండి."

"అలాగా? చాలా సంతోషం. మీ ఊళ్ళో నేనా ఆ మధ్య ఏదో గొడవ జరిగిందట?"

"అవునండీ, 'క్లాసు సంఘం' దుండగులే వాళ్ళు. నీగ్రోల్ని సర్వ నాశనం చెయ్యాలని వాళ్ళ ప్రయత్నం. మేమూ ఈ మధ్య సైనిక కవాతు ప్రారంభించాం లెండి. దుండగులు మళ్ళీ మా వేపు రాలేదు."

"శుద్ధ పనికి మాలిన వెధవలు, రౌడీలు. నీగ్రో గూడేల మీద దౌర్జన్యాలు చెయ్యడం ఏమిటి? ఏం పని, వెధవ పని. మరి వస్తానోయ్. నిన్ను కలుసు కున్నందుకు చాలా సంతోషం" అని స్టెఫాన్ వెళ్ళి పోయాడు.

లైటు దొర, స్టెఫాన్‌ని దూరం నించి చూస్తూ, "ఇతను నమ్మదగ్గ వాడిలా లేడు. ఏదో పై పై మాటలు మాట్లాడుతున్నాడు" అన్నాడు.

వేలం పాట ప్రారంభించారు. భూమి ప్లాట్లు చక చకా చెల్లి పోతున్నాయి.

గిడియన్ ఇటూ అటూ పరుగులెత్తి మళ్ళీ ప్లీడర్ని పట్టుకున్నాడు. కార్వెల్ జమీనంతా వెయ్యేసి ఎకరాల ప్లాట్లు వేశారు కాబట్టి, మూడు ప్లాట్లు పాడాలన్నారు ప్లీడరుతో. ఆయన, వివరాలు చూశాడు.

మధ్యాన్నానికి కార్వెల్ జమీ పాట మొదలైంది. "ఎకరానికి ఐదు డాలర్ల కన్నా ఎక్కువ పెట్టొద్దు" అన్నాడు లైటు దొర ప్లీడరుతో.

"మంచి ప్లాటుకే ఆ మాత్రం ధర పెడతాను. మిగతా వాటికి అంత కూడా అక్కర్లేదు" అంటూ ప్లీడరు జనం లోంచి తోసుకుంటూ పాట జరిగే వేదిక దగ్గిరికి వెళ్ళి పోయాడు. పాట ఎంత వుందో, ఏం జరుగుతోందో దూరంగా వున్న వాళ్ళకి విన పడడం లేదు.

సాయంత్రం వరకూ గిడియనూ వాళ్ళూ ఏమౌ తుందోనని గుండెలు దడ దడ లాడుతూ, ఎదురు చూస్తూ అక్కడక్కడా తిరుగుతూనే వున్నారు.

హఠాత్తుగా ప్లీడరు జనం లోంచి చెమటలు కక్కుతూ బయట పడ్డాడు చిరునవ్వుతో - "సాధిం చామండీ" అన్నాడు ముగ్గురి తోటీ ఒక్క సారే.

"ఏ యే ప్లాట్లు పాడారు?"

"మీరు చెప్పినవే. మొదటి రెండూ ఎకరం నాలుగేసి డాలర్లు. మూడోది ఎకరం ఐదు. దీనికి పెట్టక తప్పలేదు."

లైటు దొర ఆనందం పట్టలేక, "భలే, భలే గిడియన్! మనం అనుకున్నట్టే అయింది. సైక మూరు చెట్లున్న చోట్ల అందరం కొంపలు కట్టుకో వచ్చు" అని గంతులేశాడు.

గిడియన్ డబ్బు లెక్కలు వేస్తున్నాడు.

"పదమూడు వేల డాలర్లతో మూడు వేల ఎకరాలు. ముప్ఫై నలభై కుటుంబాలు పిల్లా జల్లాతో భూమి దున్నుకుంటూ పడి వుండొచ్చు" అన్నాడు. అతనికి కొత్తగా సంతోషం వెయ్యడం లేదు. ఇలా జరుగుతుందని అతనికి మొదటి నుంచీ నమ్మకం గానే వుంది.

సాయంత్రానికి ముగ్గురూ బండి కట్టుకుని తిరుగు మొహం పట్టారు. దారిలో లైటు దొర రెండు డాలర్లు పెట్టి మద్యం కొన్నాడు. అలెన్బీకి తాగే అలవాటు లేదు. మిగిలిన వాళ్ళిద్దరూ తాగారు. కాసేపు మామూలు మాటలు చెప్పు కున్నారు.

కాసేపటికి గిడియన్ పాటలు ప్రారంభిం చాడు.

"మేమే భావి పౌరులం
అధినేతలం!
సందేహమేల?
జాల మేల?" అంటూ దారే పోయే వాళ్ళని పాటలతో పలకరించాడు.

రాత్రికి ఇంటికి చేరి శుభవార్త అందరికీ అందించారు.

★ ★ ★

మర్నాడే భూమి పంపకం ప్రారంభమైంది. మూడు వేల ఎకరాలు ముప్ఫై నాలుగు కుటుం బాల వాళ్ళు పంచుకోవాలి. ఆ భూమిని

న్యాయంగా భాగాలు వేసుకోవాలి. వర్షా కాలం లోపలే స్వంత భూముల్లోకి పోయి కొంప లేసుకోవాలి కాబట్టి భూమి పంపకం తొందరగా తేల్చేసుకోవాలని కూర్చున్నారు.

పంపకాల దగ్గిర వాదోప వాదాలు లేచాయి. వాటాలు సమానంగా లేవనీ, చెడ్డ వాటా పడే శారనీ, తక్కువిచ్చారనీ, గొడవలు మొదలయ్యాయి. తెల్ల కుటుంబాల వాళ్ళు చీటికీ మాటికీ గొడవలు చెయ్యడం ప్రారంభించారు.

చాలా సేపు చూసి చూసి గిడియన్ విసిగి పోయి అందరి మీదా పెద్ద పెద్ద కేక లేశాడు - " ఆపండి మీ తగువు లాటలు! పరమ మూర్ఖుల్లా గున్నారు. అష్ట కష్టాలు పడి ఇంత దాకా ఈడ్చుకు వస్తే ఆఖరి క్షణంలో కుమ్ములాట మొదలు పెట్టారు. అందరూ నోళ్ళు మూసుకుని నేను చెప్పేది వినండి. మీ కందరికీ ఇష్టమైన వ్యక్తి నెవరినైనా ఎంచుకోండి. అతను పంచినట్టుగా వాటాలు తీసుకోండి. ఇంకా కుమ్ములాటలు చేశారంటే మర్యాదగా వుండదు. ఎవర్ని ఎంచుకుంటారో ఎంచుకోండి."

గిడియన్ కేకలతో అందరూ తలలు వాల్చేసి కూర్చున్నారు. కొందరు పీటరన్న పంచాలంటే, కొందరు అలెన్బీ పంచాలన్నారు. ఓట్లు వేస్తే పీటరన్నకే ఎక్కువ వచ్చాయి.

" మరి పీటరన్న వాటా ఎవరు పంచుతారు?" అన్నాడు ట్రూపరు.

" మీరందరూ తీసుకున్నాక మిగిలింది నేను తీసుకుంటాను" అన్నాడు పీటరన్న.

అందరూ సిగ్గుపడి కిక్కురు మనకుండా కూర్చున్నారు. తర్వాత వ్యవహారం సవ్యంగా జరిగింది.

★ ★ ★

ఏడేళ్ళ కాలం గడిచింది.

అధ్యక్షుడిగా ఉన్న గ్రాంటు పదవీ కాలం ముగిసి, రిపబ్లికన్ పార్టీ వాడే అయిన హేస్ కొత్త అధ్యక్షుడయ్యాడు. కొత్త అధ్యక్షుడింకా పదవి స్వీకరించలేదు.

నాలుగు సంవత్సరాల నుంచీ గిడియన్, కేంద్ర శాసన సభలో సభ్యుడిగా వున్నాడు.

అధ్యక్షుడు కాబోతున్న హేస్ గురించి గిడియన్ ఒక రహస్య సమాచారం సేకరించ గలిగాడు. ఆ విషయం వెంటనే పాత అధ్యక్షుడి దృష్టికి తేవడం అత్యవసరమని భావించి గిడియన్ రెండు వారాల నించీ అధ్యక్షుడితో ఇంటర్వ్యూ కోసం ఎదురు చూస్తున్నాడు.

ఆ సాయంత్రం గిడియన్‌కి ఇంటర్వ్యూ దొరికి అధ్యక్షుడి ముందుకి వెళ్ళాడు.

గ్రాంటు, గిడియన్‌ని, వ్యక్తిగత స్థాయిలో కూడా కొంత ఎరుగును. గిడియన్‌ని ఆయన సాదరంగా ఆహ్వానించి సంగతేమిటో చెప్ప మన్నాడు.

"అంతర్యుద్ధ ఫలితాన్ని సర్వనాశనం చెయ్యడానికి పెద్ద పెద్ద కుట్రలు జరిగి పోతున్నాయి" అన్నాడు గిడియన్ ఆందోళనతో.

గ్రాంటు, చెప్పమన్నట్టు ఆసక్తిగా చూశాడు.

" 1868 నించీ దక్షిణాదిన జరిగిందని చెప్పుకునే 'పునర్నిర్మాణమంతా' వట్టి బూటకం. దక్షిణాదిన కొన్ని రాష్ట్రాలు ఇప్పటికీ స్వతంత్ర రాష్ట్రాలుగా వున్నాయే గానీ కేంద్రంతో చేరలేదు. నేనీ విషయాన్ని కేంద్ర శాసన సభలో పదే పదే బాహాటంగా ప్రస్తావించి వాదిస్తున్నాను. నీగ్రో ప్రతినిధులు కేంద్ర ప్రభుత్వ కార్యాలయాల్లో కూర్చోవడం బహుశా మీ తోనే ఆఖరనుకుంటాను."

" ఎందుకంత భయపడుతున్నారు?"

"దక్షిణాదిన మా స్వేచ్ఛని సైనికులే కాపాడుతున్నారు. మరొక్క పది సంవత్సరాలైనా సైన్యాలు దక్షిణాదిన వుండి తీరాలి. లేకపోతే దక్షిణాదిన మళ్ళీ బానిస వ్యవస్థ నెలకొంటుందని నేను గాఢంగా నమ్ముతున్నాను. హేస్, అధ్యక్ష పదవి స్వీకరించిన మరుక్షణం లోనే అది జరుగుతుందని నా విశ్వాసం."

" మీ మాటలకు అర్థం లేదు. మీ లాగా, నా లాగా హేస్ కూడా రిపబ్లికన్ పార్టీ వాడే. బానిసత్వ నిర్మూలనే అతని లక్ష్యం."

" కాదండయ్యా! దయచేసి నా మాటలు ఆలకించండి. హేస్ పచ్చి దగా కోరు, లంచగొండి.

అతను స్వతహాగా ధనిక తెల్ల దొర. సహజం గానే తన ధనిక దొరల పక్షానికి చేరాడు."

"గిడియన్! వ్యర్థ సంభాషణ చేయకండి!"

"మన్నించాలి. నేనొక ఆధారం చూపిస్తాను. హేస్, పదవి లోకి రాగానే దక్షిణాది నించి సైన్యాన్ని ఉపసంహరిస్తానని దక్షిణాది క్లాస్ సంఘాలకు వాగ్దానం చేసినట్టు తెలుస్తోంది. ఈ ఎన్నికల్లో దక్షిణాది ధనిక దొరలంతా హేస్‌ని సమర్ధించా రన్నది అందరికీ తెలిసిందే. హేస్ తరఫున అతని స్నేహితులు మాత్యూసూ, ఫాస్టరూ - వీరిద్దరూ, జార్జివా రాష్ట్ర శాసన సభ సభ్యుడైన జాన్ తోటీ, కెంటకీ రాష్ట్ర శాసన సభ సభ్యుడైన బ్రౌన్ తోటీ జరిపిన మంతనాలకు రుజువుగా, ఈ కాయితం మీకు చూపిస్తున్నాను. ఇది అసలు కాపీ కాదు, నకలు. ఫాస్టరు ఇంట్లో పని చేసే నీగ్రో నౌకరు, ఇది తేగలిగాడు" అంటూ గిడియన్, అధ్యక్షుడి ముందు బల్ల మీద ఒక కాయితం పెట్టాడు.

అది హేస్ స్నేహితురాలు, ఫాస్టర్ కి రాసిన ఉత్తరంలో కొంత భాగం. అందులో ఇలా ఉంది:

"కొన్ని దక్షిణ రాష్ట్రాల ప్రతిపత్తిని గూర్చి నిన్నటి రోజున మనం చర్చించిన అంశాల సందర్భంలో, సంయుక్త రాష్ట్ర రాజ్యాంగ శాసనాలకు విరుద్ధం కాని విధంగా, దక్షిణ కరోలినా, లూసియానా రాష్ట్ర ప్రభుత్వాలు, తమ ఇచ్ఛవచ్చిన విధంగా తమకు తోచిన విధానాలను అమలు జరుపుకునే హక్కులను గవర్నరు హేస్ ప్రసాదించినట్టు మేము గట్టిగా వాగ్దానం చేయుచున్నాము. గవర్నర్ హేస్‌తో మాకు గల స్నేహాన్ని పురస్కరించుకునియూ, ఆయన ఆంతరంగిక భావాలతో గల పరిచయాన్ని బట్టియూ మేమింత విశ్వసనీయంగా ఆయన రాజకీయ విధానాల గూర్చి చెప్పగలుగుచున్నాము."

గ్రాంటు ఆ ఉత్తరం చదివి చాలా సేపు మాట్లాడకుండా ఊరుకున్నాడు. చివరికి, "దీన్ని నమ్మలేము. ఒక వేళ ఇది నిజమే అయినా చెయ్యగలిగేదేమీ లేదు. హేస్, ఎన్నికల్లో ఓట్ల మెజారిటీతో నెగ్గాడు" అన్నాడు.

"అయ్యా, ప్రెసిడెంటు గారూ! తమరు తల్చుకుంటే చాలా చెయ్యగలరు. దీనిని బయట పెట్టవచ్చును."

"ఈ కాయితం ముక్కని దేశం ఎలా నమ్ముతుంది?"

"ప్రయత్నించి చూడవచ్చునేమో! ప్రజలు హేస్ విషయంలో కొంత జాగరూకతతో వుండవచ్చు ఇది బయటపడితే."

"అర్థం లేదు గిడియన్! ఇదంతా అర్థం లేని వ్యవహారం. ఈ ఉత్తరం ఎవరు ఎవరికి రాశారో, దేన్ని గురించి రాశారో, ఎలా రుజువవుతుంది? హేస్, ఎన్నికల్లో ఇలాంటి వాగ్దానాలు చేసినా ముంచుకు పోయేదేమీ లేదు. నువ్వంత కంగారు పడవలసిందేమీ లేదనే నా అభిప్రాయం ఇప్పటికీ."

గిడియన్ నిరుత్సాహంగా లేచాడు.

"అయ్యా! నే నిక వెళ్తాను" అని శెలవు తీసుకుని బయటికి వచ్చి వాచీ చూసుకున్నాడు. అతను ఎదురు చూస్తున్న రైలు వచ్చే టైము అయింది.

గిడియన్ కొడుకు జెఫ్, ఎడింబరోలో డాక్టరు పరీక్షలు ముగించి ఏడేళ్ళ తర్వాత ఈ సాయంత్రం వాషింగ్టన్ వస్తున్నాడు.

గిడియన్, స్టేషన్‌కి వెళ్ళేటప్పటికి ఆలశ్యమైంది. జెఫ్ రైలు దిగి తండ్రి కోసం ఎదురు చూస్తున్నాడు.

గిడియన్, కొడుకుని చూసి చాలా సంతోషపడ్డాడు. జెఫ్ బాగా పొడుగెదిగాడు, చాలా కాలం స్కాట్లండ్‌లో వుండడం వల్ల స్కాట్లండ్ ఆంగ్ల ఉచ్చారణతో మాట్లాడుతున్నాడు.

ఇద్దరూ ఇంటికి వచ్చి భోజనాలు చేసి, సంవత్సరాల తరబడీ పేరుకు పోయిన విషయాలు చెప్పుకుంటూ కూర్చున్నారు.

★ ★ ★

జెఫ్ డాక్టరుగా అప్పటికే కొంత అనుభవం గడించాడు. కెంద్రిక్కు అనే డాక్టరుతో కలిసి గనుల ప్రాంతంతో ఒక సంవత్సరం పాటు పని చేశాడు. కూలీలకు అకస్మాత్తుగా సంభవించే ప్రమాదాలలో

తగిలే గాయాలూ, కాలుళ్ళూ, చర్మ వ్యాధులూ, జ్వరాలూ, అంటురోగాలూ, ఇంకా అటువంటి సర్వసాధారణ రోగాలకు వైద్యం చెయ్యడం అత నికి బాగా అలవాటైంది.

" నువ్వు వాషింగ్టన్ లోనే ప్రాక్టీసు చెయ్యా లను కుంటున్నావా?" అని అడిగాడు గిడియన్.

" ఏమో, ఇంకా ఏదీ అనుకోలేదు. మన ఊరు ఒక సారి పోయి చూస్తే గానీ ఏం చెయ్యాలో ఎంచుకోలేను."

తర్వాత రాజకీయాల గురించీ, నీగ్రోల స్థితి గతుల గురించీ చాలా ప్రశ్నలడిగాడు జెఫ్. గిడి యన్, గత ఏడెనిమిదేళ్ళలో జరిగిన సంగతులన్నీ చెప్పి, అంతకు ముందే తను ప్రెసిడెంట్‌ని కలుసు కుని మాట్లాడిన సంగతి కూడా చెప్పాడు - " నీగ్రో లకు మళ్ళీ బానిస బ్రతుకు సంభవించబో తోంది" అన్నాడు ఆగ్రహంగా.

జెఫ్ నమ్మలేక పోయాడు, తండ్రి మాటలు. అతను రాజకీయాలను దాటి, "మానవతా వాదా" నికి సంబంధించిన ఆలోచనల్లో మునిగాడు. మూర్ఖులకు తప్ప జ్ఞానులైన మానవులకీ రంగు భేదాలెందుకు? జాతి భేదా లెందుకు? ప్రకృతి సహజంగా, నల్ల, తెల్ల శరీర ధర్మాలలో భేదమేమి లేదే! ఎక్కువ తక్కువలు లేవే! ఈ బానిసలూ, బానిస యజమానులూ అని తేడా లేమిటి? - అని మధన పడ్డాడతను.

తండ్రీ కొడుకు లిద్దరూ వాషింగ్టన్ నుంచి కార్వెల్ గ్రామం బయల్దేరారు. రైలులో, "నల్ల వాళ్ళకు" ప్రత్యేకంగా ఉన్న పెట్టెలో ఎక్కారు. "ఇంకా ఈ పద్ధతే వుందా? నేను నమ్మలేక పోతు న్నాను. ఎంత అమానుషం!" అంటూ జెఫ్ చాలా బాధ పడుతూ తండ్రితో చాలా సార్లు అన్నాడు.

కార్వెల్ గ్రామానికి దగ్గర్లో వున్న స్టేషన్‌లో దిగేసరికి గిడియన్ రెండో కొడుకు మార్కస్ స్టేషన్‌కి గుర్రబ్బండి తోలుకు వచ్చాడు. ఏడేళ్ళ తర్వాత అన్నదమ్ములిద్దరూ కలుసుకున్నారు. మార్కస్ కూడా జెఫ్ లాగ బాగా ఎదిగాడు.

" డాక్టర్ గారొచ్చారా?" అని పలకరించాడు అన్నని మార్కస్.

జెఫ్ కూడా చాలా ప్రేమగా తమ్ముణ్ణి పలకరిం చాడు. మాటలు చెప్పుకుంటూ బండి ప్రయాణం చేశారు. కార్వెల్ చుట్టు పట్ల జరిగిన మార్పులన్నీ చెప్పారు జెఫ్‌కి.

ఇంటికి చేరగానే జెఫ్, తల్లినీ, చెల్లెల్నీ చూసి సంతోష పడ్డాడు. వాళ్ళందరూ జెఫ్‌కి, కొత్తగా కట్టిన ఇల్లంతా చూపించారు. దొడ్లో నీటి గొట్టం, గొడ్ల చావిడీ, ఇంట్లో మంచి మంచి సామానులూ, మంచాలూ, కుర్చీలూ అన్నీ చూపించారు.

"ఇలాంటివి అందరికీ వున్నాయా? అందరూ మంచి ఇళ్ళు కట్టుకున్నారా?" అని అడిగాడు జెఫ్.

"పొలం కొనుక్కున్న తర్వాత అందరూ సుఖం గానే వున్నారు".

"ఎల్లెన్ ఎక్కడుంది?" అని అడిగాడు జెఫ్.

తర్వాత జెఫ్, ఎల్లెన్‌ని కూడా చూశాడు.

జెఫ్‌ని చూడాలని కార్వెల్ గ్రామస్తుల్లో తెల్ల దొరలు కూడా గిడియన్ ఇంటికి వచ్చారు. అంద రినీ జెఫ్ తల్లితండ్రులు స్నేహ పూర్వకంగా ఆహ్వా నించి పానీయాలిచ్చి మర్యాదలు చేశారు. సాయంత్రం వరకూ ఆ ఇల్లు గ్రామస్థుల రాక పోక లతో, పలకరింపులతో, నవ్వులతో ముచ్చట్లతో కళ కళ లాడింది.

మాక్‌హ్యూ దొర, జెఫ్‌ని చూసి ఇంటికి పోతూ, " జెఫ్! నువ్వు డాక్టర్‌వి కదా? మా ఆడది కడుపు నెప్పితో చాలా కాలం నించీ బాధపడుతోంది. లీడ్ డాక్టర్‌కి చూపిస్తే ఆయన లాభం లేదన్నాడు. రేపు నువ్వో సారి అలా వచ్చి చూసిపో జెఫ్" అని చెప్పి వెళ్ళాడు.

తెల్లారి జెఫ్ మార్కస్‌ని తీసుకుని మాక్‌హ్యూ ఇంటికి వెళ్ళాడు. ఆయన భార్య బాధతో చుట్టుకు పోతోంది. ముట్టుకోబోతే గిలగిల్లాడుతోంది. ఏడాది నించీ ఆమె, జబ్బుతో బాధ పడుతోందనీ, ఈ మధ్య కాలంలో బాధ మరీ ఎక్కువైందనీ, మాక్‌హ్యూ దొర చెప్పాడు.

జెఫ్ వెంటనే రోగి మంచం దగ్గిరికి వెళ్ళి, "అమ్మా! నేను డాక్టర్‌ని. మీ జబ్బు నయం చేయ గలుగుతానేమో చూస్తాను" అని పరీక్ష చెయ్య డానికి పూనుకున్నాడు.

పరీక్షలయ్యాక డాక్టర్ చాలా నిరుత్సాహ పడ్డాడు. జబ్బు చాలా ముదిరి పోయింది. 'టిప్లి టిస్' అనే జబ్బు అది. పొత్తి కడుపులో కొంత భాగం కుళ్ళిపోయి భయంకరమైన బాధపెడు తుంది. ఆపరేషన్ తప్పితే దానికి మార్గం లేదు. డాక్టర్ ఎమెరీ దగ్గిర పని చేస్తోన్న రోజుల్లో ఒక సారి మాత్రమే అలాంటి ఆపరేషన్ జరగడం చూశాడు. ఆ జబ్బు ఎంత ప్రమాదకరమైందో దాని ఆపరేషన్ కూడా అంత ప్రమాదమైనదే. - ఆ సంగతులన్నీ రోగి భర్తకి చెప్పాడు జెఫ్.

"నువ్వా ఆపరేషన్ చెయ్యలేవా?"

"చెయ్యలేను. నాకు సరిగ్గా తెలీదు. ఏమైనా అవక తవక జరిగితే చాలా ప్రమాదం జరగవచ్చు".

"ఏదో ఒకటి జరగనియ్యి. ఆవిడ బాధ చూడ లేక పోతున్నాను. ధైర్యం చేసి ప్రయత్నించు ..."

జెఫ్ మొదట వ్యతిరేకించాడు. కానీ, ఆవిణ్ణి అలాగే వుంచినా, బాధతో చచ్చి పోవడం ఖాయం. ఆపరేషన్ చేస్తే, ఏమో చెప్పలేం, పని జరగవచ్చు కూడా.

వెంటనే ఆపరేషన్‌కి ఏర్పాట్లన్నీ ప్రారంభిం చాడు. జెఫ్, ఇంటి దగ్గిర్నించి పరికరాల పెట్టీ, మందులూ తెప్పించాడు. పరిశుభ్రమైన తువాళ్ళూ, దుప్పట్లూ తెప్పించాడు. రోగికి నమ్మకస్తులైన స్త్రీలని పిలిపించాడు. రోగికి కొంచెంగా బ్రాందీ పట్టించాడు.

ఆపరేషన్ ప్రారంభించే ముందు జెఫ్, రోగి భర్తతో మరొక సారి చెప్పాడు - "ఇలాంటి ఆప రేషన్ నే నెప్పుడూ చెయ్యలేదు. నాకు చెయ్యడం కూడా చేతకాదు. నా దగ్గిర సరైన పరికరాలు కూడా లేవు. అయినా నా శక్తి కొద్దీ ప్రయత్నిస్తాను" అని పనికి ఉపక్రమించాడు.

ఆపరేషన్ విజయవంతంగా జరిగింది.

రోగి సుఖంగా నిద్ర పోతోంటే, డాక్టర్ ఇంటికి వచ్చాడు.

తర్వాత జెఫ్, ఒక నిర్ణయానికి వచ్చాడు. కార్వెల్ గ్రామం లోనే వుండి, ఆ చుట్టు పట్ల ప్రజ లకు వైద్యం చెయ్యాలని.

★ ★ ★

మాక్‌హ్యూ భార్యకి ఆపరేషన్ జరిగి వారం రోజులు కూడా జరిగి వుండదు. ఒక అర్ధ రాత్రి ముసుగు మనుషులు, ఆ ఇంటి మీద దాడి చేసి రోగినీ, మాక్‌హ్యూనీ, దొడ్లోకి లాక్కు పోయి చెట్లకు కట్టేసి కొరడాలతో కొట్టి కొట్టి తెల్లవారే సరికి విడిచి పెట్టి వెళ్ళారు. రోగి ఒంటి మీద ఒక్క దెబ్బ పడగానే ఆమెకు ప్రాణాలు పోయాయి. ఆమె శవాన్ని చూస్తూ మాక్‌హ్యూకి మతి చలించింది.

తెల్లారి గ్రామస్తుల కందరికీ ఆ వార్త తెలియ గానే, కొన ప్రాణాలతో వున్న మాక్‌హ్యూని తీసుకు వచ్చి గిడియన్ ఇంట్లో పడుకో బెట్టారు. ఆయన భార్యకి అంత్యక్రియలు చేశారు.

తర్వాత అందరూ ఒక చోట సమావేశమై క్లాన్ సంఘం దుండగుల్ని ఎదుర్కొనే విధానాల గురించి చర్చించారు. నీగ్రోల్ని తిరిగి బానిసత్వాని కీడ్వాలన్నదే క్లాన్ సంఘం లక్ష్యం. నీగ్రోలకు సహకరించే తెల్ల దొరలు కూడా క్లాన్ సంఘానికి శతృవులే. నీగ్రో డాక్టరు చేత భార్యకు వైద్యం చేయించడమే మాక్‌హ్యూ చేసిన నేరం.

క్లాన్ సంఘం వాళ్ళెంత భయపెట్టినా నీగ్రో లకు అన్యాయం చెయ్యలేమని లైటు దొర లాంటి వాళ్ళున్నారు.

పూర్వపు బానిస యజమానులందరూ క్లాన్ సంఘాన్ని అభివృద్ధి చేస్తున్నట్టు గానే, - నీగ్రోలూ, వారిని సమర్థించే తెల్ల వారూ కూడా ఒక సంఘాన్ని స్థాపించుకొని, దాని ఆధ్వర్యంలో పని చెయ్యాలని నిశ్చయమైంది.

గిడియన్ చార్లెస్టన్ వెళ్ళి నీగ్రో విముక్తికై పని చేసే నాయకులతో కార్డోజో ఇంటిలో ఒక సమా వేశం ఏర్పాటు చేశాడు. కొత్త అధ్యక్షుడు త్వరలో దక్షిణ రాష్ట్రాల నించి సైన్యాన్ని ఉపసంహరించ బోవడం, ఆ సంగతి తను పాత అధ్యక్షుడికి ముందే చెప్పి హెచ్చరించడం, ఈ మధ్య కాలంలో గ్రామ ప్రాంతాలలో క్లాన్ సంఘపు దుండగాలు అధిక మవుతూ ఉండడం - అన్నీ, ఆ సమా వేశంలో వివరించాడు.

కార్డోజో వంటి వారు, గిడియన్ మాటలకు ఆశ్చర్యపడి చర్చలకు దిగి, "మన రిపబ్లికన్ పార్టీ

మనిషిని పంపి అందరూ తుపాకులు భుజాన్నేసుకుని గిడియన్ ఇంటి వేపు పరిగెత్తారు.

ఆ రోజు గిడియనూ, అతని రెండో కొడుకు మార్కసూ, వేటకు వెళ్ళారు. వాళ్ళు కూడా అక్కడ షెరీఫ్ బండిని చూశారు. గ్రామం లోకి షెరీఫ్ వస్తున్నాడంటే, ఏదో ప్రమాదాన్ని శంకించి వాళ్ళిద్దరూ వెంటనే ఉరుకుల్తో, పరుగుల్తో, ఇంటి కొచ్చారు.

షెరీఫ్ బండి గిడియన్ ఇంటి ముందు ఆగే సరికి గిడియన్ అడ్డ దారుల్లో ఇంటికి చేరాడు.

"నమస్తే షెరీఫ్ గారూ!" అని పలకరించాడు గిడియన్ షెరీఫ్‌ని.

షెరీఫ్ సరసన ఇంకో దొర కూడా వున్నాడు.

"వేటకు బయల్దేరావా గిడియన్?" అన్నాడు షెరీఫ్.

అతని పలకరింపుకి మార్కస్ మండి పడుతూ, "గిడియన్ ఏమిటి? 'గిడియన్ గారూ' అనండి. మీకు మర్యాద ఇచ్చినప్పుడు మాకూ మర్యాద ఇవ్వండి" అన్నాడు.

దొరలిద్దరూ కోపంతో మొహాలు చిట్లించారు.

"మీ నీగ్రోలు తుపాకులు పట్టుకుని తిరుగుతున్నా రేమిటి? ఇది చట్ట విరుద్ధం" అన్నాడు షెరీఫ్ అధికారికంగా.

"చాల్లే, ఇక నోర్మూసుకో!" అని అరిచాడు మార్కస్.

"ఓరి నీగ్రో ముండా కొడకా! పేల్చేస్తాను" అంటూ రెండో దొర, పిస్తోలు గురిపెట్టి సిద్ధంగా పట్టుకున్నాడు.

గిడియన్ తొణుకూ బెణుకూ లేకుండా, "షెరీఫ్ గారూ! పౌరు లందరూ ఆయుధాలు ధరించవచ్చునన్నది ప్రభుత్వాదేశమే. ఇది చట్ట విరుద్ధం కాదు. కొన్నాళ్ళ కిందటే మా గ్రామస్తుణ్ణెవరో హత్య చేశారు. ఆత్మ రక్షణ కోసం ఆయుధాలు ధరిస్తున్నాం. ఆ సంగతి అలా వుంచి మీ రొచ్చిన పనేమిటో చెప్పండి."

"మీ గ్రామస్తుణ్ణెవరో హత్య చేశారా? బాగుంది మీ కత."

"మా కత బాగు సంగతెందుకు? మీ కత చెప్పండి" అని గిడియన్, వ్యవహారం లోకి దించాడు.

షెరీఫ్ గంభీరంగా మొహం పెట్టి తన కత చెప్పుకొచ్చాడు: "కిందటి రోజు మధ్యాన్నం కొలంబియాలో హేస్టింగ్స్ దొర ఇంటి దొడ్డి గుమ్మం దగ్గిర ముగ్గురు నీగ్రోలు నిలబడి "అమ్మా! ఆకలేస్తోంది, ఏవన్నా పడెయ్యండమ్మా" అని అడిగారట. ఆ ఇంటావిడ దయదలిచి వాళ్ళ కేవన్నా తెద్దామని ఇంట్లోకి పోయిందట. అంతలో ఆ ముగ్గురు నీగ్రోలూ అక్కడ నిలబడి వున్న తొమ్మిదేళ్ళ పిల్లని పట్టుకుని బట్టలు ఊడదియ్య బోయారట. ఆ పిల్ల కేకలు పెడుతోంటే ఇంట్లోంచి తల్లి పరిగెత్తుకు వచ్చి అడ్డుపడ బోయిందట. నీగ్రోలు తల్లిని కొట్టి పారిపొయ్యారట."

షెరీఫ్ ఆ కధ చెపుతూ వుండగా, ఫ్రూ, ట్రూపరూ, ఇంకా కొందరు గ్రామస్తులూ తుపాకులు పట్టుకుని అక్కడికి వచ్చారు. జెఫ్, మందుల పెట్టితో వచ్చాడు.

షెరీఫ్ సరసన నిలబడ్డ దొర పిస్తోలు గురిపెట్టి వుంచటం చూడగానే ట్రూపరు కోపంతో కేక పెట్టాడు. "పిస్తోలు మీద చెయ్యి తీసెయ్యి ...ఊ, త్వరగా ..."

"తెలివి తక్కువ దద్దమ్మా! తీసెయ్యి" అన్నట్టు షెరీఫ్, దొర వైపు వంకరగా చూశాడు.

దొర గొణుక్కుంటూ పిస్తోలు కిందకి దింపాడు.

"దాన్ని కాళ్ళ దగ్గిర పడెయ్యి" అని మళ్ళీ అరిచాడు ట్రూపరు.

దొర అలాగే చేశాడు.

ఆ లోగా గిడియన్, షెరీఫ్ చెప్పిన సంగతి అందరికీ చెప్పాడు.

అంతలో లైటు దొరతో మరి కొందరు, తుపాకుల్తో వచ్చారు.

అందరూ అసలు సంగతి విన్నారు.

"సరే, ఇప్పుడు మీకు కావలసిందేమిటి? మీరు మా దగ్గిరికి రావడం ఎందుకు?" అని అడిగాడు గిడియన్ షెరీఫ్‌ని.

"ఆ నీగ్రోలు ముగ్గురూ మీ గ్రామం వాళ్ళే. వాషింగ్టన్, షెర్మనూ, మూడో వాడి పేరు ఆవిడకు తెలీదట. చూస్తే మాత్రం పోలుస్తుందట. ముందు వాళ్ళిద్దర్నీ మాకు అప్పగించాలి. మాతో తీసుకు వెళ్ళి విచారణ చేస్తాం" అన్నాడు షెరీఫ్.

"మీ కట్టు కత బేషుగ్గానే వుంది. వాషింగ్టనూ, షెర్మనూ, నిన్న పట్నం పోనే లేదు. నిన్నంతా ఇల్లు కట్టే పని లోనే వున్నారు. మా గ్రామస్తులందర్నీ సాక్ష్యం అడగండి."

"నీగ్రోల సాక్ష్యం మేం నమ్మం."

"నేను నీగ్రోని గాను" అని లైటు దొర ముందు కొచ్చాడు. "డాక్టర్ జెఫ్ పని చెయ్యడానికి ఆస్పత్రి భవనం వొకటి కడుతున్నా రిక్కడ. వాళ్ళి ద్దరూ నిన్న ఆ పనిలో వుండటం నేను చూశాను."

"నీ లాంటి నీచ జాతి తెల్ల వాడి సాక్ష్యం కూడా మేం నమ్మం. తగాదా లేకుండా ఆ ఇద్దర్నీ మాకు అప్పగిస్తే సరే, లేకపోతే తర్వాతేం జరుగు తుందో మీరే చూస్తారు. మేం న్యాయం గానే విచా రిస్తాం. న్యాయంగా చెప్పే సాక్షులే సాక్ష్యం చెపు తారు."

"ఈ గ్రామస్తుల మీద విచారణ జరిగే టప్పుడు, ఈ గ్రామస్తులు ఇచ్చే సాక్ష్యం కన్నా న్యాయమైన సాక్ష్యం మీ కెక్కడ దొరుకుతుంది?"

"ఇన్ని మాట లనవసరం. నేనా నీగ్రో లిద్దర్నీ అరెస్టు చేస్తాను."

"సరే. ఎలా చేస్తారో చెయ్యండి."

"అంటే? నన్నాటంక పరుస్తారా? శాంతి భద్ర తలు కాపాడే ప్రభుత్వాధికారిని నేను. మీ రంతా మమ్మల్ని తుపాకుల్తో చుట్టుముట్టి దౌర్జన్యం చేస్తు న్నారు. ఇది గొప్ప నేరమని తెలుసా గిడియన్? ఈ జిల్లాలో వున్న పోలీసులందర్నీ పంపించి ఆ దోషుల్ని పట్టి తీరుతాను, తెలుసా?"

"ఇంకా వెయ్యి జిల్లాల పోలీసుల్ని పంపు. మీ క్లాస్ సంఘం రౌడీ లందర్నీ పంపు. ప్రస్తుతానికి మాత్రం వచ్చిన దారిన వెళ్ళు. మళ్ళీ వెనక్కి తిరిగి మా గ్రామంలో అడుగు పెట్టొద్దు. ఇక దయ చెయ్యి" అన్నాడు గిడియన్ నిర్లక్ష్యంగా.

వాళ్ళిద్దరూ వెంటనే బండి ఎక్కి వెళ్ళి పోయారు.

"ఇలాంటిదేదో విరుచుకు పడుతుందని నాకు తెలుసు. వీళ్ళతో మర్యాదగా మాట్లాడడం శుద్ధ దండగ" అన్నాడు గిడియన్ కోపంగా.

గిడియన్ సరిగ్గానే మాట్లాడా డన్నారు అందరూ.

అప్పటి కప్పుడు బడి పిల్లల్ని వొదిలేసి, పెద్ద వాళ్ళంతా బడిలో సమావేశమై, "ఇప్పుడేం చెయ్యా ల"ని చర్చించారు.

"ఎవరి అభిప్రాయాలు వాళ్ళు చెప్పండి" అన్నాడు గిడియన్.

షెర్మన్ లేచి, "నా వల్ల గ్రామాని కంతటికీ ప్రమాదం వచ్చే లాగ వుంది. నన్ను వాళ్ళకి అప్ప గించండి. ఏదో శిక్ష వేసి వదిలేస్తారు. ఉరి తీస్తా రనుకోను" అన్నాడు.

"తప్పకుండా ఉరి తీస్తారు, అలా వీల్లేదు" అని అరిచారు అందరూ.

"ఉరి తీస్తారా తియ్యరా అన్నది కాదు సమస్య. వాళ్ళ బెదిరింపులకు లొంగి నిర్దోషుల్ని అప్పగించడం ప్రారంభిస్తే, ఇది ఇక్కడితో ఆగదు. మన గ్రామంలో ఇలా జరిగింది అంటే దేశంలో ఎక్కడి కక్కడ ఇలాంటి దౌర్జన్యాలే జరుగుతున్నా యని గ్రహించుకోవాలి. మనం మాట్లాడకుండా ఊరుకుంటే, వాళ్ళు మన గ్రామాల మీద దాడులు చేసి దొరికిన వాళ్ళని చంపేస్తూ వుంటారు. అలా చావడం ఇష్టం లేకపోతే, మనం ఈ భూమి మీద ఆశ వదులుకుని కాకుల్లాగ ఏ దూర దేశాలకో పారి పోవాలి. అది కూడా ఇష్టం లేకపోతే, ఇక్కడే నిల బడి కలిసికట్టుగా పోరాడాలి. చెప్పండి, ఇందులో ఏది చేద్దాం? ఎదిరిద్దామా, లొంగిపోదామా? ఏదో ఒకటి తేల్చుకోవాలి ఇప్పుడు" అని గిడియన్ ఆవేశంగా మాట్లాడి ఊరుకున్నాడు.

జెఫ్ లేచి, తండ్రి మాటలు రుచించనట్టు ముఖ కవళికలు కనబరుస్తూ, "మళ్ళీ యుద్ధమా? యుద్ధం వల్ల దేశం సర్వనాశన మవుతుంది. అమె

రికా దేశంలో చట్టాలు లేవా? న్యాయ స్థానాలు లేవా? వాటి ద్వారా పోరాడదాం" అన్నాడు.

"యుద్ధం చేసి తీరాలని నేను చెప్పడం లేదే! ప్రాణ రక్షణే ముఖ్యమైతే వాళ్ళకి లొంగిపోయి బానిస బతుకులు బతకవచ్చు. అడవుల్లోకీ, కొండల్లోకీ పారిపోయి జంతువుల్లాగ కూడా బతకవచ్చు. ఆ పద్ధతులు కూడా నేను చెప్పాను. ఇక అమెరికాలో న్యాయం మాటా, చట్టాల మాటా, మరిచి పోండి. అవి నీగ్రోలకూ, పేద తెల్ల వాళ్ళకూ, లేవు. మనం పోరాడేది సర్వనాశనం అవడానికో, మరణించడానికో, కాదు. ఆత్మ గౌరవంతో జీవించడానికే. స్వతంత్రంతో జీవించడానికే."

" పోరాటం కాకుండా ఇంకేదైనా మార్గం వుండాలి" అన్నాడు జెఫ్.

"ఏమిటా మార్గం?"

"నువ్వు వాషింగ్టన్ వెళ్ళి ప్రయత్నించు."

"ఆ మార్గం ఇంతకు ముందే విఫలమైంది."

"మళ్ళీ ఒక సారి ప్రయత్నించు."

"మళ్ళీ ఒక సారి విఫలమౌతుంది. అంతేగాక, ఇక ఆ ప్రయత్నాలకు సమయం లేదు. రాత్రికే ప్రమాదం ముంచుకు రావచ్చు. లేదా, రేపటి కైనా పరిస్థితులు విషమించవచ్చు."

గ్రామస్తులందరూ, తమ మీద దౌర్జన్యం చేసే వాళ్ళని ఎదిరించాలనే పట్టుబట్టారు. ఎదిరించే విధానాల గురించి అందరూ ఎవరికి తోచిన అభిప్రాయాలు వాళ్ళు చెప్పారు.

చివరికి ప్లాను సిద్ధమైంది. కార్వెల్ భవనం చాలా పెద్దది. అందులో ఇరవై గదులకు పైగా వున్నాయి. కార్వెల్ గ్రామస్తులందరూ ముఖ్యంగా స్త్రీలూ పిల్లలూ కార్వెల్ భవనం లోకి పోయి వుండాలి. పురుషుల్లో కొందరు గ్రామానికి కాపలా వుండి, కొందరు పనుల్లోకి పోవాలి. అవసరమైతే అందరూ పోరాటానికి దిగాలి.

అందరూ తక్షణమే పని లోకి దిగారు. కార్వెల్ భవనం లోకి తీసుకు పోడానికి సామాన్లు సర్దు కోడం ప్రారంభించారు.

ట్రూపర్ మాత్రం, తన ఇల్లు వొదిలి పెట్టి రానన్నాడు. ఎంత చెప్పినా వినలేదు.

"సరే, నీ ఇష్టం" అని అతన్ని విడిచి పెట్టారు.

మిగిలిన వాళ్ళంతా వంట పాత్రలూ, గోధుమ పిండీ, జొన్న పిండీ, బియ్యం, రొట్టెలూ, కోళ్ళూ, మాంసం, పక్కబట్టలూ, మరీ విలువైన వస్తువులూ అన్నీ బళ్ళ మీద తీసుకు పోయి కార్వెల్ భవనంలో చేరవెయ్యడం మొదలు పెట్టారు. గిడియన్, కొన్ని పుస్తకాలు తెచ్చుకున్నాడు. జెఫ్, చాలా రకాల మందులు తెచ్చాడు. తుపాకీ మందంతా పోగు చేసి భవనంలో జాగ్రత్త చేశారు.

లైటు దొరతో పాటు మరి కొందరు దొరలు కూడా తమ కుటుంబాలతో తరలి వచ్చారు.

కార్వెల్ భవనం అంతా బూజుపట్టి, ఆవరణ నిండా పొదలు పెరిగి, అక్కడక్కడా గచ్చులు వూడి, మొదట చీదరగా కనపడింది. కొంత మంది ఆడ వాళ్ళూ పిల్లలూ భవనం అంతా దులిపి శుభ్రం చేశారు. మొగ వాళ్ళు ఆవరణ అంతా బాగుచేసి నీళ్ళు జల్లారు. నీళ్ళ తొట్టెల నిండా నీళ్ళు తెచ్చి పోశారు. గొడ్లనీ, గుర్రాలనీ, బళ్ళనీ, అక్కడికి తోలుకు వచ్చి శాలల్లో కట్టేశారు. మొగాళ్ళ పడకలన్నీ కచేరీ హాల్లో ఏర్పాటు చేశారు. పిల్లల తల్లులికీ, వృద్ధ స్త్రీలకీ గదులు ఇచ్చారు. మిగిలిన వాళ్ళంతా వరండాల్లో సర్దుకున్నారు.

వంట, సమిష్టిగా ప్రారంభించారు. వంట పనుల ఏర్పాట్లు చూడడానికి ఐదుగురు స్త్రీలతో ఒక కమిటీ ఏర్పరిచారు. బావిలో నించి నీళ్ళు తోడడానికీ, భవనం శుభ్రం చెయ్యడానికీ, కాపలా కాయడానికీ, పశువుల పనులు చూడడానికీ, తగాదాలు వస్తే పరిష్కరించడానికీ అన్నిటికీ, కమిటీలు ఏర్పడ్డాయి. అంతకు పూర్వం ఎడ మొహాలతో పెడ మొహాలతో వుండే వాళ్ళు కూడా, ఈ కార్యం తలపెట్టిన దగ్గిర్నించీ కలిసి మెలసి పనులు చెయ్యడం ప్రారంభించారు. సాయంత్రం తిరిగే సరికి గ్రామస్తులందరూ కార్వెల్లు భవనంలో స్థిర పడి పోయినట్టు కూర్చున్నారు. పన్నెండు సంవత్స

రాల తర్వాత ఆ భవనంలో అంత అందమైన సమిష్టి మానవ జీవనం ప్రారంభమైంది.

ఒక్క పూటలో తాము చేయగలిగింది చూసు కుంటే, అక్కడి వారందరికీ చాలా ధైర్యం కలి గింది. ఎంత కాలమైనా తమ పోరాటం కొనసాగా లనే పట్టుదలతో వున్నారు అందరూ.

రాత్రి భోజనాలయ్యాక గిడియన్, టెలి గ్రాములు రాస్తూ కూర్చున్నాడు. కార్వెల్ గ్రామంలో తాము ఎదుర్కొంటున్న విషమ పరిస్థితుల్ని దేశంలో అందరి దృష్టికీ తేవాలనీ, స్వాతంత్ర్య ప్రియులు వెంటనే తమకు సహాయం చేయాలనీ అర్థిస్తూ, టెలిగ్రాములు తయారు చేశాడు. 'న్యూయార్క్ హెరాల్డ్' పత్రికకీ, అధ్యక్షుడికీ, ప్రభుత్వ కార్యదర్శికీ, ప్రఖ్యాత నీగ్రో నాయకుడైన ఫ్రెడరిక్ డగ్లస్‌కీ, చార్లెస్టన్‌లో కార్డోజోకీ, విడి విడిగా రాసి తయారు చేశాడు. వాటి గురించి గ్రామస్తులందరికీ వివరంగా చెప్పి ఏమైనా మార్చ వలసినా, చేర్చవలసినా, సూచించమన్నాడు. అందరి అంగీకారంతో కొత్త కాపీలు తయారు చేశాడు. తర్వాత మార్కస్‌ని పిలిచి - "పని నువ్వు చెయ్యగలవని నా నమ్మకం. నువ్వు వెంటనే కొలం బియా వెళ్ళి ఈ టెలిగ్రాములన్నీ ఇచ్చి రావాలి. మార్కస్! టెలిగ్రాములు ఇచ్చిన తర్వాతే నువ్వు తిరిగి రావాలి."

" అలాగే నాన్నా! వెంటనే బయల్దేరతాను" అని మార్కస్ గుర్రాల శాలలోకి వెళ్ళి ఒక మంచి గుర్రాన్ని జీను వేసి తీసుకు వచ్చి, తండ్రి దగ్గిరి నించి కాయితాలూ, డబ్బూ తీసుకుని బయ ల్దేరాడు.

గ్రామస్తులంతా కార్వెల్ భవనంలో మర్నాటి విషయాల గురించి మాట్లాడుకుంటూ అర్ధ రాత్రి వరకూ మెలుకువగా వున్నారు.

అంతలో గ్రామంలో తుపాకులు మోగుతున్న శబ్దాలు వినిపించాయి. వెంటనే ఇళ్ళు తగలబడు తోన్న మంటలు కనపడ్డాయి. ఊళ్ళో వున్నది ట్రూపర్ కుటుంబం ఒక్కటే. వాళ్ళకేం జరుగు తుందో అని అందరూ భయపడ్డారు.

ముప్ఫై గుర్రాల మీద తెల్ల ముసుగుల దుండ గులు ఆ గ్రామం అంతా తిరిగి చూశారు. ట్రూపర్ ఇంటి ముందు, ట్రూపర్ ఒక్కడూ తుపాకీ పట్టు కుని నిలబడ్డాడు. గుర్రాలన్నీ అతని ఇంటి ముందు ఆగాయి. ట్రూపర్ వెంట తిరిగే పెంపుడు కుక్క, ఒక గుర్రం మీదకి ఎగిరి దాని పిక్క పట్టు కుంది. దుండగుల్లో ఒకడు కుక్కని పిస్తోలుతో పేల్చాడు. వెంటనే ట్రూపరు దుండగుల మీదకి తుపాకీ పేల్చాడు. వెంటనే పది పిస్తోళ్ళు ట్రూపర్ మీద పేలాయి. ట్రూపర్ నేల కొరగ గానే దుండ గులు గుర్రాలు దిగి ట్రూపర్ భార్యని పట్టుకుని బట్టలు ఊడదియ్య బోయారు. ఆమె తప్పించు కుని పరిగెత్తుతోంటే వెనక నించి పేల్చి చంపేశారు. తర్వాత ట్రూపర్ ఇంటికి నిప్పంటించి పిల్లల్ని చంపేశారు.

తర్వాత, వాళ్ళు కార్వెల్ భవనం వేపు గుర్రాల్ని పరిగెత్తించి, ఆ భవనం మీదకి తుపాకులు పేల్చారు. గ్రామస్తులందరూ భవనం చుట్టూ పొదల్లో బోర్లా పడుకుని ఎదురు కాల్పులు జరి పారు. తుపాకీ మోతలతో కొంతసేపు ఆ ఆవర ణంతా దద్దరిల్లింది. దుండగుల మనుషులకు చాలా గాయాలు తగిలాయి. ఇద్దరు చచ్చి కింద పడ్డారు. ఆ దాడిలో గ్రామస్తులు నష్టాలు లేకుండా తప్పించుకోగలిగారు. దుండగులు, దాడి విర మించి ఊళ్ళోకి పోయారు.

తర్వాత, గ్రామంలో ఇళ్ళన్నీ ఒక దాని తర్వాత ఒకటి దగ్ధమౌతోంటే ఎంతో గుండె నిబ్బరం గల వాళ్ళు కూడా బావురుమంటూ ఏడవకుండా ఉండ లేకపోయారు.

తెల్లారింది.

"ఈ పాటికి మార్కస్ టెలిగ్రాము లిచ్చి తిరిగి వుంటాడ"ను కున్నారు గ్రామస్తులు.

మార్కస్ పోస్టాఫీసుకి చేరేటప్పటికి ఉదయం ఎనిమిది గంటలైంది. రాత్రి అతను దారి లోనే తమ గ్రామం వేపు వస్తూ వున్న దుండగుల గుర్రాల్ని చూశాడు. వాళ్ళని ఎదుర్కోడానికి మిగి లిన వాళ్ళు సరిపోతారని తను ముందుకు సాగి పోయాడు.

టెలిగ్రాములు ఇచ్చే చోట ఆపరేటర్ ఒక్కడే వున్నాడు. మార్కస్, టెలిగ్రాములన్నీ ఇచ్చి, ఎంత ఫీజవుతుందో అడిగి యాభై డాలర్లు ఇచ్చాడు.

" ఈ టెలిగ్రాములన్నీ వెంటనే పంపించండి."

" సరే, పంపుతాం, వెళ్ళు."

" నేను చూస్తూ వుండగా పంపించండి."

"నా పని ఎలా చెయ్యాలో నిగ్గర్ వెధవ చెప్పాలా నాకు? ఫో, అవతలికి" అని అరిచాడు ఆపరేటర్.

మార్కస్ జేబు లోంచి పిస్తోలు తీసి ఆపరేటర్ పొట్టకి ఆనించి, "నోరు మూసుకుని తక్షణం టెలి గ్రాములు పంపు" అని కళ్ళెర్ర జేశాడు.

ఆపరేటర్ వణుకుతూ, మిషన్ ముందు కూర్చుని కొట్టటం ప్రారంభించాడు. "అర్జంటు! సుంటర్ వీధి స్టేషన్ నించి పంపుతున్న రిపోర్టు. ఒక నీగ్రో ఈ స్టేషన్‌లో ప్రవేశించి రైల్ రోడ్డు ఆపరేటర్‌ని పిస్తోల్‌తో బెదిరిస్తున్నాడు. పోలీసులకు తెలియపరచండి. అర్జంటు! అర్జంటు! అర్జంటు!" అంటూ ఆ సమాచారాన్నే అనేక సార్లు పంపడం మొదలు పెట్టాడు. ఒక్కొక్క టెలిగ్రాము కాయి తాన్నీ చిత్తు బుట్టలో పారేశాడు. "అన్నీ పంపే శాను. ఇక నువ్వు వెళ్ళు" అన్నాడు.

"నువ్వు కదలకుండా అలాగే కూర్చో. కదిలావా కాల్చేస్తాను" అంటూ మార్కస్ పిస్తోలు గురి అలాగే వుంచి ఆవరణలో గుర్రం దగ్గిరికి రాబో యాడు. అంతలో రెండు తుపాకీ గుళ్ళు అతని చేతికీ, తొడలకీ, తగిలాయి. అయినప్పటికీ మార్కస్ గుర్రం ఎక్కబోయాడు. మళ్ళీ అనేక గుళ్ళు అతని మీద దాడి చేశాయి. కొన్ని గుళ్ళు, గుర్రానికి కూడా తగిలాయి.

మార్కస్ ప్రాణాలు విడిచి అక్కడే పడి పోయాడు.

ఆ సమయానికి గిడియన్ గ్రామస్తులందరికీ బోధిస్తున్నాడు - "ఈ రోజు మన టెలిగ్రాములు అందరికీ అందుతాయి. కార్వెల్ గ్రామం ఎంత విపత్కర పరిస్థితులలో వుందో దేశానికంతటికీ తెలుస్తుంది. మనం ఒంటరి వాళ్ళం కాము. దేశంలో స్వాతంత్ర్య ప్రియులు మనల్నీ నిస్సహాయ స్థితిలో విడిచి పెట్టరు. మనకు సహాయం అందే వరకూ ధైర్యంగా నిలబడి పోరాడాలి. ఐకమత్యమే మన బలం. ఎవరి బాధ్యతలు వారు క్రమ శిక్షణతో నిర్వహించండి!" అంటూ పదే పదే చెప్పాడు.

గ్రామస్తులందరూ ఇళ్ళు కాలిపోయిన దుఃఖాన్ని విడిచి పెట్టారు.

ఆ దినం మధ్యాన్నం, తెల్ల జెండా ఎత్తి పట్టు కుని ఒక మనిషి కార్వెల్ భవనం ముందుకు వచ్చాడు - "దగ్గిరికి రావచ్చునా?" అని అడిగాడు షెరీఫ్.

" రావచ్చును" - గిడియన్ కేక పెట్టాడు.

గ్రామస్తులంతా గిడియన్ పక్కన నిలబడ్డారు.

షెరీఫ్ ఒంటరిగా దగ్గిరికి వచ్చాడు. ఎవరిని హత్యలు చేయించాడో, ఎవరి గృహాలు దహనం చేయించాడో, ఆ మనుషుల దగ్గిరికే అతను అంత ధైర్యంగా వచ్చాడంటే, అది అతని సాహసం కాదు. వాళ్ళు అంత ప్రతీకారానికి తలపడరనే నమ్మకం.

" గిడియన్! ఇంత చిన్న విషయానికి మనం యుద్ధం చేసుకోవాలా? ఆ ముగ్గురు మనుషుల్నీ మాకు అప్పగిస్తే, మీ ఇళ్ళకు మీరు పోవచ్చును గదా?"

"అవును. మా ఇళ్ళకు మేము పోవచ్చును. మా ఇళ్ళని మా కోసం మీరు సిద్ధం గానే వుంచారు!"

"అదంతా పోనియ్యి. ఆ ముగ్గుర్నీ మాకు అప్పగిస్తే ..."

" నీతో మాకు చర్చలనవసరం, తక్షణం వెళ్ళిపో."

"సరే అయితే" అని షెరీఫ్ వెనక్కి తిరిగి వెళ్ళి పోయాడు.

ఆ సాయంత్రం నించీ పెద్ద ఎత్తున దాడి ప్రారంభమైంది. భవనం ఆవరణలో బళ్ళని అడ్డు పెట్టి వాటి చాటు నుంచి తుపాకులు పేలుస్తు న్నారు గ్రామస్తులు. చీకటి పడే వరకూ తుపాకులు విరామం లేకుండా రెండు వేపుల నించీ పేలాయి. దుండగుల పక్షం వాళ్ళు బహిరంగ స్థలంలో

వుండడం వల్ల వాళ్ళకు నష్టాలెక్కువగా జరిగాయి. గ్రామస్తుల్లో ఒక నీగ్రో మరణించాడు. జెఫ్ అతనికి వైద్యం చేసినా లాభం లేకపోయింది. తండ్రి విధానంలో ఏదో లోపం వున్నట్టుగా జెఫ్‌కి చాలా అసంతృప్తి కలిగింది.

చచ్చిపోయిన నీగ్రో చుట్టూ స్త్రీలు కూర్చుని ఏడుస్తోంటే, పీటరన్న అందర్నీ ఓదార్చాలని చూశాడు - "ప్రాణాలిచ్చే వాడూ, తీసుకునే వాడూ ఈశ్వరుడే" అన్నాడు. అలా అన్నాడే గానీ, అతని మాటల్లో, అతనికే నమ్మకం కలగలేదు. ఈ ప్రజలంతా నిరపరాధులు. దైవభక్తి పరులు. కాలం తీరి, మరణం సహజంగా, నెమ్మదిగా, బాధా రహితంగా రావడం దైవికం అవుతుంది గానీ, ఈ అకాల, బాధా పూరిత మరణా లెందుచేత సంభవించాలో - అని అతను ఆలోచించాడు గానీ జవాబు దొరకలేదు.

'ఇవాల్టి దాడిలో ఏం పొరపాట్లు జరిగాయి' అని చర్చించు కుంటున్నారు గ్రామస్తులు. మందు గుండు ఎంత వుంది - అని లెక్కలు చూశారు. 'మార్కస్ ఈ పాటికి రావలసిందేనే!' అని ఆలోచనలో పడ్డారు. ఆ మరణించిన నీగ్రోకి రాత్రికి రాత్రే అంత్యక్రియలు చేశారు.

మర్నాటి ఉదయానికి కూడా మార్కస్ రాకపోయే సరికి అతని కేదో ప్రమాదం జరిగే వుంటుందని గ్రామస్తులంతా మనసుల్లో అనుకున్నారు. ఎవ్వరూ పైకి అనలేదు.

"మార్కస్ తప్పకుండా వస్తాడు" అని గిడియన్, భార్యని ఓదార్చాడు.

ఆ పగలు క్లాన్ దుండగులు, భవనం చుట్టూ తగినంత దూరం లోకి వచ్చి గోతులు తవ్వకుని కూర్చుని భవనం మీదకి విరామం లేకుండా కాల్చడం ప్రారంభించారు. వాళ్ళు, ఐదు వందల మందికి పైగా వున్నారు.

భవనంలో యుద్ధ వ్యూహం మార్చారు. వృద్ధుల్నీ, పిల్లల్నీ లోపలి గదుల్లో వుంచి, నేర్పుగా తుపాకులు కాల్చగల వాళ్ళు మాత్రం మేడ పైకి పోయి కాల్పులు సాగించారు. ఆ దాడిలో, గ్రామస్తుల పక్షంలో వాషింగ్టన్నూ, ఒక దొరా, మరణించారు. ఈ సారి, గ్రామస్తులు, కన్నీళ్ళు కార్చలేదు. వారి ముఖాలు దుఃఖంతో బిగుసుకున్నాయి.

ఆ ఉద్రేక వాతావరణం లోనే తెల్ల జెండా పుచ్చుకుని షెరీఫ్ మళ్ళీ భవనం ముందుకు వచ్చాడు - "డాక్టర్ జెఫ్ మా స్థావరం లోకి ఒక సారి రావాలి. మా మనిషి ఒకడు కాలిలో గుండు దూరి బాధపడుతున్నాడు. జెఫ్ క్షేమంగా తిరిగి వెళ్ళిపోవచ్చును" అని కేకలు పెట్టి చెప్పి వెళ్ళిపోయాడు.

ఆ కేకలు అందరి లాగే జెఫ్ కూడా విన్నాడు.

"ఈ షెరీఫ్ కుక్కల కొడుకు ఈ సారి వచ్చాడంటే నా తుపాకీతో వాణ్ణి పేల్చేస్తాను. దేవుడి మీద ఒట్టు" అని కోపంతో ఊగిపోయాడు ఒక దొర.

"వాళ్ళ మనుషులకి మన డాక్టరు వైద్యం చెయ్యాలట! ఎంత బుద్ధి లేదో వాడికి!"

జెఫ్ నిలబడి, "నేను వెళ్తాను" అన్నాడు. "రోగులకు సేవ చేస్తానని ప్రతిజ్ఞ చేశాను. మానవులకు సేవ చెయ్యడమే నా ధర్మం" అన్నాడు.

అందరూ నిర్ఘాంత పోయారు. కోపంతో ఊగిపోయారు. జెఫ్‌ని ప్రశ్నల వర్షంతో ముంచెత్తారు.

"వాడు 'రోగి' కాడు, మానవ ద్రోహి! వాడికి వైద్యం చేస్తావా?"

"నేను డాక్టర్ని! అతడు బాధితుడు" అన్నాడు జెఫ్.

"అతను బాధితుడు ఎందుకయ్యాడు? మన మీద దుండగాలు చేసి అయ్యాడు."

"నేను డాక్టర్ని! మిగిలిన విషయాలు నాకు అనవసరం."

గిడియన్, కొడుకుని హృదయ పూర్వకంగా అసహ్యించుకున్నాడు. ఆ కోపంతో అతను మాట్లాడ లేననుకున్నాడు. కానీ తన కోపాన్నంతా వాదనలో కురిపించాడు. "మూర్ఖుడా! ఈ దుండగులలో కూడా నీకు 'మానవులు' కనపడుతున్నారా? మనకీ గతి పట్టించింది ఎవరు? రక్త దాహంతో కొట్టుకునే ఈ అడవి మృగాలలో నువ్వు 'మానవత్వాన్ని' చూడగలుగు తున్నావా? వీళ్ళు

మన శత్రువులు. వీళ్ళ నాశనమే మన అభ్యుదయం. వీళ్ళ అపజయమే మన విజయం. నీ సేవలు నిర్దోషులకు గానీ, దోషులకూ, తుంటరులకూ, దుండగులకూ కాదు."

అన్నీ విని జెఫ్, "నేను వెళతాను" అని బైల్దేరాడు మందుల పెట్టె తీసుకుని. శత్రు శిబిరం లోకి వెళ్ళాడు. బాధతో దొర్లుతున్న వాణ్ణి ఒక చెక్క బల్ల మీద పడుకో బెట్టి ఆపరేషన్ చేశాడు. ఆ ఆపరేషన్ కొన్ని గంటలు పట్టింది. తర్వాత మరి కొందరికి చిన్న చిన్న ఆపరేషన్లు చేశాడు. అప్పటికి జెఫ్ చాలా అలిసి పోయాడు. రోగుల విషయంలో తీసుకోవలసిన జాగ్రత్తలు చెపుతోంటే, "'అయ్య గారూ' అనవేంరా నీగ్రో ముండా కొడకా!" అని ఒక దొర జెఫ్‌ని కొట్టబోయాడు.

జెఫ్ కొంత జంకినా, తన భయాన్ని కనబరచక చెప్పవలసినవన్నీ చెప్పి, "నే నొచ్చిన పని అయింది. వెళ్తున్నాను" అని వెనక్కి తిరిగాడు. రెండడుగులు వేశాడో లేదో అతని వీపులో తుపాకీ గుండ్లు దూరాయి. జెఫ్ నేల కరచి ప్రాణాలు విడిచాడు.

ఆ రాత్రి గిడియన్‌తో మార్కస్ విషయం గురించి లైటు దొర ప్రస్తావించాడు - "మార్కస్ ఆ టెలిగ్రాములు పంపించలేక పోయాడేమో."

"అవును. పంపించలేక పోయి వుంటాడు."

"అయితే నేను వెళ్ళి ప్రయత్నిస్తాను. మనం ఎంత కాలం ఆత్మ రక్షణ చేసుకోగలం? మందు గుండు అయిపో వచ్చింది. మన సంగతి దేశస్తులకందరికీ తెలియవద్దా? గిడియన్! అవన్నీ మళ్ళీ రాయి" అని తొందర చేశాడు దొర.

గిడియన్ కూడా అదే మంచిదనుకున్నాడు. టెలిగ్రాములన్నీ మళ్ళీ సిద్ధం చేశాడు.

లైటు దొర గుర్రం మీద బయల్దేరాడు. ఒక అర మైలు దూరం వెళ్ళాడో లేదో అతన్ని వెంటాడిన గుర్రాల మీద దుండగులు అతని మీద తుపాకులు పేల్చారు. గుర్రం కూలి పోయింది. లైటు దొరని పట్టుకున్నారు. "నిగ్గర్ గాళ్ళకి తొత్తులుగా వుండే నీ లాంటి దొరలకి బుద్ధి చెపుతాంరా" అని అతన్ని చెట్టుకు వేళ్ళాడ దీశారు. వంతుల వారీగా కొరడాలతో కొట్టారు. కొన్ని నిముషాల్లోనే అతని ప్రాణం పోయింది.

మర్నాడు - క్లాన్ దుండగులు ఒక ఫిరంగి ఈడ్చుకు వచ్చి భవనానికి తగినంత దూరంలో పెట్టారు. గ్రామస్తులందరూ దాన్ని చూస్తూనే వున్నారు. దుండగులు ఫిరంగి లోకి మందు దట్టిస్తున్నారు. గ్రామస్తులు తుపాకులు పేలిస్తే గుళ్ళు అందుకో లేనంత దూరంలో దుండగులు తిరుగుతున్నారు.

పీటరన్న, స్త్రీలనీ, పిల్లల్నీ ఒక చోట చేర్చి భక్తి గీతాలు పాడడం మొదలు పెట్టాడు.

బయట ఫిరంగుల మోత ప్రారంభమైంది. ఫిరంగి గుళ్ళు దూసుకొచ్చి భవనానికి తగిలి నప్పుడల్లా గోడలు పెళ్ళలు పెళ్ళలుగా ఊడి పడుతున్నాయి. మేడ పైన ఎదురు కాల్పులు చేస్తూ పోరాడుతున్న వాళ్ళు ఒక దఫా విరుచుకు పడ్డ ఫిరంగి గుళ్ళకు బలి అయ్యారు.

ఆ భవనంలో వారికి, ఇక ఏ ఆశా లేదు.

ఈ దేశంలో ప్రజ, ఒక నాడేవిధంగా అమ్మబడుతూ, కొనబడుతూ వుండే వారో; ఆ నికృష్ట పరిస్థితులు తెల్ల జాతి శ్రామికుల్ని కూడా ఎటువంటి అధోగతి కీడ్చాయో; అటువంటి అమానుష పరిస్థితులకు నిలయమైన ఈ దేశంలో, పీడిత ప్రజలు ఏ విధంగా ఆశని నిల్పుకునే వారో - స్పృహ కోల్పోయే వరకూ గిడియన్ స్మృతి పథంలో మెదులుతూనే వుంది.

ఫిరంగి పేలుళ్ళతో మండిపోతూ వున్న ఆ భవనంలో, రంగు భేదాన్ని విస్మరించి, ఐకమత్యంతో నిలబడి, సాహసోపేతమైన పోరాటాన్ని కొనసాగించే ఈ మానవోత్తముల చితిలో నించి భవిష్యత్తులో విశ్వ మానవ జాతి ఉద్భవించ గలదనే ఆశా, విశ్వాసమూ, గిడియన్ స్మృతిలో ప్రకాశిస్తున్నాయి.

కార్వెల్ భవనం అన్ని పక్కలా అంటుకుంది!

ఆ రోజంతా ఆ భవనం మండుతూనే వుంది!

[పరిచయం సమాప్తం] ★

ఈ నవలకు, 'రచయిత' రాసిన

చివరి మాట

"ఈ కద నిజంగా జరిగిందేనా?" అని మీరు అడగవచ్చును.

ఈ కథ లోని ముఖ్యాంశాలన్నీ యదార్థమే. కార్వెల్‌లో జరిగిందని చెప్పిన సంఘటనల వంటివి ఆ కాలంలో అనేక ప్రాంతాల్లో సంభ వించాయి. ఈ నవలలో నేను వర్ణించిన విధంగా చాలా తావులలో నీగ్రోలూ, తెల్ల వారూ, సమరస భావంతో కలిసి మెలిసి, సుఖ దుఃఖాల్లో పాలు పంచుకుంటూ నివసించారు. వారు నిర్మించుకున్న జీవితాన్ని రక్షించుకునేందుకు విధ్వంసకులతో పోరి మడిశారు.

తర్వాత కాలంలో, దక్షిణాది రాష్ట్రాలలో నియ మించబడిన విచారణ సంఘం వారు, 'క్లాన్ రహస్య సంఘం' యొక్క కుట్రలకు సంబంధిం చిన అనేక ఊహించలేని, నమ్మశక్యం గాని, విష యాలను 13 పెద్ద గ్రంథాలలో సాక్ష్యాధారాలతో సహా వెల్లడించారు.

1875 వ సంవత్సరంలో మిస్సిసిపీ రాష్ట్ర ఎన్నిక లలో జరిగిన అత్యాచారాలను గురించి, సెనేటు విచారణ సంఘం వారు, 2 పెద్ద గ్రంథాలు రాశారు. దక్షిణ కరోలీనా, జార్జియా మున్నగు రాష్ట్రాల లోని పరిస్థితులపై, సెనేట్‌కు, షుర్జు రాసి సమర్పించిన నివేదిక, నేటికీ లభ్యమౌతోంది.

"తిరుగుబాటు యుద్ధంలో నీగ్రో సైనిక పాత్ర" అను హల్‌వేల్ వ్రాసిన గ్రంథం నుండీ, సింకన్సు ఉడ్డీలు వ్రాసిన "దక్షిణ కరోలీనా రాష్ట్రంలో పునర్నిర్మాణం" అను గ్రంథం నుండీ, ఈ నవల కోసం అనేక విషయాలు సేకరించ బడ్డాయి. వీటికి తోడుగా, ఆ నాటి పత్రికలు ప్రచురించిన వార్తలున్నాయి. కాంగ్రెస్సులో జరిగిన చర్చలూ, సంపాదకీయాలూ, విలేఖరుల వార్తలూ - ఈ విధ్వంసమును గురించిన అనేక అంశాలను వెల్లడిస్తూనే వున్నాయి.

ఇక గిడియన్ విషయం: ఆ కాలంలో వ్యవహ రించిన అనేక ప్రముఖ నీగ్రో రాజకీయ వేత్తల మూర్తే ఇందలి గిడియన్ పాత్ర. అతని స్వభావ, గుణ, లక్షణ, సామర్థ్య, శీల, వక్తృత్వ ప్రతిభలు, సమ కాలీన నీగ్రో నాయకుల నుండి సంగ్రహించ బడ్డాయి.

కార్వెల్లు అనేది మాత్రం కల్పిత నామము. కార్వెల్లు వాసుల పేర్లన్నీ వాస్తవంగా ఆ నాడు జీవించిన ప్రజల పేర్లే. మిగిలిన పాత్రలు చాలా వరకు సమ కాలికుల పేర్లు.

దక్షిణాదిలో నీగ్రోలూ, తెల్ల వారూ కలిసి సమరస భావంతో జీవించిన ఎనిమిది సంవత్స రాల స్వర్ణ దినాలూ, ఆ భిన్న జాతుల మధ్య నెల కొన్న సహకార - స్వేచ్ఛ - సమతా భావ ప్రపూరిత వాతావరణమూ, ఆ ప్రాతిపదికపై నిర్మించబడిన సంస్థలూ, వ్యవస్థలూ - తర్వాత కాలంలో సంపూ ర్ణంగా విధ్వంసం చేయబడ్డాయి. వాటి స్మృతి చిహ్నాలు కూడా తుడిచి వేయబడ్డాయి.

ఒక నాడు అట్టి ప్రయోగం చేయబడిందనీ, అది విజయవంతమై శుభప్రదమైనదనీ, అమెరి కను ప్రజా సామాన్యం తెలిసి కొనరాదని, అమెరి కను శ్వేత జాతి శ్రీమంతులూ, అధికారులూ తల పోసి, అట్టి చిహ్నాలన్నీ మాపు జేసేందుకు ప్రయ త్నించారు. ప్రతి నీగ్రో, అమెరికను జాతిలో స్వేచ్ఛగా జీవించేందుకు ఏర్పడిన హక్కుతో, తన పొరుగు వానితో సమతా ప్రాతిపదికపై జీవిస్తూ, దక్షిణా పథంలో గల పేద తెల్ల ప్రజానీకంతో కలిసి మెలిసి సమష్టి ప్రయోజనాలనూ, భవిష్యత్తునూ సాధించి, అత్యుజ్వలమూ, న్యాయ సమ్మతమూ, యదార్థమూ అయిన ప్రజా నాగరికతను సృష్టిం చిన ఆ అష్ట వర్ష జీవిత స్వర్ణ పుటలను అమెరికను చరిత్ర గ్రంథం నుంచి చింపివేయ ప్రయత్నిం చారు. ★

‘అంకుల్ టామ్స్ కేబిన్’ మీద దాడి

స్తోవే రాసిన “అంకుల్ టామ్స్ కేబిన్” నవల, మొదట సీరియల్ గానూ, తర్వాత పుస్తక రూపం లోనూ (1851 లో) వచ్చిన వెంటనే, దాన్ని వ్యతిరేకిస్తూ, అనేక కథలూ, నవలలూ, వ్యాసాలూ వచ్చి పడ్డాయి. నవలలైతే 27. వ్యాసాలు అసంఖ్యాకం. వీటిని రాసిన వాళ్ళు దక్షిణాది వాళ్ళే కాదు, ఉత్తరాది వాళ్ళు కూడా.

ఈ వ్యతిరేక రచనలన్నీ ప్రధానంగా నొక్కి చెప్పింది ఏమిటంటే:

బానిసలు ఏమీ కష్టాలు లేకుండా ఎంతో సుఖంగా జీవిస్తున్నారనీ; యజమానుల ఆధీనంలో వుంటేనే బానిసలకు చాలా సౌఖ్యం అనీ; స్వేచ్ఛ కోసం చేసే ప్రయత్నాలన్నీ బానిసలకు లేని పోని కష్టాలు తెచ్చి పెడతాయి అనీ - ఈ రకం వాదాలే చేశాయి ఈ రచనలన్నీ.

★ ఒక నవల పేరు: దక్షిణాది జీవితం (1852)
రచయిత: డబ్ల్యు.ఎల్.జి.స్మిత్.

ఇందులో కథ: అంకుల్ టామ్ అనే బానిస, దక్షిణాది తోటల్లో (ప్లాంటేషన్స్‌లో) పని చేస్తూ చాలా సుఖంగా జీవిస్తూ వుంటాడు. ఉత్తరాదిన వుండే ఒక స్కూలు టీచరు, (బానిసత్వాన్ని వ్యతిరేకించే రద్దు వాది), దక్షిణాది బానిసల్ని యజమానుల దగ్గిర నుంచి పారిపొమ్మని రెచ్చగొడుతూ వుంటాడు. అంకుల్ టామ్ కూడా ఆ బోధలు విని ఉత్తరాదికి పారిపోయి అక్కడ కార్మికుడిగా జీతం పద్ధతి మీద పని చేస్తూ చాలా కష్టాలు పడతాడు. తర్వాత కెనడాకి వెళ్తాడు. అక్కడా ఏమీ సుఖం లేదని తెలుసుకుని, మళ్ళీ దక్షిణాదికే తిరిగి వచ్చేశాడు. పాత యజమాని దగ్గిర తన ‘స్లేవ్ కేబిన్’ లోనే సుఖంగా వుంటాడు. - ఇదీ ఈ కథ.

బానిస యజమానులు చాలా దయాళువులనీ; బానిసలు, కార్మికులుగా మారడం కన్నా బానిసలుగా వుంటేనే హాయిగా జీవించగలరనీ చెప్తుంది ఈ కథ.

★ ఇంకో నవల పేరు: కేబిన్ అండ్ పేర్లర్, లేదా బానిసలూ, యజమానులూ (1852)

రచయిత: జె.టి.రేండాల్ఫ్.

ఈ కథలో బానిస పేరు - అంకుల్ పీటర్. ఈ బానిస, బానిసత్వమే కావాలంటాడు. విముక్తికి ఒప్పుకోడు.

ఈ రచయిత, కథ పొడుగునా స్టోవే కథని దుయ్యబడుతూ, స్టోవే అసలు నిజాలు చెప్ప లేదనీ, బానిసలకు కష్టాలే లేవనీ, వాళ్ళు యజ మానుల పర్యవేక్షణలో ఎంతో సుఖంగా జీవిస్తు న్నారనీ, స్టోవే కథ నిజాల మీద ఆధారపడ్డది కాదనీ వాదిస్తాడు.

★ ఇంకో నవల: 'ఉత్తరాదీ, దక్షిణాదీ' (1852)

రచయిత్రి: కె.రోలిన్ రష్.

ఈ కథ అంతా, బానిసత్వం ఎంత సుఖ మైనదో చెప్పుకొస్తుంది. ఉత్తరాదిన జీతాల మీద పని చేసే కార్మికులైతే వాళ్ళ బాధలు వాళ్ళే పడాలి. బానిసలకైతే, యజమానులే అన్నీ ఏర్పాటు చేస్తారు. బానిసల్ని కొరడాలతో బాద డాలూ, అమ్మడాలూ, చంపడాలూ, ఈ కథలో ఎక్కడా వుండవు. అసలు అలాంటివి జరగవనీ, యజమానులు బానిసల్ని కన్నబిడ్డల్లా చూసు కుంటారనీ, స్టోవే రాసినవన్నీ అసత్యాలనీ, ఈ కథ వాదిస్తుంది.

★ ఇంకో నవల: 'ది ప్లాంటర్ హోమ్' (1852)

రచయిత: రాబర్ట్ క్రిస్ వెల్.

బానిసత్వంలో ఎన్నెన్నో అందమైన కోణాలు వున్నాయనీ, ఉత్తరాది పెట్టుబడిదారులే క్రూరు లైన యజమానులనీ, బానిస యజమానులు అటు వంటి వారు కాదనీ, స్టోవే రాసిన దాంట్లో ఒక్క ముక్క కూడా నిజం లేదనీ, ఆమె అబ ద్ధాల పుట్ట అనీ - ఈ రకంగా వాదన సాగు తుంది ఈ కథలో.

★ ఇంకో నవల: 'ఫ్రాంక్ ఫ్రీమెన్స్ బార్బర్ షాప్' (1852)

రచయిత: రెవరెండ్ బెనార్డ్ రష్.

ఈ కథలో, రద్దు వాదులందరూ విలన్లు. ఈ కథ, బానిసల మీదా, రద్దు వాదుల మీదా, వారిని నీచ పరిచే వెటకారాలతో సాగుతుంది. బానిసలు ఎంతో సుఖంగా జీవిస్తూ వుంటే రద్దు వాదులే వారిని రెచ్చగొడుతున్నారని ఈ రచ యిత వాదం. ఈ కథలో, టామ్ అనే బానిస, బానిసగా జీవించడం ఎంతో అదృష్టం అను కొంటూ, చాలా సంతృప్తిగా కన్ను మూస్తాడు. బానిసలు అంత తృప్తిగా, శాంతిగా బతుకుతా రని చెప్తుంది ఈ కథ.

★ మిగతా కథలన్నీ కూడా ఇదే ధోరణి. 'అంకుల్ టామ్స్ కేబిన్' రాసిన స్టోవేకి, దక్షిణాది గురించీ, బానిసల జీవితాల గురించీ ఏమీ తెలియకుండా మిడి మిడి జ్ఞానంతో రాసిందనీ, ఉత్తరాదికీ దక్షిణాదికీ వైషమ్యాలు పెంచిందనీ, ప్రతీ చోటా స్టోవేని వెటకారాలు చేస్తూ సాగు తాయి ఈ కథలు. బానిస యజమానులకూ, రద్దు వాదులకూ వాదోప వాదాలు జరుగు తాయి కథల నిండా.

"ఉత్తరాదిలో కార్మికులు సుఖంగా వున్నారా? వాళ్ళే ఎక్కువ బాధలు పడుతు న్నారు" అంటారు బానిస యజమానులు.

"కార్మికులకు బాధలు వుంటే అది వేరే సమస్య. కార్మికులు, యజమానుల ఆస్తి కాదు. బానిసలైతే యజమానుల ఆస్తి. ఆ ఆస్తిని ఏం చేసుకోడానికైనా యజమానికి హక్కులు వుంటాయి. అది చాలా అన్యాయం. మా వాదన అంతా దాన్ని గురించే" అంటారు రద్దు వాదులు.

అయినా బానిస యజమానులు, వాళ్ళ పాట వదలరు. దక్షిణాదిన ఎంతో ఔన్నత్యం

వుందనీ, ఉత్తరాదిన అంతా బిజినెస్ దృష్టి అనీ, బానిస యజమానులు అప్పుల పాలైనా బాని సల్ని అమ్మరనీ, వారిని ఎంతో ప్రేమగా చూస్తా రనీ - చెప్తాయి ఈ కథలు.

★ మిస్ మార్గ్ అనే రచయిత్రి బాని సత్వాన్ని గొప్ప చేస్తూ, తను రాసిన కథలో, తను గొప్ప ప్రేమాస్పదురాలైన బానిస యజమాను రాలినని చెప్పుకుంది. స్తోవేని చాలా వెటకారాలు చేస్తూ, "స్తోవే! ఒక సారి దక్షిణాదికి రా! ఇక్కడ బానిసలు ఎంత సంతోషంగా వున్నారో తెలు స్తుంది నీకు" అని రాసింది. 'బానిసకు ఆనందం కలిగించడమే యజమాని లక్ష్యం' అని రాసింది. ఈ కథకి, 'మహా చెత్తాకారీ కథ' అని పేరొచ్చింది తర్వాత.

ఈ రకం తప్పుడు వాదనలతో, బానిసత్వం ఎంతో మంచిదనీ - బానిసలు ఎంతో సుఖంగా వుంటారనీ చెప్పే కథలతో, చిన్న పిల్లల కోసం కూడా పుస్తకాలు వచ్చాయి.

★ సారా హాలే, అనే రచయిత్రి రాసిన 'లిబీ రియా' కథలో బానిస యజమానే కథా నాయ కుడు. అతను ఒక సారి, తన బానిసలకు స్వేచ్ఛ ఇవ్వాలనే అనుకుంటాడు. కానీ, వాళ్ళు తన దగ్గిర్నుంచి వెళ్ళి పోతే సుఖంగా వుండరేమో అని భయపడతాడు. తన బానిసల్ని, దక్షిణాది వ్యవసాయ క్షేత్రాల్లో కొంత కాలమూ, ఉత్తరాది పనుల్లో కొంత కాలమూ, కెనడాలో కొంత కాలమూ వుంచి ప్రయోగాలు చేస్తాడు. కానీ, ఆ బానిసలు ఎక్కడా సంతోషంగా వుండరు. నల్ల వాళ్ళు, ఏ నాగరిక ప్రదేశాల్లోనూ వుండ డానికి అర్హులు కారనీ, పశ్చిమ ఆఫ్రికాలో లైబీరియా అనే ఆటవిక, అనాగరిక ప్రాంతంలో అయితేనే వాళ్ళు సంతోషంగా వుంటారనీ భావి స్తాడు. తర్వాత ఏం జరుగుతుందో కథలో వివరణ లేదు.

★ 'మిస్టర్ ఫ్రాంక్' అనే కథ - రద్దు వాదుల ఉద్యమం, బానిసలకు చాలా హాని చేస్తుందనీ, వారికి బానిసత్వంలో దొరికే సుఖ శాంతుల్ని ధ్వంసం చేస్తుందనీ, వాదిస్తుంది. ఈ కథలో, రద్దు వాదుల కార్యక్రమాల్ని బానిసలే ఖండిస్తూ, తమకు బానిసత్వమే కావాలని ఒక తీర్మానం చేస్తారు.

రద్దు వాదులకు బానిస యజమానులుగా అవ్వాలనే కోరిక వుంటుందనీ, అది సాధ్యం కాకే, ఇతర బానిస యజమానుల మీద అసూ యతో వాళ్ళు రద్దు వాదులుగా మారతారనీ ఈ కథ వాదిస్తుంది.

★ కొన్ని కథలు ఎలా చెపుతాయంటే, బాని సత్వం సైద్ధాంతికంగా తప్పే గానీ, అయినా బాని సత్వంలో చాలా సుఖాలు వున్నాయని చెపుతాయి.

★ కారొలిన్ లీ హెడ్జ్ అనే రచయిత్రి రాసిన కథలో, ఉత్తరాది రద్దు వాది కూతురు, దక్షిణాది ప్లాంటేషన్ యజమానిని పెళ్ళి చేసుకుంటుంది. భర్తగారి వ్యవసాయ క్షేత్రాల్లో పని చేసే బాని సలు ఎంత సుఖంగా వున్నారో చూశాక, తన తండ్రి రద్దు వాదిగా బానిసత్వానికి వ్యతిరేకంగా ఎంత తప్పు చేస్తున్నాడో తెలుసుకుంటుంది.

రద్దు వాదులు రెచ్చగొట్టడం వల్ల బానిసలు పారిపోయినా, తర్వాత ఏమీ సుఖంగా వుండ లేరని, ఈ రచయిత్రి వాదం!

★ హెన్రీ రోవే అనే రచయిత్రి రాసిన ఇంకో కథ, భగవంతుడే, ఆటవికుల్ని నాగరికులుగా మార్చడానికి బానిసత్వాన్ని సృష్టించాడని వాది స్తుంది. బానిసత్వం అనేది, నాగరికత వేపు నడిపించే మార్గం అనీ, అది కొనసాగాలనీ, చెపుతుంది.

★ కధలూ, నవలలూ ఇలా సాగితే, వ్యాసాలూ ఇంతే. బానిసత్వాన్ని గొప్ప చెయ్యడమే వాటి పని.

'ది కాన్‌ఫెడరేట్ వెటరన్' అనే పత్రిక, దక్షిణాది బానిస యజమానుల తరఫునా, యుద్ధంలో పాల్గొన్న సైనికుల, సైనికాధికారుల తరఫునా, వారిని గొప్ప చేస్తూ నడిచిన పత్రిక. ఈ పత్రికలో డజన్ల కొద్దీ 'కేబిన్ వ్యతిరేక' వ్యాసాలు వచ్చాయి.

★ స్టోవే, దక్షిణాది బానిస జీవితాల్లో వున్న ఒకటీ అరా చీకటి కోణాలనే చూడగలిగింది గానీ, బానిసత్వంలో వున్న సౌందర్యాన్ని చూడ లేక పోయిందని ఆమె మీద ఆరోపణ! స్టోవే చేసిన విష ప్రచారం, దేశ ప్రజల్నీ, ప్రపంచ ప్రజల్నీ, చిన్నా పెద్దా అందర్నీ దారి తప్పిస్తుందనీ, స్టోవే కళ్ళు మూసుకు పోయినంత తప్పుడు పని చేసిందనీ, ఆమె మీద నిందలు కురిపించారు.

★ స్టోవే నవలలో కొన్ని భాగాల్ని రద్దు వాదులు, దక్షిణాదిన నాటకాల రూపంలోనూ, సినిమాల రూపం లోనూ ప్రదర్శిస్తోంటే, 'దక్షిణాది కుమార్తెలు' అనే సంఘం, వాటిని వ్యతిరేకించింది.

దక్షిణాదిన చాలా అరుదుగా, చెదురు మదురుగా మాత్రమే జరిగిన సంఘటనల్ని తీసుకొనిస్టోవే, వాటి మీదే ఆధారపడి తప్పుల తడకల నవల రాసిందని ఆరోపించారు.

★ అంతర్యుద్ధంలో యజమానుల పక్షాన నిలిచిన "విశ్వాస పాత్రులైన బానిసల" కోసం స్మారక చిహ్నాన్ని పెట్టాలని ప్రయత్నాలు జరిగాయి దక్షిణాదిన. నిజానికి, బానిసత్వానికి అనుకూలంగా నిలిచే బానిస లెవరూ వుండరు. అయినా, ఏవో కొన్ని పేర్లు తయారు చేసి బానిసలే బానిసత్వాన్ని నిలబెట్టుకోవాలని ప్రయత్నించారని ఆ స్మారక చిహ్నాం ప్రయత్నం చేశారు. అలాంటి బానిసలు ఎందరో వున్నట్టు చూపించడానికి.

బానిసత్వాన్ని సమర్థించే వాళ్ళందరూ, స్టోవే రాసిన ' కేబిన్' ని ' నేషనల్ న్యూసెన్స్'గా (జాతీయ చీదర) జమ కట్టారు.

కెంటకీలో, 'డాటర్స్ ఆఫ్ బ్లూ గ్రాస్' సంఘం వాళ్ళు, కేబిన్‌లో భాగాలతో కొందరు వేసే నాటకాల్ని నిషేధించాలని గొడవ చేశారు.

ఈ రకంగా, 'కేబిన్' మీద విపరీతమైన వ్యతిరేక రచనలు రావడం మొదలవగానే, స్టోవే 'కేబిన్'లో తను రాసినదంతా ఎంత నిజమో రుజువు చేసే ఆధారాలతో, 'కీ టు కేబిన్' రాసింది.

దక్షిణాది పేపర్లలో బానిసల అమ్మకాల ప్రకటనల్నీ, బానిసల్ని కొరడాలతో బాదే పోలీసు ఉద్యోగులతో ఇంటర్వ్యూల్నీ, బానిసత్వాన్ని సమర్థించే కోర్టు కేసుల్నీ, ఇంకా అనేక రుజువులతో ఆ 'కీ' ని ఇచ్చింది.

దానితో, కేబిన్ వ్యతిరేకులందరూ, పై పై దబాయింపులు కట్టి పెట్టవలసి వచ్చింది.

[ఈ వివరాలకు ఆధారం: **వికీ పీడియా.**]

★

హేరియట్ ఎలిజబెత్ బీషర్ స్తోవే

'అంకుల్ టామ్స్ కేబిన్' రచయిత్రి

నవల రచనా కాలం: 1851

నవల రాసిన కాలంలో

పెద్ద వయసులో

జననం: **1811 ;** మరణం: **1896**

జీవించిన కాలం 85 సంవత్సరాలు

అసలు పేరు : **హేరియట్ ఎలిజబెత్**

తండ్రి ఇంటి పేరు : **బీషర్**

భర్త ఇంటి పేరు : **స్తోవే**

తల్లి : **రోజానా ఫూటీ బీషర్**

తండ్రి : **లైమన్ బీషర్**
(బానిసత్వ రద్దు వాద దృక్పథం గల ప్రొటెస్టెంట్ మత బోధకుడు.)

తల్లి దండ్రులకు వున్న 11 మంది సంతానంలో, ఈమె 7 వ బిడ్డ.

హేరియట్‌కి 5 ఏళ్ళప్పుడు తల్లి చచ్చిపోయింది.

ఈమె బాల్యంలో, తండ్రి బానిసత్వానికి వ్యతిరేకంగా విస్తృతంగా బోధనలు చేసే వాడు. ఇతర రాజకీయ సమస్యల మీద కూడా తండ్రి, కుటుంబ సభ్యులతో చర్చించే వాడు.

దైవ నమ్మకాలూ, క్రైస్తవ మత విశ్వాసాలూ, ఆ కుటుంబంలో ఎక్కువ. దేవుణ్ణి సేవించడానికి అత్యుత్తమ మార్గం - సమాజాన్ని మెరుగు పరుచుకోవడానికి (బెటర్ సొసైటీ కోసం) మంచి పనులు చేయడమేనని ఆ కుటుంబంలో అందరూ భావించే వారు.

పెద్దక్క నడిపే ఆడ పిల్లల బడి లోనే హేరియట్ చదువుకుంది. 1836 లో, హేరియట్, కాల్విన్ ఎల్లిస్ స్తోవే అనే మత బోధకుణ్ణి పెళ్ళి చేసుకుంది. ఆయనకు అప్పటికి మొదటి భార్య పోయింది.

హేరియట్‌కి, 7 గురు పిల్లలు. వారిలో నలుగురు, తల్లి వుండగానే మరణించారు.

శామ్యూల్ ఛార్లెస్ అనే పిల్ల వాడు ఏడాదిన్నర వయసు లోనే కలరా వల్ల పోయాడు. హెన్రీ అనే కొడుకు, 19 ఏళ్ళ వయసులో, నదిలో ప్రమాద

వశాత్తూ మునిగి చచ్చి పోయాడు. ఫ్రెడరిక్ అనే వైద్య శాస్త్రం చదివిన కొడుకు, 'అంతర్యుద్ధం'లో పాల్గొన్నాడు. అప్పటికే అతనికి తాగుడు అలవాట య్యింది. యుద్ధంలో గాయపడ్డాడు. తాగుడు ఎక్కువై కాలిఫోర్నియా ప్రాంతానికి వెళ్ళి తిరిగి రాలేదు. అతని ఆచూకీ తల్లిదండ్రులకు దొరకనే లేదు. జార్జియా అనే కూతురు, ఒక అనారో గ్యంలో, డాక్టర్ల పొరపాటు సలహాల వల్ల మత్తు మందులకు అలవాటుపడి మరణించింది. ఎలిజా, హేరియట్ అనే ఇద్దరు కవల పిల్లలు, పెళ్ళిళ్ళు చేసుకోకుండా తల్లిదండ్రుల తోటే వుండి పోయారు. చివరి కొడుకు చార్లెస్ ఎడ్వర్డ్, మత బోధకుడుగా మారి 84 ఏళ్ళ వరకూ జీవించి 1934 లో పోయాడు.

పెళ్ళయిన కొత్తలో హేరియట్, కుటుంబ అవసరాల కోసమే కథలు రాయడం ప్రారంభిం చింది.

భర్త, ఆమెతో, " విధి నీకు రచనా వ్యాసంగం నిర్దేశించింది. నువ్వు ఆ కర్తవ్యమే నిర్వహించాలి" అనే వాడు.

1850 లో 'పారిపోయే బానిసలకు సహాయం చెయ్యడాన్ని నేరంగా పరిగణించే' చట్టం ఒకటి వచ్చింది. (ఈ చట్టం ప్రసక్తి 'కేబిన్' నవలలో కూడా వుంటుంది.)

ఆ చట్టం, హేరియట్ కుటుంబ సభ్యుల్ని చాలా కలవర పెట్టింది.

ఆమె అన్న భార్య, ఆ రోజుల్లోనే, ఆమెకో ఉత్తరం రాస్తూ, " హేరియట్! నీ లాగా కలాన్ని ఉపయోగించే శక్తే నాకు వుంటే, బానిసత్వం ఎంత ఘోరమైనదో ఈ దేశం మొత్తం ఆలోచించే లాగా చేసి వుండేదాన్ని" అని రాసింది.

ఆ ఉత్తరాన్ని హేరియట్ పిల్లలకు చదివి వినిపించి, " నేను బతికి వుంటే బానిసత్వం మీద తప్పకుండా రాస్తాను" అని గట్టిగా చెప్పింది. ఆ నాడే నిర్ణయించుకుని, ఆ ప్రయత్నాలు ప్రారం భించింది. బానిసత్వం మీద పుస్తకాలు చదవ డమూ, బానిసల తోటీ బానిస యజమానుల తోటీ మాట్లాడి సమాచారం రాసుకోవడమూ మొదలు పెట్టింది.

ఒక రోజున చర్చికి వెళ్ళినప్పుడు, అంకుల్ టామ్ అనే బానిస దయనీయమైన పరిస్థితుల్లో మరణించే దృశ్యాన్ని ఊహించి, దుఃఖం ముంచు కొచ్చి ఇంటి కొచ్చి ఆ సన్నివేశమే మొదట రాసింది.

సిన్‌సినాటీలో వున్న రోజుల్లో ఆమెకి తెలిసిన రాంకిన్ అనే మిత్రుడు, ' ఒక యువతి, ఒక శిశువుని ఎత్తుకుని, ఐసులా గడ్డ కట్టుకు పోయిన నది మీది నించీ పారిపోవడం' చూశానని చెప్పగా, అది హేరియట్‌ని బాగా కదిల్చింది. అదే తర్వాత 'కేబిన్' నవలలో, 'ఎలిజా తన పిల్ల వాడితో' పారిపోయే సంఘటనగా అయింది.

'అంకుల్ టామ్స్ కేబిన్' రాయడం చాలా తొందరగానే పూర్తి అయింది. అది, 1857లో, ' ది నేషనల్ ఎరా అనే రద్దు వాద పత్రికలో సీరియల్‌గా మొదలైంది. ఆ సీరియల్ మీద పాఠకులు విపరీత మైన ఆసక్తి చూపించారు.

ఆ కథ అంతా 1852 లో, 2 సంపుటాలుగా పుస్తక రూపంలో వచ్చింది.

అవి ఒక్క వారంలోనే 10 వేల కాపీలూ, ఒక సంవత్సరంలో 3 లక్షల కాపీలూ అమ్ముడ య్యాయి.

1854 నాటికి, ఆ నవల 60 భాషల్లోకి అను వాదాలు అయింది.

1852 లో, **' కీ టు అంకుల్ టామ్స్ కేబిన్'** కూడా రాసింది.

1856 లో, 'డ్రెడ్' అనే పేరుతో, బానిసత్వ వ్యతిరేక నవల ఇంకొకటి కూడా రాసింది.

తన జీవితం వృధా కాలేదనే సంతృప్తితో, 85 ఏళ్ళ వయసులో మరణించింది.

[ఈ వివరాలకు ఆధారం: వికీ పీడియా.] ★

హోవర్డ్ మెల్విన్ ఫాస్ట్

'స్పార్టకస్', 'స్వేచ్ఛా పథం' నవలల రచయిత

నవల రాసిన కాలంలో

పెద్ద వయసులో

జననం: **1914** ; మరణం: **2003**

జీవించిన కాలం 89 సంవత్సరాలు

తల్లి : **ఇదా** (బ్రిటన్ నుంచి అమెరికాకు వలస వచ్చిన యూదు కుటుంబం)

తండ్రి : **బార్నే హోవర్డ్ ఫాస్ట్** (ఉక్రేన్ నుంచి అమెరికాకు వలస వచ్చిన యూదు కుటుంబం)

పిల్లవాడైన ఫాస్ట్‌కి 9 ఏళ్ళ వయసులో తల్లి చచ్చిపోయింది. తండ్రికి ఉద్యోగం పోయింది. తమ్ముడు జూలియస్‌ని బంధువుల దగ్గిర పెట్టారు. అన్న జెరోమూ, ఫాస్టూ న్యూస్ పేపర్లు అమ్ముకుంటూ బతికారు. ఆ కాలం లోనే ఫాస్ట్, న్యూయార్క్ పబ్లిక్ లైబ్రరీలో తెగ చదివే వాడు. చాలా కాలం వరకూ నివాసం న్యూయార్క్ లోనే.

చిన్నా చితకా ఉద్యోగాల కోసం కాలి నడకనా, వాళ్ళనీ వీళ్ళని లిఫ్టులడిగీ దేశం అంతా తిరుగుతూ, ఆ కాలంలోనే రచనలు మొదలు పెట్టాడు.

18 ఏళ్ళ వయసులో (1933) ' టూ వాలీస్' (రెండు లోయలు) అనే నవల రాశాడు.

మొట్ట మొదటి సుప్రసిద్ధ రచన " సిటిజెన్ టామ్ పెయిన్". (టామ్ పెయిన్ అనే దేశ భక్తుడైన రచయిత మీద రాసిన కాల్పనిక రచన.)

1937 లో వివాహం.

2 వ ప్రపంచ యుద్ధ కాలంలో అమెరికా యుద్ధ సమాచార కేంద్రంలో, ' వాయిస్ ఆఫ్ అమెరికా' అనే రేడియో కోసం పని చేశాడు.

1944 లో అమెరికా కమ్యూనిస్టు పార్టీలో చేరాడు.

'స్వేచ్ఛా పథం' నవల 1944 లోనే రాశాడు.

స్పెయిన్‌లో అంతర్యుద్ధంలో పాల్గొన్న అమెరికన్ల పిల్లలు అనాధ లైనప్పుడు వారి కోసం ఫాస్టు 'నిధి' వసూలు చేశాడు. ఆ నిధికి విరాళాలు ఇచ్చిన వారి పేర్లు చెప్పమని పోలీసులు అడిగితే ఫాస్ట్ చెప్ప లేదు. అందుకని మూడు నెలల పాటు ఫాస్ట్‌ని (1950 లో) జైల్లో పెట్టారు. (విరాళాలిచ్చిన వారిలో అమెరికా అధ్యక్షుడు రూజ్వెల్ట్ భార్య 'ఎలియనార్' కూడా వుందని తర్వాత తెలిసిన విషయం.)

జైల్లో వున్నప్పుడే 'స్పార్టకస్' నవల రాశాడు 1950 లో.

కమ్యూనిస్టు గానూ, జైలు కెళ్ళిన నేరస్తుడి గానూ ముద్రపడ్డ ఫాస్ట్, తన 'స్పార్టకస్' నవలని, ఇతరు లెవరూ ప్రచురించక పోవడంతో, స్వంత బ్యానర్ కింద ప్రచురించుకోవలసి వచ్చింది.

'హోవర్డ్ ఫాస్ట్' పేరుతో, ప్రచురణ కర్తలు పుస్తకాలు ప్రచురించడానికి నిరాకరిస్తున్నారు కాబట్టి, తర్వాత ఇ.వి.కన్నింగ్ హామ్ అనే మారు పేరుతోనూ, ఇతర పేర్లతోనూ రక రకాల పుస్తకాలు రాశాడు.

1950 లలో అమెరికా కమ్యూనిస్టు పార్టీ వార్తా పత్రిక "డైలీ వర్కర్" లో కూడా పని చేశాడు.

1953 లో స్టాలిన్ శాంతి బహుమతి వచ్చింది. (రష్యా పార్టీ ఇచ్చింది.)

1956 వరకూ పార్టీలో వున్నాడు. సోవియట్ యూనియన్ లోనూ, తూర్పు యూరప్ లోనూ కమ్యూనిస్టు పార్టీల ధోరణులతో ఏకీభవించ లేక, ఆ ధోరణుల మీద అమెరికన్ కమ్యూనిస్టు పార్టీ విమర్శ లేని విధంగా వున్నదనే నిరసనతో, కమ్యూనిస్టు పార్టీకి రాజీనామా చేశాడు. తను పార్టీలో లేకపోయినా, కమ్యూనిస్టునే ననీ, కమ్యూనిస్టు గానే జీవిస్తాననీ చెప్పుకున్నాడు.

1974 లో కుటుంబంతో సహా కాలిఫోర్నియాకి మారి అక్కడ టీవీ కి స్క్రిప్టులు రాయడం మొదలు పెట్టాడు.

జీవిత కాలంలో మొత్తం 40 కి పైగా నవలలూ, ఇంకా అనేక ఇతర రచనలూ చేశాడు.

జీవితాంతమూ కమ్యూనిస్టుగా వుంటానని చెప్పుకున్నాడు గానీ, మొదటి భార్య 1994 లో పోయాక, తనకు 85 ఏళ్ళ వయసులో, 1999 లో, రెండో పెళ్ళి చేసుకున్నాడు!

[ఈ వివరాలకు ఆధారం: వికీ పీడియా.]

★